കേരളം
അധികാര വികേന്ദ്രീകരണത്തിന്റെ
കാൽനൂറ്റാണ്ട്

Keralam
Adhikaravikendreekaranathinte Kalnoottandu
Study

Editor
Dr. A suhruthkumar

CHINTHA PUBLISHERS
Thiruvananthapuram

First Edition
November 2020

Second Impression
January 2021

Second Edition
December 2021

Published
Chintha Publishers, Thiruvananthapuram

Typesetting
Star communications, Thiruvananthapuram

Printed at
Repro India Ltd, Mumbai

Cover Design
Vinod Mangoes

ISBN : 978-93-90301-08-9

CR - 3068 / 5752

₹ 240

Email: chinthapublishers@gmail.com
Website: www.chinthapublishers.com

A vertion is available at National Libraries
Kolkata, Mumbai, Chennai and Delhi

Distribution
DESHABHIMANI BOOKHOUSE
H O Thiruvananthapuram 695035

Branch
Head Office Kunnukuzhi • Statue Thiruvananthapuram
KSRTC Bus Terminal Thampanoor • Saphalyam Complex Thiruvananthapuram
KSRTC Bus Station Alappuzha • KSRTC Bus Station Ernakulam
Machingal Lane Thrissur • IG Road Kozhikode
Mavoor Road Kozhikode • NGO Union Building Kannur
Central Bus Terminal Complex Thavakkara Kannur

കേരളം
അധികാര വികേന്ദ്രീകരണത്തിന്റെ കാൽനൂറ്റാണ്ട്

എഡിറ്റർ
ഡോ. എ സുഹൃത്കുമാർ

ചിന്ത പബ്ലിഷേഴ്സ്
തിരുവനന്തപുരം-695 035
₹ 240

ഡോ. എ സുഹൃത്കുമാർ

11-07-1963 ൽ തിരുവല്ല താലൂക്കിൽ പരുമലയിൽ തോപ്പിൽ വീട്ടിൽ കെ അപ്പുക്കുട്ടനാദിശ്ശരുടെയും ജി ഭാർഗ്ഗവിയമ്മ യുടെയും മകനായി ജനിച്ചു. കേരള സർവ്വകലാശാലയിൽ നിന്നും ബിരുദം, നിയമബിരുദം, നിയമത്തിൽ ബിരുദാന ന്തരബിരുദം, എം ഫിൽ ബിരുദം എന്നിവയും മഹാത്മാ ഗാന്ധി സർവ്വകലാശാലയിൽനിന്നും ഗവേഷണ ബിരുദവും നേടി. മഹാരാഷ്ട്രയിലെ ചന്ദ്രപൂർ, കേരളത്തിലെ കോഴി ക്കോട്, തൃശൂർ, എറണാകുളം, തിരുവനന്തപുരം എന്നിവി ടങ്ങളിലെ ഗവൺമെന്റ് ലോ കോളേജുകളിൽ നിയമാദ്ധ്യാ പകനായി പ്രവർത്തിച്ചു. വിവിധ പഠന-ഗവേഷണ സ്ഥാപ നങ്ങളിൽ നിയമശാസ്ത്ര ഫാക്കൽറ്റി അംഗമായും ബോർഡ് ഓഫ് സ്റ്റഡീസ് അംഗമായും പ്രവർത്തിച്ചു. കര കുളം ഗ്രാമീണ പഠനകേന്ദ്രത്തിന്റെ എക്സിക്യൂട്ടീവ് ഡയ റക്ടറായിരുന്നു. 2021 ൽ അന്തരിച്ചു.

കൃതികൾ: *നിയമം സമൂഹം നീതിവ്യവസ്ഥ, നിയമം കുട്ടി കളുടെ രക്ഷയ്ക്ക്, പഞ്ചായത്ത് രാജ് കുട്ടികൾക്ക്, പരി സ്ഥിതിയും നിയമവും, അറിവിന്റെ അവകാശികൾ, പഞ്ചാ യത്ത് രാജ് നിയമവും ഭരണവും, ഉപഭോക്തൃനിയമങ്ങൾ, കുട്ടികളും നിയമവും, വിവേചനത്തിന്റെ ഭിന്നമുഖങ്ങൾ, പരി സ്ഥിതി നിയമം ഒരു പരിചയം, അധികാരവികേന്ദ്രീകരണം പ്രശ്നങ്ങളും സാദ്ധ്യതകളും, സ്ത്രീകളും നിയമവും, നിയ മപ്രകാരം, നിയമം കുട്ടികളുടെയും കൗമാരപ്രായക്കാരു ടെയും രക്ഷയ്ക്ക്, സ്ത്രീപദവി- നിലവിലുള്ള സങ്കല്പ നവും വരുത്തേണ്ട മാറ്റങ്ങളും, ഇ എം എസ് സ്മൃതി സമാ ഹാരം, ഹാൻഡ് ബുക്ക് ഓൺ ലീഗൽ ലാംഗ്വേജ്, ലീഗൽ റൈറ്റിങ്, തദ്ദേശഭരണ തിരഞ്ഞെടുപ്പ് നിയമങ്ങളും ചട്ടങ്ങളും.*

ഭാര്യ : ഡോ. കെ ടി ശ്രീലതകുമാരി
മക്കൾ : അശ്വിനി, അനന്യ
വിലാസം : സൗഹൃദ
ടി സി 6/1016(2)
പി ആർ എ -136 (എ)
പടയണി റോഡ്, വട്ടിയൂർക്കാവ്
തിരുവനന്തപുരം - 13
ഫോൺ : 9446981571

ഉള്ളടക്കം

അധികാരവികേന്ദ്രീകരണം
അടിയുറച്ച സമീപനവും മുന്നേറ്റവും
കോടിയേരി ബാലകൃഷ്ണൻ 8

വികേന്ദ്രീകൃതാസൂത്രണം സിദ്ധാന്തവും പ്രയോഗവും
ഡോ. ടി എം തോമസ് ഐസക് 11

ഭരണവും ആസൂത്രണവും വികേന്ദ്രീകരണത്തിന്റെ
കാൽനൂറ്റാണ്ടിനപ്പുറം
എ സി മൊയ്തീൻ 22

അധികാര വികേന്ദ്രീകരണവും
ഉദ്ഗ്രഥിത വികസനവും കേരള മാതൃക
പ്രൊഫ. സി രവീന്ദ്രനാഥ് 29

അധികാര വികേന്ദ്രീകരണവും ഭരണകാര്യ പരിഷ്കരണവും
എസ് എം വിജയാനന്ദ് ഐ എ എസ് 36

തദ്ദേശഭരണം കേരളത്തിൽ ഒരു ദിശാസൂചിക
ശാരദാ ജി മുരളീധരൻ ഐ എ എസ് 52

അധികാര വികേന്ദ്രീകരണവും വയോജന
സാമൂഹ്യനീതി മേഖലയും
വി എൻ ജിതേന്ദ്രൻ 63

ജനകീയാസൂത്രണത്തിന്റെ
രീതിശാസ്ത്രവും ജില്ലാപദ്ധതിയും
ഡോ. കെ എൻ ഹരിലാൽ 73

തദ്ദേശഭരണവും ജനകീയാസൂത്രണവും
സാമൂഹ്യമാറ്റത്തിന്റെ കാൽനൂറ്റാണ്ട്
പ്രൊഫ. സി പി നാരായണൻ 82

ഏകീകൃത തദ്ദേശ സ്വയംഭരണ വകുപ്പും
ജനകേന്ദ്രീകൃത തദ്ദേശഭരണ നിർവ്വഹണത്തിന്റെ
പുതിയ സാദ്ധ്യതകളും
ഡോ. സി പി വിനോദ് 98
ജനകീയാസൂത്രണം ഒരു കാര്യശേഷി വികസന മാതൃക
ഡോ. ജോയ് ഇളമൺ 116
ഭരണ വികസന പങ്കാളിത്തവും ലിംഗ തുല്യതയും
അധികാര വികേന്ദ്രീകരണത്തിലെ സാദ്ധ്യതകൾ
ഡോ. ടി എൻ സീമ 127
ജനപ്രാതിനിദ്ധ്യരംഗത്തെ സ്ത്രീ
സാന്നിദ്ധ്യവും നിർബ്ബന്ധിത പങ്കാളിത്ത അനിവാര്യതയും
അഡ്വ. അയിഷാപോറ്റി എം എൽ എ 146
അധികാര വികേന്ദ്രീകരണം വികസനവഴികളിലെ വെളിച്ചം
അഡ്വ. ഐ ബി സതീഷ് എം എൽ എ 155
ജനകീയാസൂത്രണപ്രസ്ഥാനത്തിന്റെ പരീക്ഷണശാലകൾ
ടി ഗംഗാധരൻ 163
അധികാരവികേന്ദ്രീകരണത്തിൽ
സാമൂഹിക അവലോകന പരീക്ഷണം
ബി ബിജു 179

പ്രസാധകക്കുറിപ്പ്

ഏതൊരു ജനസമൂഹത്തെയുംപോലെ ഇന്ത്യൻ ജനതയ്ക്കും തദ്ദേശീയമായ ഭരണക്രമം ഉണ്ടായിരുന്നു. കാലക്രമത്തിൽ കേന്ദ്രീകൃതമായ ഭരണരൂപങ്ങൾ വ്യവസ്ഥാപിതമായതോടെ ആദിമ ജനകീയ ഭരണസ്ഥാപനങ്ങൾ ദുർബ്ബലമായി, അപ്രത്യക്ഷമായി. 1985–1995 കാലയളവിൽ ഭരണഘടനാ നിയമനിർമ്മിതികളിലൂടെ പഞ്ചായത്ത് രാജ്-നഗരപാലികാ സംവിധാനം പ്രാവർത്തികമാക്കി. കേരളം ഈ അവസരത്തെ ജനാധിപത്യ അധികാര വികേന്ദ്രീകരണത്തിനും തുടർന്ന് ആസൂത്രണ വികേന്ദ്രീകരണത്തിനുമുള്ള സാദ്ധ്യതയാക്കി മാറ്റി. ഇപ്പോൾ ഇരുപത്തിയഞ്ച് വർഷത്തെ അനുഭവം നമുക്കു മുമ്പിലുണ്ട്. പുതിയ തദ്ദേശഭരണ സ്ഥാപന ജനപ്രതിനിധികൾ തിരഞ്ഞെടുക്കപ്പെടുന്ന ഘട്ടത്തിലാണ് നാമിപ്പോൾ. കാൽനൂറ്റാണ്ടിന്റെ നിയമ, നയ, ഭരണ, വികസന, ക്ഷേമ, സുരക്ഷാ പ്രവർത്തനങ്ങൾ നാളത്തേക്കുള്ള മൂലധന നിക്ഷേപം കൂടിയാണ്, ഭാവിയിലേക്കുള്ള മാർഗ്ഗ സൂചകങ്ങളാണ്. ആ നിലയിൽ ഒരു സമാഹൃത ഉള്ളടക്കമാണ് ഈ പുസ്തകം. ആശയ വ്യക്തതയ്ക്കും പ്രായോഗിക പ്രവർത്തനങ്ങൾക്കും ഈ അഭിപ്രായ സമാഹരണം ഉതകും എന്ന വിശ്വാസത്തോടുകൂടി വായനാസമൂഹത്തിനായി സമർപ്പിക്കുന്നു.

ചിന്ത പബ്ലിഷേഴ്സ്

അധികാരവികേന്ദ്രീകരണം അടിയുറച്ച സമീപനവും മുന്നേറ്റവും

കോടിയേരി ബാലകൃഷ്ണൻ

ജീവിതത്തെപ്പറ്റി, അതിജീവനത്തെപ്പറ്റി തീരുമാനമെടുക്കാൻ അതാത് ജനതയ്ക്കുള്ള അധികാരത്തിന്റെ പ്രയോഗതലമാണ് ജനാധിപത്യം. അക്ഷരാർത്ഥത്തിൽ പുരാതന ജനസമൂഹങ്ങൾക്കിടയിൽ, ഇന്ത്യയിലുൾപ്പെടെ, ഈ സമ്പ്രദായം നിലനിന്നിരുന്നു. എന്നാൽ അധിനിവേശ പ്രക്രിയയുടെ വ്യത്യസ്ത ഘട്ടങ്ങളിലായി ഈ പ്രത്യക്ഷജനാധിപത്യ സംവിധാനം അദൃശ്യമാകുകയും തൽസ്ഥാനത്ത് കേന്ദ്രീകൃതവും അധീശത്വപരവുമായ തീരുമാനമെടുക്കൽ സമ്പ്രദായങ്ങളും സംവിധാനങ്ങളും സ്ഥാനം പിടിക്കുകയും ചെയ്തു. ഇന്ത്യപോലെയുള്ള വൈദേശിക കോളനിവാഴ്ചകൾക്ക് വിധേയമായ സമൂഹങ്ങളിൽ തനത് ഭരണക്രമങ്ങൾ അപ്രത്യക്ഷമാകുകയും അപരിചിതവും വൈദേശികവുമായ മാതൃകകൾ പ്രാബല്യത്തിൽ വരുകയും ചെയ്തു.

സ്വാതന്ത്ര്യപ്രാപ്തിയോടെ ഈ ദുസ്ഥിതി പരിഹൃതമാകുമെന്ന് കരുതിയെങ്കിൽ തെറ്റി. നാനാകാരണങ്ങളാൽ വികേന്ദ്രീകൃതജനാധിപത്യക്രമം തിരസ്കരിക്കപ്പെട്ടു. പകരം കേന്ദ്രീകൃത ഭരണക്രമത്തിലേക്ക് നീങ്ങുവാൻ ആരംഭിച്ചു. പ്രായേണ പരിമിതവും ദുർബ്ബലവുമായി തുടർന്ന പ്രാദേശികഭരണകൂടങ്ങളാകട്ടെ മേൽത്തട്ട് രാഷ്ട്രീയ സംവിധാനത്തിന്റെയും ഉദ്യോഗസ്ഥവൃന്ദത്തിന്റെയും ഉപകരണങ്ങൾ മാത്രമായി പരിണമിച്ചു.

ചുരുക്കം ചില സംസ്ഥാനങ്ങളിലെങ്കിലും നടന്ന അധികാര വികേന്ദ്രീകരണ ഉദ്യമങ്ങൾ പല കാരണങ്ങളാൽ തുടർച്ചയില്ലാതെ ആയി. ഉദാഹരണം കേരളത്തിലെ ജില്ലാ ഭരണ നിയമവും അതിന്റെയടിസ്ഥാനത്തിൽ വന്ന ജില്ലാ കൗൺസിലുകളെ ദുർബ്ബലപ്പെടുത്തിയതും മാത്രമെടുത്താൽ മതി. കർണ്ണാടകത്തിൽ 1980–90 കാലയളവിൽ പ്രാവർത്തിക

മാക്കപ്പെട്ട ഭരണകാര്യ-നീതിന്യായ രംഗങ്ങളെ ഏകോപിപ്പിച്ചുള്ള പഞ്ചായത്ത് രാജ് - ന്യായപഞ്ചായത്ത് നിയമങ്ങൾക്കും തുടർച്ചയില്ലാതെ നിഷേധിക്കപ്പെട്ടു.

ഈ പശ്ചാത്തലത്തിലാണ് രാജ്യത്തിനാകെ നിർബ്ബന്ധിതമായും പ്രാവർത്തികമാക്കപ്പെടുന്ന വിധം 73, 74 ഭരണഘടനാഭേദഗതി നിർദ്ദേശങ്ങൾ നിലവിൽ വരുന്നതും തുടർന്ന് ഇന്നുള്ള ത്രിതല പഞ്ചായത്ത്-നഗരഭരണ സംവിധാനങ്ങൾ നിലവിൽ വന്നതും.

ഭരണകാര്യം, വികസനകാര്യം, ക്ഷേമകാര്യം എന്നിവയിൽ ആസൂത്രണം, നിർവ്വഹണം, അവലോകനം എന്നിവയ്ക്കുള്ള പരിമിത സ്വയംഭരണാധികാരം മാത്രമാണ് തദ്ദേശഭരണ സ്ഥാപനങ്ങൾക്ക് കല്പിക്കപ്പെട്ടത്. അവതന്നെ ഭരണഘടന പട്ടികപ്പെടുത്തുന്നതും സംസ്ഥാന നിയമങ്ങൾ അംഗീകരിക്കുന്നതുമായ മേഖലകളിലും തലങ്ങളിലും തരത്തിലും മാത്രമുള്ള അധികാരവികേന്ദ്രീകരണം മാത്രമാണ് സംജാതമായത്. ആഗോളീകരണ-ഉദാരീകരണ നവലിബറൽ നയനടപടികൾ പ്രചുരപ്രചാരത്തിൽ പ്രാവർത്തികമാക്കിയതും, ആഗോളീകരണ നയവക്താക്കളും കൈയൊഴിക്കലിന്റെയും ചെലവു ചുരുക്കലിന്റെയും പിന്മാറ്റത്തിന്റെയും രൂപത്തിൽ അധികാരവികേന്ദ്രീകരണത്തെ കാണുകയും ചെയ്തു.

എന്നാൽ ഇവ രണ്ടിൽനിന്നും ഭിന്നമായി കേരളം ജനാധിപത്യ അധികാര വികേന്ദ്രീകരണം എന്ന സങ്കല്പനത്തിൽ അടിയുറച്ചുള്ളതും ആസൂത്രണ വികസന പ്രക്രിയയെ അവലംബിച്ചുള്ളതുമായ സംയോജിത സമീപനത്തിന് അവസരമൊരുക്കാനാണ് ശ്രമിച്ചത്. 1996 ൽ അധികാരമേറ്റ ഇടതുപക്ഷമുന്നണി സർക്കാർ ഇക്കാര്യത്തിൽ നിർണ്ണായക പങ്കാണ് വഹിച്ചത്. ജനകീയാസൂത്രണ പ്രസ്ഥാനത്തിലൂടെയും അധികാര വികേന്ദ്രീകരണ കമ്മീഷൻ ശുപാർശകളുടെ നിർവ്വഹണത്തിലൂടെയും നൂതന വഴിത്താര തുറക്കാനാണ് ശ്രദ്ധിച്ചത്. എന്നാൽ മാറിമാറി വന്ന വലതുപക്ഷ സർക്കാരുകൾ ഈ ജനപക്ഷ മുന്നേറ്റത്തിന്റെ വേഗതയും ആവേശവും കെടുത്തിയെന്നതിന് തർക്കമില്ല. മാത്രമല്ല ഒട്ടേറെ നൂതനവും തദ്ദേശീയവും ജനകീയവുമായ പദ്ധതികൾ രൂപപ്പെട്ടെങ്കിലും അവയിൽ മിക്കതും അർഹവും സുസ്ഥിരവുമായ വ്യവസ്ഥാപന സാദ്ധ്യത കിട്ടാതെ കെട്ടടങ്ങുകയോ മങ്ങി മറയുകയോ ചെയ്യുന്ന അനുഭവവും ഉണ്ടായി.

ഇവിടെയാണ് 2016 മുതൽ അധികാരമേറ്റ ഇപ്പോഴത്തെ സംസ്ഥാന സർക്കാർ നവകേരള നിർമ്മിതിക്കായി ജനകീയാസൂത്രണമെന്ന നിർണ്ണായക ലക്ഷ്യം മുന്നോട്ടുവച്ചുകൊണ്ടുള്ള പ്രവർത്തനങ്ങൾക്ക് തുടക്കമിട്ടു. 13-ാം പദ്ധതിക്കാലത്ത് ഉല്പാദന-പശ്ചാത്തല വികസന- സേവന മേഖലയിൽ ഈ മാറ്റത്തിന്റെ അന്യാദൃശവും അനിതര സാധാരണവുമായ അനുഭവം നാം ആവർത്തിച്ചറിഞ്ഞു. ഏതു പ്രതിസന്ധിഘട്ടത്തിലും നേതൃപദവിയോടെ കർമ്മരംഗത്ത് നിലകൊള്ളാൻ നമ്മുടെ തദ്ദേശഭരണസ്ഥാപനങ്ങൾ പ്രാപ്തി നേടി. തദ്ദേശഭരണ സ്ഥാപനങ്ങൾക്ക് സാങ്കേ

തികവും, സാമ്പത്തികവും ആയ കൂടുതൽ പിന്തുണയുമായി സംസ്ഥാന തലത്തിൽ 4 മിഷനുകൾ രൂപീകരിച്ച് സംസ്ഥാന സർക്കാർ പിൻതുണ യേകുകയും ചെയ്തു. അനുഭവപാഠങ്ങൾ ഉൾക്കൊണ്ടും പുതിയ അറിവുകൾ ആർജ്ജിച്ചും സ്വാംശീകരിച്ചും വേണം അടുത്തഘട്ടത്തെ അഭിമുഖീകരിക്കാൻ.

അത്തരമൊരു നിർണ്ണായകമായ വേളയിൽ, 2020 നവംബർ-ഡിസംബർ കാലത്ത്, പുതിയ തദ്ദേശഭരണ സ്ഥാപന ജനപ്രതിനിധികളുടെ തിരഞ്ഞെടുപ്പ് വേളയിലാണ് ചിന്ത പബ്ലിഷേഴ്സ് ഇത്തരമൊരു സമാഹൃത ലേഖന സഞ്ചിക നമുക്കു മുമ്പിൽ സമർപ്പിക്കുന്നത്. മൂന്ന് തലമുറകളിൽ പെട്ടവരുടെ, നയരൂപീകരണ-നയനിർവ്വഹണ-നയ നിരീക്ഷണ വിഭാഗങ്ങളിൽപെട്ടവരുടെ, നിഗമനങ്ങളുടെ, നിർദ്ദേശങ്ങളുടെ കൂടി അഭിപ്രായങ്ങൾ ഉൾക്കൊള്ളുന്നതാണ് ഈ ലേഖന സമാഹാരം. കാൽനൂറ്റാണ്ടിന്റെ കണ്ണാടിയിലെ ഈ പ്രതിഫലനങ്ങളെ നമുക്ക് വ്യത്യസ്ത കോണിൽക്കൂടി നോക്കിക്കാണാൻ കഴിയും. അതിലൂടെ ഭാവിയിൽ അഭിമുഖീകരിക്കുവാൻ ബാദ്ധ്യസ്ഥമായ വ്യത്യസ്ത പ്രശ്നങ്ങളെ മറികടക്കാൻ പരമാവധി ശേഷി കൈവരിക്കാം.

സമയോചിതവും ശ്രമകരവുമായ ഈ ഉദ്യമം സാർത്ഥകമാക്കിയ ചിന്ത പബ്ലിഷേഴ്സ് പ്രവർത്തകരെയും ലേഖനകർതൃത്വമേറ്റെടുത്തവരെയും ഏകോപനച്ചുമതല നിർവ്വഹിച്ച ഡോ. എ സുഹൃത്കുമാറിനേയും ഇടതുപക്ഷ പുരോഗമനപ്രസ്ഥാനത്തിന്റെ പേരിൽ അഭിനന്ദിച്ചുകൊണ്ട് ഈ ലേഖന സമാഹാരം വായനക്കാർക്ക് മുന്നിൽ അവതരിപ്പിച്ചുകൊള്ളുന്നു.

വികേന്ദ്രീകൃതാസൂത്രണം സിദ്ധാന്തവും പ്രയോഗവും

ഡോ. ടി എം തോമസ് ഐസക്

ജനകീയ ആസൂത്രണത്തെക്കുറിച്ചുള്ള ഒരുപക്ഷേ, ഏറ്റവും നിർണ്ണായകമായിട്ടുള്ള പ്രസ്താവന ഇ എം എസിന്റേതാണ്. സ്വാതന്ത്ര്യ ലബ്ധി, കേരള സംസ്ഥാന രൂപീകരണം, ഭൂപരിഷ്കരണം ഇവ കഴി ഞ്ഞാൽ കേരളത്തിലെ ഏറ്റവും പ്രധാനപ്പെട്ട സംഭവവികാസം ജനകീ യാസൂത്രണമാണെന്ന് ഇ എം എസ് എഴുതിയിട്ടുണ്ട്. തുടർന്ന് അന്ന് ചില വിവാദങ്ങളും ഉണ്ടായി വന്നു. എന്തുകൊണ്ടാണ് അദ്ദേഹം അങ്ങനെ അഭിപ്രായപ്പെടുന്നത്. കേരളത്തിൽ നടന്ന ഏറ്റവും വലിയ മാറ്റം ഭൂപരി ഷ്കരണമാണ്. ഭൂമി കൃഷിക്കാർക്ക് നല്കി. ചുരുങ്ങിയത് 10 സെന്റ് എങ്കിലും എല്ലാവർക്കും ഉറപ്പുവരുത്തി. കേരളത്തിലെ സവർണ്ണ മേധാ വിത്വത്തിന്റെ സാമ്പത്തിക അടിത്തറ ദുർബ്ബലപ്പെടുത്തുകയും അങ്ങനെ ഭൂമിയെല്ലാം കിട്ടിയ കർഷകർ, അല്ലെങ്കിൽ ആ സവർണ്ണ മേധാവിത്വ ത്തിൽ നിന്നൊക്കെ കൂടുതൽ സ്വതന്ത്രരായി ഇരുന്നവർ, അവരുടെ കൈപ്പിടിയിലൊതുങ്ങുന്ന കാര്യങ്ങൾക്ക് അവർക്ക് തന്നെ സ്വയം തീരു മാനമെടുക്കാനുള്ള അവകാശം കൊടുക്കാനാണ് ഈ അധികാരവികേന്ദ്രീ കരണം. അവരുടെ പള്ളിക്കൂടം, ആശുപത്രി, കൃഷിയിടം തുടങ്ങിയവയെ സംബന്ധിച്ച് സ്വയം തീരുമാനിക്കട്ടെ. കാരണം ചെറുകിട മേഖലകളിൽ അവർക്ക് ഒരു മുൻകൈ വന്നിരുന്നു. പണ്ടുമുതൽ തന്നെ വിദ്യാഭ്യാസവും ആരോഗ്യവും എല്ലാം ജനങ്ങളുടെ ഇടപെടലിന്റെ ഭാഗമായി ഉയർന്നു വന്നതാണ്. ഇപ്പോൾ അതിനെയെല്ലാം മെച്ചപ്പെടുത്തുന്നതിന് അവർക്ക് കൂടുതൽ അധികാരം നല്കുന്ന ഒരു പ്രക്രിയയാണ് ഇത്. രണ്ടാമത് ഒന്നു കൂടിയുണ്ട്. അത് അശോക് മേത്ത കമ്മിറ്റിയുടെ റിപ്പോർട്ടിന് ഇ എം എസിന്റെ ഭിന്നാഭിപ്രായ കുറിപ്പിൽ വ്യക്തമാക്കിയിട്ടുള്ളതാണ്. കേന്ദ്ര ത്തിൽ സഞ്ചയിക്കപ്പെട്ടിട്ടുള്ള നിരവധി അധികാരങ്ങൾ സംസ്ഥാനങ്ങളി

ലേക്കും തദ്ദേശഭരണ തലത്തിലേക്കും വികേന്ദ്രീകരിക്കുക എന്നതാണത്.

കമ്യൂണിസ്റ്റ് പാർട്ടി ജനാധിപത്യ കേന്ദ്രീകൃതതത്വത്തിൽ പ്രവർത്തിക്കുന്നതാണ്, കേന്ദ്രീകരണമാണ് ഒരു പ്രധാനപ്പെട്ട വശം എന്നത് ഒരു വിരോധാഭാസമായി തോന്നാം, ആ പാർട്ടിയുടെ നേതൃത്വത്തിലാണ്. അധികാര വികേന്ദ്രീകരണം യാഥാർത്ഥ്യമായത് ഇടതുപക്ഷമുന്നണി ഉള്ള സംസ്ഥാനങ്ങളിലാണ്. എന്തുകൊണ്ടെന്നാൽ ജനാധിപത്യത്തെക്കുറിച്ചുള്ള സവിശേഷമായ കാഴ്ചപ്പാടാണ് കാരണം. ഇന്ത്യയിൽ നിലനില്ക്കുന്ന പാർലമെന്ററിജനാധിപത്യ അവകാശങ്ങൾ ജനങ്ങളെ സമീപിക്കുന്നതിനും സംഘടിപ്പിക്കുന്നതിനും കമ്യൂണിസ്റ്റ് പാർട്ടിക്ക് സഹായകമായി. അതുകൊണ്ടാണ് ഈ ജനാധിപത്യത്തെപ്പറ്റി വിമർശനം ഉള്ളപ്പോൾത്തന്നെ അതിനെ സംരക്ഷിക്കുന്ന നിലപാട് എടുത്തത്. അധികാര വികേന്ദ്രീകരണം എന്ന് പറയുന്നത് ഈ ജനാധിപത്യാവകാശങ്ങൾ വിപുലീകരിക്കുകയാണ്. കേന്ദ്ര-സംസ്ഥാന തലത്തിൽ ഒതുങ്ങിനില്ക്കുന്ന ജനാധിപത്യത്തെ കീഴ്ത്തട്ടിലേക്ക് കൊണ്ടുവരുന്ന ജനാധിപത്യത്തിന്റെ ആഴവും പരപ്പും വർദ്ധിപ്പിക്കുന്ന ഒരു പരിപാടിയാണ്. അതുകൊണ്ടാണ് സ്വാതന്ത്ര്യത്തിനും മുമ്പ് തന്നെ ഇ എം എസ്, ചിന്ത ഇറക്കിയ പുസ്തകത്തിലെ ആദ്യത്തെ ലേഖനത്തിലൂടെ പ്രവിശ്യാസർക്കാർ യഥാർത്ഥ ജനാധിപത്യ വികേന്ദ്രീകരണം നടപ്പാക്കുന്നില്ല എന്ന വിമർശനം മുന്നോട്ടു വെക്കുന്നത്. രാജാജി നേതൃത്വം നല്കിയ, അന്നത്തെ മദിരാശി സർക്കാരും അന്നുമുതൽ ഇന്നുവരെ വലതുപക്ഷകക്ഷികളും എടുത്തു വന്നിരുന്ന ഒരു സമീപനമാണ്. 1956 ലും പിന്നീട് പലപ്രാവശ്യവും അധികാരവികേന്ദ്രീകരണ ശ്രമം പരാജയപ്പെട്ടപ്പോഴും അതിൽനിന്ന് ഇ എം എസ് പഠിച്ച ഒരു പാഠമുണ്ട് ഇത് ഇത്ര അടിസ്ഥാനപരമായിട്ടുള്ള പരിഷ്കാരം ആയതുകൊണ്ടുതന്നെ അത് വെറും ഭരണപരിഷ്കാരം എന്ന രീതിയിലുള്ള നിയമം പാസാക്കി നടപ്പാക്കാൻ പറ്റുന്നതല്ല. ഭൂപരിഷ്കരണത്തിന് ജനങ്ങളെ എങ്ങനെ അണിനിരത്തേണ്ടി വന്നുവോ അതുപോലെ ജനങ്ങളെ അണിനിരത്തിക്കൊണ്ടേ ഇതിനുള്ള രാഷ്ട്രീയ ഇച്ഛ ഉണ്ടാക്കാൻ പറ്റൂ എന്ന് അദ്ദേഹം തിരിച്ചറിഞ്ഞു.

പ്ലാനിങ് ബോർഡിലെ ഉത്തരവാദിത്വം ഏറ്റെടുത്ത ശേഷം അനിയനും ഞാനും ഗുലാത്തിയും ഇ എം എസിനെ കാണാൻ ചെന്നപ്പോൾ അദ്ദേഹം പറഞ്ഞത് "നിങ്ങളുടെ കടമ ഇതാണ്. ഈ സർക്കാരിന്റെ ഏറ്റവും വലിയ കടമ ഇതായിരിക്കും അധികാരവും ആസൂത്രണവും വികേന്ദ്രീകരിക്കുക എന്നതാണ്. അപ്പോൾ ഇനി എന്താണ് വേണ്ടത്" എന്ന അദ്ദേഹത്തിന്റെ ചോദ്യത്തിന്, "സത്യബ്രത സെന്നിന്റെ കമ്മിറ്റി രൂപീകരിക്കണം" എന്ന് ഞങ്ങൾ പറഞ്ഞപ്പോൾ, ഇ എം എസിന്റെ മറുപടി "നല്ലതാണ് പക്ഷേ, അത് പോരാ ആ റിപ്പോർട്ട് വരുമ്പോഴേക്കും ആ റിപ്പോർട്ട് നടപ്പാക്കാൻ ഒരു അദ്ധ്യക്ഷൻ കേരളത്തിൽ വേണം,' എന്നതായിരുന്നു. അങ്ങനെയാണ് ആസൂത്രണത്തെ ജനങ്ങളെ അണിനിര

ത്താനുള്ള ഒരു ഉപകരണമാക്കി മാറ്റി വലിയ ഒരു ബഹുജന പ്രസ്ഥാനം സൃഷ്ടിക്കുന്നത്. ആ ബഹുജന പ്രസ്ഥാനം രൂപംകൊണ്ടതിന്റെ 25-ാം വർഷത്തിലാണ് നാം ഇന്ന്.

ജനകീയാസൂത്രണ സ്ഥായിത്വം

ജനകീയാസൂത്രണം കേരളത്തിൽ വലിയ മാറ്റങ്ങൾ കൊണ്ടുവന്നിരുന്നു. ദൗർഭാഗ്യവശാൽ അന്ന് നമുക്ക് അധികാരം നഷ്ടപ്പെട്ട് അധികാര മാറ്റം വന്നെങ്കിലും ആ പരിഷ്കാരം തിരിച്ചുപോയില്ല. ജില്ലാ കൗൺസിലിന്റേതുപോലെ ഏതെങ്കിലും അധികാരം തിരിച്ചെടുക്കാൻ ആർക്കെങ്കിലും പറ്റുന്നുണ്ടോ? താഴേക്ക് കൊടുത്തതിൽ ആകെ വന്നത് ഇറിഗേഷൻ ക്യാച്ച്മെന്റ് ഏരിയ അധികാരം ടി എം ജേക്കബ്ബിന്റെ ഒരു ഭരണ ഭേദഗതിയിൽ പോയി എന്നത് മാത്രമാണ്. അല്ലാതെ അടിസ്ഥാനപരമായി ഒരു പരിഷ്കരണവും തിരിച്ചുപോയിട്ടില്ല. അതുപോലെതന്നെ പണത്തിനും യാതൊരു കുറവും സംഭവിച്ചിരുന്നില്ല. കേരളത്തിൽ മാത്രമാണ് ഈ രീതിയിൽ വികേന്ദ്രീകരണം ശക്തിപ്പെട്ട് മുന്നോട്ട് പോകുന്നത്. അത് അധികാര വികേന്ദ്രീകരണം കേരളത്തിൽ യാഥാർത്ഥ്യമാക്കുന്നതിന് സ്വീകരിച്ച ജനകീയാസൂത്രണ തന്ത്രത്തിന്റെ വിജയമാണ്. വളരെ കൃത്യമായുള്ള ഒരുരാഷ്ട്രീയ കാഴ്ചപ്പാട് വെച്ചു കൊണ്ടാണ് അവയ്ക്ക് രൂപംനല്കിയിരിക്കുന്നത്. പക്ഷേ, മനസ്സിലാക്കേണ്ട കാര്യം, ഈ രാഷ്ട്രീയ കാഴ്ചപ്പാട് ഇല്ലാത്തവർക്കും സജീവമായ പങ്കാളിത്തവും ഉത്തരവാദിത്വവും എടുക്കാൻ പറ്റുന്ന ഒരു രൂപകല്പനയാണ് അതിനുള്ളത് എന്നതാണ്. ഇ എം എസിന്റെ കാഴ്ചപ്പാട് എല്ലാവരും അംഗീകരിച്ചുകൊള്ളണം എന്ന് അദ്ദേഹത്തിന് യാതൊരു ശാഠ്യവും ഉണ്ടായിരുന്നില്ല. രാജീവ് ഗാന്ധിയുടെ ദർശനത്തിന്റെ അടിസ്ഥാനത്തിലാണ് അധികാരം വേണ്ടത് എന്ന് പറയുന്ന കോൺഗ്രസിനോട് നിങ്ങൾക്ക് ഭൂരിപക്ഷമുണ്ടെങ്കിൽ നിങ്ങൾക്ക് അതിനുള്ള അവകാശമുണ്ട് എന്ന് അദ്ദേഹം നിലപാടെടുത്തു.

ജനകീയ ഇച്ഛാശക്തിയുടെ പ്രതിഫലനം

കേരളത്തിലെ ജനകീയ ആസൂത്രണത്തിലൂടെ ഉണ്ടാക്കിയെടുത്ത ഒരു രൂപകല്പന, അതിന്റെ പിന്നിൽ അണിനിരത്തിയ ജനങ്ങളുടെ സംഘടിത ഇച്ഛാശക്തി. ഇവയുടെ അടിസ്ഥാനത്തിൽ ഈ അധികാര വികേന്ദ്രീകരണം കേരളത്തിൽ സ്ഥായിയായി മാറി. നമ്മൾ അധികാരവികേന്ദ്രീകരണ പരിഷ്കരണത്തിന് തുനിഞ്ഞപ്പോൾ തന്നെ ലോകത്ത് അധികാര വികേന്ദ്രീകരണം വലിയൊരു പരിഷ്കരണമായി മാറിയിരുന്നു. ലോകത്ത് കഴിഞ്ഞ 50 വർഷത്തിനിടയിൽ വികേന്ദ്രീകരണത്തിനെക്കുറിച്ച് വന്ന ലേഖനങ്ങളും പുസ്തകങ്ങളും എന്തിന് വികേന്ദ്രീകരണം എന്ന പരാമർശം ഉണ്ടായിട്ടുള്ള പുസ്തകങ്ങളുടെ എണ്ണം ഗ്രാഫ് വരച്ച്

നോക്കുമ്പോൾ ഉയർന്നു വരുന്നതായി കാണാം. 2010 ആയപ്പോഴേക്കും ഈ രംഗം മാറി താഴേക്ക് വന്നു. ആഗോളമായി വലിയ ആവേശമാകുകയും ഈ നൂറ്റാണ്ടിന്റെ ആരംഭത്തിൽ ലോകമെമ്പാടും അലതല്ലിയതുമായ അധികാര വികേന്ദ്രീകരണത്തിന്റെ ആ വേഗം ഇന്ന് കെട്ടുതുടങ്ങിയിട്ടുണ്ട്. എന്തുകൊണ്ട് ഇങ്ങനെ സംഭവിക്കുന്നു എന്ന് മനസ്സിലാക്കണമെങ്കിൽ ആഗോളമായി അടിസ്ഥാനപരമായി മൂന്ന് ധാരണകൾ വിശകലനം ചെയ്യേണ്ടതുണ്ട്. ഒന്ന് ഒരു ദേശീയ പ്രസ്ഥാനത്തിന്റെയൊക്കെ തുടർച്ചയിൽ രൂപംകൊള്ളുന്ന അധികാര വികേന്ദ്രീകരണത്തിന് വേണ്ടിയുള്ള കാഴ്ചപ്പാട്. ഗ്രാമസ്വരാജ്, ആഫ്രിക്കൻ രാജ്യങ്ങളിലും ഒക്കെ അവരുടെ അടിസ്ഥാന ഗോത്രഘടനകൾ അവയെല്ലാം സംരക്ഷിക്കുന്നതിനു വേണ്ടിയുള്ള ദേശീയ നിലപാട്, ഇതിന്റെയൊക്കെ അടിസ്ഥാനത്തിൽ ഉരുത്തിരിഞ്ഞു വന്ന അധികാര വികേന്ദ്രീകരണ പരിഷ്കാരങ്ങൾ. ഇതിന്റെ ചട്ടക്കൂടിൽനിന്ന് കേരളത്തിൽ ചെയ്യാൻ ശ്രമിച്ച ഒരുപിടി കാര്യങ്ങൾ നാടിനെ മുന്നോട്ടു നയിച്ചിട്ടുണ്ട്.

ദേശീയ സ്വാതന്ത്ര്യ സമരത്തിന്റെ ഭാഗമായി കാഴ്ചപ്പാടും സ്വാശ്രയത്വവും മുറുകെ പിടിക്കുമ്പോൾ തന്നെ അതിന്റെ അപ്പുറത്തേക്ക് നമ്മൾ കാര്യങ്ങൾ കൊണ്ടുപോകുന്നുണ്ട്. സമൂലമായ കാഴ്ചപ്പാടുകൾ ഇക്കാര്യത്തിൽ നാം ആർജ്ജിക്കണം. അതിന്റെ ഒരു ചേരുവയിൽ പെടുന്നതാണ്, ലാറ്റിൻ അമേരിക്കയിലെ പാർട്ടിസിപ്പേറ്ററി ബജറ്റ്. യഥാർത്ഥത്തിൽ ജനകീയാസൂത്രണം ആവിഷ്കരിക്കുമ്പോൾ നമുക്ക് ഇതിനെപ്പറ്റി ഒരു അറിവുമുണ്ടായിരുന്നില്ല. ഞാൻ 2003–2004 സമയത്ത് യു എൻ ഡി പി സെമിനാറിന് പോകുമ്പോഴാണ് ആദ്യമായിട്ട് അവിടെയുള്ള ആളുകളെ പരിചയപ്പെടുന്നത്. നാം ജനകീയാസൂത്രണം ആരംഭിക്കുന്നതിന് ഏതാണ്ട് എട്ട് വർഷം മുമ്പ് ആയിരുന്നു അവർ പാർട്ടിസിപ്പേറ്ററി ബജറ്റിങ് ആരംഭിച്ചത്. അവിടെ പദ്ധതികൾ ഇല്ലാത്തതുകൊണ്ട് ആസൂത്രണവും ഇല്ല ബജറ്റ് മാത്രമാണ് അവിടെയുള്ളത്. പക്ഷേ, ആ ബജറ്റിൽ നമ്മുടെ പദ്ധതിതന്നെയാണ് അവർ വികേന്ദ്രീകരിക്കുന്നത്. നഗരത്തിലെ ബജറ്റിനുള്ളിൽ പുതിയ പദ്ധതികൾ, സേവനങ്ങൾ അവയ്ക്ക് വേണ്ടിവരുന്ന പണം, അത് എങ്ങനെ ചെലവഴിക്കണം എന്നുള്ളതിന് നഗരത്തെ വിവിധ മേഖലകളായി തിരിച്ച് അവർ നമ്മുടേത് പോലെ ചില മാനദണ്ഡപ്രകാരം വിതരണം ചെയ്യുന്നു. അതിന് ഏത് നിർവ്വഹണ രീതി വേണമെന്ന് തീരുമാനിക്കാൻ ഒരു പാർട്ടിസിപ്പേറ്ററി ചർച്ചാ രീതിയും അവർ ആവിഷ്ക്കരിച്ചിട്ടുണ്ട്. ഇതിനു സമാന്തരമായിത്തന്നെ റോഡുകളുടെ കാര്യവും പറയാം. നഗരത്തിലെ റോഡിന്റെ മൊത്തം കാര്യങ്ങൾ നോക്കാൻ "തീമാറ്റിക് അസംബ്ലി" എന്ന് പറഞ്ഞ് വിഷയാടിസ്ഥനത്തിലുള്ള സഭകൾ കൊണ്ടുവന്നു. ഇങ്ങനെയുള്ള ഒരു വർഷം നീണ്ടുനില്ക്കുന്ന ചർച്ചകളിലൂടെയാണ് എന്ത് വേണം എന്ന് തീരുമാനിക്കുന്നത്. അതാണ് ഈ പാർട്ടിസിപ്പേറ്ററി ബജറ്റിങ് എന്ന് പറയുന്നത്. റിയോഡിജനീറോയിൽ അത് വലിയ വിജയമായി. മാത്രമല്ല ഇന്നിപ്പോൾ

കേരളത്തിലെ അധികാര വികേന്ദ്രീകരണത്തിന്റെ ഭൗതിക നേട്ടങ്ങൾ നോക്കുമ്പോൾ നമ്മൾ അത്ഭുതപ്പെടുന്നതുപോലെ പരിസര ശുചീകരണം സാദ്ധ്യമാവുകയും റോഡുകൾ മെച്ചപ്പെടുകയും ദാരിദ്ര്യം കുറയുകയും ചെയ്തു. തുടർന്ന് ഐക്യരാഷ്ട്രസഭയിലെ ഹാബിറ്റാറ്റ് അസംബ്ലി ഇസ്താംബൂളിൽ ചേർന്നപ്പോൾ അവർ ഇതിന് "ബെസ്റ്റ് പ്രാക്ടീസ്" ആയിട്ട് അംഗീകരിച്ചു. അതോടുകൂടി ഇത് വളരെ പ്രസിദ്ധമാവുകയും "റാഡിക്കൽ മൂവ്മെന്റ്സ്" എല്ലാവരും അധികാരവികേന്ദ്രീകരണം, ഭൂപരിഷ്കരണം പോലെ തന്നെ ലാറ്റിൻ അമേരിക്കയിൽ ഏറ്റെടുത്തു. അങ്ങനെ ലാറ്റിൻ അമേരിക്കയിൽ പാർട്ടിസിപ്പേറ്ററി ബജറ്റിങ് അതിവേഗത്തിൽ പടർന്നു.

ജനകീയമായ നിർവ്വഹണം

അതിന് നമ്മുടെ ജനകീയാസൂത്രണവും ആയിട്ടുള്ള അടിസ്ഥാന വ്യത്യാസം ഉദ്യോഗസ്ഥ മേധാവിത്വത്തിൽ കൂടെയുള്ള നടപ്പാക്കലാണ്. അവിടെ നഗരങ്ങളാണ് കാര്യങ്ങൾ ചെയ്യുന്നത്, തീരുമാനമെടുക്കുന്നതിൽ മാത്രം ജനപങ്കാളിത്തം. എന്നാൽ കേരളത്തിൽ മാത്രം പ്രകടമായ അന്തരം വികസന പദ്ധതി രൂപീകരിക്കുന്നതിലും അത് നടപ്പാക്കുന്നതിൽ തന്നെയും ജനപങ്കാളിത്തം പരമാവധി കൊണ്ടുവരാൻ ശ്രമിക്കുന്നു എന്നുള്ളതാണ്. രണ്ടാമത്തേത് അതിൽ നടക്കുന്ന കാര്യങ്ങളെക്കുറിച്ചുള്ള അവലോകനമാണ്. അതിന് വേണ്ടത്ര പ്രാധാന്യം വരുന്നില്ല. അതിന് കേരളത്തിലും വേണ്ടത്ര പ്രാധാന്യമില്ല എന്നതാണ് സത്യം. പക്ഷേ, കൃത്യമായി ജനകീയ അവലോകനം നടപ്പാക്കുന്നില്ല എങ്കിലും ജനകീയാസൂത്രണത്തിലെ രൂപകല്പനയിൽ സാമൂഹിക-കണക്ക് പരിശോധന തുടങ്ങിയ കാര്യങ്ങൾ വളരെ പ്രധാനപ്പെട്ടതായിരുന്നു. ഏതായാലും ഈ രണ്ട് അനുഭവങ്ങളെയും സംയോജിപ്പിക്കുന്നതിനുള്ള വലിയ ഒരു പരിശ്രമമായിരുന്നു മാർത്ത ഹരാർക്കറിന്റേത്. അവർ കേരളം സന്ദർശിക്കുകയും കേരളത്തെപ്പറ്റി പഠിക്കാൻ ശ്രമിക്കുകയും ചെയ്തിരുന്നു. അവരുടെ പുതിയ പുസ്തകം യഥാർത്ഥത്തിൽ പാർട്ടിസിപ്പേറ്ററി ബജറ്റും ജനകീയാസൂത്രണവും എങ്ങനെ സംയോജിപ്പിച്ച് ഒരു പുതിയ സമ്പ്രദായത്തിലേക്ക് കൊണ്ടുപോകാം എന്നുള്ള വിഷയം ഉൾക്കൊള്ളിച്ചുകൊണ്ടാണ്.

വിമർശനവും യാഥാർത്ഥ്യവും

മൂന്നാമത്തെ ചലനമാണ് ഏറ്റവും പ്രധാനപ്പെട്ടത്. എഴുപതുകൾ മുതൽ ലോകബാങ്ക് അധികാര വികേന്ദ്രീകരണം ഏറ്റെടുത്തു. പ്രത്യേകിച്ച് തൊണ്ണൂറുകൾ ആയപ്പോൾ. ഏറ്റവും കൂടുതൽ പഠനം അധികാര വികേന്ദ്രീകരണത്തെക്കുറിച്ച് വന്നത് ലോകബാങ്കിൽ നിന്നാണ്. എന്തുകൊണ്ടാണ് ഇത്രകമ്പം എന്ന് മനസ്സിലാക്കണമെങ്കിൽ ലോക ബാങ്കിന്റെ

അക്കാലഘട്ടത്തിലെ നയങ്ങൾ മനസ്സിലാക്കണം, എഴുപതുകളിലാണ് മൂന്നാം ലോക രാജ്യങ്ങളൊക്കെ വലിയ കടക്കെണിയിൽ ആകുന്നത്. ആ സന്ദർഭം ഉപയോഗിച്ച് കടങ്ങൾ വീട്ടാനുള്ള വായ്പകൾ കിട്ടണമെങ്കിൽ ലോക ബാങ്കിന്റെയും ഐ എം എഫിന്റെയും നിബന്ധനകൾ അംഗീകരിക്കണം. അതിനുവേണ്ടിയുള്ള സുസ്ഥിര പരിപാടികളും ഘടനാപരമായ ക്രമീകരണവും നടക്കുന്ന കാലഘട്ടമായിരുന്നു. അവയോടൊപ്പം ചേർത്ത് വെക്കാൻ പറ്റുന്ന ഒരു കാര്യമായിട്ടാണ് അവർ അധികാര വികേന്ദ്രീകരണത്തെ കണ്ടത്. ലോകബാങ്കിന്റെ കാഴ്ചപ്പാടിൽ അധികാരം താഴേക്ക് നല്കുക എന്ന് വെച്ചാൽ സർക്കാർ പിന്മാറുക എന്നതായിരുന്നു, അത് സമൂഹത്തിലേക്ക് നല്കാം, അവരുടെ ചുമലിലേക്ക് നല്കി സർക്കാർ അതിൽ നിന്ന് പിൻവാങ്ങാം. അത്തരം ഒരു രാഷ്ട്രീയ കാഴ്ചപ്പാടിന്റെ ഭാഗമായിട്ടാണ് ലോകബാങ്ക് ഈ പരിഷ്കരണങ്ങളെ വീക്ഷിച്ചത്. അങ്ങനെ അവർ ബലം പ്രയോഗിച്ചും അല്ലാതെയും എല്ലാം എവിടെയൊക്കെ ഘടനാപരമായ ക്രമീകരണം നടത്തിയിട്ടുണ്ടോ അവിടെയെല്ലാം ഇത് അടിച്ചേല്പിച്ചിട്ടുണ്ട്, ലോകബാങ്ക് ആയിരുന്നു ആഗോളമായി ഇതിന്റെ വക്താക്കൾ. പക്ഷേ, തുടക്കത്തിൽ സൂചിപ്പിച്ചതുപോലെ ആഗോളമായിട്ടുള്ള പഠനങ്ങളുടെ ഒരുഗ്രാഫ് വരയ്ക്കുകയാണെങ്കിൽ 2000 മദ്ധ്യം മുതൽ താഴേക്കാണ്. എന്തുകൊണ്ട് ലോകബാങ്കിന്റെ ഈ പരീക്ഷണങ്ങളെല്ലാം പരാജയപ്പെട്ടു എന്നത് ലോകബാങ്കിന്റെ അതിജീവന സാഹിത്യങ്ങൾ മുഴുവൻ ഗവേഷണവിധേയമാകുമ്പോഴെ നമുക്ക് പറയാൻ കഴിയുകയുള്ളൂ. സർവ്വ സ്ഥലത്തും ശിശുമരണ നിരക്ക് കൂടുന്നു, ജീവിതായുസ്സ് കുറയുന്നു, ശുചീകരണ സൗകര്യങ്ങൾ ഇടിയുന്നു, ദാരിദ്ര്യം വർദ്ധിക്കുന്നു. കാരണമെന്താണ്? ലോകബാങ്ക് നടപ്പാക്കുന്ന സുസ്ഥിര നയങ്ങൾ എന്ന് പറയുന്നത് ആസൂത്രിതമായ പുനർവിതരണമാണ്, ഘടനാപരമായ ക്രമീകരണം എന്നാൽ പരിപൂർണ്ണമായിട്ടും വിദേശ മൂലധനത്തിനു തുറന്നു കൊടുക്കുക എന്നതാണ്. സമ്പദ്ഘടനയെ ഇങ്ങനെ ഒരു സ്ഥലത്ത് അതിന്റെ കൂടെ കൂട്ടികെട്ടുന്ന ഒന്നായിട്ട് അധികാര വികേന്ദ്രീകരണം വരുമ്പോൾ ഘടനാപരമായ ക്രമീകരണത്തിന്റെ എല്ലാ ഫലവും അധികാര വികേന്ദ്രീകരണത്തിന് കൂടിയായി മാറുകയാണ്. സാമൂഹികനേട്ടങ്ങൾ ഉണ്ടാക്കാനുള്ള കുറുക്കുവഴിയായിട്ടാണ് ഇതിനെ കണ്ടിട്ടുള്ളത് അവരുടെ ഘടനാപരമായ ക്രമീകരണങ്ങൾക്ക് വേണ്ടിയുള്ള അനുഭവമായിട്ടാണ് ലോകബാങ്ക് കണക്കാക്കുന്നത്.

കേരളത്തിനെ അതിൽ നിന്ന് അടിസ്ഥാനപരമായി വ്യത്യസ്തപ്പെടുത്തുന്നത് രാഷ്ട്രീയവീക്ഷണമാണ്. കേരളത്തിൽ അധികാര വികേന്ദ്രീകരണം സംബന്ധിച്ച് മുന്നോട്ടുവെച്ചിട്ടുള്ളത് ഒരു ലോകബാങ്കിന്റെയും നിർദ്ദേശത്തിന്റെ അടിസ്ഥാനത്തിലല്ല, മറിച്ച് നമ്മുടെ രാഷ്ട്രീയ വീക്ഷണത്തിന്റെ അടിസ്ഥാനത്തിലാണ്. ദേശീയ പ്രസ്ഥാനത്തിൽ നിന്ന് ആവേശമുൾക്കൊണ്ടാണ്. കമ്പോളത്തിലേക്ക് കൂടുതൽ സേവനങ്ങളും മറ്റും തുറന്നു കൊടുക്കാനുള്ള ഒരു ഉപായമാണ് ലോകബാങ്കിന് അധികാര

വികേന്ദ്രീകരണം. എന്നാൽ, നമുക്ക് ആസൂത്രണമാണ് അധികാരവികേന്ദ്രീകരണത്തിന്റെ മർമ്മം. സർക്കാരിന്റെ ചെലവ് കുറയ്ക്കലല്ല മറിച്ച് സർക്കാരിനെ ജനാധിപത്യവല്ക്കരിക്കലും വിപുലീകരിക്കലുമാണ് ഇവിടെ നടക്കുന്നത്. പണം വെട്ടിക്കുറയ്ക്കലല്ല താഴേക്ക് നല്കലാണ്. ലോകബാങ്കിൽ നിന്ന് അടിസ്ഥാനപരമായി വളരെ വ്യത്യാസപ്പെട്ടാണ് കേരളത്തിൽ അധികാര വികേന്ദ്രീകരണം നടപ്പാക്കിയിട്ടുള്ളത്. താല്പര്യമുള്ളവർക്ക് പ്രഭാത് പട്നായിക്കിന്റെ 2 ലേഖനങ്ങളുള്ളത് പരിശോധിക്കാം. ജനകീയാസൂത്രണത്തിന്റെ വിവിധ കാലഘട്ടത്തിൽ "സോഷ്യൽ സയന്റിസ്റ്റിലും" "മാർക്സിസ്റ്റ്"ലും എഴുതിയിട്ടുള്ളവ. ലോകത്തിൽ ഇത്തരത്തിൽ രണ്ട് ധാരകളുണ്ട് ലോകബാങ്കിന്റെ കാഴ്ചപ്പാടിൽ വരുന്നതും അതേസമയം വിപ്ലവത്തിന്റെ അടിസ്ഥാനത്തിൽ വരുന്നതും.

കേരളത്തിന്റെ മികവ് വികേന്ദ്രീകരണം തുടർന്നുവെന്നതാണ്. നാല് ഭരണം മാറി മാറി വന്നു എങ്കിലും ഇത്തരം വിപ്ലവകരമായ കാഴ്ചപ്പാട് നമുക്ക് ഉള്ളപ്പോൾ തന്നെ അത് ഇല്ലാത്തവർക്കും വികേന്ദ്രീകരണം ഉപയോഗപ്പെടുത്താൻ കഴിയും. വിപ്ലവകരം എന്ന് കാണുമ്പോൾ തന്നെ അതില്ലാത്തവർക്കും പ്രവർത്തിക്കാനുള്ള ഇടമുണ്ടാക്കുന്നു. അവർക്കൊക്കെ അതിന്റേതായ വ്യാഖ്യാനങ്ങളും കാണും. ഇ എം എസിന് അദ്ദേഹത്തിന്റേതായ രാഷ്ട്രീയം, വേറെ ചിലർക്ക് അവർ വന്ന രീതികൾ. എത്രയോ ഉദ്യോഗസ്ഥന്മാർ ആണ് സജീവമായി ഇതിനു പിന്നിൽ പ്രവർത്തിച്ചുകൊണ്ടിരുന്നത് അവരെല്ലാം തന്നെ ഈ രാഷ്ട്രീയം ഉൾക്കൊള്ളുന്നവർ ആയിരിക്കണമെന്നില്ല. അതിനാൽ നമ്മൾ വളരെ വിശാലമായ ഒരു ഇടം സൃഷ്ടിക്കുകയായിരുന്നു. അവർക്കൊക്കെ യോജിക്കാൻ പറ്റുന്നതും അധികാര വികേന്ദ്രീകരണത്തിൽ താല്പര്യമുള്ള മുഴുവൻ ആളുകൾക്കും യോജിക്കാൻ പറ്റുന്നതുമായ ഒരു വലിയ ഇടം.

ആ സങ്കല്പത്തെയാണ് ഇ എം എസ് വികസനത്തിന്റെ രാഷ്ട്രീയം എന്ന് പറയുന്നത്. മത്തായി മാഞ്ഞൂരാൻ അനുസ്മരണ പ്രഭാഷണത്തിൽ കൂടിയാണ് ഇ എം എസ് ആദ്യമായി ആ ആശയം മുന്നോട്ടുവെക്കുന്നത് എന്നുവെച്ചാൽ നാട്ടിലെ വികസന കാര്യങ്ങളിലും മറ്റും നമുക്ക് എല്ലാവർക്കും യോജിക്കാൻ പറ്റണം അവിടെ കക്ഷി രാഷ്ട്രീയത്തിന്റെ അടിസ്ഥാനത്തിലല്ലാ പോകുന്നത്. അവിടെ വേണേൽ മത്സരിച്ചോളൂ; ജനങ്ങളെ കൂടുതൽ സേവിക്കാൻ വേണ്ടി. ഇതാണ് ജനകീയ ആസൂത്രണത്തിലെ രൂപകല്പന എന്ന് പറയുന്നത്. ഇതിന്റെ അടിസ്ഥാനത്തിലാണ് നമ്മൾ വികേന്ദ്രീകരണം നടപ്പാക്കിയത്. ആ നടപ്പാക്കലിന്റെ ഫലമായി ലോകബാങ്ക് പഠനങ്ങളിൽ നിന്ന് കടകവിരുദ്ധമായിട്ടുള്ള ഫലമാണ് നമുക്ക് ഉണ്ടായത്. 25 വർഷത്തിന്റെ അവസാനം വന്ന് തിരിഞ്ഞു നോക്കുമ്പോഴും ഇന്ന് നമ്മൾ എവിടെ എത്തിച്ചേർന്നു, ചെയ്തതൊക്കെ വിഫലമായി പോയല്ലോ എന്നൊക്കെ ചിന്തിച്ച സമയമൊക്കെ ഉണ്ടായിട്ടുണ്ട്. പക്ഷേ, 25 വർഷത്തിന് മുകളിൽ നിന്നുകൊണ്ട് വീക്ഷണം നടത്തുമ്പോൾ കേരളത്തിൽ ഇത് സൃഷ്ടിച്ചിട്ടുള്ളത് എത്ര വലിയ മാറ്റങ്ങളാണ് എന്ന് കാണാൻ കഴിയും.

മാറ്റത്തിന്റെ മാറ്റൊലികൾ

ആരോഗ്യമേഖല ഈ പകർച്ചവ്യാധിക്കാലത്ത് കേരളത്തിന്റെ ശക്തിയാണ്. നമ്മുടെ പ്രാഥമിക ആരോഗ്യ മേഖലയിലെ മാറ്റങ്ങളുടെ അടിസ്ഥാനം എത്രയോ വ്യത്യസ്തമാണ്. ഏറ്റവും പഠനാർഹമായ മേഖലകളായി കാണുന്നത് വരദരാജന്റെയൊക്കെ പഠനങ്ങളാണ്. ഇത് വെറും നിഷ്ഫലമായ കാര്യങ്ങളാണ് എന്നും ആരോഗ്യമേഖലയ്ക്ക് ഇതുമായി ഒരു ബന്ധവും ഇല്ല എന്നുമാണ് ചിലരുടെയും വാദം. ശരിയാണ്, അക്കാലത്ത് ജനകീയാസൂത്രണത്തിന്റെ ആദ്യത്തെ പത്ത് വർഷം, ഡോക്ടർമാർ ജനകീയാസൂത്രണത്തോട് സഹകരിച്ചിരുന്നില്ല. കാരണം അങ്ങനെയുള്ള ചുമതലകൾ തങ്ങൾ ഡോക്ടർമാർ ഏറ്റെടുക്കില്ല എന്ന നിലപാടാണ് അവർ സ്വീകരിച്ചത്. 2006 ലെ കേരള സർക്കാരിന്റെ കാലത്താണ് ഇതിനൊരു മാറ്റം വരാൻ തുടങ്ങിയത്. രാജീവ് സദാനന്ദൻ തമാശയായിട്ട് പറയുന്നപോലെ ഹെൽത്ത് ബ്യൂറോക്രാറ്റ്സ് വിലപേശി മേടിക്കുന്നതിൽനിന്നും എത്രയോ എളുപ്പമാണ് പഞ്ചായത്ത് പ്രസിഡന്റ് പറയുന്ന കാര്യങ്ങൾ മേടിക്കുന്നത് എന്ന് ഡോക്ടർമാർക്കും മനസ്സിലായി. അവർ ഇടപെടാൻ തുടങ്ങി. അങ്ങനെ ഇടപെട്ടതിന്റെ മാറ്റമാണ് കാണുന്നത്.

അതുപോലെതന്നെ വിദ്യാഭ്യാസം, വിദ്യാഭ്യാസ മേഖലയിലെ കേരള അനുഭവപഠനങ്ങളിൽ ഏറ്റവും പ്രസക്തം എം വി മുകുന്ദനും ബാഹ്റും കൂടി എഴുതിയിട്ടുള്ള പ്രബന്ധങ്ങളാണ്. ഇന്നും എങ്ങനെയാണ് മുകുന്ദൻ ഇത്തരമൊരു നിഗമനത്തിലെത്തിയത് എന്ന് അറിയില്ല കാരണം അദ്ദേഹത്തിന്റെ പ്രബന്ധങ്ങൾ അവസാനിക്കുന്നത്; ഇങ്ങനെയൊക്കെയാണ് നാളെയെങ്കിലും ഇത് മാറാൻ സാദ്ധ്യതയുണ്ടോ? ഒരു സാദ്ധ്യതയുമില്ല എന്ന നിഗമനത്തിലാണ് പക്ഷേ, ഇന്നിപ്പോൾ, 25 വർഷം കഴിഞ്ഞ് നോക്കുമ്പോൾ, അവിടെയും ഉത്തരങ്ങളും കാരണങ്ങളുമുണ്ട് എസ് എസ് എ തുടങ്ങിയവ ഒന്നും പഞ്ചായത്തുമായിട്ട് സംയോജിപ്പിച്ചിട്ടല്ല നടത്തിയത്. അതിന്റെ പ്രശ്നങ്ങളുണ്ട്. ജനകീയാസൂത്രണത്തിൽ നമ്മൾ എടുത്തു പൊക്കിയത് സ്കൂൾ കോംപ്ലക്സും അതിന്റെ അടിസ്ഥാനത്തിലുള്ള പരിപാടികളുമാണ് എന്നാൽ ചില സ്ഥലത്ത് അവ നടപ്പാക്കാൻ പറ്റില്ല. കാരണം സ്വകാര്യ മാനേജ്മെന്റുകൾ അതുമായിട്ട് ബന്ധപ്പെട്ട് വരില്ല. ഈ രീതിയിൽ ചില സ്വകാര്യ സ്കൂളുകൾ മാറിയതോടുകൂടി അടിസ്ഥാന കാര്യങ്ങളിൽ പ്രയാസം ഉണ്ടായി, എന്നിരുന്നാൽത്തന്നെ ഇന്നിപ്പോൾ വിദ്യാഭ്യാസമേഖല എങ്ങനെ മാറി എന്ന് ഞാൻ പറയേണ്ടതില്ല. താഴേത്തട്ടിലുള്ള ഇടപെടലിനോടൊപ്പം പി ടി എ, സ്കൂൾ മാനേജ്മെന്റ് കമ്മിറ്റി ഇവയെല്ലാം ഒരുമിച്ചാണ് ഈ മാറ്റങ്ങൾ കൊണ്ടുവരുന്നത്.

ഇന്ന് പ്രാദേശിക സർക്കാരുകളുടെ കീഴിലുള്ള റോഡുകളുടെ ദൈർഘ്യം ഇരട്ടിച്ചിട്ടുണ്ട് എന്നതുമാത്രമല്ല ഗുണമേന്മയും മെച്ചപ്പെട്ടിരിക്കുന്നു. 20 ലക്ഷം വീടുകളാണ് ജനങ്ങൾക്ക് നല്കിയത്, ഭൂപരിഷ്കരണം

കഴിഞ്ഞപ്പോൾ ലക്ഷം വീട് പദ്ധതി അതിൽ 70000മേ വന്നുള്ളൂ എങ്കിൽപ്പോലും നമ്മൾ എത്ര അഭിമാനത്തോടെയാണ് അവയെ കണ്ടത്. ഈ അധികാര വികേന്ദ്രീകരണത്തിന്റെ അടിസ്ഥാനത്തിൽ 20 ലക്ഷം വീടുകളാണ് കൊടുത്തത്. എല്ലാ വീടുകളിലും വൈദ്യുതി, അതും പഞ്ചായത്ത് ചെലവിൽ. എല്ലാ വീടുകളിലും കക്കൂസ്, കുടിവെള്ള കണക്ഷനുകളുടെ എണ്ണം മുൻപത്തേതിൽനിന്നും കൂടി. ഇവയുടെയൊക്കെ ഫലമായി ജനങ്ങളുടെ ജീവിതം മെച്ചപ്പെട്ടു എന്നതിന്റെ തെളിവാണ് ഇന്ത്യയിൽ ഏറ്റവും വേഗത്തിൽ ദാരിദ്ര്യം കുറഞ്ഞ സംസ്ഥാനം കേരളമാണ് എന്നുള്ളത്. 12 ശതമാനം പക്ഷേ, ഞെട്ടിക്കുന്ന ഒരു കണക്ക് നീതി ആയോഗ് പുറത്തിറക്കിയ ക്വാളിറ്റി ഓഫ് ലൈഫ് ഇൻഡക്സിൽ കേരളത്തിലെ ദാരിദ്ര്യം കേവലം ഒരു ശതമാനമാണ്. അത് തികച്ചും വിശ്വാസയോഗ്യമല്ല എങ്കിലും എന്റെ അഭിപ്രായത്തിൽ പണമില്ല എന്നുണ്ടെങ്കിലും അടിസ്ഥാന ആവശ്യങ്ങൾ ഏതാണ്ട് ഉറപ്പുവരുത്തുന്ന ഒരു പ്രദേശമായിട്ട് നമ്മുടെ നാട് മാറിയിട്ടുണ്ട് എന്ന കാര്യത്തിൽ ഒരു സംശയവും വേണ്ട.

ഒരുപോരായ്മ നമുക്ക് വരുന്നത് കാർഷികമേഖലയിലെ ഇടപെടൽ ഫലപ്രദമായില്ല എന്നതാണ്. വളരെ സങ്കീർണ്ണമാണ്. ഒരു ഉദാഹരണത്തിന് കല്യാശ്ശേരി വികസന പദ്ധതി, അതിപ്പോൾ എടുത്തു പരിശോധിച്ചു നോക്കുമ്പോൾ പുതിയ ഭൂപടത്തിൽ അന്ന് കണ്ട ഒരു പാടവുമില്ല. കാരണം അങ്ങൊട്ടൊക്കെ തടഞ്ഞു നിർത്താൻ പറ്റാത്തത്ര സാമ്പത്തിക സമ്പർക്കശക്തികൾ പ്രവർത്തിക്കുക ഉണ്ടായി. നമുക്ക് ഒരു പുതിയ സമീപനം തന്നെ കേരളത്തിലെ കാർഷിക പ്രശ്നങ്ങളോട് സ്വീകരിക്കേണ്ടതുണ്ട്. ഒരു പരിധിവരെ "സുഭിക്ഷകേരളം" പദ്ധതി അവിടെ ഒരു ചലനം സൃഷ്ടിക്കാൻ പര്യാപ്തമായിട്ട് മാറിക്കൊണ്ടിരിക്കുകയാണ്. ദുരന്തനിവാരണം എത്ര ഫലപ്രദമായാണ് ഇന്ന് നടക്കുന്നത്. അവയിപ്പോഴും ഒരു ഉയർന്ന ശ്രേണി തന്നെയാണ്. പക്ഷേ, അവയുടെ പ്രവർത്തനങ്ങൾ താഴെത്തട്ടിൽ ഏകോപിപ്പിക്കാൻ ഒരു പ്രാദേശിക ഭരണകൂടമുണ്ട് എന്നതാണ് കേരളത്തിന്റെ വലിയ കരുത്ത്. അപ്പോൾ ഇത്തരത്തിൽ നമുക്ക് വലിയ നേട്ടങ്ങളുണ്ടാക്കാൻ സാധിച്ചിട്ടുണ്ട് എന്നാൽ, പോരായ്മകൾ ഏറെയുണ്ടുതാനും.

പങ്കാളിത്തം നിലനിർത്താൻ പറ്റുന്നില്ല, അതായത് അതിന്റെ ഗുണമേന്മ പങ്കാളിത്തത്തിൽ ഉയർത്താൻ പറ്റുന്നില്ല, എന്നതാണ്. രണ്ട്, അഴിമതി കൂട്ടുകയാണ് ചെയ്യുന്നത് എന്നാലും ഒരു കേന്ദ്രീകൃത സംവിധാനത്തേക്കാൾ എത്രയോ കുറവാണ്. മൂന്ന്, നമുക്ക് സമയോചിതമായ സമീപനം സ്വീകരിക്കാൻ ഇപ്പോഴും കഴിയുന്നില്ല. അത് വലിയ ഒരു വീഴ്ചയാണ്. അതുപോലെ തന്നെ സ്ത്രീ ശാക്തീകരണം, സ്ത്രീകളുടെ നില മെച്ചപ്പെടുത്താൻ സഹായിച്ചിട്ടുണ്ട്. സ്ത്രീകളുടെ സാന്നിദ്ധ്യവും കൂടുതൽ വർദ്ധിച്ചിട്ടുണ്ട്. പക്ഷേ, ഇന്നും ലിംഗപരമായ പ്രശ്നങ്ങൾ താഴെത്തട്ടിൽ വേണ്ടത്ര പരിഹരിക്കുന്നതിന് നമുക്ക് കഴിഞ്ഞിട്ടില്ല. എന്നാൽ

ഇതൊക്കെ മെച്ചപ്പെടുത്താൻ പറ്റുമോ എന്നതാണ് അവസാന ചോദ്യം. ഇത്രയൊക്കെ പോരായ്മകൾ ഉണ്ട് എന്ന് പറയുമ്പോൾ അയ്യോ എന്ന് പറയാൻ അല്ല അത് മെച്ചപ്പെടുത്താനുള്ള സാദ്ധ്യതകൾ അവയ്ക്കുള്ളിൽത്തന്നെയുണ്ട്.

കഴിഞ്ഞുപോയ കോവിഡ് അടച്ചിടലിനു ശേഷം എന്റെ പഠനസമയം കൂടുതൽ താഴെത്തട്ടിലുള്ള അനുഭവങ്ങളും മാതൃകകളും പരിശോധിക്കാൻ വേണ്ടിയിട്ടാണ്. അവയിൽനിന്നും ബോദ്ധ്യപ്പെട്ട ഒരു കാര്യം അവയിൽ ചില അസാധാരണമായ പഞ്ചായത്തുകൾ ഉണ്ട് എന്നതാണ്. എല്ലാ കാര്യങ്ങളും നന്നായിട്ട് ചെയ്യുന്ന പഞ്ചായത്തുകളുണ്ട്. പക്ഷേ, മറ്റു പല പഞ്ചായത്തുകളുടെ സ്ഥിതി ചില കാര്യങ്ങളിൽ ഭയങ്കര മികവാണ് എന്നതാണ്, ഓരോ പഞ്ചായത്തിനെയും പേരെടുത്ത് പറയുന്നില്ല, എങ്കിലും മേഖല തിരിച്ച് നല്ല മാതൃക നോക്കുമ്പോൾ അവയിൽ നമ്മൾ നൂതനമായ പഞ്ചായത്തുകൾ എന്ന് കരുതിയിരുന്നവ ഒന്നുമല്ല എന്നറിയുന്ന സ്ഥിതി വരെയുണ്ട്. അത് എന്തുകൊണ്ട് എന്ന് ചികഞ്ഞു നോക്കുമ്പോൾ അവിടെ, അവയ്ക്കൊക്കെ പിന്നിൽ ഒരു നല്ല ജനപ്രതിനിധി, അല്ലെങ്കിൽ ഒരു നല്ല ഉദ്യോഗസ്ഥൻ, ഇതൊന്നുമല്ലെങ്കിൽ ഇതിൽ നൊസ്സു പിടിച്ചു നടക്കുന്ന സന്നദ്ധ പ്രവർത്തകർ ഉണ്ടാവും. ഇതിൽനിന്ന് വരുന്ന പാഠമെന്താണ് എന്നാൽ കേരളത്തിലെ ജനാധിപത്യ ഇടം വർദ്ധിച്ചു എന്നതാണ്. ഇതാണ് ജനാധിപത്യ ഇടം.

നേരത്തെ ജനാധിപത്യ തീരുമാനങ്ങളിൽ നമുക്ക് ഇടപെടണമെങ്കിൽ തിരുവനന്തപുരത്ത് പോകണം, സമരം ചെയ്യണം, അല്ലെങ്കിൽ ഡൽഹിയിൽ പോകണം. ഇന്ന് നമ്മുടെ പഞ്ചായത്തിൽ ഇതിന് ഇടമുണ്ട്. അതിനി ഒരാൾ ആണെങ്കിലും. ഒരു പഞ്ചായത്തിനെ സ്വാധീനിക്കാൻ കഴിഞ്ഞില്ലെങ്കിൽ ഒരു പ്രോജക്ടിനെ, അതിനും കഴിഞ്ഞില്ലെങ്കിൽ ഒരു അയൽക്കൂട്ടത്തെ, നമ്മുടെ അയലത്തെ സ്വാധീനിക്കാൻ പറ്റാത്ത ഏത് പൗരനാണുള്ളത്? ജനാധിപത്യ ഇടം വർദ്ധിക്കുന്നു എന്നതിന്റെ തെളിവാണ് നമ്മുടെ എല്ലാ പഞ്ചായത്തിലും ചില കാര്യങ്ങളിലെങ്കിലും മികവു നല്കുന്നു എന്നത്. ഇതിൽ തല്പരരായ ആളുകൾക്ക് ഇടപെടാനും, കാര്യങ്ങൾ മെച്ചപ്പെടുത്താനും സന്ദർഭമുണ്ട്. എവിടെയൊക്കെ പൗരസമൂഹം ഇത്തരത്തിൽ ഈ സാദ്ധ്യതയെ പ്രയോജനപ്പെടുത്തി ഇടപെടുന്നുവോ അവിടെയൊക്കെ കാര്യങ്ങൾ മെച്ചപ്പെടും ഇതാണ് ഇതിന്റെ സാദ്ധ്യത. പ്രശ്നങ്ങൾ ഏറെയുണ്ടെന്നാണ് ഒരുപാട് പേർ പറയുക, പ്രശ്നങ്ങളുണ്ട്. അടുത്തുനിന്ന് പ്രവർത്തിക്കുന്നവർക്ക് അറിയാം എത്ര തീവ്രമായ പ്രശ്നങ്ങളാണ് ഉള്ളത് എന്ന്. പക്ഷേ, ആ പ്രശ്നങ്ങളും വെല്ലുവിളികളും നേരിടാനുള്ള ഇടങ്ങളും ഈ അധികാര വികേന്ദ്രീകരണ പ്രക്രിയയിൽ സൃഷ്ടിക്കപ്പെടുന്നുണ്ട്. അങ്ങനെ ഇടപെടാൻ നമ്മൾ തയ്യാറുണ്ടോ? താഴേത്തട്ടിലുള്ള സാധാരണക്കാരന്മാരുൾപ്പെടെ പ്രവർത്തിക്കാനുള്ള ഇടം ഇന്ന് കേരളത്തിലുണ്ട്. ഇന്ന് കേരളത്തിന്റെ അനുഭവങ്ങൾ അന്തർദ്ദേശീയമായി തന്നെ അധികാര വികേന്ദ്രീകരണ ചർച്ചകളിൽ സവി

ശേഷ സ്ഥാനം പിടിക്കുന്നുണ്ട്. എന്നാൽ ഇന്നത്തെ പഠനങ്ങളുടെ ദിശ കാണിക്കുന്നത് കാര്യങ്ങൾ താഴേക്കാണ്. 90 കളിലും 2000 ത്തിലുമൊക്കെയുണ്ടായിരുന്ന ആവേശമെല്ലാം ചോർന്നു പോയിരിക്കുന്നു. അങ്ങനെ ചേരുമ്പോൾ ഇടതുപക്ഷ രാഷ്ട്രീയത്തിന്റെ ഒരു ജനാധിപത്യ സമീപനത്തിന്റെ വിജയം നമുക്ക് ഇവിടെ വെക്കാൻ പറ്റും. ഇത് ഇന്നത്തേക്ക് മാത്രമല്ല എന്ന് പറയാം. വിപ്ലവം കഴിഞ്ഞാലും; അത് സങ്കല്പമാണ്, വിപ്ലവം കഴിഞ്ഞാലും പുതിയ സമൂഹം വരും, ആ പുതിയ സമൂഹത്തിലുണ്ട് ജനാധിപത്യം, അവിടെ പങ്കെടുക്കാനുള്ള സ്വാതന്ത്ര്യവും, ലെനിൻ തന്നെ "പവർ ടു ദി സോവിയറ്റ്" എന്നല്ലേ വിളിച്ചത് അതുതന്നെയായിരുന്നല്ലോ റഷ്യൻ വിപ്ലവത്തിന്റെ മുദ്രാവാക്യവും എന്താണ് സോവിയറ്റ്, സോവിയറ്റുകൾ പ്രാദേശിക കൂട്ടങ്ങളാണ്, സ്വയം രൂപംകൊള്ളുന്ന പ്രാദേശിക കൂട്ടം. പട്ടാളക്കാരുടെ കൂട്ടങ്ങൾ ഒരു പ്രദേശത്ത്, തൊഴിലാളികളുടെ കൂട്ടങ്ങൾ മറ്റൊരിടത്ത്, കർഷകരുടെ കൂട്ടങ്ങൾ വേറെ അങ്ങനെ. അതുകൊണ്ട് നാളത്തെ ലോകം രൂപംകൊള്ളുന്നതിലെ ബീജാവാപം ഇന്നത്തേതിൽ നിന്നാണ്. അല്ലാത്തപക്ഷം തനിയെ പരിവർത്തനം സംഭവിച്ച് നാളത്തെ ലോകം രൂപംകൊള്ളുകയില്ല, ഇന്നില്ലങ്കിൽ നാളെ ഉണ്ടാവണമെന്ന് ഒരു നിർബ്ബന്ധവുമില്ല. അതുകൊണ്ടാണ് വിപ്ലവം എല്ലാം കഴിഞ്ഞിട്ട് നമുക്ക് സ്ത്രീശാക്തീകരണത്തെക്കുറിച്ച് അല്ലെങ്കിൽ മറ്റുള്ളവരുടെ കാര്യങ്ങളെക്കുറിച്ച് അല്ലെങ്കിൽ ജനാധിപത്യത്തെക്കുറിച്ച് ചിന്തിക്കുക എന്ന് വിചാരിക്കാൻ കഴിയാത്തത് ഇതിനുവേണ്ടിയുള്ള സമരത്തിന്റെ ഭാഗമായിട്ട് നമുക്ക് കാണണം, ഇതാണ് കേരളത്തിലെ അധികാര വികേന്ദ്രീകരണത്തിന്റെ വലിയ പാഠങ്ങൾ.

ഭരണവും ആസൂത്രണവും വികേന്ദ്രീകരണത്തിന്റെ കാൽനൂറ്റാണ്ടിനപ്പുറം

എ സി മൊയ്തീൻ

സ്വാതന്ത്ര്യസമരകാലം മുതൽ ഇന്ത്യയിൽ ഉന്നയിക്കപ്പെട്ട മുദ്രാവാക്യമാണ് സ്വയം ഭരണക്ഷമമായ പ്രാദേശിക സർക്കാർ എന്നത്. എന്നാൽ ഭരണഘടനാ നിർമ്മാണസഭയിൽ ഉൾപ്പെടെ ഈ മുഖ്യമുദ്രാവാക്യത്തെ നിർദ്ദേശക പ്രമാണമാക്കി മാറ്റാനാണ് തയ്യാറായത്. ഭരണഘടനാനന്തര സ്വതന്ത്ര ഭാരതത്തിൽ പലപ്പോഴായി പ്രാദേശിക സ്വയം ഭരണ സംബന്ധിയായ ചർച്ചകൾ ഉയർന്നുവന്നെങ്കിലും അവയൊന്നും ദാർശനികമായോ പ്രായോഗികമായോ യാഥാർത്ഥ്യമായില്ല. അപ്പപ്പോഴായി ഉണ്ടായ ഏതാനും പ്രായോഗിക പരിശ്രമങ്ങളാകട്ടെ തുടർച്ചയോ സ്ഥിരതയോ കിട്ടാത്ത പരീക്ഷണങ്ങളോ ഉദ്യമങ്ങളോ മാത്രമായി പരിണമിച്ചു.

കേരളം, ബംഗാൾ, ത്രിപുര എന്നീ സംസ്ഥാനങ്ങളായിരുന്നു അധികാര വികേന്ദ്രീകരണ സംബന്ധിയായി സ്ഥിരനിലപാട് മുന്നോട്ടുവയ്ക്കപ്പെട്ട അനുഭവമുള്ളവ. കർണ്ണാടകം, മഹാരാഷ്ട്ര, മദ്ധ്യപ്രദേശ്, സിക്കിം തുടങ്ങിയ സ്ഥലങ്ങളിൽ മാതൃകാപരമായ ചില മുന്നേറ്റങ്ങളുണ്ടായെങ്കിലും അവയ്ക്കൊന്നും തുടർച്ചയുണ്ടായില്ല. കേരളത്തിൽപ്പോലും സംസ്ഥാന ഭരണാധികാരത്തിൽ സംഭവിച്ച കയറ്റിറക്കങ്ങൾക്കും മാറ്റങ്ങൾക്കും വിധേയമായി മാത്രമേ അധികാര-ആസൂത്രണ പ്രക്രിയ ചലനാത്മകവും സജീവവും ആയുള്ളൂ എന്നു കാണാം.

എന്നാൽ ഐക്യകേരള രൂപീകരണത്തിനും രണ്ടു പതിറ്റാണ്ടുമുമ്പ് പ്രാദേശിക ഭരണപ്രക്രിയ പ്രാവർത്തികമാക്കണമെന്ന നിർദ്ദേശം ഉന്നയിച്ചത് പില്ക്കാല കേരളത്തിലെ കമ്യൂണിസ്റ്റ് പ്രസ്ഥാനത്തിന്റെ പ്രാക്‌രൂപമായിട്ടുള്ള കോൺഗ്രസ് സോഷ്യലിസ്റ്റ് ചിന്താഗതിക്കാരായിരുന്നു. കേരള സംസ്ഥാനത്തിന്റെ രൂപീകരണശേഷവും സംസ്ഥാന ഭരണ സംവിധാനത്തിനു താഴെ ജില്ലാ പ്രാദേശിക ഭരണ സംവിധാനം പൂർണ്ണ

അർത്ഥത്തിൽ രൂപപ്പെടണമെന്ന സുചിന്തിത നിലപാട് സ്വീകരിച്ചത് കമ്യൂണിസ്റ്റ് പാർട്ടിയും ഇടതുപക്ഷ പുരോഗമന പ്രസ്ഥാനവും മാത്രമായിരുന്നു.

ഘടനാപരമായ വ്യവസ്ഥാപനം മാത്രം കൊണ്ടായില്ല, സ്വയം നിർണ്ണയാധികാരവും നിർവ്വഹണ സംവിധാനവും വിഭവ വിഹിതവും ലഭ്യമാക്കിക്കൊണ്ട് പ്രാദേശിക സർക്കാരുകളെ യാഥാർത്ഥ്യമാക്കാനുള്ള അർത്ഥപൂർണ്ണ നിലപാടുകൾ സ്വീകരിച്ചതും ഇടതുപക്ഷ സർക്കാരുകൾ മാത്രമായിരുന്നു. ഇതിന് തെളിവുനല്കാൻ 1958 മുതൽ 2020 വരെ കാലയളവിൽ സംസ്ഥാനത്ത് രൂപീകൃതമായ തദ്ദേശഭരണ സംബന്ധിയായ നിയമങ്ങൾ മാത്രം പഠനവിധേയമാക്കിയാൽ മതി. ഈ ദിശയിലുള്ള നിർണ്ണായക ഇടപെടലായിരുന്നു 1996 ൽ ഇടതുപക്ഷ സർക്കാർ മുന്നോട്ടു വച്ച ജനകീയാസൂത്രണ പ്രസ്ഥാനത്തിന്റെ ആശയവും നടത്തിപ്പും.

ചരിത്രത്തിലെ നാഴികക്കല്ല്

കേരളത്തിന്റെ സാമൂഹ്യവികസന ചരിത്രത്തിൽ നാഴികക്കല്ലായ ജനകീയാസൂത്രണം ഇരുപത്തഞ്ചാം വർഷത്തിലേക്ക് കടക്കുകയാണ്. ജനകീയ പങ്കാളിത്തത്തോടെയുള്ള ആസൂത്രണവും നിർവ്വഹണവും ലക്ഷ്യമിട്ടുകൊണ്ട് 1996 ആഗസ്ത് 17 ന് (കൊല്ലവർഷം 1171 ചിങ്ങം 1) ആരംഭിച്ച ചരിത്രപ്രധാനമായ പരീക്ഷണമാണിത്. ജനകീയാസൂത്രണം സംബന്ധിച്ച കാഴ്ചപ്പാടും സമീപനവും രൂപീകരിക്കുന്നതിൽ ഇ എം എസ് വഹിച്ച പങ്ക് നിർണ്ണായകമാണ്. അന്നത്തെ മുഖ്യമന്ത്രി ഇ കെ നായനാർ, തദ്ദേശമന്ത്രി പാലൊളി മുഹമ്മദ് കുട്ടി എന്നിവർ നല്കിയ ധീരമായ നേതൃത്വം അവിസ്മരണീയമാണ്.

1996 ൽ എൽ ഡി എഫ് സർക്കാരിന്റെ പ്രധാന വികസന മുൻഗണനകളിൽ ഒന്നായിരുന്നു അധികാര വികേന്ദ്രീകരണം. ബജറ്റിന്റെ മൂന്നിൽ ഒരു ഭാഗം സമ്പൂർണ്ണ ആസൂത്രണാധികാരത്തോടെ തദ്ദേശ സ്ഥാപനങ്ങൾക്ക് കൈമാറാനുള്ള എൽ ഡി എഫിന്റെ തീരുമാനം ജനകീയാസൂത്രണത്തിന് തുടക്കമിട്ടു. പദ്ധതി രൂപീകരണവും നിർവ്വഹണവും അതുവരെ ഉദ്യോഗസ്ഥ കേന്ദ്രീകൃതവും പരസ്പരം വെള്ളം കയറാത്ത അറകളുമായിട്ടാണ് നിലനിന്നിരുന്നത്. ഈ കാഴ്ചപ്പാടും രീതികളും ഏറെക്കുറെ ജനങ്ങളും അംഗീകരിച്ചമട്ടായിരുന്നു. ഈ ശീലങ്ങളെ പൊളിച്ചെഴുതുന്നതിന് ജനകീയാസൂത്രണത്തിനു കഴിഞ്ഞു. ജനാധിപത്യത്തിന്റെ ഏറ്റവും സുന്ദരമായ അനുഭവമായിരുന്നു ജനകീയാസൂത്രണം. മുഴുവൻ ജനങ്ങളുടെയും പിന്തുണയും പങ്കാളിത്തവും ഉറപ്പാക്കിയ ജനകീയ ക്യാമ്പയിനിലൂടെയാണ് അതിന് തുടക്കംകുറിച്ചത്. രാജ്യം മുഴുവൻ പകർത്താനാഗ്രഹിക്കുന്ന ഒരു വികസന പന്ഥാവായി ജനകീയാസൂത്രണം അംഗീകരിക്കപ്പെട്ടിരിക്കുന്നു. 2018 ലാണ് കേന്ദ്രം ഈ മാതൃകയിൽ തദ്ദേശവികസന പ്ലാൻ തയ്യാറാക്കുന്നതിനായി ഒരു പദ്ധതി ആവിഷ്കരിച്ചത്.

അധികാരം തദ്ദേശ സ്ഥാപനങ്ങൾക്ക് കൈമാറുന്ന ശക്തമായ നിയമനിർമ്മാണങ്ങൾ നടത്താൻ ഭൂരിപക്ഷം സംസ്ഥാനങ്ങളും തയ്യാറായിട്ടില്ല. ത്രിതല പഞ്ചായത്ത് രാജ് സംവിധാനത്തിലെ ചുമതലകൾ വിശദമായി മറ്റൊരു സംസ്ഥാനവും നിർവ്വചിച്ചിട്ടില്ല, നവോത്ഥാനത്തിന്റെയും ഇടതുപക്ഷ ബദൽ വികസന മാതൃകയുടെയും തുടർച്ചയിലാണ് ജനകീയാസൂത്രണവും സാദ്ധ്യമായത്.

ജനകീയാസൂത്രണത്തെ ആരംഭം മുതൽ തന്നെ ദുർബ്ബലപ്പെടുത്തുന്നതിനുള്ള ശ്രമങ്ങളും ഉണ്ടായിട്ടുണ്ട്. കേരള വികസനപദ്ധതി എന്ന പേരിൽ ഉള്ളടക്കം ചോർത്തിക്കളയാൻ ശ്രമിച്ചു. ജനശ്രീയുടെ മറവിൽ കുടുംബശ്രീ സംഘങ്ങളെ ഭിന്നിപ്പിച്ച് ആദ്യത്തെ സമ്പൂർണ്ണ പാർപ്പിട പദ്ധതിയായ ഇ എം എസ് ഭവനപദ്ധതി ദുർബ്ബലപ്പെടുത്താൻ ശ്രമിച്ചു. പദ്ധതി ആസൂത്രണത്തിൽ ഉദ്യോഗസ്ഥ കേന്ദ്രീകരണം തിരിച്ചുകൊണ്ടുവരാനും ശ്രമങ്ങളുണ്ടായി. എൽ ഡി എഫിന്റെ വികസന കാഴ്ചപ്പാടും ജനകീയ സമ്മർദ്ദവുമാണ് ഇത്തരം നീക്കങ്ങളെ ചെറുത്തു തോല്പിക്കാൻ കരുത്തുപകർന്നത്.

ഘടനാപരമായ കെട്ടുറപ്പ്

വികസന, ക്ഷേമ രംഗങ്ങളിൽ പ്രാദേശിക ജനകീയാധികാരം സ്ഥാപിച്ചുകൊണ്ടാണ് ജനകീയാസൂത്രണം കേരള വികസന ചരിത്രത്തിൽ വഴിത്തിരിവ് കുറിച്ചത്. അത് തദ്ദേശ സ്ഥാപനങ്ങൾക്കുമേലുള്ള സംസ്ഥാന സർക്കാരിന്റെ നിയന്ത്രണാധികാരം പരിമിതപ്പെടുത്തി. പ്രാദേശിക സർക്കാരുകൾക്ക് ആളും അർത്ഥവും അധികാരവും കൈമാറി. പൊതുവിദ്യാഭ്യാസം, പൊതുജനാരോഗ്യം, ദാരിദ്ര്യലഘൂകരണം, പാർപ്പിടം തുടങ്ങിയ രംഗങ്ങളിൽ ജനകീയാസൂത്രണം വലിയ മാറ്റങ്ങൾക്ക് അടിത്തറയിട്ടു. മെഡിക്കൽ കോളേജുകളും സ്പെഷ്യാലിറ്റി ആശുപത്രികളും ഒഴികെയുള്ള ചികിത്സാ കേന്ദ്രങ്ങൾ തദ്ദേശസ്ഥാപനങ്ങളുടെ നിയന്ത്രണത്തിലാക്കി. സ്കൂളുകൾ കൈമാറി. കൃഷി, മൃഗസംരക്ഷണം തുടങ്ങിയ മേഖലകളിൽ നേതൃത്വവും നിയന്ത്രണാധികാരവും ഉറപ്പുവരുത്തി.

എൽ ഡി എഫ് സർക്കാരിന്റെ നാലുവർഷത്തെ പ്രവർത്തനങ്ങൾ ജനകീയാസൂത്രണത്തിന്റെ മികവിന് കൂടുതൽ തിളക്കം നല്കിയിരിക്കുന്നു. ആസൂത്രണ സമിതികൾ പ്രാദേശികാസൂത്രണത്തിന് പുതിയ ഊർജ്ജം പകരുന്നു. 1967 ൽ രണ്ടാം ഇ എം എസ് സർക്കാർ ആദ്യമായി അവതരിപ്പിച്ച ജില്ലാ പദ്ധതി എന്ന ആശയം രാജ്യത്താദ്യമായി ഈ സർക്കാരിനുകീഴിൽ യാഥാർത്ഥ്യമായിരിക്കുന്നു. ത്രിതല പഞ്ചായത്തുകൾ, നഗരസഭകൾ, വിവിധ സർക്കാർ വകുപ്പുകൾ എന്നിവയുടെ ആഭിമുഖ്യത്തിൽ നടക്കുന്ന പ്രവർത്തനങ്ങൾ ജില്ലാതലത്തിൽ ഏകോപിപ്പിക്കപ്പെട്ടിരിക്കുന്നു. ദുരന്തനിവാരണത്തിലും തദ്ദേശഭരണ സ്ഥാപനങ്ങൾ നിർണ്ണായകപങ്കു വഹിക്കുകയാണ്. തദ്ദേശ പൊതുസർവ്വീസും യാഥാർത്ഥ്യമാകുകയാണ്.

ഇന്ത്യയിൽ ഏറ്റവുമാദ്യം കൊറോണ വൈറസ് രോഗം സ്ഥിരീകരി

ച്ചതും രോഗികളോ രോഗാണുവാഹകരോ ആയ കൂടുതൽ പേർ വിദേശത്തുനിന്ന് എത്തിച്ചേർന്നതും കേരളത്തിലാണ്. മറ്റു സംസ്ഥാനങ്ങളെ അപേക്ഷിച്ച് പതിന്മടങ്ങ് ഭേദപ്പെട്ട നിലയിൽ രോഗവ്യാപനം നിയന്ത്രിച്ചുനിർത്താൻ കേരളത്തിനായി. ഈ മികവിനുപിന്നിൽ കാൽനൂറ്റാണ്ടത്തെ ജനകീയാസൂത്രണത്തിന്റെ അനുഭവക്കരുത്തുണ്ട്. കമ്യൂണിറ്റി കിച്ചനുകൾ സജ്ജീകരിക്കുന്നതുമുതൽ ഏറ്റവും ഒടുവിൽ, ഫസ്റ്റ് ലൈൻ ട്രീറ്റ്മെന്റ് സെന്ററുകൾ ഒരുക്കുന്നതിൽവരെ തദ്ദേശ സ്ഥാപനങ്ങൾ പിറകോട്ട് നിന്നില്ല.

നവകേരളത്തിന്റെ വികസന നേതൃത്വം

നവകേരള ദൗത്യത്തിന്റെ പശ്ചാത്തലത്തിൽ പുതിയൊരു വികസന സംസ്കാരം കരുപ്പിടിപ്പിക്കുന്നതിനുള്ള ശ്രമത്തിലാണ് തദ്ദേശ സ്ഥാപനങ്ങൾ. മഹാപ്രളയം മുതൽ കൊറോണ വൈറസ് വ്യാപനംവരെയുള്ള ദുരന്തങ്ങൾക്ക് ചരിത്രത്തിൽ സമാനതകളില്ല. ഈ പ്രതിസന്ധികളെ കേരളം അതിജീവിക്കുകയാണ്. ആർദ്രം ദൗത്യം പൊതുജനാരോഗ്യ സംവിധാനത്തിന്റെ യൗവനം തിരിച്ചുകൊണ്ടുവന്നിരിക്കുന്നു. രണ്ടേകാൽ ലക്ഷത്തിലധികം കുടുംബങ്ങൾക്ക് പാർപ്പിടം ഉറപ്പുവരുത്തി ലൈഫ് മുന്നേറുകയാണ്. വിവിധ സാമൂഹ്യ സുരക്ഷാ പെൻഷനുകൾ വാങ്ങുന്നവരുടെ എണ്ണത്തിൽ കഴിഞ്ഞ നാലു വർഷംകൊണ്ട് വലിയ വർദ്ധനയാണ് വന്നിരിക്കുന്നത്. പെൻഷൻതുക 600 ൽ നിന്ന് 1,300 രൂപയായി ഉയർത്തി. പൊതുവിദ്യാലയങ്ങൾ സംരക്ഷിക്കാൻ ജനങ്ങൾ അണിനിരന്നു. ഹരിത കേരള ദൗത്യം ഒരു പാരിസ്ഥിതിക നവോത്ഥാനത്തിന് നാന്ദി കുറിച്ചു. മാലിന്യപ്രശ്നത്തിന് വികേന്ദ്രീകൃതമായ രീതിയിൽ പരിഹാരം കാണാൻ കഴിഞ്ഞു. കൃഷിയുടെയും ജലസംരക്ഷണത്തിന്റെയും സംസ്കാരം തിരിച്ചുവന്നു. സുഭിക്ഷ കേരളം പദ്ധതിയുടെ ഭാഗമായി കൃഷി, മൃഗസംരക്ഷണം, ക്ഷീരവികസനം, മത്സ്യബന്ധനം എന്നീ മേഖലകളിൽ 3,860 കോടി രൂപയുടെ പദ്ധതികൾ നടപ്പാക്കുകയാണ്.

മുന്നനുഭവങ്ങളുടെ അഭാവമായിരുന്നു ജനകീയാസൂത്രണത്തിന്റെ തുടക്കത്തിലെ ഏറ്റവുംവലിയ വെല്ലുവിളി. ഒരു വർഷത്തിലേറെ നീണ്ടുനിന്ന തയ്യാറെടുപ്പുകൾക്കൊടുവിലാണ് ആദ്യ വാർഷിക പദ്ധതി തയ്യാറായത്. രാജ്യത്താദ്യമായി പദ്ധതിവിഹിതത്തിന്റെ 10 ശതമാനം സ്ത്രീകൾക്കുവേണ്ടി മാറ്റിവച്ചത് കേരളത്തിലെ തദ്ദേശസ്ഥാപനങ്ങളാണ്. കുടുംബശ്രീ സംവിധാനം പ്രാദേശിക വികസന പ്രക്രിയയിൽ സ്ത്രീകളുടെ സമഗ്രപങ്കാളിത്തം ഉറപ്പാക്കി. ഇ എം എസ് ഭവനപദ്ധതിയടക്കമുള്ള ബൃഹത്തായ സാമൂഹ്യ വികസനപദ്ധതികൾ യാഥാർത്ഥ്യമായി. അസാദ്ധ്യമായി കരുതപ്പെട്ട തൊണ്ണൂറു ശതമാനത്തിനു മുകളിൽ പദ്ധതി ച്ചെലവെന്ന ലക്ഷ്യവും നാം താണ്ടിയിരിക്കുന്നു.

അധികാര-ആസൂത്രണ വികേന്ദ്രീകരണം ജനാധിപത്യ സാധൂകരണം

1996 ലെ എസ് ബി സെൻ കമ്മിറ്റി (സത്യബ്രത സെന്നിന്റെ നിര്യാണശേഷം വി ജെ തങ്കപ്പൻ അദ്ധ്യക്ഷത വഹിച്ച അധികാര വികേന്ദ്രീകരണ കമ്മീഷൻ), 2009 ലെ ഡോ. എം എ ഉമ്മൻ അദ്ധ്യക്ഷത വഹിച്ച അധികാര വികേന്ദ്രീകരണ അവലോകനകമ്മിറ്റി, ഇപ്പോൾ തദ്ദേശഭരണ ഏകോപനം ഉൾപ്പെടെ പ്രക്രിയകൾക്ക് പിൻബലമായി പ്രവർത്തിച്ച ഡോ. സി പി വിനോദ് അദ്ധ്യക്ഷനായ തദ്ദേശ ഭരണകമ്മീഷൻ എന്നിവയുടെ റിപ്പോർട്ടുകൾ പഠന വിധേയമാക്കിയാൽ അധികാര-ആസൂത്രണ വികേന്ദ്രീകരണ സംബന്ധമായ നിലപാടുകളുടെ പരിണാമ വികാസം ബോദ്ധ്യമാകും.

ഇടതുപക്ഷ ജനാധിപത്യ മുന്നണി അധികാരത്തിൽ വന്നപ്പോഴെല്ലാം ജനാധിപത്യ സാധൂകരണ ലക്ഷ്യം മുൻനിർത്തിയുള്ള വീക്ഷണം പ്രാവർത്തികമാക്കിയിരുന്നു. അതിന്റെ ഗുണഫലം സദ്ഭരണ-അതിജീവന-ക്ഷേമസുരക്ഷാ രംഗങ്ങളിൽ പ്രത്യക്ഷത്തിൽ ദൃശ്യവുമായിരുന്നു. മുൻകാലങ്ങളിൽ നിന്ന് വ്യത്യസ്തമായി വകുപ്പുതല ഉദ്യോഗസ്ഥവൃന്ദത്തെയും തിരഞ്ഞെടുക്കപ്പെട്ട ജനപ്രതിനിധി സംവിധാനത്തെയും സംയോജിപ്പിച്ചുള്ള കൃത്യതയോടെയുള്ള കാര്യനിർവ്വഹണ സാദ്ധ്യത ഉറപ്പാക്കാനായി. വിഭവ ലഭ്യത-വിനിയോഗം-വികസന നടത്തിപ്പ് എന്നിവയിലും കൃത്യതയും സമയക്രമവും പരിപാലിക്കാനായി. അതിജീവന പ്രക്രിയയിൽ പങ്കാളിത്ത-സന്നദ്ധ പ്രവർത്തന മൂലധനത്തിന്റെ അനന്തസാദ്ധ്യത നമുക്ക് പ്രയോജനപ്പെടുത്താൻ കഴിഞ്ഞു. പ്രകൃതിദുരന്ത അതിജീവനവും പുനർജ്ജീവനവും തന്നെ ഇത് സാധൂകരിക്കും. ക്ഷേമസുരക്ഷാ രംഗങ്ങളിൽ മാതൃകാപരമായ നേട്ടങ്ങളാണ് ഉറപ്പാക്കാനായത്. ഇ എം എസ് ഭവന പദ്ധതിയിൽനിന്ന് ലൈഫ് ഭവന പദ്ധതിയിലേക്കുള്ള വികാസം, ക്ഷേമസുരക്ഷാ പെൻഷനുകളുടെ വർദ്ധനവും വിതരണവും, വിദ്യാഭ്യാസ-ആരോഗ്യ സേവനതുറകളിലെ തദ്ദേശഭരണ സ്ഥാപന ഇടപെടൽ, സാമൂഹ്യ വെല്ലുവിളി വിഭാഗങ്ങളുടെ അതിജീവനം എന്നിവ ഇതിന് തെളിവാണ്.

കഴിഞ്ഞ നാല് വർഷങ്ങളിൽ കേരള സമൂഹം നേരിട്ട പ്രതിസന്ധി ഘട്ടങ്ങളെയെല്ലാം മറികടക്കുന്നതിൽ കാൽനൂറ്റാണ്ടു കാലംകൊണ്ട് തദ്ദേശഭരണ സ്ഥാപനങ്ങൾ ആർജ്ജിച്ച ഊർജ്ജവും ശേഷിയുമാണ് തുണച്ചത്. അതിനൊപ്പം തന്നെ നിർണ്ണായകമായത് കേരളം സമാർജ്ജിച്ചതും നിക്ഷേപിച്ചതുമായ നിർല്ലോപ ബഹുജന പങ്കാളിത്തത്തിന്റെയും മാനവവിഭവശേഷിയുടെയും സാമൂഹ്യമൂലധനസമ്പത്താണ്. ഈ ഘടകങ്ങളെ കൂടുതൽ ദിശാബോധത്തോടെ കരുത്താക്കിമാറ്റാനും ഉപയോഗപ്പെടുത്താനും വരുംകാലത്ത് കഴിയേണ്ടതുണ്ട്.

രണ്ടാം ഘട്ടം സുവർണ്ണഘട്ടം

ജനകീയാസൂത്രണത്തിന്റെ രണ്ടാം ഘട്ടം അതിന്റെ സുവർണ്ണഘട്ടമായി മാറിയിരിക്കുന്നു. കേരളത്തിന്റെ മാതൃകയെ പുതിയ കാലത്തിന്റെ വെല്ലുവിളികൾ നേരിടുന്നതിന് പര്യാപ്തമാക്കാനാണ് സർക്കാർ ശ്രമിക്കുന്നത്. പദ്ധതി രൂപീകരണം സെപ്തംബർ, ഒക്ടോബർ മാസങ്ങൾവരെ നീണ്ടുപോയിരുന്ന സ്ഥാനത്ത്, 2018-19 വാർഷികപദ്ധതി 2018 മാർച്ച് അവസാനത്തോടെ തയ്യാറായി. ആദ്യപ്രവൃത്തി ദിവസം തന്നെ നിർവ്വഹണം ആരംഭിച്ചു. സമയം ലഭിച്ചതോടെ പദ്ധതികളുടെ ഗുണനിലവാരത്തിലും നിർവ്വഹണ മികവിലും മാറ്റം പ്രകടമായി. 2016-17 ൽ സംസ്ഥാന ബജറ്റ് വിഹിതം 23 ശതമാനത്തിൽ താഴെയായിരുന്നത് 2020-21 ൽ 25 ശതമാനമായി വർദ്ധിപ്പിച്ചു. പ്രളയത്തിൽ തകർന്ന ഗ്രാമീണ റോഡുകളുടെ പുനരുദ്ധാരണത്തിനായി മുഖ്യമന്ത്രിയുടെ തദ്ദേശ റോഡ് പുനരുദ്ധാരണ പദ്ധതിപ്രകാരം 961 കോടി രൂപയും റീബിൽഡ് കേരള പദ്ധതിയിൽനിന്ന് 481 കോടി രൂപയും പ്രത്യേകമായി അനുവദിച്ചിട്ടുണ്ട്. ആധുനിക കേരളത്തിന്റെ ശില്പിയായ ഇ എം എസാണ് ജനകീയാസൂത്രണത്തിന്റെ സങ്കല്പം രൂപപ്പെടുത്തിയത്.

നവകേരള നിർമ്മിതിയുടെ ഭാഗമായി പ്രഖ്യാപിതമായത് നാല് മിഷനുകളാണ്. ഇവനാലും തനത് നിർവ്വഹണച്ചുമതലയിലല്ല രൂപീകൃതമായത്. പൊതുസേവന സംവിധാനത്തെ നിരാകരിച്ചുകൊണ്ടോ മാറ്റി സ്ഥാപിച്ചുകൊണ്ടോ ആയിരുന്നില്ല. യൂണിയൻ ഗവൺമെന്റുകൾക്ക് ഭരണനേതൃത്വം വഹിച്ച യു പി എ - എൻ ഡി എ മുന്നണികളുടെയും കേരളത്തിലെ യു ഡി എഫിന്റെയും നയത്തിന് വിരുദ്ധമായ ഇടതുപക്ഷ മുന്നണിയുടെ ബദൽ നയമാണിവിടെ പ്രകടമായത്.

ഈ മിഷനുകളിൽ എല്ലാം പദ്ധതി ആവിഷ്കരണം, നിരീക്ഷണം, അവലോകനം, നിയന്ത്രണം തുടങ്ങിയ ചുമതലകൾ അതാത് മേഖലകളിലും തലങ്ങളിലും യഥാക്രമമുള്ള തദ്ദേശഭരണ സ്ഥാപനങ്ങൾക്കാണ് ഭരമേല്പിച്ചത്. അതിന്റെ ഗുണഫലമാണ് ഫാമിലി ഹെൽത്ത് സെന്ററുകൾ (കുടുംബാരോഗ്യ കേന്ദ്രങ്ങൾ), കമ്യൂണിറ്റി ഹെൽത്ത് സെന്ററുകൾ, താലൂക്ക്-ജില്ലാ ആശുപത്രികൾ എന്നിവയുടെ പ്രവർത്തനമികവ്. കേരളത്തിലെ 52% ജനങ്ങൾ ഇന്ന് പൊതുജനാരോഗ്യ സേവന സംവിധാനത്തെയാണ് ആശ്രയിക്കുന്നത്. 45,000 ക്ലാസ്മുറികൾ മികവുറ്റ നിലവാരത്തിൽ വിവരസാങ്കേതിക ഉപാധികളോടെ പ്രാപ്യമാക്കാനായി. എല്ലാ വിദ്യാലയങ്ങളുടെയും പശ്ചാത്തല-നിർവ്വഹണ സൗകര്യം മികവുറ്റതാക്കി. 4.5 ലക്ഷം കുട്ടികൾ പൊതുവിദ്യാലയങ്ങളിലേക്ക് പുതിയതായെത്തിച്ചേർന്നു. ലൈഫ് മിഷൻ പദ്ധതിയിലൂടെ 2.65 ലക്ഷം പാർപ്പിടങ്ങളാണ് ഒരുക്കി നല്കിയത്. ഇതിനുപുറമെയാണ് തിരുവനന്തപുരം ജില്ലാ പഞ്ചായത്തിന്റെ തണൽഭവന-ലക്ഷംവീട് ഒറ്റവീടാക്കൽ പദ്ധതി ഉൾപ്പെടെ മാതൃകാപരമായി നടപ്പാക്കാനായത്. സാന്ത്വന പരിചരണ രംഗത്തും മാലിന്യസംസ്കരണ രംഗത്തും ഏറെ ഫലപ്രദമായ ഇടപെട

ലിനും സാദ്ധ്യമായിട്ടുണ്ട്. ഹരിത കേരളമിഷൻ സംസ്ഥാനത്തൊമ്പാടും "വെള്ളം, വൃത്തി, വിളവ്" എന്ന മുദ്രാവാക്യം ഉയർത്തിക്കൊണ്ട് പ്രാവർത്തികമാക്കിയതിലൂടെ നാടിന്റെ മണ്ണും ജലവും കാലാവസ്ഥയും സംരക്ഷിക്കാതെ, പൊതുമുതലുകളായി പരിപാലിക്കാനും ജൈവവൈവിദ്ധ്യത്തെ ഊട്ടിവളർത്താനുമുള്ള നിർണ്ണായക പരിശ്രമമാണ് മുന്നേറിയത്.

2018 ലെ പ്രളയത്തിനും 2020 ലെ മഹാമാരിക്കും ശേഷം നാടിനെ പുനർനിർമ്മിക്കുന്നതിനുള്ള ദൗത്യത്തിലും തദ്ദേശഭരണസ്ഥാപനങ്ങൾക്ക് വലിയ പങ്കാണുള്ളത്. വന്യവും മാനവികവും സാമ്പത്തികവുമായ ത്രിത്വത്തെ അടിസ്ഥാനമാക്കി സസ്യജന്തു മനുഷ്യ സുസ്ഥിര സ്വാസ്ഥ്യവും വികസനവും മുൻനിർത്തിയുള്ള സമഗ്രനയം നടപ്പാക്കാനുതകുന്നതാകണം വരുംകാല തദ്ദേശഭരണ സംവിധാനം. കേവല പ്രചാരണയത്നത്തിനപ്പുറം സ്ഥായിത്വ നിർവ്വഹണലക്ഷ്യത്തിലേക്കുള്ള പരിണതിക്ക് നാം ജില്ലാ പദ്ധതി രൂപീകരണത്തിലൂടെ തുടക്കമിട്ടു. ഈ സാദ്ധ്യതകളെയെല്ലാം സമഗ്രതയോടെ സുസ്ഥിരതയോടെ മുന്നോട്ടു നയിക്കാനുള്ള ജനകീയ ജനാധിപത്യ സംവിധാനമാകണം പുതിയ തദ്ദേശ ഭരണ സ്ഥാപനങ്ങൾ.

അധികാര വികേന്ദ്രീകരണവും ഉദ്ഗ്രഥിത വികസനവും കേരള മാതൃക

പ്രൊഫ. സി രവീന്ദ്രനാഥ്

അധികാര വികേന്ദ്രീകരണത്തിന്റെ 25 വർഷങ്ങൾ കടന്നുപോയി, അധികാര വികേന്ദ്രീകരണം അക്ഷരാർത്ഥത്തിൽ സാർത്ഥകമായത് കേരളത്തിലാണ്. അത് എന്തുകൊണ്ട് എന്ന ചോദ്യം ഏറ്റവും പ്രസക്തവുമാണ്. കേരളത്തിൽ ഇടതുപക്ഷ ജനാധിപത്യ മുന്നണി സർക്കാർ അതിന്റെ ബദൽ സാമ്പത്തിക-വികസന നയം നടപ്പിലാക്കുന്നു എന്നതുകൊണ്ടാണ്. കാരണം അധികാര വികേന്ദ്രീകരണം എന്ന വാക്കുകൊണ്ട് ഉദ്ദേശിക്കുന്നത് ഭരണകൂടത്തിന്റെ ജനാധിപത്യവല്ക്കരണവും, അതിലൂടെ ഏറ്റവും താഴേതട്ടിൽ ഏറ്റവും ജനകീയ ഭരണം പ്രാവർത്തികമാക്കുകയും ജനാധിപത്യ ഫെഡറലിസം നിലനിർത്തുകയും ചെയ്യുക എന്നതാണ്.

അധികാരം കേന്ദ്രീകരിക്കുന്തോറും നേരത്തേ സൂചിപ്പിച്ച താഴേത്തട്ടിലുള്ള ജനകീയ ഭരണകൂടം അപ്രസക്തമാകും അതോടെ പ്രാദേശിക വികസനവും അപ്രസക്തമാകും. പ്രാദേശിക വികസനത്തിന്റെ സമഷ്ടിയിലാണ് ഒരു സംസ്ഥാനത്തിന്റെ വികസനം, സംസ്ഥാനങ്ങളുടെ വികസനത്തിന്റെ സമഷ്ടിയിലാണ് രാജ്യത്തിന്റെ വികസനം എന്ന ഫെഡറൽ ആശയം നടപ്പിലാക്കണമെങ്കിൽ പ്രാദേശിക തലത്തിൽ ഒരു ജനകീയ ഭരണകൂടമുണ്ടാകണം, ജനങ്ങൾക്ക് നയിക്കാൻ പറ്റുന്ന ഭരണാശയങ്ങളും ഭരണ നിർവ്വഹണ പദ്ധതികളും ഉണ്ടാകണം. അവിടെയാണ് യഥാർത്ഥ ജനാധിപത്യത്തിന്റെ സ്വാദ് നമുക്ക് ആസ്വദിക്കാൻ കഴിയുക. അധികാര വികേന്ദ്രീകരണമെന്നത് ഭരണകൂടങ്ങളുടെ ജനാധിപത്യവല്ക്കരണമാണ്. പക്ഷേ, ഇന്ന് നമ്മളതിൽ നിന്നു മാറി പൂർണ്ണമായ കേന്ദ്രീകരണം കണ്ടുകൊണ്ടിരിക്കുകയാണ് അങ്ങനെ കേന്ദ്രീകരണ സ്വഭാവം വന്നുകൊണ്ടിരിക്കുമ്പോൾ തന്നെ കേരളത്തിൽ അധികാര വികേന്ദ്രീക

രണത്തിലൂടെ ലക്ഷ്യമിട്ട പ്രാദേശിക ഭരണകൂടം സാർത്ഥകമാവുകയാണ്. അതാണ് ബദൽ നയത്തിന്റെ പ്രത്യേകത. ഇവിടെ കേന്ദ്രീകരണ നയം അല്ലെങ്കിൽ സാമ്പത്തിക നയം (New Economic Policy) അല്ല, അവയനുസരിച്ചുള്ള വികസനനയവുമല്ല അതിന്റെ ബദലാണ് നടപ്പിലാക്കുന്നത്. അതുകൊണ്ടാണ് പ്രാദേശിക നയത്തിന് കൂടുതൽ ഊന്നൽ നല്കുകയും ജനകീയാസൂത്രണം എന്ന ആശയം തന്നെ കേരളത്തിൽ ഉടലെടുക്കുന്നത്. ലോകത്ത് ആദ്യമായിട്ട് ജനങ്ങൾ ആസൂത്രണം ചെയ്യുന്ന പ്രാദേശിക ഭരണകൂടത്തിനൊരു പദ്ധതി രേഖ, ആസൂത്രണ ബോർഡിൽ നിന്നൊക്കെവിട്ട് പഞ്ചായത്ത് എന്ന് പറയുന്ന ഭരണകൂടത്തിനൊരു പദ്ധതിരേഖ ഉണ്ടാകണം എന്ന് സ്വപ്നം കണ്ടതും യാഥാർത്ഥ്യമാക്കിയതും കേരളമാണ്.

കൂടുതൽ ചരിത്രത്തിലേക്ക് കടക്കുന്നില്ല. മറിച്ച് അത്തരമൊരു ആശയം നടപ്പിലാക്കണമെങ്കിൽ ഒരു ബദൽ സാമ്പത്തിക-വികസന കാഴ്ചപ്പാട് ആവശ്യമാണ് എന്നിവിടെ സൂചിപ്പിക്കുകയാണ്. അഖിലേന്ത്യാ തലത്തിലുള്ള സാമ്പത്തിക നയത്തിന്റെ കാഴ്ചപ്പാടതല്ല. അതുകൊണ്ടാണ് ഗ്രാമപഞ്ചായത്തുകളെ മറ്റിടങ്ങളിൽ ഇത്തരത്തിൽ അക്ഷരാർത്ഥത്തിലുള്ള ഭരണകൂടമാക്കി മാറ്റാൻ കഴിയാത്തത്. അതുകൊണ്ട് പ്രാദേശിക ഭരണകൂടം വേണം എന്ന് ആഗ്രഹിക്കുന്നവർ അത് നടപ്പിലാക്കുന്ന ആശയ പരിസരം സൃഷ്ടിക്കുന്ന ബദൽ വികസന നയവും വേണമെന്ന് ആഗ്രഹിക്കുന്നത്. അവിടെയാണ് കേരളത്തിന്റെ പ്രസക്തി വരുന്നത്.

അങ്ങനെ കേരളത്തിൽ ഇടതുപക്ഷ ജനാധിപത്യ മുന്നണി സർക്കാർ ജനകീയാസൂത്രണത്തിലൂടെ തുടങ്ങിവെച്ചത് കൂടുതൽ സാർത്ഥകമാക്കാൻ ശ്രമിക്കുന്നതിനെത്തുടർന്ന് അധികാരവും സമ്പത്തും പഞ്ചായത്തിനു കൊടുക്കുകയും കൂടുതൽ ആശയങ്ങൾ താഴേക്കു കൊടുക്കാനുള്ള ശ്രമം നടക്കുകയും ചെയ്യുന്നു. അങ്ങനെയാണ് എല്ലാവർക്കും ഭക്ഷണം, വീട്, വിദ്യാഭ്യാസം, ആരോഗ്യം, എന്നുള്ള ആശയങ്ങളൊക്കെ വരുന്നത്. ഒരു ഫണൽ പോലെയാണ്, താഴെത്തട്ടിൽ ഒരു മാസ്റ്റർ പ്ലാൻ ആയാൽ ആ പ്ലാനിലേക്ക് എല്ലാ വിഭവങ്ങളും എത്തും, അതിനെയാണ് ഉദ്ഗ്രഥനം (integration) എന്ന് പറയുന്നത്.

വിവിധ വകുപ്പുകളുടെയും സമ്പത്തിന്റെയും ഉദ്ഗ്രഥനത്തിലൂടെ പ്രാദേശിക വികസനത്തിന്റെ സാദ്ധ്യതകൾ ഒരുങ്ങുകയാണ്. അങ്ങനെയാണ് പലയിടത്തും ഇത്തരത്തിലുള്ള ഉദ്ഗ്രഥന സാദ്ധ്യതകൾ വന്നത്. അതുതന്നെയാണിപ്പോൾ കോവിഡ് മഹാമാരിയെ തടഞ്ഞുനിർത്താൻ ശ്രമിക്കുന്ന "ആർദ്രം മിഷൻ" എന്ന പദ്ധതിയുടെ അടിസ്ഥാനവും. വിവിധ ഉറവിടങ്ങളെ ഉദ്ഗ്രഥിച്ചുകൊണ്ട് ഒരു ഗ്രാമത്തിലെ ഒരു ചെറിയ ആശുപത്രി (Public Health Centre) എന്നതിൽനിന്നും അതിന്റെ രൂപവും ഭാവവും മാറി കുടുംബ ആരോഗ്യ കേന്ദ്രം എന്ന ജനകീയതലം അതിനുണ്ടായിരിക്കുകയാണ്. ഇത് കേന്ദ്രതലത്തിൽ പറ്റില്ല. എത്രകണ്ട് വികേന്ദ്രീകരിക്കപ്പെടുന്നുവോ അത്രകണ്ട് കുടുംബ ആരോഗ്യം എന്ന പദ്ധതി

യിലേക്ക് എത്തിക്കാൻ കഴിയും. അതുതന്നെയാണ് "ലൈഫ് മിഷൻ" ആശയവും. എത്രയോ പാർപ്പിട പദ്ധതികളുണ്ട്. അവയൊക്കെ ഭിന്നിച്ചു പോകുന്നതിനു പകരം അത്തരം പദ്ധതികളെയൊക്കെ ഉദ്ഗ്രഥിപ്പിച്ചു കൊണ്ട് ഒരു ഫണലിന്റെ ആകൃതിയിൽ വിഭവങ്ങൾ എത്താനുള്ള സാദ്ധ്യതകൾ ഒരുക്കുമ്പോൾ എല്ലാവർക്കും വീട് എന്ന ലക്ഷ്യത്തിൽ എത്താൻ കഴിയും.

ഒരുകാലത്ത് സ്വപ്നം കാണുക മാത്രമുണ്ടായിരുന്ന ലക്ഷ്യങ്ങൾ യാഥാർത്ഥ്യമാകുന്ന സന്ദർഭത്തിലേക്കാണ് വരുന്നത്. കാർഷിക മേഖല വികസിക്കണമെങ്കിൽ തീർച്ചയായും അടിത്തട്ടിൽ തന്നെ ഒരു കാഴ്ച പ്പാടും പദ്ധതിയും ഉണ്ടാകേണ്ടതുണ്ട്. അത് പഞ്ചായത്തിനുണ്ടാക്കാൻ പറ്റിയത് ഇപ്പോഴാണ്. മാസ്റ്റർ പ്ലാൻ എന്നു പറയുന്ന സങ്കല്പനം തന്നെ ഈ കഴിഞ്ഞ നാല് നാലരവർഷക്കാലം പഞ്ചായത്തുകളിൽ ഉണ്ടാവു കയും ആ മാറ്റം കേരളത്തിന്റെ തദ്ദേശസ്വയംഭരണ സ്ഥാപനങ്ങളുടെ പ്രസക്തി വർദ്ധിപ്പിക്കുകയും ചെയ്തു. യഥാർത്ഥത്തിൽ സമാനതകളി ല്ലാത്ത വികസനമാണ് ഇന്ന് തദ്ദേശസ്വയംഭരണ സ്ഥാപനങ്ങളിൽ നട ക്കുന്നത്. കോവിഡ് മഹാമാരി വന്നപ്പോൾ, പരീക്ഷകൾ നടത്തിക്കുവാൻ പ്രശ്നം വന്നപ്പോൾ, പ്രളയം വന്നപ്പോൾ അങ്ങനെ ഏതു പ്രശ്നം വരു മ്പോഴും തദ്ദേശ സ്വയംഭരണ സ്ഥാപനങ്ങൾ നിർവ്വഹണ നേതൃത്വം ഏറ്റെ ടുക്കുന്നു. വരൾച്ച വരുമ്പോൾ കാര്യക്ഷമമായി ഇടപെടുന്നു. അത്തര ത്തിൽ യഥാർത്ഥ ഭരണകൂടമായിട്ട് മാറുകയും അവിടെ പ്രാദേശിക വിക സനം സാർത്ഥകമാക്കുകയുമാണ്.

പ്രാദേശിക-വികസന സങ്കല്പനങ്ങൾ പരസ്പരം ലയിക്കപ്പെടുവാ നുള്ള സാമൂഹിക സാമ്പത്തിക പരിസരമൊരുങ്ങുകയാണ്. ഇവിടെയാണ് നാലരവർഷക്കാലത്തെ തദ്ദേശ സ്വയംഭരണ സ്ഥാപനങ്ങളുടെ വളർച്ച നമ്മൾ കാണേണ്ടത്. ഈ പറഞ്ഞ സങ്കല്പത്തിലുമുള്ള നേതൃത്വം കേരള ത്തിലെ തദ്ദേശ സ്വയംഭരണ സ്ഥാപനങ്ങളുടെ വളർച്ചയ്ക്ക് വളരെയ ധികം ശക്തിയും ഊർജ്ജവും പകർന്നിട്ടുണ്ട്. അത് പ്രോജ്ജ്വലമായി ട്ടുണ്ട് എന്നത് വ്യക്തമാണ്. ഇത് പഠിക്കപ്പെടേണ്ടതാണ്. ജനകീയാസൂ ത്രണം ലോകം മുഴുവൻ പഠിച്ചത് നമുക്ക് ഓർമ്മയുണ്ട്. എന്നാൽ പലരും പഠിച്ചുവെച്ചിരിക്കുന്നത്, ആസൂത്രണം കേന്ദ്രീകൃതമാകണം എന്ന് മാത്ര മാണ്, അത് വേണം. അതിന് വേറൊരു തലമുണ്ട്. അത്തരത്തിൽ തന്നെ ചർച്ച ചെയ്യപ്പെടേണ്ടുന്ന വിഷയവുമാണ് പക്ഷേ, താഴേത്തട്ടിലും അത് കഴിയുമെന്നും അതിന്റെ പുഷ്ടിയിലൂടെയാണ് ഒരു സംസ്ഥാനത്തിന്റെ ആസൂത്രണ-വികസന പ്രക്രിയകൾ വേണ്ടതെന്നും തെളിയിച്ചു.

നാം കേരളത്തിൽ ജനകീയ ആസൂത്രണത്തിന്റെ അതേ കാഴ്ചപ്പാ ടിലൂടെ പ്രാദേശിക വികസനത്തിന് യഥാർത്ഥമാനങ്ങളുണ്ടാക്കിയ അന ന്യമായ സംഭാവനകൾ നല്കിയ യഥാർത്ഥ വികസന പ്രക്രിയ ഇവിടെ നടന്നു എന്നുള്ളത് അക്ഷരാർത്ഥത്തിൽ നമ്മളെയെല്ലാം അത്ഭുതപ്പെടു ത്തേണ്ട സമാനതകളില്ലാത്ത ഒന്നാണ്. പ്രാദേശിക വികസനത്തിന്റെ

സുവർണ്ണ കാലഘട്ടമാണ് കടന്നുപോയത്. ആ കാലഘട്ടത്തിന്റെ നേട്ട ങ്ങളനുഭവിക്കുന്ന നമ്മളെല്ലാം പ്രാദേശിക വികസനം ഈ രീതിയിൽ ഇനിയും ധാരാളം മുന്നോട്ടു പോകണമെന്ന്, ആഗ്രഹിക്കണം. കാരണം ഒരു സംസ്ഥാനത്തിന്റെ വികസനത്തിന്റെ ഭൂമിക പ്രാദേശിക വികസന ത്തിന്റെ സമഗ്രതയാണ്.

ആ രീതിയിലുള്ള കേരളത്തിലെ തദ്ദേശ സ്വയംഭരണ സ്ഥാപന ങ്ങളുടെ മേഖലകളിലെ വികസന പ്രവർത്തനങ്ങൾ പോലെതന്നെ കോർപ്പറേഷനുകളുടെയും മുനിസിപ്പാലിറ്റികളുടെയും വികസനം നഗ രങ്ങളാണ് എന്നിരിക്കെതന്നെ അവിടത്തെ പ്രാദേശിക വികസനത്തിന്റെ യഥാർത്ഥത്തിലുള്ള മേഖലയാക്കി മാറ്റുകയാണ്. അതുകൊണ്ട് തന്നെ ഈ കഴിഞ്ഞ നാലരവർഷക്കാലത്തെ കേരളത്തിന്റെ തദ്ദേശസ്വയംഭരണ സ്ഥാപനങ്ങളുടെയും തദ്ദേശ വകുപ്പുകളുടെയും മറ്റെല്ലാ വകുപ്പുക ളെയും ഉദ്ഗ്രഥിപ്പിക്കുവാനുള്ള കാഴ്ചപ്പാടോടുകൂടിയ പ്രവർത്തനം മാതൃ കാപരമാണ്. ഇതാണ് ബദൽ, ഇത് നമുക്ക് ലോകത്തെങ്ങും കാണാൻ കഴിയില്ല. പ്രാദേശിക വികസനം നടക്കുന്ന പല സ്ഥലങ്ങളുമുണ്ട്. പക്ഷേ, അവയിൽ ഏത് രാജ്യത്തെയും സംസ്ഥാനങ്ങളിലെയും പ്രാദേശിക വിക സനത്തെക്കുറിച്ച് പഠിച്ചാലും ഇങ്ങനെ ഒന്ന് നമുക്ക് കാണാൻ കഴിയില്ല. കാരണം അത് നമ്മുടെ ബദൽ നയത്തിലൂടെ ഉല്പാദിപ്പിക്കപ്പെട്ടതാണ്. വികസനം എന്നതിന് നാല് ഘട്ടങ്ങളുണ്ട്:

- ഉല്പാദനത്തിന്റെ വർദ്ധനവ്
- സമ്പത്തിന്റെ നീതിപൂർവ്വകമായ വിതരണം
- പാരിസ്ഥിതികമായ സന്തുലനം
- സാമൂഹികമായ സുസ്ഥിര.

ഇത് നാലും ചേർന്ന വികസനത്തെയാണ് സുസ്ഥിര വികസനം എന്ന് പറയുന്നത്. അതാണ് യഥാർത്ഥ വികസനവും. ജനങ്ങളുടെ മന സ്സിലുള്ള സങ്കല്പം, അത് യാഥാർത്ഥ്യമാക്കാനുള്ള ശ്രമം ശ്ലാഘനീയ മാണ്. കേരളത്തിലെ ജനങ്ങളുടെ മനസ്സ് നിറഞ്ഞ് നില്ക്കുന്നത് പകർത്ത പ്പെടേണ്ടതാണ്. അത് അനുകരണീയമാണ് എന്നതുകൊണ്ടാണ് പകർത്തപ്പെടേണ്ടത് എന്ന് പറയുന്നത്. നാളെ തീർച്ചയായും കേരള ത്തിലെ ഈ നാലരവർഷക്കാലത്തെ പ്രാദേശികവികസന രംഗത്തെ പ്രവർത്തനങ്ങളെ ആഴത്തിൽ ശാസ്ത്രീയമായി പഠിക്കപ്പെടുകയും ഗവേഷണ പ്രബന്ധങ്ങൾ ധാരാളമായി ഉണ്ടാകുകയും ചെയ്യും. സാധാരണ ജനങ്ങളുടെ മനസ്സിൽ അതിനേക്കാൾ വലിയ ഗവേഷണ ങ്ങളും അവബോധവും ഉണ്ടാവും.

ഇത്തരമൊരു സമഗ്ര സമീപനത്തിന്റെ പ്രായോഗിക പരീക്ഷണ ശാല രൂപപ്പെടുത്തുകയായിരുന്നു മറ്റത്തൂർ ഗ്രാമപഞ്ചായത്തിലെയും കൊടകര ബ്ലോക്കിലെയും ജനകീയാസൂത്രണ പ്രക്രിയ വഴി 1997–2001 കാലയളവിൽ ശ്രമിച്ചത്. അതിന്റെ ഉദ്ഗ്രഥിതമായ വികാസ പരിണതി യാണ് തുടർന്നുള്ള പദ്ധതിക്കാലത്ത് ഒട്ടൊക്കെ പ്രതികൂല രാഷ്ട്രീയ

പശ്ചാത്തലത്തിലാണെങ്കിലും കൊടകര ബ്ലോക്ക് പഞ്ചായത്തിലെ സംയോജിത വികസന പദ്ധതി നടത്തിപ്പ്. പ്രാഥമിക കാർഷിക ഉല്പാദന മേഖല, ഉല്പന്ന സംഭരണം, സംരക്ഷണം വിതരണം, വിപണനം ഉൾപ്പെടെയുള്ളവയിൽ തദ്ദേശീയ പങ്കാളിത്ത നിർവ്വഹണം, വിദ്യാഭ്യാസ -ആരോഗ്യ-സാംസ്കാരിക സേവന സംവിധാനവുമായി ഏകോപിപ്പിച്ചുള്ള നടത്തിപ്പ്, സംരംഭക സംഘങ്ങളുടെ രൂപീകരണവും വിപുലീകരണവും ശാക്തീകരണവും ഉൾപ്പെടെ ഇതിന്റെ ഭാഗമായി മാറി.

വിവിധ തലങ്ങളിൽ ശിഥിലീകൃതമായി പോയേക്കാമായിരുന്ന വിഭവങ്ങൾ സംയോജിപ്പിക്കാനും കൂടുതൽ ഫലദായകമാക്കാനും ഇതിലൂടെ സാദ്ധ്യമായി. വകുപ്പുതല സ്ഥാപന സംവിധാനങ്ങളും ഉദ്യോഗസ്ഥവൃന്ദവും തദ്ദേശഭരണ സ്ഥാപനങ്ങളും തമ്മിലുണ്ടായിരുന്ന അകൽച്ചയും ഭിന്നതയും അവിശ്വാസവും ഇല്ലാതാക്കി സ്വാഭാവിക കൂട്ടായ്മ സൃഷ്ടിക്കാൻ കഴിഞ്ഞു. ആവർത്തിക്കപ്പെടുന്ന പദ്ധതി നിർദ്ദേശങ്ങളിലൂടെയുണ്ടാകാമായിരുന്ന പാഴ്ച്ചെലവും ഫലശൂന്യതയും ഒഴിവാക്കപ്പെട്ടു. വിഭവശോഷണവും പരിമിതിയുംമൂലം പദ്ധതികൾ ഏറ്റെടുക്കുന്നതിലുണ്ടായിരുന്ന ആത്മവിശ്വാസക്കുറവ് പരിഹരിക്കപ്പെട്ടു. സമഗ്രവും ഉദ്ഗ്രഥിതവും പ്രായോഗികവുമായ പദ്ധതിയിലൂടെ വിഭവ വിനിയോഗം നടത്തിയാൽ ഉണ്ടാകാവുന്ന ഗുണനേട്ടങ്ങൾ ജനസമൂഹത്തിന് നേരിട്ട് അനുഭവ വേദ്യമായി മാറി.

നൂതന സംരംഭങ്ങളുടെ വഴിവെട്ടിത്തുറക്കുകയായിരുന്നു ഏറ്റവും നിർണ്ണായകം. പ്രാഥമിക വിദ്യാഭ്യാസ-പ്രാഥമികാരോഗ്യ സേവന കേന്ദ്രങ്ങളുടെ ഗുണനിലവാരം ഉയർത്താനുള്ള സാദ്ധ്യത ഉറപ്പാക്കാനായതാണ് ആദ്യഘട്ടം. ഇതാകട്ടെ പൂർവ്വവിദ്യാർത്ഥികൾ, പ്രാദേശിക വിദ്യാഭ്യാസ പ്രവർത്തകർ, വിദ്യാഭ്യാസ വികസന സമിതികൾ, മാതൃസംഘങ്ങൾ, അയൽക്കൂട്ടങ്ങൾ തുടങ്ങിയവയുടെ സംയോജിത ഇടപെടലിലൂടെയും അദ്ധ്യാപകരുടെയും രക്ഷിതാക്കളുടെയും സഹകരണത്തിലൂടെയുമാണ് സാദ്ധ്യമായത്. കേവലം അദ്ധ്യയന മികവുമാത്രമായിരുന്നില്ല പശ്ചാത്തലസൗകര്യം, ആരോഗ്യസുരക്ഷ, പോഷകാഹാരലഭ്യത, കലാകായിക മികവ് എന്നിവയിലെല്ലാം ശ്രദ്ധേയ നേട്ടം കൈവരിക്കപ്പെട്ടു. സ്കൂൾ ഹെൽത്ത് പ്രോഗ്രാം ഇനിയും മുന്നേറേണ്ടതായുണ്ട്.

പ്രാഥമിക ഉല്പാദന രംഗത്തെ നിർണ്ണായക ഇടപെടലിലായിരുന്നു സമഗ്ര കാർഷിക സംരംഭകത്വം. നെല്ല്, വാഴ, തെങ്ങ്, ഇടവിളകൾ എന്നിവയ്ക്കു പുറമെ ജൈവപച്ചക്കറി ഉൾപ്പെടെ ഉല്പാദനത്തിലേക്ക് കടക്കാനായി. കദളിവാഴ കൃഷിയിൽ കുതിച്ചുചാട്ടമാണ് സംഭവിച്ചത്. അന്തർദ്ദേശീയ മാനദണ്ഡങ്ങൾ കണക്കിലെടുത്ത് ഉല്പന്ന കയറ്റുമതിയിലേക്കുൾപ്പെടെ എത്തിച്ചേരാൻ കഴിഞ്ഞു. ഒപ്പം കാർഷിക രംഗത്തെ 'തരക്' സമ്പ്രദായം (ഇടനിലക്കാർ) ഇല്ലാതാക്കാനും വിപണി ചാഞ്ചാട്ടത്തിൽനിന്ന് കൃഷിക്കാരെ സംരക്ഷിക്കാനും സാധിച്ചു. മൂല്യവർദ്ധിത ഉല്പന്ന നിർമ്മിതിയിലേക്കുള്ള ചുവടുമാറ്റവും ഇതിനൊപ്പം കഴിഞ്ഞു.

സമഗ്ര പൊതു ജനാരോഗ്യ ശുചിത്വ സംരംഭം ഏറ്റെടുക്കാനും മാലിന്യസംസ്കരണവും പരിപാലനവും, കുടുംബാരോഗ്യ കേന്ദ്രം പ്രവർത്തനവും, കുടിവെള്ള ലഭ്യതാ ശൃംഖലയും ഇതിനൊപ്പം ഉറപ്പാക്കാനായത് വലിയ നേട്ടമാണുണ്ടാക്കിയത്. ജൈവഖരമാലിന്യങ്ങൾ ഉറവിട സംസ്കരണം ഉറപ്പാക്കി പ്രാദേശിക സർക്കാരുകൾ തീരുമാനം നടപ്പാക്കി. അജൈവ മാലിന്യ സംഭരണം, ശേഖരണം, സംസ്കരണം, പരിപാലനം എന്നിവയ്ക്ക് ക്ലീൻ കേരള കമ്പനിയുമായി ശൃംഖലകരാർ ഉറപ്പാക്കി. ആർ ആർ എഫ് മാതൃകാപരമാക്കി മാറ്റി. ജല ദൗർലഭ്യത രൂക്ഷമാവുന്നിടങ്ങളിൽ തദ്ദേശീയ സ്രോതസ്സുകളെ അവലംബിച്ച് പങ്കാളിത്ത മാതൃകയിൽ ജലനിധി പദ്ധതിവഴി കുടിവെള്ളം ഉറപ്പാക്കി. പ്രാഥമിക രോഗചികിത്സാ കേന്ദ്രമെന്ന നിലയിൽ പൂർണ്ണസമയ വിദഗ്ദ്ധ സേവനത്തോടെ കുടുംബാരോഗ്യ കേന്ദ്രം പ്രാവർത്തികമാക്കി.

ഇതെല്ലാം ഉറവെടുത്തുവരുന്ന വിധം താഴേത്തട്ടിൽ നിന്ന് പദ്ധതി രൂപീകരണം, പഞ്ചായത്തുതല സംയോജനം, വകുപ്പുതല ഉദ്ഗ്രഥനം, മുൻ-പിൻ ബന്ധം, മേൽത്തട്ട്-കീഴ്ത്തട്ട് പാരസ്പര്യം, സാങ്കേതിക പരിപാലന പിന്തുണ സ്ഥായിത്വ സ്വഭാവം എന്നിവ ഉറപ്പാക്കിക്കൊണ്ടുള്ള ഹ്രസ്വകാല-ദീർഘകാല പദ്ധതി രൂപീകരണവും പ്രവർത്തനവും കൊടകരയിൽ സാധിതപ്രാപ്തമായി എന്നതാണ് ശ്രദ്ധേയം. നിയമസഭാ ജനപ്രതിനിധിയാകും മുമ്പ് ജനകീയാസൂത്രണ പ്രവർത്തകനായും സന്നദ്ധ വികസന സാങ്കേതിക സേവന സംഘാടകനായും കഴിഞ്ഞ കാലയളവിലെ അനുഭവവും ആവേശവും ഇക്കാര്യങ്ങളിൽ വലിയ ഊർജ്ജവും പ്രേരണയുമായി മാറി എന്നതും എടുത്തു പറയേണ്ടതാണ്

ജനപ്രതിനിധിയുടെ പ്രാദേശിക വികസന നിധി അനിവാര്യമോ എന്ന ചർച്ചയ്ക്ക് ഇപ്പോഴും പ്രസക്തിയുണ്ട്. കാരണം പ്രാഥമിക പ്രാദേശികതലത്തിൽ ഏതൊരു വികസന പദ്ധതിയുടെയും ക്ഷേമസുരക്ഷാ പ്രവർത്തനത്തിന്റെയും നിർവ്വഹണ ഉത്തരവാദിത്വം അതാത് തദ്ദേശഭരണസ്ഥാപനങ്ങളിൽ നിക്ഷിപ്തമായിരിക്കണം. പദ്ധതി രൂപപ്പെടുത്തലും അംഗീകരിക്കലും നിർവ്വഹിക്കലും തുടർനടത്തിപ്പും പരിപാലനവും തദ്ദേശഭരണ സ്ഥാപന തലത്തിലാകണം നടക്കേണ്ടത്. ഈ വീക്ഷണം മുൻനിർത്തി എം പി - എം എൽ എ പ്രാദേശിക വികസന വിഹിതം കൂടി ഏകോപിപ്പിക്കാനായതോടെ വൻകുതിപ്പും ആത്മവിശ്വാസവും സൃഷ്ടിക്കാൻ കഴിഞ്ഞു. ഇതുകൊണ്ട് ഉണ്ടായ നേട്ടം വികസന പ്രക്രിയയിൽ ജനപങ്കാളിത്തവും നേതൃത്വവും ഉറപ്പിക്കുക മാത്രമായിരുന്നില്ല. സുതാര്യതയും നഷ്ടോത്തരവാദിത്വവും ഉൾപ്പെടെ സദ്ഭരണ ഘടകങ്ങൾ പ്രാവർത്തികമാക്കുക വഴി നിയമസഭാംഗമെന്ന നിലയിലുള്ള ഗൗരവകരമായ ഇടപെടലിനും സന്ദർഭമുണ്ടായി. ഫലപ്രാപ്തിയുമുള്ള വർദ്ധിച്ച അവസരവും സ്വാതന്ത്ര്യവും വ്യക്തിപരമായ നേട്ടമായി മാറുകയും ചെയ്തു.

ചുരുക്കത്തിൽ അധികാര വികേന്ദ്രീകരണത്തെ ആഗോളീകരണ ഉപായമായും സ്വകാര്യവല്ക്കരണ ഉപാധിയായും സർക്കാർ പിന്മാറ്റ മായും ചിത്രീകരിച്ചവർക്കുള്ള ജനകീയ മറുപടിയായി വികേന്ദ്രീകൃതാ സൂത്രണ വികസന പ്രവർത്തനത്തെ വെളിപ്പെടുത്താനായി എന്നതാണ്. ആഗോളീകരണത്തിനുള്ള തദ്ദേശീയ ബദലിന്റെ പ്രായോഗികരൂപം പ്രാവർത്തികമാക്കാനായി എന്നതാണ് ഈ ഇടപെടലുകളുടെ ബാക്കി പത്രം. വരുംനാളുകളിൽ ഈ ബഹുജന വിഭവ നിക്ഷേപത്തെ വർദ്ധിത മാനത്തോടെ നിലനിർത്താനും വിപുലപ്പെടുത്താനും കഴിയുക എന്ന ലക്ഷ്യത്തിലേക്കുള്ള നൂതന പരിഷ്കരണ പ്രക്രിയ ജീവത്താക്കുകയും ചലനാത്മകമാക്കുകയുമാണ് ഇനി ചെയ്യേണ്ടത്.

അധികാര വികേന്ദ്രീകരണവും ഭരണകാര്യ പരിഷ്കരണവും

എസ് എം വിജയാനന്ദ് ഐ എ എസ്

ആമുഖം

ഐക്യകേരള സംസ്ഥാനത്തിന്റെ പ്രഥമ മുഖ്യമന്ത്രിയായിരുന്ന ഇ എം എസ് നമ്പൂതിരിപ്പാട് നേതൃത്വം നല്കിയ 1958 ലെ ഒന്നാം സംസ്ഥാന ഭരണ പരിഷ്കരണ കമ്മിറ്റി സമഗ്രമായ അധികാര വികേന്ദ്രീകരണത്തിനും തദ്ദേശഭരണ സ്ഥാപനങ്ങളുടെ നേതൃത്വത്തിലുള്ള പ്രാദേശിക വികസനത്തിനും പ്രമുഖ പ്രാധാന്യത്തോടെയുള്ള പരിഗണനയും സ്ഥാനവുമാണ് കല്പിച്ചതും സ്ഥാപിച്ചതും.

വീണ്ടും നാലു പതിറ്റാണ്ടു കൂടി കഴിഞ്ഞാണ് കേരളത്തിൽ അടിസ്ഥാനപരമായ ഭരണ നവീകരണത്തിന് അവസരമൊരുക്കിക്കൊണ്ട് 73, 74 ഭരണഘടനാ ഭേദഗതിയുടെ തുടർച്ചയായുള്ള നിയമനിർമ്മാണം സാദ്ധ്യമായത്. 1995 ഒക്ടോബർ മാസത്തിലാണ് ത്രിതല പഞ്ചായത്ത്-നഗരഭരണ പ്രക്രിയ കേരളത്തിൽ പ്രാവർത്തികമായത്. ഇതിനെ തുടർന്നാണ് 1996 ആഗസ്തിൽ ജനകീയാസൂത്രണ പ്രസ്ഥാനത്തിന് തുടക്കംകുറിച്ചത്. എന്നാൽ കേരളത്തിൽ 1991 ൽ തന്നെ അധികാരവും ഉത്തരവാദിത്വവും വിഭവവും നിർവ്വഹണ ഉദ്യോഗസ്ഥരും സംവിധാനവും ഉൾപ്പെടെ കൈമാറ്റിക്കൊണ്ടുള്ള ജില്ലാ ഭരണ സ്ഥാപനമായ ജില്ലാ കൗൺസിലുകൾ പ്രവർത്തിച്ച അനുഭവം നമുക്കുണ്ടായിരുന്നു. ഇത്തരത്തിൽ ജില്ലയ്ക്കുള്ളിലെ വിഭവ കൈമാറ്റത്തിനും നിർവ്വഹണ സംവിധാന പരിപാലനത്തിനുമുള്ള അധികാരം ജില്ലാ കൗൺസിൽ സെക്രട്ടറി അഥവാ ജില്ലാ കളക്ടറെ ഭരമേല്പിച്ചിരുന്നു. ദൗർഭാഗ്യവശാൽ 1991 ൽ അധികാരമേറ്റ പുതിയ സംസ്ഥാന സർക്കാരിന്റെ നയവുമായി ജില്ലാ കൗൺസിലുകൾക്കും അവയിലേക്കുള്ള അധികാര കൈമാറ്റത്തിനും യോജിച്ചു പോകാനായില്ല. അതുകൊണ്ടുതന്നെ ഇന്ത്യയിലെ ഇതര

സംസ്ഥാനങ്ങളിൽനിന്ന് ഭിന്നമായി കേരളത്തിന്റെ നാളിതുവരെയുള്ള അനുഭവം ഉൾക്കൊണ്ട് ഗ്രാമ-നഗര പ്രദേശങ്ങളെ ഏകോപിപ്പിച്ചുകൊണ്ടുള്ള ജില്ലാ ഭരണസ്ഥാപന സംവിധാനം രൂപപ്പെടുത്തുന്നതു സംബന്ധിച്ച നിർണ്ണായക നിർദ്ദേശം രണ്ടാം ഭരണ പരിഷ്കാര കമ്മിറ്റി മുന്നോട്ടു വയ്ക്കുകയുണ്ടായി.

അനിതര സാധാരണ നിലയിൽ, കേരളത്തിലെ സാമൂഹ്യപങ്കാളിത്തത്തെയാണ്, അന്യാദൃശ്യമെന്ന തരത്തിൽ ഡോ. അമർത്യാസെൻ, പ്രശംസിച്ചത്. കേരളത്തിലെ ബഹുജന പങ്കാളിത്തത്തോടെയുള്ള ക്രിയാത്മക നിർമ്മാണനിർവ്വഹണ പ്രക്രിയ സാർത്ഥകമായെങ്കിലും തദനുസരണം തദ്ദേശഭരണക്രമം പ്രാവർത്തികമാക്കാനോ മാതൃകയാക്കാനോ നമുക്കായിരുന്നില്ല. ഇതിന് പരിഹാരം കാണാനായത് അധികാരവികേന്ദ്രീകരണത്തിന്റെ മഹാസ്ഫോടനഘട്ടമായ (ബിഗ് ബാങ് പിരീഡ്) ജനകീയാസൂത്രണ പ്രക്രിയയിലെ സമാഹൃതമായ അധികാര-വിഭവ-കാര്യനിർവ്വഹണ കൈമാറ്റ നടപടിയിലൂടെയാണ്. ഉത്തരവാദിത്വങ്ങൾ, ധനവിഹിതം, ജീവനക്കാർ, സ്ഥാപനങ്ങൾ എന്നിവ ചുരുങ്ങിയ ഒരു സമയ പരിധിക്കുള്ളിൽ താഴേത്തലങ്ങളിലേക്ക് കൈമാറാനായി.

പാരമ്പര്യ സമ്പ്രദായത്തിന് വിപരീതമായി ആദ്യം ചുമതലകൾ കൈമാറുകയും പിന്നീട് ശാക്തീകരിക്കുകയും ചെയ്യുക, മതിയായ അധികാരങ്ങളും അധികൃതമാക്കലും ഉറപ്പാക്കുക പിന്നീട് നിർവ്വഹണ ക്ഷമമാക്കുക, വിഭവങ്ങൾ കൈമാറുകയും തുടർന്ന് നഷ്ടോത്തരവാദിത്വ ഉപാധികൾ ബാധകമാക്കുക എന്ന രീതിശാസ്ത്രമാണ് ജനകീയാസൂത്രണത്തിൽ സ്വീകരിച്ചത്. അധികാര-വിഭവ വികേന്ദ്രീകരണ പ്രക്രിയയെ ആവേശത്തോടെ മുന്നോട്ടു നയിക്കാനും ജനങ്ങളെ തദ്ദേശഭരണ സ്ഥാപനങ്ങൾക്കു പിന്നിൽ അണിനിരത്താനും ബഹുജനസമൂഹത്തിൽ അനന്യമായ താല്പര്യം ജനിപ്പിക്കുന്നതിനുമായി ജനകീയാസൂത്രണ പ്രസ്ഥാനത്തിന്റെ ഭാഗമായി പങ്കാളിത്ത ആസൂത്രണ പ്രവർത്തനത്തെ കേരളം ഉപയോഗപ്പെടുത്തി. ജനകീയ പങ്കാളിത്തം കേരളത്തിലെ അധികാര വികേന്ദ്രീകരണത്തിന്റെ അടിസ്ഥാനശിലയായി മാറി. ഒരു ഘട്ടത്തിൽ അത് കേവല ജനപങ്കാളിത്തത്തിന് അപ്പുറമുള്ള മാനത്തിലേക്ക് വികസിച്ചു വ്യാപിച്ചു. തദ്ദേശ വികസന പദ്ധതികളുടെ നടത്തിപ്പിൽ മാത്രമല്ല, തദ്ദേശഭരണപ്രവർത്തനത്തിലും ഇടപെടാനാകുന്ന വിധം പ്രാദേശിക സർക്കാരിനു പുറത്തുള്ള സാധാരണപൗരർക്കും സന്നദ്ധ പ്രവർത്തകർക്കും സാങ്കേതിക വിദഗ്ദ്ധർക്കും അവസരം നല്കുന്ന വിധത്തിലേക്ക് ജനപങ്കാളിത്തം ശക്തിപ്പെട്ടു. നിയാമകമായ ആസൂത്രണ പ്രക്രിയയുടെ വിവിധഘട്ടങ്ങളിൽ മാത്രമല്ല അത്തരം ആസൂത്രണ പദ്ധതികളുടെ പ്രായോഗിക നിർവ്വഹണത്തിലും ഇടപെടുന്നതിന് തെരഞ്ഞെടുക്കപ്പെട്ട ഭരണ സമിതികൾക്കപ്പുറത്തുള്ള സാധാരണക്കാർക്കും സന്നദ്ധ സാങ്കേതിക പ്രവർത്തകർക്കും ഇടപെടുന്നതിലുള്ള അവസരം കൈവന്നു. ചുരുക്കത്തിൽ കേരളത്തിലെ അധികാരവികേന്ദ്രീകരണം ഔപചാരികമായി

തെരഞ്ഞെടുക്കപ്പെട്ട ജനപ്രതിനിധികൾക്കും അപ്പുറമുള്ള സാധാരണ പൗരരിലേക്കും അവരുടെ നേതൃത്വത്തിലേക്കും സാന്നിദ്ധ്യത്തിലേക്കും പങ്കാളിത്തത്തിലേക്കും വികസിക്കുകയും അത്തരത്തിൽ ജനാധിപത്യത്തിന്റെ ചക്രവാളവും പ്രായോഗികതയുടെ വ്യാപ്തിയും വിപുലപ്പെടുത്തുകയും ചെയ്യുന്ന സാഹചര്യം വന്നുചേർന്നു.

ഈ അടിസ്ഥാന മാറ്റം ഭരണകാര്യനടത്തിപ്പിലും പരിഷ്കാരങ്ങൾ അനിവാര്യമാക്കി. ഇന്ത്യയിലെ ഭരണകാര്യ നടത്തിപ്പിന് കോളനിവാഴ്ചയുടെ വേരോട്ടമാണുള്ളത്. അതാകട്ടെ അത്യന്തം അടിമുടി കേന്ദ്രീകൃതമായി രൂപകല്പന ചെയ്യപ്പെട്ടതാണ്. അതുകൊണ്ടുതന്നെ കേരളം അടിയന്തരമായി അഭിമുഖീകരിച്ച വെല്ലുവിളി, മാറിയ പുതിയ സാഹചര്യങ്ങൾക്കനുസരിച്ച് വികേന്ദ്രീകൃത ജനാധിപത്യ നിർവ്വഹണത്തിനുതകുന്ന വിധമുള്ള പുനഃസംഘാടനത്തിന് വിധേയമാക്കുക, സജ്ജമാക്കുക എന്നതായിരുന്നു.

അധികാര വികേന്ദ്രീകരണത്തിന്റെ തത്ത്വശാസ്ത്രം

ഇന്ത്യയിലെ അധികാര വികേന്ദ്രീകരണത്തിന്റെ വേരുകൾ കണ്ടെത്താനാകുക അന്യവല്കൃതരും പാർശ്വവല്കൃതരും അത്യന്ത ദരിദ്രരും അന്ത്യോദയ വിഭാഗത്തിലടക്കമുള്ളവരെയും വരെ ഉൾക്കൊള്ളാനാകുന്നതും പ്രാദേശിക സാമ്പത്തിക വികസനത്തിന് ഊന്നൽ നല്കുന്നതും തദ്ദേശീയ ജനാധിപത്യത്തിൽ അധിഷ്ഠിതവുമായ ഗാന്ധിയൻ സങ്കല്പനത്തിൽ അടിസ്ഥാനപ്പെടുത്തിയുള്ളതാണെന്ന് കാണാം.

കേരളത്തിൽ 1989–90 മുതൽ നടന്ന സാക്ഷരതാ പ്രസ്ഥാനം പോലെതന്നെ 1996–97 ൽ തുടക്കംകുറിച്ച വികേന്ദ്രീകൃതാസൂത്രണ പ്രസ്ഥാനവും, അതിന്റെ മുൻകാല സമാനപ്രസ്ഥാനങ്ങൾ എന്ന വിധം, പൗലോ ഫ്രെയറിന്റെ തത്ത്വശാസ്ത്രത്തെ അവലംബിച്ചിരുന്നതായി കാണാം. പൗലോ ഫ്രെയറിന്റെ വീക്ഷണ പ്രകാരം കേവലം ഭരണപ്രക്രിയയുടെ ഉപകരണങ്ങളോ വിധേയരോ എന്നതു മാത്രമായിരുന്ന ജനങ്ങൾ അവരുടെ തന്നെ ഭാവിഭാവുകത്വം തീരുമാനിക്കുന്ന, അത് യാഥാർത്ഥ്യമാക്കാനായി ബോധപൂർവ്വം പ്രവർത്തിക്കുന്ന, തങ്ങളുടെ പ്രവൃത്തികളെ, അവയുടെ ഫലങ്ങളെ, പ്രത്യാഘാതങ്ങളെ അവയുടെ നിർദ്ധാരണത്തെ സ്വാധീനിക്കുന്ന, നിയന്ത്രിക്കുന്ന, നയിക്കുന്ന വിധം ശക്തരായി മാറുന്നത് ചൂണ്ടിക്കാട്ടുന്നുണ്ട്. അതുപോലെ കേരളത്തിലെ ജനങ്ങൾ അവരുടെ ഭാവിഭാഗധേയം തീരുമാനിക്കുന്ന പങ്കാളിത്ത പ്രവർത്തനമായി അധികാര വികേന്ദ്രീകരണത്തെ തിരിച്ചറിയുകയും പങ്കെടുക്കുകയുമാണുണ്ടായത്.

വികേന്ദ്രീകരണത്തിന്റെ ഉദ്ദേശ്യലക്ഷ്യങ്ങൾ

- രാഷ്ട്രത്തിന്റെ മാനവീകരണവും ജനാധിപത്യവല്ക്കരണവും.
- ദരിദ്രർ, സ്ത്രീകൾ, ദുർബ്ബലർ തുടങ്ങിയവർക്ക് പ്രത്യേക പരിഗണ

നയും പ്രസക്തിയും കല്പിക്കുകയും പ്രാദേശിക വികസന കാര്യ നിർവ്വഹണ പ്രക്രിയയിൽ തങ്ങളുടേതായ സ്ഥാനവും അഭിപ്രായവും പങ്കാളിത്തവും സാദ്ധ്യമാകുംവിധം ജനാധിപത്യ ജനകീയ പങ്കാളിത്തം വ്യാപകവും ശക്തവുമാക്കുക.

- മുകളിൽനിന്ന് താഴോട്ടുള്ള ആസൂത്രണത്തിൽനിന്നും ബഡ്ജറ്റ് രൂപീകരണത്തിൽനിന്നും വ്യത്യസ്തമായി താഴെനിന്നും മുകളിലേക്കുള്ള ആസൂത്രണത്തിലേക്കും ബഡ്ജറ്റിങ്ങിലേക്കുമുള്ള മാറ്റത്തിലാണ് യഥാർത്ഥത്തിൽ ജനകീയാസൂത്രണ പദ്ധതിയും അതിൽ ഔപചാരിക സർക്കാർ സംവിധാനത്തിനും കാര്യനിർവ്വഹണത്തിനും ഉപരിയായി സാങ്കേതിക വിദഗ്ദ്ധരുടെയും പ്രയോക്താക്കളുടെയും പ്രത്യക്ഷ ഇടപെടൽ സാദ്ധ്യമാകുകയും ചെയ്യുക.
- രാഷ്ട്രീയവും ഔദ്യോഗികവുമായ രക്ഷാകർത്തൃത്വത്തിനപ്പുറം സാമൂഹ്യ നിബന്ധനകളിലേക്കും വ്യവസ്ഥാപനത്തിലേക്കും ഉയർത്തിക്കൊണ്ടും സുതാര്യമായ മാനദണ്ഡങ്ങളും ബാധകമാക്കിക്കൊണ്ടും ജനങ്ങൾക്കുള്ള ഗുണഫലങ്ങൾ ലഭ്യമാക്കുക.
- ഉത്തരവാദിത്വ ഭരണ പ്രക്രിയ സാദ്ധ്യമാക്കുക.
- ഭരണ-വികസന പ്രവർത്തനങ്ങളിൽ സുതാര്യതയും നഷ്ടോത്തരവാദിത്വവും വിശേഷിച്ച് സാമൂഹ്യ നഷ്ടോത്തരവാദിത്വവും വർദ്ധിപ്പിക്കുകയും അഴിമതിയുടെ അളവു ചുരുക്കുകയും ചെയ്യുക.
- വിരുദ്ധ രാഷ്ട്രീയ സമീപനങ്ങളുടെ പാർട്ടി സംവിധാനത്തിൽനിന്നും വ്യത്യസ്തമായി നൂതനമായ വികസന ആവശ്യങ്ങളോട് ഉത്തരവാദപൂർണ്ണവും തദ്ദേശീയ സാദ്ധ്യതകളെ ഫലപ്രദമായി പ്രയോജനപ്പെടുത്തുന്നതുമായ വികസന രാഷ്ട്രീയത്തിന് തുടക്കംകുറിക്കുക.
- നിഷേധാത്മകവും വിമർശനാത്മകവുമായ പൊതുസമീപനത്തിനു പകരം ക്രിയാത്മകവും സഹകരണാത്മകവുമായ പൊതുജന പങ്കാളിത്തത്തെ പ്രചോദിപ്പിക്കുക.

അതുകൊണ്ട് അധികാര വികേന്ദ്രീകരണത്തിന്റെ ലക്ഷ്യങ്ങൾ സാധൂകരിക്കുന്നതിന് ഒട്ടേറെ പരിഷ്കരണങ്ങൾ അനിവാര്യമായിത്തീരുന്നു. വികേന്ദ്രീകരണത്തെ പ്രായോഗികമായി പ്രാവർത്തികവും വ്യവസ്ഥാപിതവുമാക്കി മാറ്റുന്നതിന് ദീർഘകാലാടിസ്ഥാനത്തിലുള്ളതും സൂക്ഷ്മതലത്തിലുള്ളതും ആഴത്തിലുള്ളതുമായ ഒട്ടേറെ ഭരണകാര്യ പരിഷ്കരണങ്ങൾ അനിവാര്യമായി വരും. അതിൽ ചിലത്, വിശേഷിച്ച് സദ്ഭരണ നിർവ്വഹണ സംബന്ധിയായി പ്രാവർത്തികമാക്കേണ്ടുന്നതായി ചില നിർദ്ദേശങ്ങൾ ഇതിനൊപ്പം സമർപ്പിക്കുകയാണ്.

1. വികസന പരിഷ്കാരങ്ങൾ

8-ാം പഞ്ചവത്സര പദ്ധതി വരെ എല്ലാ വികസന തീരുമാനങ്ങളും എടുത്തിരുന്നത് സർക്കാരാണ്. എന്നാൽ പൊടുന്നനവേ 9-ാം പദ്ധതിക്കാലം മുതൽ സംസ്ഥാന പദ്ധതിയടങ്കലിന്റെ മൂന്നിലൊന്ന് ഭാഗം തദ്ദേശ

ഭരണ സ്ഥാപനങ്ങളിലേക്ക് കൈമാറുന്ന നടപടിയുണ്ടായി. അതനുസരിച്ച് പദ്ധതികൾ താഴേതലത്തിൽ നിന്ന് രൂപപ്പെട്ടുവരുന്ന രീതിയും അവലംബിച്ചു. തല്ഫലമായി ബജറ്റ് രൂപീകരണത്തെത്തുടർന്ന് പങ്കാളിത്തപൂർണ്ണമായി പദ്ധതി രൂപീകരിക്കാനും അവ താഴെത്തട്ടിൽനിന്നും മുകൾത്തട്ടിലേക്ക് സമാഹരിച്ച് സാധൂകരിക്കാനുമുള്ള ഘട്ടം ഘട്ടമായ പ്രവർത്തനവും ആരംഭിച്ചു.

- ഘട്ടം 1

  ആവശ്യകതകൾ തിരിച്ചറിയൽ
  - ഗ്രാമസഭ/വാർഡ് സഭ
  - തല്പരകക്ഷി സംവാദങ്ങൾ
  - അയൽക്കൂട്ട സമിതിയോഗങ്ങൾ

- ഘട്ടം 2

  തൽസ്ഥിതി വിശകലനം
  - കർമ്മസമിതികൾ വഴി മുൻകാലപദ്ധതി അവലോകനവും നൂതനപദ്ധതി രൂപീകരണവും വിശകലനം ചെയ്യുക.
  - സ്ഥിതിവിവര വിശകലനം നടത്തുക
  - \- വിടവുകൾ കണ്ടെത്തി തിരിച്ചറിയുക
  - \- കുറവുകൾ കണ്ടെത്തുക.
  - \- സാദ്ധ്യതകൾ തിരിച്ചറിയുക
  - പ്രശ്നങ്ങളും സാദ്ധ്യതകളും തിരിച്ചറിയാനുതകുംവിധം സവിശേഷ തല്പരകക്ഷികളുമായി ആശയവിനിമയം നടത്തി മുൻഗണനകൾ തിരിച്ചറിയുക, നിശ്ചയിക്കുക.
  - \- സ്വയം സഹായക സംഘതലത്തിലും അയൽക്കൂട്ടതലത്തിലും വികസന ക്ഷേമ പദ്ധതികൾ രൂപപ്പെടുത്തുക.
  - \- വിദഗ്ദ്ധ പിന്തുണയോടെ പഞ്ചവത്സര കാലയളവിലേക്കുള്ള പരിപ്രേക്ഷ്യ പദ്ധതി തയ്യാറാക്കുക.
  - \- പങ്കാളിത്ത തൽസ്ഥിതി പഠനം സാദ്ധ്യമാക്കുക.
  - ലിംഗപദവി
  - വയോജനങ്ങൾ
  - കുട്ടികൾ
  - ഭിന്നശേഷി വിഭാഗം

    എന്നിവരുടെ സവിശേഷ വികസന സാദ്ധ്യത പരിഗണിക്കുമെന്നുറപ്പാക്കുക.
  - നീർത്തട മാസ്റ്റർ പ്ലാനുകൾ തയ്യാറാക്കുക.

- ഘട്ടം 3

  തല്പരകക്ഷി പങ്കാളിത്തത്തോടെയുള്ള പദ്ധതി അവലോകനം,

വികസനം തന്ത്രരൂപീകരണം, മുൻഗണനാ നിർണ്ണയം മുതലായവ വികസന സെമിനാറിലൂടെ സാദ്ധ്യമാക്കുക.

- ഘട്ടം 4

  മുൻഗണനാ നിർണ്ണയവും വിഭവ വിതരണവും
  - സ്ഥിരം സമിതിതലത്തിലുള്ളചർച്ചകൾ
  - തദ്ദേശ ഭരണസമിതിതലത്തിലുള്ള ചർച്ചകൾ

  എന്നിവയെ അടിസ്ഥാനമാക്കി.

- ഘട്ടം 5

നിശ്ചിത പ്രൊഫോർമയിൽ (നിലവിൽ കമ്പ്യൂട്ടർ അടിസ്ഥാനമാക്കി തയ്യാറാക്കിയിട്ടുള്ളത്) കർമ്മസമിതികൾ വഴി വികസന പ്രോജക്റ്റുകൾ രൂപപ്പെടുത്തുക.

- ഘട്ടം 6

തദ്ദേശഭരണ സ്ഥാപനതലത്തിൽ പദ്ധതികൾക്ക് അന്തിമരൂപം നല്കുക.

- ഘട്ടം 7

രൂപപ്പെട്ട പദ്ധതികളുടെ സംശോധനവും പരിഷ്കരണവും സന്നദ്ധ-സർക്കാരിതര സാങ്കേതിക വിദഗ്ദ്ധരുടെയും പണ്ഡിതരുടെയും നേതൃത്വത്തിൽ നിർവ്വഹിക്കുക. എന്നാൽ ഇപ്പോൾ ഇത് ഉയർന്ന ഉദ്യോഗസ്ഥർ മുഖേന നടത്തപ്പെടുകയാണ് ചെയ്യുന്നത്. ഇത് ഗുരുതരമായ തിരിച്ചുപോക്കാണ്.

- ഘട്ടം 8

ജില്ലാ ആസൂത്രണ സമിതി തദ്ദേശഭരണ സ്ഥാപനങ്ങളുടെ പദ്ധതി രേഖകൾ അംഗീകരിക്കുക.

ഇത്തരത്തിൽ ഘട്ടം ഘട്ടവും ആസൂത്രിതവും അത്യന്തം പങ്കാളിത്തപൂർണ്ണവുമായ ഒരു പ്രക്രിയയിലൂടെ സാധാരണ ജനങ്ങളുടെ പങ്കാളിത്തത്തിലൂടെയും ഉദ്യോഗസ്ഥർ, സന്നദ്ധപ്രവർത്തകർ, സാങ്കേതിക വിദഗ്ദ്ധർ തുടങ്ങി സർക്കാരിനുള്ളിലും സർക്കാരിനു പുറത്തുനിന്നും ഉള്ളവരായ ഒട്ടേറെപ്പേരുടെ ഇടപെടലിലൂടെയും തദ്ദേശ ആസൂത്രണ വികസന പദ്ധതി രൂപീകരണത്തിനായുള്ള പുത്തൻ രീതിശാസ്ത്രം കേരളത്തിൽ പ്രാവർത്തികമായി.

കേരളം നടപ്പാക്കിയ വികേന്ദ്രീകൃതാസൂത്രണ ഉദ്യമത്തിനുള്ള ഏറ്റവും ഉത്തമവും ശ്രേഷ്ഠവുമായ അംഗീകാരമാണ് ദേശീയതലത്തിൽ ഉദ്ദേശം 2.5 ലക്ഷം ഗ്രാമപഞ്ചായത്തുകളിൽ സമാനരീതിയിൽ വികസന പദ്ധതി (ഗ്രാമപഞ്ചായത്ത് വികസനപദ്ധതി - ജി പി ഡി പി) പ്രസ്തുത

മാതൃകയിൽ രൂപപ്പെടുത്താനുള്ള ദേശീയ പ്രവർത്തന തീരുമാനം. ഇതിനായി ദേശീയ പഞ്ചായത്ത് രാജ് മന്ത്രാലയം എടുത്തിട്ടുള്ള തീരുമാനം കേരളമാതൃക ഇതിനായി ഉപയോഗപ്പെടുത്തുകയെന്നതാണ്. ഏറ്റവും രസകരവും ശ്രദ്ധേയവുമായ സംഗതി 2018 മുതൽ ജി പി ഡി പി പ്രവർത്തനത്തിന്റെ വാർഷിക പദ്ധതിരൂപീകരണ പ്രക്രിയയ്ക്ക് "ജനകീയാസൂത്രണ"മെന്ന പേരുതന്നെയാണ് ഇന്ത്യാ ഗവൺമെന്റ് നല്കിയിട്ടുള്ളത് എന്ന കാര്യമാണ്.

മനുഷ്യവിഭവശേഷി

തദ്ദേശഭരണ സ്ഥാപനങ്ങളുടെ മനുഷ്യവിഭവ ശേഷി വർദ്ധിപ്പിക്കുന്നതിനും ശക്തിപ്പെടുത്തുന്നതിനുമായി അധികാര വികേന്ദ്രീകരണ കമ്മിറ്റിയുടെ (സെൻ കമ്മിറ്റിയെന്ന് അറിയപ്പെട്ട കമ്മിറ്റി) അദ്ധ്യക്ഷനും ദൗർഭാഗ്യവശാൽ ചുമതലയേറ്റ് കമ്മിറ്റി പ്രവർത്തന നേതൃത്വത്തിനിടയിൽ അന്തരിച്ചതുമായ ഡോ. എസ് ബി സെൻ ഏറ്റവും ലളിതമായൊരു മാർഗ്ഗമാണ് സ്വീകരിച്ചത്. പ്രവർത്തനത്തിനൊപ്പം പ്രവർത്തകരും കൈമാറ്റപ്പെടുക എന്ന തന്ത്രമാണ് എസ് ബി സെൻ പ്രയോഗിച്ചത്. ഇതാകട്ടെ ഏറെ സുതാര്യവും വ്യവസ്ഥാപിതവും മാനദണ്ഡവിധേയവുമായാണ് നടത്തിയത്. തന്മൂലം ഏറെ സംഘടിത വിലപേശൽ ശേഷിയും പ്രതിരോധശക്തിയുമുള്ള കേരളത്തിലെ ട്രേഡ് യൂണിയൻ-സർവ്വീസ് സംഘടനാ സാഹചര്യത്തിൽപ്പോലും ഏറെ സുഗമമായി ഉദ്യോഗസ്ഥ പുനർ വിന്യാസം സാധിതപ്രാപ്തമാക്കാനായി. ഇത്തരം പുനർ വിന്യാസ പ്രക്രിയയിൽ അടങ്ങിയിരുന്ന സവിശേഷ ഘടകങ്ങൾ.

1. നിയമന-സ്ഥലംമാറ്റ-സ്ഥാനക്കയറ്റ-ശമ്പളാനുകൂല്യ ഘടകങ്ങൾ വകുപ്പ് സർക്കാർ തലത്തിൽ തുടരും.
2. സംസ്ഥാന ട്രഷറിയിൽനിന്നും ജീവനക്കാരുടെ ശമ്പള വിതരണം നടത്തും.
3. ജീവനക്കാർക്കും ഉദ്യോഗസ്ഥർക്കും ചുമതലാ വിഭജനം നടത്തുക, ധനവിഭവ വിഹിതം അനുവദിക്കുക, വരവ് ചെലവു കണക്കുകൾ ലഭ്യമാക്കുക, പരിശോധനകൾ നടത്തുക, അവലോകനയോഗങ്ങൾ സംഘടിപ്പിക്കുക, ലഘുശിക്ഷാ നടപടികൾ സാധിതമാക്കുക മുതലായ അധികാരങ്ങൾ തെരഞ്ഞെടുക്കപ്പെട്ട ഭരണാധികാരികളിൽ നിക്ഷിപ്തമാക്കുക.
4. കൈമാറ്റിയ സ്ഥാപനങ്ങളിലെ ഉദ്യോഗസ്ഥ മേധാവികളെ അനൗദ്യോഗിക തദ്ദേശഭരണസ്ഥാപന സെക്രട്ടറി പദവിയിൽ നിയോഗിക്കുകയും ചുമതലകൾ ഭരമേല്പിക്കുകയും ചെയ്യുക.
5. തിരഞ്ഞെടുക്കപ്പെട്ട രാഷ്ട്രീയ ഭരണാധികാരികളും ഔദ്യോഗിക കാര്യനിർവ്വഹണാധികാരികളും തമ്മിലുള്ള പരസ്പരാഭിമുഖ്യം സുഗമവും വ്യവസ്ഥാപിതവുമാക്കാനായി പെരുമാറ്റച്ചട്ടം രൂപപ്പെടുത്തി നടപ്പാക്കുകയെന്നത് തദ്ദേശഭരണ ഓംബുഡ്സ്മാന്റെ നിർവ്വ

ഹണച്ചട്ടത്തിന്റെ ഭാഗമായി പ്രാവർത്തികമാക്കുക തുടങ്ങിയ ഘടകങ്ങൾ കേരളത്തിലെ അധികാര വികേന്ദ്രീകരണ സവിശേഷകളായി കാണാം.

ഇതിനൊപ്പം സംസ്ഥാനത്തെ വികേന്ദ്രീകൃതാസൂത്രണ സവിശേഷതയായ ഘടകമാണ് സന്നദ്ധസാങ്കേതികവിദഗ്ദ്ധരുടെ അനൗദ്യോഗിക ഭരണ-സാങ്കേതിക-പ്രക്രിയയിലെ ഉൾച്ചേർക്കൽ. അതത് വികസന മേഖലകളിലെ കർമ്മസമിതികൾ ഇതിന്റെ ഏറ്റവും പ്രധാന വേദിയായിരുന്നു. പദ്ധതികൾ രൂപപ്പെടുത്തുക. നിർദ്ദിഷ്ട പദ്ധതികൾ പരിശോധിച്ച് സംശോധന നടത്തുക, വികസന പദ്ധതികൾക്ക് അംഗീകരണം നല്കുക, അംഗീകൃത പദ്ധതിയുടെ നിർവ്വഹണവും നിരീക്ഷണവും സാധിതമാക്കുക തുടങ്ങിയവയാണ് ഈ സന്നദ്ധസാങ്കേതികസമിതികളിൽ നിക്ഷിപ്തമായ കടമകൾ. ഇത്തരം കർമ്മ സമിതികളിൽ തിരഞ്ഞെടുക്കപ്പെട്ട ജനപ്രതിനിധികളുടെ അദ്ധ്യക്ഷരായും നിർവ്വഹണ ഉദ്യോഗസ്ഥരെ കൺവീനർമാരായും സന്നദ്ധ-സാങ്കേതികവിദഗ്ദ്ധരെയും തല്പരകക്ഷി പ്രതിനിധികളെയും അംഗങ്ങളാക്കിയുമുള്ള സംവിധാനമാണ് പ്രാബല്യം നല്കിയത്.

2012 വരെ ജനകീയാസൂത്രണ പദ്ധതികളുടെ സംശോധനയ്ക്കും അംഗീകരണത്തിനുമായി നിയോഗിക്കപ്പെട്ടത് സന്നദ്ധസാങ്കേതികവിദഗ്ദ്ധസമിതികൾ ആണ് (വി ടി സികൾ). ഇതിനുപയോഗപ്പെടുത്തിയത് സർക്കാർ സംവിധാനത്തിന് പുറത്തുള്ളവരും സാങ്കേതിക വൈജ്ഞാനിക വൈദഗ്ദ്ധ്യമുള്ളവരും സ്വയം സന്നദ്ധരുമായ ആളുകളെയാണ്. തദ്ദേശഭരണ വികസനപദ്ധതി നിർദ്ദേശങ്ങൾക്ക് സാങ്കേതികാനുമതി നല്കിയിരുന്നത് ഇത്തരം സന്നദ്ധസാങ്കേതിക സമിതികളാണ്. പില്ക്കാലത്ത് സാങ്കേതിക ഉപദേശകസമിതി (ടി എ ജി) എന്ന് ഇവ പരാമർശിക്കപ്പെട്ടു. ഇ എം എസ് നിർദ്ദേശിച്ച സാങ്കേതിക സന്നദ്ധ പ്രവർത്തക ഉപദേശക സംവിധാനങ്ങളാണ് വി ടി സികളുടെ പ്രഭവകേന്ദ്രം. നിർഭാഗ്യവശാൽ രാഷ്ട്രീയ പ്രത്യയശാസ്ത്ര വൈരുദ്ധ്യവും ഉദ്യോഗസ്ഥ വൃന്ദത്തിന്റെ അനുഗുണമല്ലാത്ത സമ്മർദ്ദവുംമൂലം മാതൃകാപരവും നൂതനവുമായ പ്രസ്തുത സന്നദ്ധ സാങ്കേതിക വിദഗ്ദ്ധരുടെ പങ്കാളിത്ത വേദികൾ 2012 ന് ശേഷം ഉപേക്ഷിക്കപ്പെട്ടു. പിന്നീട് ഇപ്പോൾവരെയും അവയ്ക്ക് പുനർസ്ഥാപനം സാദ്ധ്യമായിട്ടില്ല.

സർവ്വാശ്ലേഷിയായ സമീപനം

ഇന്ത്യൻ ഭരണഘടന ലക്ഷ്യമിട്ട സാമൂഹ്യനീതി ഘടകത്തിന്റെ സാധൂകരണത്തിന് നിരവധി നിർദ്ദേശങ്ങളാണ് അധികാരവികേന്ദ്രീകരണ പ്രക്രിയയിൽ സാധിതമായത്.

1. പട്ടികജാതി-പട്ടികവർഗ്ഗ വിഭാഗ വികസനം മുൻനിർത്തിയുള്ള വിഭവ ലഭ്യതയും വിനിയോഗവും അനുയോജ്യവും പ്രായോഗികവുമായ മാനദണ്ഡങ്ങളോടെ ഉറപ്പാക്കുകയും അവയുടെ വഴിമാറ്റലോ വക

മാറ്റലോ നിഷേധമോ ഉൾപ്പെടെ കൃത്യങ്ങൾക്ക് തക്കതായ ശിക്ഷാ നടപടികൾ ഏർപ്പെടുത്തുകയും അത്തരം കൃത്യങ്ങൾ 1989 ലെ പട്ടികജാതി, പട്ടിക വർഗ്ഗവിരുദ്ധ അതിക്രമങ്ങൾ തടയൽ നിയമത്തിന് വിധേയമാക്കുകയും ചെയ്തു.

2. പട്ടികജാതി ഉപപദ്ധതികൾക്ക് (എസ് സി എസ് സി പി) സാമൂഹ്യ ഭൂപടനിർമ്മിതിയുൾപ്പെടെ ഗുണഭോക്തൃ നിർണ്ണയ നടപടികളിൽ സുതാര്യതയും കാര്യക്ഷമമായ നടത്തിപ്പും ഉറപ്പാക്കി.

3. പട്ടിക വർഗ്ഗ ഉപപദ്ധതിയുടെ (ടി എസ് പി) കാര്യത്തിൽ അവർക്കിടയിൽ പ്രായപൂർത്തിയായ എല്ലാ പൗരർക്കും തീരുമാനമെടുക്കൽ പ്രക്രിയയിൽ പങ്കാളിത്തം സാദ്ധ്യമാകുന്ന വിധം ഊരുക്കൂട്ടങ്ങൾക്ക് പരമാധികാരം ലഭ്യമാക്കിക്കൊണ്ട് പദ്ധതി രൂപീകരണം, നിർവ്വഹണം എന്നിവയ്ക്ക് അവസരം ഒരുക്കി.

4. ഗ്രാമസഭയുടെയും വാർഡു സഭയുടെയും തീരുമാനങ്ങളിൽ ഗുണഭോക്തൃ പട്ടികയുടെ കാര്യത്തിൽ ഒഴികെയുള്ളവയിൽ മാറ്റങ്ങൾ വരുത്താൻ തദ്ദേശഭരണ സ്ഥാപനത്തിനും സർക്കാരിനും അധികാരമുള്ളപ്പോൾ ഊരുക്കൂട്ടങ്ങളുടെ തീരുമാനങ്ങളിൽ അത്തരത്തിൽ യാതൊരുമാറ്റവും വരുത്താൻ അധികാരമുണ്ടായിരുന്നതല്ല എന്ന് വ്യവസ്ഥ ചെയ്തു. അഥവാ എന്തെങ്കിലും ഭേദഗതി ആവശ്യമായി വന്നാൽ വിഷയം വീണ്ടും ഊരുക്കൂട്ടങ്ങളുടെ പുനഃപരിശോധനയ്ക്കും പരിഗണനയ്ക്കും അവതരിപ്പിച്ച് മാറ്റം വരുത്തണം എന്നും വ്യവസ്ഥ ചെയ്തു.

6. പത്ത് ശതമാനം ധനവിഹിതം നീക്കിവച്ചുകൊണ്ട് വനിതാ ഘടക പദ്ധതിക്ക് അവസരം ഒരുക്കുക വഴി (ഓഡിറ്റ്) അവലോകനത്തിന്റെ ഗുണഫലം ഉറപ്പാക്കുകയും പദ്ധതി രൂപീകരണത്തിന്റെ ഗുണഫലം ഉറപ്പാക്കുകയും പദ്ധതി രൂപീകരണത്തിനുമുമ്പ് ജെന്റർ സ്റ്റാറ്റസ് സ്റ്റഡി ഉറപ്പാക്കുകയും ചെയ്തു.

7. മറ്റൊരു പത്തുശതമാനം ധനവിഭവം നീക്കിവച്ചുകൊണ്ട് കുട്ടികൾ, മുതിർന്ന പൗരർ, ഭിന്നശേഷിക്കാർ, ദുർബ്ബല വിഭാഗങ്ങൾ, വെല്ലുവിളിനേരിടുന്നവർ മുതലായവർക്കായുള്ള ക്ഷേമസുരക്ഷാ പദ്ധതികൾ സൂക്ഷ്മ തലത്തിൽ ഗുണപരമായി രൂപപ്പെടുത്തുന്നുവെന്ന് ഉറപ്പാക്കി.

8. അന്ത്യോദയ വിഭാഗം ഉൾപ്പെടെ ദരിദ്രരിൽ ദരിദ്രരായവരുടെ ക്ഷേമ സുരക്ഷാ പദ്ധതി നിർബ്ബന്ധിതമാക്കുന്നതിലേക്കായി ജനസംഖ്യയിൽ 1.5 മുതൽ 2 ശതമാനം വരെ വരാവുന്നതായ അത്തരക്കാരെ കണ്ടെത്തുന്നതിലേക്കായി ഏറെ സുതാര്യമായതും വെല്ലുവിളി ഘടകങ്ങൾ പരിഗണിച്ചുള്ളതുമായ രീതിശാസ്ത്രം അവലംബിച്ചു. അതിലൂടെ രാഷ്ട്രീയ സാമൂഹ്യ സാമ്പത്തിക അതിർ വരമ്പുകൾക്കപ്പുറം അതിദരിദ്ര-നിരാലംബ-നിരാശ്രയ വിഭാഗങ്ങളെ കണ്ടെത്തി സുരക്ഷയും നീതിയും ഉറപ്പാക്കാനായി.

9. ദാരിദ്ര്യ ദൂരീകരണ ഉപപദ്ധതി രൂപീകരണത്തിലൂടെ നിലവിലുള്ള വ്യത്യസ്തങ്ങളായ ദാരിദ്ര്യ ദൂരീകരണ പദ്ധതികളെയും അവയുടെ വിഭവങ്ങളെയും സംയോജിപ്പിക്കാനുള്ള ഉദ്ഗ്രഥിതപരിശ്രമം നടത്തിയെങ്കിലും പില്ക്കാലത്ത് പുറകോട്ടടിക്കപ്പെടുന്ന സ്ഥിതിയുണ്ടായി.
10. അതിജീവന പദ്ധതിയുടെ മാതൃകാ ഘടകമായും അടിസ്ഥാന നിർവ്വഹണ സംവിധാനവുമായി കുടുംബശ്രീയെ അംഗീകരിക്കാനും ദേശീയ വിഭവസ്രോതസ്സായി (എൻ ആർ ഒ) വ്യവസ്ഥാപനം ചെയ്യാനും അതിലൂടെ വിഭവ ചോർച്ച തടഞ്ഞ് പരമാവധി ഗുണഫലം ഉറപ്പാക്കാനും കഴിഞ്ഞു.
11. മഹാത്മാഗാന്ധി ദേശീയ ഗ്രാമീണ തൊഴിലുറപ്പു പദ്ധതി വികസന പദ്ധതി പ്രവർത്തനവുമായി ഗ്രാമപഞ്ചായത്തുതലത്തിൽ ഏകോപിപ്പിച്ച് വർദ്ധിപ്പിച്ച തൊഴിലവസരവും വരുമാനവും അതിജീവന സാദ്ധ്യതയും ഉറപ്പാക്കാനായി.

ധനപരമായ വികേന്ദ്രീകരണം

കേരളത്തിലെ അധികാര വികേന്ദ്രീകരണ പ്രക്രിയയിൽ ഏറ്റവും ശ്രദ്ധേയവും നിർണ്ണായകവുമായത് അതിൽ അവലംബിച്ച ധനപരമായ വികേന്ദ്രീകരണ തീരുമാനങ്ങളും നടപടികളുമാണ്.

1. സംസ്ഥാന സർക്കാരിന്റെ വാർഷിക ബജറ്റ് രേഖകളുടെ IV-ാം അനുബന്ധ പുസ്തകമായി തദ്ദേശഭരണ സ്ഥാപനതലത്തിലേക്കുള്ള ധന വിഭവ ലഭ്യതാ വിവരങ്ങൾ ഉൾക്കൊള്ളിച്ചു. അതിനുള്ളിൽ ഓരോ വിഷയ മേഖലകളിലെയും ധാരകളിലെയുമുള്ള ധനവിഹിത ശീർഷകങ്ങൾ ഉറപ്പാക്കി. തന്മൂലം സുതാര്യതയ്ക്കും ധനവിഭവ ലഭ്യതയുടെ മുൻകൂർ കണക്കാക്കൽ പ്രവചനത്തിനും തിട്ടപ്പെടുത്തലിനും തദനുസരണം പദ്ധതി ചിട്ടപ്പെടുത്തലിനും വിഭവ ചോർച്ചയും ശോഷണവും തടയുന്നതിനും അവസരം ഉണ്ടായി. മാത്രമല്ല വിഭവങ്ങൾ വകമാറ്റി ചെലവഴിക്കുന്ന സമ്പ്രദായം തടയാനും അഴിമതി കുറയ്ക്കാനും കഴിഞ്ഞു.
2. വിഭവ അനുവാദത്തിലും വിതരണത്തിലും വിവേചനാധികാരം ഇല്ലാതാക്കുക വഴി തത്ത്വാധിഷ്ഠിതവും വ്യവസ്ഥാപിതവുമായ ധനവിഭവ വിതരണം ഉറപ്പാക്കാനായി. അതുമൂലം ഓരോ തദ്ദേശഭരണ സ്ഥാപനത്തിനും അവയുടെ പ്രാദേശികതയോ രാഷ്ട്രീയ പക്ഷപാതിത്വമോ അധികാരസമ്മർദ്ദമോ പരിഗണിക്കാതെ അർഹവും നീതിപൂർവ്വകവുമായ വിഹിതം ലഭിക്കും എന്ന് ഉറപ്പാക്കാൻ കഴിഞ്ഞു.

നഷ്ടോത്തരവാദിത്വം

പങ്കാളിത്ത ജനാധിപത്യ പ്രക്രിയയിൽ അധികൃതരുടെ മേലുള്ള നഷ്ടോത്തരവാദിത്വം, വിശേഷിച്ച്, സാമൂഹ്യനഷ്ടോത്തരവാദിത്വം പരമ പ്രധാനമാണ്. വാസ്തവത്തിൽ 2005 ലെ വിവരാവകാശ നിയമം നില

വിൽ വരുന്നതിനും ആറുവർഷം മുമ്പ് 1999 ൽ തന്നെ കേരളത്തിൽ പഞ്ചായത്ത് രാജ്-മുനിസിപ്പാലിറ്റി നിയമങ്ങളിൽ ഇത്തരം നഷ്ടോത്തരവാദിത്വ വ്യവസ്ഥ ഉൾച്ചേർക്കപ്പെട്ടിരുന്നു. പൗരാവകാശരേഖ നിർബ്ബന്ധിത നിബന്ധനയാക്കി അതുവഴി വ്യവസ്ഥപ്പെടുത്തിയിരുന്നു. അതിലൂടെ തദ്ദേശ ഭരണ സ്ഥാപനങ്ങളുടെയും അവയ്ക്കു കൈമാറ്റിയ സ്ഥാപനങ്ങളുടെയും പ്രതീക്ഷിത സേവന പ്രധാന ഗുണനിലവാരം വർദ്ധിതമായി ഉയർത്താനും സേവന ലഭ്യതയുടെ അളവ് ഉയർത്താനും തീർത്തും സാദ്ധ്യമായി. നിർമ്മാണ പദ്ധതികളിലും മറ്റും പ്രവൃത്തിസ്ഥലത്ത് വിവരദായക ഫലകം സ്ഥാപിച്ച് പദ്ധതി വിവരങ്ങൾ പൊതുസമൂഹത്തെ അറിയിക്കണമെന്ന് നിഷ്കർഷിച്ചു. ഗ്രാമസഭാ-വാർഡ്സഭാ യോഗങ്ങളിൽ പദ്ധതി നിർവ്വഹണ-ഭരണകാര്യ വരവ് ചെലവ് പത്രിക അവതരിപ്പിച്ച് ചർച്ച ചെയ്ത്, വിമർശനങ്ങൾ പരിഗണിച്ച്, പിഴവുകൾ തിരുത്തുന്നതിനും ആവർത്തിക്കാതിരിക്കുന്നതിനും വ്യവസ്ഥ ചെയ്തു. നിർവ്വഹണ ഓഡിറ്റിങ് എന്ന നൂതന ആശയം വഴി, സ്വയം നിരീക്ഷണ അവലോകനം വഴി തെറ്റുതിരുത്തലിനും ഭരണഗുണത ഉയർത്താനും അവസരമൊരുക്കി. എന്നാൽ കാലക്രമേണ നിർവ്വഹണ ഓഡിറ്റിങ് രീതിശാസ്ത്രം കടുത്ത വിമർശനം ക്ഷണിച്ചു വരുത്തുന്ന സാഹചര്യമുണ്ടായതും നാം പരിശോധിക്കണം.

ഏറ്റവും ശ്രദ്ധേയവും നിർണ്ണായകവുമായ കാര്യം തദ്ദേശ-ഭരണതലത്തിൽ വികസന-ക്ഷേമ പദ്ധതികളുടെ ഗുണഭോക്തൃ നിർണ്ണയ രീതിശാസ്ത്രമെന്നതാണ്. പദ്ധതി രൂപീകരണ വേദിയിൽത്തന്നെ ഏറ്റവും സുതാര്യവും മാനദണ്ഡ നിബന്ധനകൾക്ക് വിധേയമായും അർഹതയും യോഗ്യതയും നീതിപൂർവ്വകതയും അടിസ്ഥാനമാക്കിയുമുള്ള ഗുണഭോക്തൃ നിർണ്ണയ നടപടിക്രമം സാധൂകരിക്കുമെന്നതും പാലിക്കുമെന്നതും ഉറപ്പാക്കി. കാര്യകാരണ-യുക്തിഭദ്രമാർഗ്ഗത്തിലൂടെ ഓരോ മാനദണ്ഡത്തിനും നിശ്ചിത മൂല്യം നിർണ്ണയിച്ച് അവയ്ക്ക് പ്രാമുഖ്യവും പരിഗണനയും നല്കി കണക്കാക്കിയാണ് ഇത്തരം ഗുണഭോക്തൃ തെരഞ്ഞെടുപ്പ് നടത്തിയത്. ഈ രീതി തദ്ദേശഭരണതലത്തിൽ ജനാധിപത്യ സമ്പ്രദായം പുഷ്ടിപ്പെടുത്തുന്നതിനുള്ള അനിവാര്യമുന്നുപാധിയായി മാറി.

നഷ്ടോത്തരവാദിത്വം ഉറപ്പാക്കുന്നതിൽ മാതൃകാപരമായ രണ്ട് സ്ഥാപന സംവിധാനങ്ങൾ കേരളത്തിൽ രൂപപ്പെടുത്തപ്പെട്ടുവെന്നതും ശ്രദ്ധേയമായ കാര്യമാണ്. അവയുടെ ഫലപ്രാപ്തി നാം കൂടുതൽ കർക്കശമായും പ്രായോഗികമായും വിലയിരുത്തേണ്ടതുണ്ട്. അതിൽ ഒന്ന് അഴിമതി, സ്വജനപക്ഷപാതം, പങ്കുപറ്റൽ, കൈക്കൂലി, അകാരണ കാലതാമസം തുടങ്ങി ദുർഭരണ നടപടികൾ തടയുന്നതിനായി, വിരമിച്ച ഹൈക്കോടതി ന്യായാധിപർ അദ്ധ്യക്ഷനായി രൂപീകൃതമാകുന്ന തദ്ദേശ ഭരണ ഓംബുഡ്സ്മാൻ എന്നതാണ്.

ദുർഭരണ സംബന്ധിയായുണ്ടാകാവുന്ന ആക്ഷേപങ്ങളും ആരോപണങ്ങളും അന്തിമമായി തീർപ്പാക്കാനുതകുന്ന ഓംബുഡ്സ്മാന്റെ ഉത്ത

രവിന്മേൽ ഹൈക്കോടതിയിൽ മാത്രമാണ് അപ്പീൽ അനുവാദമുള്ളത്. ലോക് ആയുക്തയിൽനിന്ന് ഭിന്നമായി ഓംബുഡ്സ്മാനിൽ ദുർഭരണ നടപടികളോ തീരുമാനങ്ങളോ റദ്ദാക്കാനും തിരുത്താനും ശരിയായ നട പടികൾ നടപ്പിലാക്കാൻ നിർദ്ദേശിക്കാനും അപ്രകാരം നിർവ്വഹിക്കാനി രുന്നാൽ ശിക്ഷാ വിധേയമാക്കാനുമുള്ള അധികാരം നിക്ഷിപ്തമാണ്. ഗ്രാമപഞ്ചായത്ത് അംഗം മുതൽ നഗര കോർപ്പറേഷൻ മേയറെയോ ജില്ലാ പഞ്ചായത്ത് പ്രസിഡന്റിനെയോവരെ കുറ്റസ്ഥാപനത്തിൽ ശിക്ഷിക്കാനും അംഗത്വം തന്നെ റദ്ദാക്കാൻ വിധിക്കാനും ഓംബുഡ്സ്മാന് കഴിയുന്ന താണ്.

രണ്ടാമത്തെ സ്ഥാപനം തദ്ദേശഭരണ സ്ഥാപനങ്ങളുടെ ഉദ്യോഗ സ്ഥാധികാര-നിയന്ത്രണാധികാര നടത്തിപ്പിലെ ചട്ടവിരുദ്ധതയോ ക്രമ വിരുദ്ധതയോ പരിശോധിച്ച് തിരുത്തുന്നതിലേക്കായി അപ്പീൽ അധികാ രസ്ഥാനമായി രൂപപ്പെടുത്തപ്പെട്ട തദ്ദേശഭരണ അപ്പലേറ്റ് ട്രിബ്യൂണലാ ണ്. ജില്ലാ ജഡ്ജ് പദവിയിലുള്ള നീതിന്യായ അധികാര സ്ഥാപനമാ ണിത്. നികുതി കാര്യങ്ങൾ, അനുമതി പത്രങ്ങൾ മുതലായവ ഉൾപ്പെടെ വിഷയങ്ങളിൽ ട്രിബ്യൂണലിന് അധികാര നിർവ്വഹണ സാദ്ധ്യതയുണ്ട്. എന്നാൽ ഈ രണ്ട് നീതിന്യായാധികാര സംവിധാനങ്ങളും സദ്ഭരണ സ്ഥാപനത്തിലേക്കായി കേരളീയർ എത്രകണ്ട് പ്രയോജനപ്പെടുത്തിയെ ന്നത് നാം പഠന വിധേയമാക്കേണ്ടതാണ്.

പശ്ചാത്തല വികസന, മരാമത്ത് നിർമ്മാണ പ്രവർത്തനരംഗങ്ങളിലെ വിഭവ ചോർച്ച തടയാനും ദല്ലാൾ സ്വഭാവം ഒഴിവാക്കാനും മദ്ധ്യവർത്തി സമ്പ്രദായം ഇല്ലാതാക്കാനും വേണ്ടി വിദഗ്ദ്ധ സ്ഥാപനങ്ങളായ കോസ്റ്റ് ഫോർഡ്, സോഷ്യോ ഇക്ണോമിക്സ് യൂണിറ്റ് ഫൗണ്ടേഷൻ, ഊരാ ലുങ്കൽ ലേബർ കോൺട്രാക്ട് സൊസൈറ്റി മുതലായവയെ പദ്ധതി നട ത്തിപ്പ് ഭരമേല്പിക്കുന്ന രീതിയും അവലംബിച്ചു. അത്തരം അംഗീകൃ തവും അധികൃതവുമായ സ്ഥാപനസംഘങ്ങളിലൂടെ ടെണ്ടർ നടപടിക്രമം ഒഴിവാക്കിക്കൊണ്ട് കാലതാമസം ഇല്ലാതെയും സമയബന്ധിതമായും പദ്ധതി നടത്തിപ്പും പൂർത്തീകരണവും ഉറപ്പുവരുത്താൻ കഴിഞ്ഞു.

കുടുംബശ്രീ പങ്കാളിത്തവും ശൃംഖലാ സംവിധാനവും

സ്വയം സഹായക-സംരംഭക സംഘങ്ങളുടെ ഏറ്റവും മികവുറ്റ മാതൃ കാപരമായ ശ്രേണി രൂപപ്പെടുത്തപ്പെട്ട സംസ്ഥാനം കേരളമായിരിക്കും. അയൽക്കൂട്ടങ്ങൾ എന്ന് വിളിക്കപ്പെട്ട ഇത്തരം സംഘങ്ങൾ വഴി ഇന്ന് മൂന്നുലക്ഷം കുടുംബങ്ങളിലായി 45 ലക്ഷം സ്ത്രീകൾ അംഗങ്ങളായി പ്രവർത്തിക്കുന്നു. തദ്ദേശഭരണസ്ഥാപനങ്ങളോട് സമശീർഷമായി സഹ വർത്തിത്തത്തോടെ, ജനാധിപത്യപരമായ പങ്കാളിത്തത്തോടെ കുടും ബശ്രീ- അയൽക്കൂട്ട സംവിധാനം ഇന്ന് പ്രവർത്തിക്കുന്നു എന്നതാണ തിന്റെ സവിശേഷത. രാഷ്ട്രീയ ജനാധിപത്യത്തെ ഉൾക്കൊള്ളാനുതകുന്ന സാമൂഹ്യ ജനാധിപത്യം സാദ്ധ്യമാകണമെന്ന ഡോ. അംബേദ്കറിന്റെ

ദർശനമാണ് ഇവിടെ സാർത്ഥകമാക്കുന്നത്. ഗ്രാമസഭ/വാർഡ് സഭ പ്രവർത്തനങ്ങളിൽ വ്യാപൃതരാക്കുക, ദാരിദ്ര്യ ദൂരീകരണ പദ്ധതി രൂപീകരണത്തിലും അതിജീവന പദ്ധതി നടത്തിപ്പിലും പങ്കാളികളാകുക, വനിതാഘടക പദ്ധതി രൂപീകരണത്തിലും നിർവ്വഹണത്തിലും പങ്കാളികളാകുക, എം ജി എൻ ആർ ഇ ജി എസ് തൊഴിലുറപ്പു പദ്ധതി നടത്തിപ്പിന് നേതൃത്വം വഹിക്കുക മുതലായവ കുടുംബശ്രീ ഉദ്യമങ്ങളിൽ പ്രധാനമാണ്. ആരോഗ്യ ശുചിത്വ പദ്ധതികൾ, പോഷകാഹാരപദ്ധതികൾ, സ്ത്രീസുരക്ഷാപദ്ധതികൾ മുതലായവയുടെ പ്രായോഗിക നിർവ്വഹണ ഉപാധിയെന്ന നിലയിൽ ഗുണഭോക്താക്കളിലേക്കെത്തിക്കുന്നതിനും കുടുംബശ്രീ യത്നിക്കുന്നു. തദ്ദേശ ജനാധിപത്യപ്രക്രിയയെ സാമൂഹ്യവല്ക്കരിക്കുന്നതിൽ അംഗത്വത്തിലൂടെയും പങ്കാളിത്തത്തിലൂടെയും കുടുംബശ്രീ നിരന്തര പങ്ക് വഹിച്ചിട്ടുണ്ട്.

പിന്തുണാസംവിധാനം

തദ്ദേശഭരണ സ്ഥാപനങ്ങളുടെ കർത്തവ്യ നിർവ്വഹണ ശേഷിക്കുറവ് പരിഹരിക്കുന്നതിലേക്കായി ഒട്ടേറെ പരിശീലന-പഠന-ബോധന സംവിധാനങ്ങളും സ്ഥാപനങ്ങളും ഒരുക്കപ്പെട്ടിരിക്കുന്നു. ഒപ്പം അത്തരം പ്രക്രിയയിൽ പിന്തുണയ്ക്കുന്നതിനുള്ള സവിശേഷ പ്രത്യേകോദ്ദേശ സംവിധാനങ്ങളും ഒരുക്കിയിരിക്കുന്നു. സംസ്ഥാന ദാരിദ്ര്യ ദൂരീകരണ മിഷൻ, ഇൻഫർമേഷൻ കേരള മിഷൻ, ശുചിത്വ മിഷൻ മുതലായവ തുടക്കം മുതൽ പ്രാവർത്തികമായിരുന്നു. കഴിഞ്ഞ അഞ്ച് വർഷക്കാലത്തിനിടയിൽ നിർണ്ണായകമായ ലൈഫ് മിഷൻ, ആർദ്രം മിഷൻ, ഹരിത കേരളമിഷൻ, പൊതുവിദ്യാഭ്യാസ സംരക്ഷണ മിഷൻ എന്നീ നാല് ഘടകങ്ങൾ കൂടി എടുത്തുപറയേണ്ടതായുണ്ട്.

ഇതിൽ ദാരിദ്ര്യ ദുരീകരണ മേഖലയിലെ അവലോകനം ഉൾപ്പെടെ കുടുംബശ്രീയുടെ പരിപാലനമാണ് ദാരിദ്ര്യ ദൂരീകരണമിഷൻ എറ്റെടുത്തിട്ടുള്ള ദൗത്യം. വിവരവിജ്ഞാന വിനിമയ രംഗത്ത് തദ്ദേശഭരണ സ്ഥാപനങ്ങൾക്ക് മതിയായ സാങ്കേതിക പിന്തുണ ഉറപ്പാക്കുകയാണ് ഐ കെ എം ചെയ്യുന്നത്. അതിലൂടെ പ്രാദേശിക സർക്കാരുകളുടെ നിർവ്വഹണ സംവിധാനത്തിൽ അതിശക്തവും വിപുലവുമായ ഇ-ഗവേർണൻസ് ശൃംഖല ഉറപ്പാക്കാൻ കേരളത്തിന് സാധിച്ചു. ഇതിന്റെ ഗുണഫലം ഏറ്റവുമധികം ലഭിച്ചത് പഞ്ചായത്ത് രാജ് സ്ഥാപനങ്ങൾക്കാണ്. ശുചിത്വ മിഷനാകട്ടെ പൊതജനാരോഗ്യ-പരിസര ശുചിത്വ സംവിധാനങ്ങളുടെ കാര്യത്തിൽ തദ്ദേശഭരണ സ്ഥാപനങ്ങൾക്ക് ആവശ്യമായ സാങ്കേതിക പിന്തുണയും നിർവ്വഹണ സഹായവും ഉറപ്പാക്കുകയാണ് ചെയ്യുന്നത്.

2016 ൽ തുടക്കമിട്ട നവകേരള നിർമ്മിതി ലക്ഷ്യമിട്ടുള്ള നാല് മിഷനുകളും യഥാർത്ഥത്തിൽ അതാത് തദ്ദേശഭരണ സ്ഥാപനങ്ങളുമായി ചേർന്നുകൊണ്ടു മാത്രമേ പ്രവർത്തിക്കാനാകുകയുള്ളൂ. എന്നാൽ ചില

പ്പോഴെങ്കിലും ഇവയിൽ ചില വ്യതിചലനങ്ങൾ കാണാനാകും. അപൂർവ്വ തയെങ്കിലും മിഷനുകൾ തനത്, വകുപ്പ് മാതൃകയിൽ പ്രവർത്തനം നടത്തുന്ന അനുഭവം ഉണ്ടാകാറുണ്ട്. നാല് മിഷനുകളും പ്രധാനമായി ലക്ഷ്യമിട്ടത്.

(i) തദ്ദേശഭരണ സ്ഥാപനങ്ങൾക്ക് ഉന്നത ഗുണതയുള്ള സാങ്കേതിക പിന്തുണ സംവിധാനം ഉറപ്പാക്കുക.

(ii) ഓരോ തദ്ദേശഭരണ സ്ഥാപനത്തിനുമുള്ള സവിശേഷമായ പ്രായോഗികവും സാങ്കേതികവുമായ പ്രശ്നങ്ങൾ തിരിച്ചറിഞ്ഞ് പരിഹാരം സാദ്ധ്യമാക്കുക.

(iii) തദ്ദേശഭരണ സ്ഥാപനങ്ങൾക്കും കൈമാറ്റിയ സ്ഥാപനങ്ങൾക്കും അതാത് രംഗങ്ങളിൽ അനിവാര്യമായ ശാക്തീകരണ സാദ്ധ്യത ഉറപ്പാക്കുക.

(iv) തുടർ നിരീക്ഷണവും അവലോകനവും നിർവ്വഹിച്ച് അനിവാര്യമായ മുന്നറിവ് ലഭ്യമാക്കുക.

(v) സത്വരവും ഗുണമേന്മയുള്ളതുമായ വികസന പദ്ധതി രൂപീകരണ-നിർവ്വഹണ-നിരീക്ഷണ പ്രക്രിയ സാധിതമാക്കുക.

ഇത്തരത്തിൽ തദ്ദേശഭരണ സ്ഥാപന നേതൃത്വത്തിലും പങ്കാളിത്തത്തിലും ഏകോപനത്തിലും കൂടിയൊരു നവകേരള നിർമ്മിതിക്കാണ് ഉദ്യമം തുടങ്ങിയത്.

കൃത്യവും ശാസ്ത്രീയവും സമയബന്ധിതവുമായ പരിശീലനം എന്നത് തദ്ദേശഭരണ നിർവ്വഹണത്തിന്റെ അനിവാര്യ മുന്നുപാധിയാണ്. ഇക്കാര്യത്തിൽ വർഷങ്ങൾക്കു മുമ്പുതന്നെ സ്ഥാപനവല്കൃതമായ സംരംഭമായി തൃശൂരിൽ "കില" രൂപംകൊണ്ടിരുന്നു. ജനകീയാസൂത്രണ കാലം മുതൽ ഇങ്ങോട്ട് നാളിതുവരെ അധികാര വികേന്ദ്രീകരണത്തിലെ ഏറ്റവും വലിയ പിന്തുണാ സംവിധാനമായി വർത്തിച്ചത് "കില"യുടെ പരിശീലനഘടകങ്ങളാണ്. തദ്ദേശഭരണ വികാസത്തിനൊപ്പം "കില"യും കല്പിത സർവ്വകലാശാലയുടെയോ രാഷ്ട്രാന്തര പഠന പരിശീലന കേന്ദ്രത്തിന്റെയോ തലത്തിലേക്ക് വികസിച്ചു. ഇപ്പോൾ ഈ രംഗത്ത് മുമ്പുണ്ടായിരുന്ന ഇ ടി സികൾ, എസ് ഐ ആർ ഡി ഉൾപ്പെടെയുള്ളവയെക്കൂടി ഏകോപിപ്പിച്ചുള്ള ബൃഹദ് പരിശീലനകേന്ദ്രമായി "കില" പരിണമിച്ചു.

ഈ പ്രവർത്തനങ്ങളെ ആകെ പിന്തുണയ്ക്കാനും സഹായിക്കാനുമുതകുന്ന പരിശീലനവും തുടർ പരിശീലനവും ഉറപ്പാക്കാനുതകുന്ന കേന്ദ്രമെന്ന നിലയിൽ 'കില' അന്താരാഷ്ട്ര അംഗീകാരം നേടുന്നതിലേക്ക് എത്തിച്ചേർന്നു.

തദ്ദേശഭരണതലത്തിൽ അനുഗുണമായ സാങ്കേതിക വിദ്യകൾ, ചെലവു കുറഞ്ഞ രീതിയിൽ, പര്യാപ്തവും പ്രാപ്തവുമായ വിധം ലഭ്യമാക്കാനുദ്ദേശിച്ചും പ്രാദേശിക സർക്കാരുകളുടെ സാങ്കേതിക ശേഷി പരിമിതി തിരിച്ചറിഞ്ഞ് പരിഹരിക്കാനും പിന്തുണയ്ക്കാനും ഉദ്ദേശിച്ചുകൊണ്ടാണ് കോസ്റ്റ് ഫോർഡ്, ഹാബിറ്റാറ്റ്, സോഷ്യോ ഇക്ക്ണോമിക്

യൂണിറ്റ്, ഊരാലുങ്കൽ ലേബർ കോൺട്രാക്ട് കോപ്പറേറ്റീവ് സൊസൈറ്റി ഉൾപ്പെടെയുള്ളവയ്ക്ക് സർക്കാർ അംഗീകരണത്തോടെ അനുമതിയും അവകാശവും നല്കിയത്. ഇതിലൂടെ നിർമ്മാണ നിർവ്വഹണ പ്രവൃത്തികളുടെ സുതാര്യത, ഗുണനേട്ടങ്ങൾ, സാങ്കേതിക സ്വാംശീകരണം, കാര്യക്ഷമത, ദക്ഷത എന്നിവയെല്ലാം വർദ്ധിപ്പിച്ചും സാമൂഹ്യ പങ്കാളിത്തവും പൊതു നഷ്ടോത്തരവാദിത്വവും ഉറപ്പുവരുത്തിയുള്ള നിർവ്വഹണ ശേഷി കൈവരിക്കാനും കഴിഞ്ഞു. ഇതിനൊപ്പം തന്നെ പരാമർശിക്കാവുന്നതാണ് തദ്ദേശഭരണ പ്രക്രിയയെ സ്വയംസന്നദ്ധ സാങ്കേതിക സേവനത്തിലൂടെ സഹായിക്കുകയും പിന്തുണയ്ക്കുകയും ചെയ്യുന്ന ഗ്രാമീണ പഠനകേന്ദ്രം പോലെയുള്ള തദ്ദേശ സംരംഭങ്ങളുടെ സാന്നിദ്ധ്യവും പ്രവർത്തനവും.

ഉപസംഹാരം

മുകളിൽ പരാമർശിച്ചതായ ഓരോ ഘടകങ്ങളും ഉദ്യമങ്ങളും കേരളത്തിലെ അധികാര വികേന്ദ്രീകരണ പ്രക്രിയയുടെ ബഹുതല സ്പർശിയായ സവിശേഷതകളാണ് വെളിപ്പെടുത്തുന്നത്. അവയുടെ വിമർശനാത്മക അവലോകനം അത്തരം പരിഷ്കരണ ഉദ്യമങ്ങളുടെ അടിസ്ഥാന സ്വഭാവവും നേട്ടകോട്ടങ്ങളും വെളിവാക്കുന്നതായിരിക്കും. ആത്യന്തികമായി അവ ഓരോന്നും പങ്കാളിത്തത്തിന്റെ ദർശനവും അനൗപചാരികതയുടെയും അനൗദ്യോഗികതയുടെയും ജനാധിപത്യവല്ക്കരണത്തിന്റെയും സ്വഭാവ സാദ്ധ്യതകൾ ഉൾക്കൊള്ളുന്നു, പ്രതിഫലിക്കുന്നു. എന്നാൽ അവയെല്ലാം എക്കാലത്തും പ്രതീക്ഷയ്ക്കും ആവശ്യങ്ങൾക്കും അനുസൃതമായിരുന്നു എന്ന് കരുതാനും കഴിയില്ല. ഉപരിപ്ലവമോ ആലങ്കാരികമോ ആയ വിധത്തിലാണ് ഇത്തരത്തിലുള്ള പല ഭരണ നവീകരണദൗത്യങ്ങളും പ്രാവർത്തികമാക്കപ്പെട്ടതെന്നും പറയേണ്ടതായി വരും. എന്നിരിക്കിലും ഏതൊരു ഭരണപരിഷ്കരണ പ്രക്രിയയും എന്നതു പോലെ വികേന്ദ്രീകൃത ആസൂത്രണ-വികസന-ഭരണ-ക്ഷേമ നിർവ്വഹണവും കാലാനുസാരിയായി മാത്രമേ മികവുറ്റതാകുകയുള്ളൂ, പ്രായോഗികതയിലൂടെ മാത്രമേ കുറ്റമറ്റതാകുകയുള്ളൂ. അതിനുതകുന്ന ചില നിർദ്ദേശങ്ങൾ കൂടി ഇവിടെ ഉന്നയിക്കുന്നു.

1. സ്ഥാപന-സേവന പരിപാലനത്തിനും വ്യക്തിഗത സേവനദാതാക്കളുടെ പ്രവർത്തന പരിപാലനത്തിനും പദ്ധതി പ്രവർത്തന പരിപാലനത്തിനും തദ്ദേശഭരണ തലത്തിൽ പ്രത്യേകമായി ഉചിതമായ സംവിധാനമൊരുക്കുകയും അവയുടെ നിരന്തര നിരീക്ഷണ സംവിധാനം ഏർപ്പെടുത്തുകയും ചെയ്യുക.
2. വ്യക്തിഗത-സ്ഥാപനതല സേവന പ്രദാന പ്രവർത്തനങ്ങളുടെ ഉന്നത ഗുണ നിലവാരക്ഷമത ഉറപ്പുവരുത്താൻ, വിശേഷിച്ച് വിദ്യാലയങ്ങൾ, ആശുപത്രികൾ, ആരോഗ്യ സ്ഥാപനങ്ങൾ, വനിതാ ശിശു ക്ഷേമ സ്ഥാപനങ്ങൾ, മുതലായവയുടെ മികവ് ഉറപ്പാക്കുന്നതിലേ

ക്കായി ആധുനികവും പ്രായോഗികവുമായ ഉന്നത നിർവ്വഹണ നിലവാരമാന്വലുകൾ തയ്യാറാക്കി നടപ്പാക്കുക.

3. പങ്കാളിത്ത വിവരശേഖരണ പ്രക്രിയ വഴി തദ്ദേശഭരണ സ്ഥാപന തലത്തിലെ സ്ഥിതിവിവരണസമാഹരണം ശക്തിപ്പെടുത്തുകയും ഇതിനെ പൗരവിവരാവകാശ ഭാഗമാക്കി മാറ്റുകയും ചെയ്തുകൊണ്ട് അറിയാനുള്ള അവകാശം മാനിച്ചുള്ള ആസൂത്രണ-നിർവ്വഹണ അവസരം സാധിതമാക്കുക. അത്തരം പ്രവർത്തനത്തിൽ പൊതുജന നിരീക്ഷണ അവലോകനം (സാമൂഹ്യ അവലോകന പ്രക്രിയ) പ്രാവർത്തികമാക്കുകയും അതിന്റെ ഗുണഫലം അനുഭവവേദ്യമാക്കുകയും ചെയ്യുക.

4. അഴിമതി, സ്വജനപക്ഷപാതം, കൈക്കൂലി, ദല്ലാൾഭരണ മദ്ധ്യവർത്തി സമ്പ്രദായം, കക്ഷിവല്ക്കരണം മുതലായ ദുർഭരണ സാദ്ധ്യതകൾ തദ്ദേശഭരണ പ്രക്രിയയിൽ ഉണ്ടാകാതിരിക്കാനായി നിർബ്ബന്ധിതവും നിയാമകവുമായ സാമൂഹ്യ അവലോകന പ്രക്രിയ തദ്ദേശഭരണ നടത്തിപ്പിൽ പ്രാവർത്തികമാക്കുകയും സാമൂഹ്യ നഷ്ടോത്തരവാദിത്വ പാലനം സാദ്ധ്യമാക്കുകയും ചെയ്യുക.

അധികാര വികേന്ദ്രീകരണത്തിന്റെ ലക്ഷ്യത്തിലും മാർഗ്ഗത്തിലും പങ്കാളിത്തവും കാര്യക്ഷമതയും തുല്യപ്രധാന മർമ്മസ്ഥാനങ്ങളായി കണക്കാക്കപ്പെടണം. സദ്ഭരണാവകാശം നിയമപരമായി ഉൾച്ചേർക്കപ്പെടുകയും പരിപാലിക്കപ്പെടുകയും ചെയ്യണം. ഇത്തരം ജനകീയാവകാശങ്ങൾ നേടിയെടുക്കാനും ഉറപ്പാക്കാനും ഉതകുന്ന അവകാശാധിഷ്ഠിത ബോധവല്ക്കരണം സമൂഹത്തിൽ ഉറപ്പാക്കണം. ഇതിനായി വിപുലവും ശക്തവുമായ പൗരവിദ്യാഭ്യാസ പ്രക്രിയ സാധിതമാക്കണം. പൗരജനങ്ങൾക്ക് തങ്ങളുടെ ആവശ്യങ്ങളും അനിവാര്യതകളും സാദ്ധ്യതകളും പരിമിതികളും തിരിച്ചറിയാൻ അവസരം ഉണ്ടാകണം. ഒപ്പംതന്നെ പൗരധർമ്മവും പൗരകടമകളും കൂടി തിരിച്ചറിയാനും പാലിക്കാനുമുള്ള ശേഷി അവർക്ക് കൈവരിക്കാനാകണം. ഇതിനെല്ലാമുതകുന്ന പ്രതിജ്ഞാബദ്ധവും വിവേകപൂർവ്വകവും മികവുറ്റതും ഉന്നതശീർഷകവുമായ നേതൃത്വം നല്കാൻ തദ്ദേശഭരണ സ്ഥാപന ജനപ്രതിനിധികൾക്കും ഭരണസമിതികൾക്കും കഴിയണം.

തദ്ദേശഭരണം കേരളത്തിൽ ഒരു ദിശാസൂചിക

ശാരദാ ജി മുരളീധരൻ ഐ എ എസ്

എഴുപത്തിമൂന്ന്-എഴുപത്തിനാല് ഭരണഘടനാ ഭേദഗതികൾ പ്രാബല്യത്തിൽ വന്ന ഘട്ടത്തിൽ എന്തിനാണ് തദ്ദേശഭരണ സ്ഥാപനങ്ങളെ ജനാധിപത്യ പ്രക്രിയയുടെ മുൻപന്തിയിലേക്ക് കൊണ്ടുവന്നത്? വികേന്ദ്രീകൃതമായ ആസൂത്രണ പ്രക്രിയയോ പ്രാദേശികമായ തീരുമാനമെടുക്കലോ മാത്രമായിരുന്നില്ല. തദ്ദേശീയമായിട്ടുള്ള ഭരണകാര്യ ഉത്തരവാദിത്വം കൂടി അതിൽ അടങ്ങിയിരുന്നു. സർക്കാരിന്റെ ഉത്തരവാദിത്വം പ്രത്യക്ഷത്തിൽ എങ്ങനെയാണ് ജനങ്ങൾ അനുഭവിക്കുന്നത് എന്നത് പ്രാദേശിക സർക്കാരുകളുമായി നേരിട്ട് ഇടപെട്ടുകൊണ്ടുള്ള ജീവന പ്രക്രിയയിലൂടെയാണെന്നതായിരുന്നു അതിന് കാരണം.

സർക്കാരും ജനങ്ങളും തമ്മിൽ നേരിട്ടും പ്രത്യക്ഷത്തിലുമുള്ള ഇടപെടലിലൂടെയാണ് ഭരണം ജനതയ്ക്ക് അനുഭവവേദ്യമാക്കുക. അത്തരത്തിൽ അടുത്തുള്ള ഇടപെടലിലൂടെയാണ് സർക്കാരിനെ ജനങ്ങൾ തിരിച്ചറിയുന്നത്. അതിന്റെ പ്രവർത്തനങ്ങൾ തിരിച്ചറിയുന്നത്. അവയെ വിമർശനാത്മകമായി വിലയിരുത്തുന്നത്. അത്തരം വിമർശനത്തിലൂടെയാണ് ജനങ്ങൾ എന്താണോ ആവശ്യപ്പെടുന്നത് അത് പ്രാവർത്തികമാക്കപ്പെടുന്നത്.

ജനവും ജനകീയതയും

ജനം എന്നത് അമൂർത്തമായൊരു പ്രയോഗമാണ്. ആരാണ് ജനം? ഗ്രാമസഭകളിൽ അംഗങ്ങളായിരുന്ന് അഭിപ്രായം പ്രകടിപ്പിക്കുന്നവരാണോ? ഭരണസമിതികളിൽ അംഗങ്ങളായിരിക്കുന്ന തിരഞ്ഞെടുക്കപ്പെട്ടവരും തീരുമാനം എടുക്കുന്നവരുമാണോ? തങ്ങൾക്കിതിലൊന്നും ഒരു കാര്യവുമില്ല എന്ന് കണ്ട് എല്ലാറ്റിൽനിന്നും വിട്ടുനില്ക്കുന്നവരാണോ?

സർക്കാരിനെ നിരീക്ഷിക്കുകയും സർക്കാരിന്റെ നടത്തിപ്പിനെ നഷ്ടോത്തരവാദിത്വക്ഷമമാക്കുകയും ചെയ്യുന്നവരാകണം ജനം. എന്നിരിക്കിൽത്തന്നെ അവർ സർക്കാരിന്റെ നിർവ്വഹണപ്രക്രിയയിൽ നേരിട്ട് കടന്നുവരുകയും ഇടപെടുകയും ചെയ്യുന്നവരായിരിക്കണം.

വാസ്തവത്തിൽ നാമെല്ലാം ഗ്രാമസഭയിലും വാർഡുസഭയിലും ജനം എന്ന രീതിയിൽ സന്നിഹിതരാകുന്നതും പങ്കെടുക്കുന്നതും എന്തിനു വേണ്ടിയാണ്? നമ്മുടെ ഓരോരുത്തരുടെയും ആവശ്യങ്ങൾ അറിയിക്കാൻ, പറയാൻ, നേടിയെടുക്കാൻ മാത്രം. തനിക്ക് വീടു വേണം, തനിക്ക് റോഡ് വേണം, തനിക്ക് വെള്ളം വേണം, തനിക്ക് പെൻഷൻ വേണം എന്നിങ്ങനെ താന്താങ്ങളുടേതായ ആവശ്യങ്ങൾക്കപ്പുറം നമുക്ക് നമ്മുടേതെന്ന് വിവക്ഷിക്കാവുന്നതായ എന്തെങ്കിലും ആവശ്യങ്ങളുണ്ടാകാറുണ്ടോ? അവ ഉന്നയിക്കപ്പെടാറുണ്ടോ? വികസനകാര്യങ്ങളിൽ മാത്രമല്ല, തീരുമാനമെടുക്കലിന്റെ ഏതു ഘട്ടത്തിലും നാം വാർഡുതലത്തിൽ, നിയോജകമണ്ഡല അടിസ്ഥാനത്തിൽ വിഭാഗീയതയുടേതായ താല്പര്യ പരിരക്ഷയുടെ ആശയം കൊണ്ടുവരുന്നതായിക്കാണാം. ഇവയൊക്കെ ഇന്നത്തെ ഭരണകാര്യപ്രവർത്തനങ്ങളെ പ്രതികൂലമായി ബാധിക്കുന്നുണ്ട്.

കേരളത്തിന്റെ കോട്ടവും നേട്ടവും

എങ്കിൽത്തന്നെയും കുറേയേറെ നേട്ടങ്ങൾ അധികാര വികേന്ദ്രീകരണ പ്രക്രിയ വഴി നമുക്ക് ഉണ്ടായിട്ടുമുണ്ട്. ഭരണഘടനാ ഭേദഗതിയുടെ ഗുണഫലങ്ങൾ ഏറ്റവുമധികം സ്വായത്തമാക്കിയ സംസ്ഥാനം കേരളമാണ് എന്ന് ആധികാരികമായിത്തന്നെ പറയാനാകും. കേരളത്തിന്റെ അധികാര വികേന്ദ്രീകരണം, വികേന്ദ്രീകൃതാസൂത്രണം, തദ്ദേശീയ വികസനം ഇതര സംസ്ഥാനങ്ങളുമായി താരതമ്യം ചെയ്യുമ്പോൾ ആരും തന്നെ, നമ്മുടെ നാലയലത്ത്, മറ്റേതൊരു സംസ്ഥാനത്തിനും എത്താനായിട്ടില്ല. ഇന്ത്യാ ഗവൺമെന്റിന്റെ തന്നെയും മറ്റു പല സംസ്ഥാനങ്ങളുടെയും അധികാര വികേന്ദ്രീകരണ സങ്കല്പനം തന്നെ വളരെയധികം ഇടുങ്ങിയതും പരിമിതവുമായ അതിരുകൾക്കുള്ളിലുള്ളതാണ്. കേരളം പ്രാവർത്തികമാക്കിയ ഒരുവികസന പ്രക്രിയയെ മനസ്സിലാക്കിയെടുക്കാൻ പോലും കഴിയാത്തത്ര വിധം പുറകിലാണവർ നില്ക്കുന്നത്. അതിന്റെയെല്ലാം പ്രത്യാഘാതം പലപ്പോഴും കേരളത്തിന് നേരിടേണ്ടതായും വന്നിട്ടുണ്ട്. ദേശീയ തലത്തിൽ നോക്കിയാൽ ഒരു അതികായനോട് ഒരു കുട്ടിക്കുപ്പായമിടാൻ ആവശ്യപ്പെടുന്നതുപോലുള്ള അവസ്ഥ നമുക്ക് നേരിടേണ്ടി വന്നിട്ടുണ്ട്. എത്ര ശ്രമിച്ചാലും നിർദ്ദിഷ്ട പരിധിക്കുള്ളിൽ ഒത്തുപോകാൻ നമുക്ക് സാധിച്ചെന്നു വരില്ല. ഇതുമൂലം ചിലപ്പോഴെങ്കിലും കേരളം വികസന വിമുഖത പുലർത്തുന്നുവെന്നോ വിഭിന്ന നിലപാടെടുക്കുന്നുവെന്നോ ഉള്ള വിമർശനവും നേരിട്ടിട്ടുണ്ട്. ദേശീയ തലത്തിലെ

പ്രവർത്തനങ്ങളുടെ മുഖ്യധാരയിലേക്ക് നാം കടന്നുവരുന്നില്ലെന്ന വിമർശനവും ഉയർന്നു വരാറുണ്ട്.

ഈ വിമർശനത്തിൽ ചെറിയൊരളവ് വസ്തുതയുണ്ടെങ്കിലും അത് കേരളം ആർജ്ജിച്ച നേട്ടങ്ങളുമായി തട്ടിച്ചു നോക്കുമ്പോൾ അവഗണനീയം മാത്രമാണ്. എന്നാൽ ഏറെ മുന്നിട്ടു നില്ക്കുന്നു എന്നതിനാൽ കേരളത്തിന് മറ്റുള്ളവരിൽനിന്നും ഒന്നും പഠിക്കാനില്ല എന്ന് കരുതുന്നതും മൗഢ്യമാണ്. ഹാരിപോട്ടർ പുസ്തകപരമ്പരയിലെ കഥകളിലെ മുഖ്യമന്ത്രവാദികളെപ്പോലെയുള്ള സ്ഥിതിയാണത്. അവരുമായി തട്ടിച്ചു നോക്കിയാൽ നിസ്സാരമായ ചെറുമന്ത്രവാദികൾ കഥകളിൽ കാണപ്പെടുന്നുണ്ട്. ഇത്തരം ചെറുകിട പരികർമ്മികളായ നിസ്സാരന്മാരിൽനിന്ന് തങ്ങൾ എന്തു പഠിക്കാൻ എന്നതാണ് മുഖ്യമന്ത്രവാദികളുടെ ചിന്ത. പക്ഷേ, തീരെ നിസ്സാരരിൽനിന്നുപോലും നമുക്ക് പലതും പഠിക്കാനുണ്ടാവും. ഇത് തിരിച്ചറിയണമെങ്കിൽ നാം വടക്കുകിഴക്കൻ സംസ്ഥാനങ്ങളിലെ തദ്ദേശഭരണ സ്ഥാപനങ്ങളെപ്പറ്റികൂടി അറിയണം. അല്ലാത്തപക്ഷം നമുക്ക് നമ്മുടെ തന്നെ ശക്തി ദൗർബല്യങ്ങൾ തിരിച്ചറിയാനാകാത്ത ഒരുതരം ആന്ധ്യത്തിലേക്ക് നിപതിച്ചു പോകും. ലോകത്തിന്റെ ഗതിവിഗതികളും അതാതിടങ്ങളുടെ തനത് സവിശേഷ സ്ഥിതിയും തിരിച്ചറിയാനാകാതെ മന്ദത ബാധിച്ചു നില്ക്കുന്ന സ്ഥിതി കേരളത്തിനുണ്ടാകരുത്.

ഇനിയും നമുക്ക് പഠിക്കാനുണ്ട്

മറ്റുള്ളവരിൽ നിന്ന് നാം പഠിക്കണം. എന്നാൽ എന്താണ് അങ്ങനെ പഠിക്കാനുള്ളത്? ഉദാഹരണത്തിന് നമ്മുടെ നാട്ടിലേതുമാതിരിയുള്ള ഏതൊരുവിധ വിഭവമോ, അധികാരമോ, പിന്തുണയോ ശേഷിയോ ഇല്ലാത്ത പഞ്ചായത്തുകൾ തദ്ദേശീയ ജനതയെ കൂട്ടിപ്പിടിച്ചുകൊണ്ട്, വിഭവങ്ങൾ തനതായി സമാഹരിച്ചുകൊണ്ട് എങ്ങനെയാണ് വികസന നേട്ടങ്ങൾ കൈവരിച്ചതെന്ന്, ജനകീയ ആവശ്യങ്ങൾ നിറവേറ്റിയതെന്ന് നാം പഠിക്കണം, കാണണം, അറിയണം. പണയവും മനുഷ്യാദ്ധ്വാനവും സമയവും എങ്ങനെയാണവർ ആർജ്ജിച്ചത്. അവ വിനിയോഗിച്ച് ജനങ്ങളുടെ ആവശ്യങ്ങൾ നിറവേറ്റുന്നതും സാമൂഹ്യനേട്ടങ്ങൾ കൈവരിക്കുന്നതും എങ്ങനെയാണ് എന്ന് നാം തിരിച്ചറിയണം.

ഏറ്റവും മികച്ച പഞ്ചായത്തിനുള്ള ദേശീയ പുരസ്കാരം നേടിയ ഒരു പഞ്ചായത്തിന്റെ പ്രസിഡന്റുമായി ആശയവിനിമയം നടത്തിയപ്പോഴാണ് ഒരുവിധ ധനവിഭവ സഹായമോ വിഹിതമോ ലഭിക്കാതിരുന്നിട്ടും ജനപങ്കാളിത്തം ആശ്രയിച്ച് മുതിർന്ന പൗരന്മാരുടെ ക്ഷേമത്തിനായി പ്രത്യേക പരിപാടി സംഘടിപ്പിക്കാനായതിന്റെ അനുഭവം അവർ പങ്കുവച്ചത്. അടുത്ത ഘട്ടത്തിൽ തിരഞ്ഞെടുക്കപ്പെട്ട് അധികാരമേറ്റശേഷം ആ പഞ്ചായത്ത് തീരുമാനം എടുത്തത് സമ്പൂർണ്ണ സാക്ഷരത്വം കൈവരിക്കാനുള്ള പ്രവർത്തനം ഏറ്റെടുക്കുന്നതിനാണ്. നിലവിൽ അറുപത് ശതമാനം മാത്രമാണവിടെ സാക്ഷരത. അത് നൂറ് ശതമാനമാക്കി മാറ്റാ

നാണവരുടെ ഉദ്യമം. അതിൽ പഞ്ചായത്തിലെ മുഴുവൻ അംഗങ്ങളും ജനപ്രതിനിധികൾ ഒന്നടങ്കം, ഒരുമിച്ചു നില്ക്കുകയാണ്. എല്ലാ സാക്ഷരതാ പ്രേരക്മാരെയും സന്നദ്ധ പ്രവർത്തകരെയും പ്രസിഡന്റിനും ജനപ്രതിനിധികൾക്കും നേരിൽ ബന്ധമുണ്ട്. ഒരു പഠിതാവെങ്കിലും വിട്ടുപോകുന്ന സ്ഥിതിവന്നാൽ പ്രസിഡന്റും ജനപ്രതിനിധികളും അവരുടെ വീടു തേടിയെത്തും. അവരെ സാക്ഷരതാ പ്രവർത്തനത്തിലേക്ക് തിരിച്ചെത്തിക്കും. എന്തെങ്കിലും ഭിന്നതയോ പ്രശ്നമോ ഉണ്ടായാൽ പ്രസിഡന്റുതന്നെ നേരിട്ട് ഇടപെട്ട് പരിഹരിക്കും. അങ്ങനെ ബാഹ്യപിന്തുണയൊന്നുമില്ലാതെ ആരുടെയും ധനസഹായമില്ലാതെ തനത് പരിശ്രമത്താൽ ജനസാക്ഷരത സമ്പൂർണ്ണമാക്കാൻ മൂന്നു വർഷംകൊണ്ട് ആ പഞ്ചായത്തിന് കഴിഞ്ഞിരിക്കുന്നു. കേരളത്തിന് സങ്കല്പിക്കാൻപോലും കഴിയാത്തത്ര ദാരിദ്ര്യം അനുഭവിക്കുന്ന നാടാണ്, ജനതയാണ്. തീർത്തും നിരക്ഷരർ, പൊതുജീവിത വൃത്തിയിൽ ഏതൊരു സാന്നിദ്ധ്യവുമില്ലാത്തവർ, കുടുംബങ്ങളിൽ ഒരാൾക്കുപോലും വരുമാനം ഇല്ലാത്തവർ എന്നിങ്ങനെയെല്ലാമുള്ള ഒരു സമൂഹമാണ് അഭൂതപൂർവ്വമായ ഈ നേട്ടം കൈവരിച്ചത്. അവിടെയാണ് തദ്ദേശഭരണ ജനാധിപത്യ വികേന്ദ്രീകരണ മഹത്വം നമുക്ക് തിരിച്ചറിയാനാകുന്നത്.

ഇവിടെ വ്യക്തി, വാർഡ്, ജനപ്രതിനിധി, എന്നെല്ലാമുള്ള സ്വാർത്ഥവും സ്വകാര്യവുമായ ചിന്താഗതിക്കുപകരം പഞ്ചായത്തിനുവേണ്ടി, സമൂഹത്തിനായി ചിന്തിക്കാനും പ്രവർത്തിക്കാനുമുള്ള ശേഷി നാം ആർജ്ജിക്കേണ്ടതുണ്ട്.

സർക്കാർ ധനവും സ്വയാശ്രതയും

മറ്റൊരു വിഷയം തദ്ദേശഭരണ സ്ഥാപനങ്ങളുടെ പ്രവർത്തനത്തിനായി സർക്കാർ അനുവദിക്കുന്ന ഗ്രാന്റിന്റെ ലഭ്യതയാണ്. നമ്മുടെ തദ്ദേശഭരണ സ്ഥാപനങ്ങളുടെ മികച്ച പ്രവർത്തനത്തിന് ഒരു കാരണം സർക്കാർ ധനസഹായമാണ്. ഇത്തരത്തിൽ സ്ഥിരമായി സർക്കാർ നല്കുന്ന വിഭവത്തെ മാത്രം ആശ്രയിക്കുകമൂലം പലവിധ പരിമിതികൾ നാം നേരിടും. അപ്രതീക്ഷിതമായ അത്തരം പ്രത്യാഘാതങ്ങളിൽ ഒന്ന് സർക്കാരിനോടുള്ള അതിരു കവിഞ്ഞ ആശ്രിതത്വവും സർക്കാരിന്റെ അസ്വാഭാവികമായ നിയന്ത്രണവിധേയത്വവും സംഭവിക്കുമെന്നതാണ്. ഇത് തദ്ദേശ സ്വയംഭരണത്തെ ഹനിക്കും. രണ്ടാമതായി തനത് വിഭവ സമാഹരണത്തിനുള്ള സാദ്ധ്യതയും അവസരവും നാം കണ്ടെത്താതാകും, ഉപയോഗിക്കാതാകും. സംസ്ഥാന സർക്കാർ വിഭവ ലഭ്യതയ്ക്കായി ദേശീയ സർക്കാരിനു മുമ്പിൽ ഭിക്ഷാപാത്രവുമായി പോയി യാചിക്കുകയല്ലല്ലോ? ബജറ്റ് മുഖാന്തിരം വിഭവം പങ്കിടുകയാണല്ലോ ചെയ്യുക. ബജറ്റ് വിഹിതം വർദ്ധിച്ചാൽ മാത്രമേ വികസന പ്രവർത്തനങ്ങളും വിപുലപ്പെടുകയുള്ളൂ. അതുകൊണ്ട് സംസ്ഥാനങ്ങൾ തനത് വരുമാനം തേടാതിരിക്കുന്നില്ലല്ലോ.

എന്നാൽ തദ്ദേശഭരണ സ്ഥാപനങ്ങളെ സംബന്ധിച്ചിടത്തോളം അവയുടെ വിഭവ സ്രോതസ്സുകളിൽ ഒന്ന് തനത് വരുമാനമാണ്. എന്നാൽ ഇത്തരം തനത് വരുമാന സമാഹരണത്തിൽ കേരളം ഇതര സംസ്ഥാനങ്ങളെ അപേക്ഷിച്ച് വളരെ പുറകിലാണ് എന്ന് കാണാം. ഇത്രയും വികസനം, ഇത്രയും പശ്ചാത്തല സൗകര്യം, ഇത്രയും സാമൂഹ്യഘടകങ്ങൾ, ഇത്രയും ഉപാധികൾ സാദ്ധ്യമായ കേരളത്തിന് ഇത്രയും കുറഞ്ഞ തനത് വരുമാനം നിലനില്ക്കുക എന്നതിന് ഒരു ന്യായീകരണവുമില്ല. ഇതിനൊരു കാരണം നമുക്ക് തനത് ഫണ്ട് സമാഹരിക്കേണ്ടതായില്ല. കാരണം സർക്കാർ നമുക്ക് പണം തന്നുകൊണ്ടേയിരിക്കും എന്നതാകും. മറ്റൊരു കാരണം നാം എന്തിന് ജനങ്ങളെ ബുദ്ധിമുട്ടിച്ചു ധനസമാഹരണം നടത്തണം എന്ന മനോഭാവമാണ്. അങ്ങനെ ധനം സമാഹരിച്ചാൽ പിന്നെ നമുക്ക് വോട്ട് നഷ്ടപ്പെടില്ലേ, അധികാരം നഷ്ടമാകില്ലേ എന്ന വേവലാതിയാണ് നമുക്കുള്ളത്. അതിലും മെച്ചം കിട്ടുന്ന പണം കൊണ്ട് പറ്റുന്ന കാര്യങ്ങൾ ചെയ്തുപോകാം എന്ന നിലപാടാണ്. ആളുകൾ എത്ര പിഴവു വരുത്തിയാലും നാം കണ്ടില്ലെന്ന് നടിക്കുകയാണ് കാണാതിരിക്കുകയാണ്. വരുന്നത് വരട്ടെ അതിനപ്പുറം നാം ഒന്നും ചെയ്യാൻ സന്നദ്ധമല്ല. നമുക്ക് നൂറ് കിട്ടേണ്ട സ്ഥാനത്ത് മുപ്പതുമാത്രമേ കിട്ടുന്നുള്ളൂവെങ്കിൽ അതു വച്ച് കാര്യങ്ങൾ നടത്തുകയാണ്. അത്തരത്തിൽ വക്രീകരിച്ച് പോകുകയാണ് നാം.

ഇങ്ങനെ ചെയ്യുമ്പോൾ നാം കരുതുക ജനപക്ഷത്തുനിന്ന് പ്രവർത്തിക്കുന്നു എന്നാണ്. അത് തെറ്റിദ്ധാരണയാണ്. അത് ജനപക്ഷമല്ല. ഒന്നാമതായി കേരളത്തിൽ തദ്ദേശഭരണം മുന്നോട്ടു പോകണമെങ്കിൽ സർക്കാരിനുമുന്നിലുള്ള ആശ്രിതത്വം കുറയണം. അങ്ങനെ സർക്കാർ ആശ്രിതത്വം കുറയുമ്പോഴാണ് നമുക്ക് സ്വയാശ്രയത്വം വളരുക. നമ്മെ സംബന്ധിച്ച് സംസ്ഥാന തല മുൻഗണനകളും വേണം, പ്രാദേശിക സ്വയംപര്യാപ്തതയും ഉണ്ടാകണം. പ്രാദേശിക മുൻഗണനകൾ സാദ്ധ്യമാകണമെങ്കിൽ, തനതായ തദ്ദേശഭരണ മികവ് പുലർത്തണമെങ്കിൽ നമുക്കതിനുള്ള സ്വാതന്ത്രതയും സ്വയം നിർണ്ണയശേഷിയും ഉണ്ടാകണം. ഇത് സാദ്ധ്യമാകണമെങ്കിലുള്ള ഒരുമുന്നുപാധി വിഭവ സ്വയംപര്യാപ്തതയാണ്. വിഭവ സ്രോതസ്സ് പര്യാപ്തമായിരുന്നെങ്കിൽ എത്രയോ കാര്യങ്ങൾ, പശ്ചാത്തല സൗകര്യ വികസനവും ക്ഷേമപ്രവർത്തനവും മുതൽ മാലിന്യസംസ്കരണം വരെ എത്രയോ സംഗതികൾ എന്നോതന്നെ നാം മികവോടെ നിർവ്വഹിക്കുമായിരുന്നു.

ഇപ്പോഴത്തെ സ്ഥിതി കോഴിയുടെയും കുറുക്കന്റെയും അവസ്ഥയിലാണ്. ജനങ്ങൾക്കവരുടെ ആവശ്യങ്ങൾ നിറവേറ്റണം. അത് നടക്കണമെങ്കിൽ പണം വേണം. ധനസമാഹരണമെന്നത് പലവിധ പരിഗണനകളുടെ പരിമിതികളിൽ തട്ടിമുട്ടി നില്ക്കുകയാണ്. ഇത് മാറണമെങ്കിൽ മതിയായ വിഭവം ഉറപ്പാക്കാൻ കഴിയണം. അത് സാധിക്കണമെങ്കിൽ നമുക്ക് തന്നെ നമ്മുടെ വിഭവ സ്രോതസ്സുകൾ മെച്ചപ്പെടുത്താനും വിഭവ

സ്വയംപര്യാപ്തത നേടാനും കഴിയണം. അതിനായി ശേഷിയുള്ള തദ്ദേശ ഭരണ സ്ഥാപനങ്ങളെ നമുക്ക് വികസിപ്പിച്ച് എടുക്കേണ്ടതായിവരും.

പരിസ്ഥിതി പരിരക്ഷയും സുസ്ഥിര വികസനവും

മറ്റൊരു പ്രധാന വെല്ലുവിളി ആഗോളതലത്തിലുള്ളതാണ്. അത് പ്രകൃതി പരിസ്ഥിതി ദുരന്തത്തിന്റേതാണ്. എത്രയോ വർഷങ്ങളായി ശാസ്ത്രജ്ഞർ, കാലാവസ്ഥാ വിദഗ്ദ്ധർ നമുക്ക് മുന്നറിവ് തരുന്നതാണ്. സാഹചര്യങ്ങൾ മാറുന്നുവെന്ന്. നാം ഇന്നേവരെ അഭിമുഖീകരിച്ചിട്ടില്ലാത്ത ഗുരുതരമായ രൂക്ഷമായ ദുരന്തങ്ങൾ നാം നേരിടേണ്ടതായി വരുമെന്ന്. മഹാദുരന്തങ്ങളാണ് നമുക്ക് അഭിമുഖീകരിക്കേണ്ടി വന്നിരിക്കുന്നത്. കഴിഞ്ഞ രണ്ടുദശകങ്ങളായി നമ്മെ ബാധിച്ച ദുരന്തങ്ങൾ എണ്ണത്തിലും അളവിലും എത്രയോ കനത്തതായിരുന്നു, ഭീകരമായിരുന്നു?

എന്നാൽ നാം മുമ്പത്തേതിലും വികസിത അവസ്ഥയിലാണിന്ന്. അതിനാൽ ഇന്നിപ്പോൾ നമുക്ക് അത്തരം ദുരന്തങ്ങളെ നേരിടാൻ അതിജീവിക്കാൻ കഴിയുന്നു. അല്ലാത്തപക്ഷം നാം അവയ്ക്ക് അടിപ്പെട്ടുപോകുമായിരുന്നു. പക്ഷേ, നാം വികസിക്കുന്നതിനും നമ്മുടെ പ്രതിരോധശേഷിക്കും എത്രയോ അകലെയാണ്. ഇത്തരം പ്രകൃതി-പരിസ്ഥിതി ദുരന്തങ്ങളുടെ പ്രഹരശേഷി. 2018 നമുക്കൊരു വലിയ പാഠമായിരുന്നു. നമ്മുടെ ദുഷ്ചെയ്തികൾക്ക് നാം വലിയ വിലകൊടുക്കേണ്ടതായി വന്നു അന്ന്. നാം നമ്മുടെ നദികളെ ശോഷിപ്പിച്ചു. നമ്മുടെ വനങ്ങളെ നശിപ്പിച്ചു. നാം കടക്കാൻ പാടില്ലാത്തയിടങ്ങളിൽ കടന്നുചെന്ന് എടുക്കാൻ പാടില്ലാത്തവ കവർന്നെടുത്തു. അതിന്റെ വലിയ പ്രത്യാഘാതത്തെയാണ് നാം നേരിടേണ്ടതായി വന്നത്. നാം പ്രകൃതിയുടെമേൽ നടത്തിയ അതിക്രമത്തോട് പ്രകൃതി നടത്തിയ പ്രതിപ്രവർത്തനത്തിന്റെ അഴിഞ്ഞാട്ടമാണ് ഇക്കാലയളവിൽ നാം നേരിടേണ്ടിവന്നത്.

അതോടനുബന്ധിച്ച് തദ്ദേശഭരണ സ്ഥാപനങ്ങൾ നേതൃത്വം നല്കിക്കൊണ്ട് നടന്നതായ രക്ഷാപ്രവർത്തനങ്ങൾ അനന്യമായിരുന്നു. 2019 ആയപ്പോൾ ആഗസ്ത് ഭയാശങ്കയുടെ കാലമായി മാറി. ഇപ്പോൾ നാം ഇത്തരം ദുരന്തങ്ങളെ നേരിടാൻ സജ്ജരായി. നമുക്കൊരു ദുരന്തനിവാരണ പദ്ധതി ഈ വർഷം ഉണ്ടായി. പരിമിതികൾ ഏറെ കണ്ടേക്കാം. പക്ഷേ, നമുക്കൊരു മുന്നൊരുക്കം നടത്താനായി. എന്നാൽ ശ്രദ്ധേയമായ കാര്യം ഈ ദുരന്താഭിമുഖീകരണ പദ്ധതിയിൽ വിവിധ ഘടകങ്ങൾ ഉണ്ടെന്നതാണ്.

- ദുരന്തനിവാരണ-അഭിമുഖീകരണ രംഗത്ത് തദ്ദേശഭരണ സ്ഥാപന പങ്കാളിത്തവും ശേഷിയും.
- ദുരന്താഭിമുഖീകരണ പദ്ധതികളിലെ വെല്ലുവിളി മേഖലകളുടെ നിർണ്ണയവും തിട്ടപ്പെടുത്തലും.
- പ്രകൃതി ദുരന്ത മുന്നറിവ് സംവിധാനമൊരുക്കുക.
- ദുരന്ത രക്ഷാപ്രവർത്തനം, സുരക്ഷാ കേന്ദ്രങ്ങൾ ഒരുക്കൽ, പുനരധിവാസം എന്നിവ ഉറപ്പാക്കുക.
- ദുരന്താതിജീവന പുനർനിർമ്മാണം സാദ്ധ്യമാക്കുക.- തുടങ്ങിയവ.

എന്നാൽ ഈ വിധത്തിലുള്ള ദുരന്താഭിമുഖീകരണത്തേക്കാൾ സുപ്രധാനം ദുരന്ത പ്രതിരോധമാണെന്ന തിരിച്ചറിവു നമുക്കുണ്ടാകണം. ദുരന്തങ്ങൾക്കിടയാക്കുന്ന വിധമുള്ള പ്രകൃതിവിഭവചൂഷണം തടയാൻ, പ്രകൃതി പരിരക്ഷ ഉറപ്പാക്കാൻ, നമ്മുടെ ജലവും നമ്മുടെ കാടും നമ്മുടെ മണ്ണും നമ്മുടെ വാനവും സംരക്ഷിക്കാനുതകുന്ന പ്രതിവിധി പ്രവർത്തനങ്ങൾ നാം ഏറ്റെടുക്കേണ്ടതായുണ്ട്. എന്നാൽ അത്തരത്തിൽ നോക്കുമ്പോൾ പ്രകൃതി ദുരന്ത പ്രതിരോധത്തിനുവേണ്ടി നാം ഏറെയൊന്നും വിഭവം വകയിരുത്തിയിട്ടില്ല. രക്ഷാപ്രവർത്തനത്തിനും പുനരധിവാസത്തിനുമാണ് വകയിരുത്തൽ അധികവും. കാരണം അതാണ് നമുക്ക് ദൃശ്യവും പ്രത്യക്ഷവുമായതാണ്. പാർപ്പിടത്തിനുവേണ്ടി പോലും പ്രതീക്ഷിച്ചത്ര വകയിരുത്തൽ നാം നടത്തിയിട്ടില്ല. സ്ഥായിയായ പരിഹാരങ്ങൾക്കായി നമ്മുടെ വകയിരുത്തൽ വേണ്ടത്രയുണ്ടായില്ല. തീർച്ചയായും ഇത് തിരുത്തപ്പെടണം. സ്ഥായിത്വ പരിസ്ഥിതി പരിരക്ഷയ്ക്കായി മതിയായ വിഭവം നീക്കിവയ്ക്കാൻ നമുക്ക് കഴിയണം.

എന്തുകൊണ്ട് ഗ്രാമസഭകളിൽ നിന്ന് ഇത്തരമൊരു ആവശ്യകത ഉയർന്നു വന്നില്ല? അത്തരം ആവശ്യം ഉന്നയിക്കാൻ നാമെന്തേ ഗ്രാമസഭകളെ പ്രാപ്തമാക്കിയില്ല? ഇക്കാര്യത്തിൽ നാം അശ്രദ്ധ കാണിച്ചോ? അതോ നമ്മൾ ജനങ്ങളെ ബോദ്ധ്യപ്പെടുത്താതിരുന്നതാണോ? ജനങ്ങൾ, ഗ്രാമസഭകൾ ഉന്നയിച്ച ആവശ്യങ്ങൾ നാം തിരിച്ചറിയാതിരുന്നതാണോ? കഴിയാത്തതാണോ? അതുമല്ല നമ്മുടെ ജാഗ്രതക്കുറവുണ്ടോ? എന്നതെല്ലാം പരിശോധിക്കപ്പെടണം. എന്തുതന്നെയായാലും പ്രകൃതി-പരിസ്ഥിതി ദുരന്ത പ്രതിരോധ പ്രവർത്തനങ്ങൾ ആർക്കെങ്കിലും കാര്യക്ഷമതയോടെ നടപ്പാക്കാനാകുമെന്നിരിക്കിൽ അത് തദ്ദേശഭരണ സ്ഥാപനങ്ങൾക്ക് മാത്രമാണ്. ദുരന്തനിവാരണത്തിൽ നാം നമ്മുടെ ശേഷി തെളിയിച്ചുകഴിഞ്ഞു. അതിനപ്പുറം നമുക്ക് മുന്നേറാനാകണം. കാലാവസ്ഥാ വ്യതിയാനത്തെ ഉൾപ്പെടെ അഭിമുഖീകരിക്കാനാകുന്ന, കാലാവസ്ഥാ സന്തുലനമുറപ്പാക്കാനാകുന്ന വികസന പദ്ധതി രൂപപ്പെടുത്താനും നടപ്പാക്കാനും നമുക്ക് കഴിയണം. ചെറുത്തുനില്പിന്റെ, പ്രതിരോധത്തിന്റെ മാതൃകയായി കേരളത്തിലെ തദ്ദേശഭരണ സ്ഥാപനങ്ങൾ മാറണം. നമ്മുടെ കരുത്തുകൊണ്ട് ലോകം നമ്മുടെ തദ്ദേശഭരണ സ്ഥാപനങ്ങളെ തിരിച്ചറിയണം. നമുക്ക് നമ്മെത്തന്നെ സംരക്ഷിക്കാനുള്ള പ്രവർത്തനം മാത്രം നടത്തിയതുകൊണ്ട് മതിയാകില്ല ലോകത്തിനാകെത്തന്നെ അനുകരണീയമായ മാതൃകകൾ രൂപപ്പെടുത്തുന്ന വിധം പ്രാവർത്തിക്കാനാകണമെന്നതാണ് ഇന്നത്തെ കടമ.

കോവിഡ് കാലവും അനുഭവപാഠവും

കോവിഡ് 19 കാലയളവിൽ നാം ഇതിനകം ഇത്തരം പ്രതിരോധ വൃത്തി നിർദ്ദേശിച്ചുകഴിഞ്ഞുവെന്ന് കാണാം. ലോകത്തെ, ഇന്ത്യയിലെ ഇതര ഇടങ്ങളിൽ നിന്ന് വ്യത്യസ്തമാണ് കേരളത്തിന്റെ അവസ്ഥ. നാം

കോവിഡ് 19 വ്യാപനത്തിന്റെ നാലാം ഘട്ടത്തിലാണിപ്പോൾ. മറ്റു സംസ്ഥാനങ്ങൾ രണ്ടാം ഘട്ടത്തിലും. എത്ര കടുത്തതായിരുന്നു നാം നേരിട്ട വെല്ലുവിളികൾ? ഇത്രയേറെ ജനസാന്ദ്രതയും ജനസംഖ്യയുമുള്ള, ഇത്രയേറെ തുടർച്ചയുള്ള, ഇത്രയേറെ രോഗവ്യാപന സാദ്ധ്യതയുള്ള ഇത്രയധികം വയോജനങ്ങളുള്ള, ഇത്രയേറെ പേർ കടന്നുവന്നു പോകുന്നതായ ഇത്രയേറെ അതിഥി തൊഴിലാളികളുള്ളതായ, ഇത്രയ്ക്ക് അധികം ജീവിതശൈലി രോഗികളുള്ള, ഇത്ര കുറഞ്ഞ പ്രതിരോധശേഷിയും കൂടിയ രോഗാതുരതയും പ്രകടമാക്കുന്ന ജനസമൂഹത്തിൽ കോവിഡ് 19 വ്യാപന പ്രതിരോധനവും പരിരക്ഷയും പുനരധിവാസവും അത്രയ്ക്കൊന്നും ലഘുവോ ലളിതമോ ആയ കാര്യമല്ല. അതിസങ്കീർണ്ണമാണ് പ്രശ്നങ്ങൾ. ലോകമാകെ സഞ്ചരിക്കുകയും വ്യാപരിക്കുകയും ചെയ്യുന്നവരാണ് മലയാളികൾ. അതുകൊണ്ടുതന്നെ രോഗവ്യാപനത്തോതും വികസിക്കാനിടയുണ്ട്. അതിന്റെ പ്രത്യാഘാതത്തോതും അപ്രതീക്ഷിതമായിരിക്കും. എന്നിട്ടും നമുക്ക് എങ്ങനെയാണ് ഇത്രയധികം ശ്ലാഘനീയമായ കോവിഡ് പ്രതിരോധ-അതിജീവന പ്രവർത്തനം നടത്താനായത്?

ഒന്നാമതായി നാം സുസജ്ജമാക്കിയ പ്രാഥമിക കോവിഡ് ചികിത്സാകേന്ദ്രങ്ങളുടെ പ്രവർത്തനം. അതിലാകട്ടെ നമുക്ക് നിപ്പാ കാലഘട്ടത്തിന്റെ അനുഭവം കരുത്തായി മാറി. അന്നു നമുക്ക് കിട്ടിയ അറിവിനെ, അനുഭവത്തെ, ഓർമ്മകളെ നാം വ്യവസ്ഥാപിതമാക്കി മാറ്റി. എന്നാൽ അത്തരത്തിൽ വ്യവസ്ഥാപിതമായ രോഗപ്രതിരോധസംവിധാനത്തെ കൃത്യമായി ചലിപ്പിക്കാൻ, നേതൃത്വം നല്കാൻ നമുക്കൊരു തദ്ദേശഭരണ സംവിധാനം വേണ്ടിയിരുന്നു. കരുത്തും ആർജ്ജവവും പ്രതിജ്ഞാബദ്ധതയുമുള്ള തദ്ദേശഭരണ സ്ഥാപനങ്ങൾ വേണമായിരുന്നു. ഇന്ന് നമുക്ക് അത്തരം തദ്ദേശഭരണ സ്ഥാപനങ്ങൾ ഉണ്ടെന്ന് ഉറപ്പാക്കാനായിരിക്കുന്നു.

തദ്ദേശഭരണ തിരഞ്ഞെടുപ്പ് തൊട്ടടുത്തായിരുന്നു. അതിന് മുന്നോടിയായി ഒട്ടേറെ കാര്യങ്ങൾ ചെയ്യേണ്ടതാണ്. അതിനായി നാം തയ്യാറായതാണ്. എന്നാൽ അവയൊക്കെ മാറ്റിവച്ചു കൊണ്ടാണിന്ന് കോവിഡ് 19 പ്രതിരോധത്തിൽ, പുനരധിവാസത്തിൽ, അതിജീവനത്തിൽ നാം മുഴുകിയിരിക്കുന്നത്. ഇവിടെയും നാം ഓർമ്മിക്കേണ്ടത് ഇക്കാര്യത്തിനായി നാം വികസന വിഭവ വിഹിതത്തെ അധികമൊന്നും ആശ്രയിച്ചില്ല, കാത്തിരുന്നില്ല എന്നതാണ്. നാം തനതു ഫണ്ടാണ് ആശ്രയിച്ചത്, ചെലവഴിച്ചത്. പരിമിതമായ തനതു ഫണ്ട് മാത്രം വച്ചുകൊണ്ട്, പരിമിതമായ ധാരണകൾ മാത്രം കൈമുതലാക്കിക്കൊണ്ട്, ജനങ്ങളുടെ ആശങ്കകളും ആവശ്യങ്ങളും തിരിച്ചറിഞ്ഞുകൊണ്ട്, നാം മതിയായ സംവിധാനമൊരുക്കുകയാണ് ചെയ്തത്. മുൻകൂർ തന്നെ ഇത്തരം സംവിധാനങ്ങൾ നോക്കുന്നതിൽ നാം ശ്രദ്ധവച്ചു. അതിൽ നാം വിജയിച്ചു.

ഒന്നോ രണ്ടോ പഞ്ചായത്തുകളിലോ നഗരപ്രദേശത്തോ ഒതുങ്ങി നിന്നതല്ല കോവിഡ് 19 പ്രതിരോധ പ്രവർത്തനം. 150 ൽ പരം സി എഫ്

എൽ ടി സികൾ നാം ഒരുക്കി. 800 ൽ അധികം ഗ്രാമപഞ്ചായത്തുകളിൽ ക്വാറന്റൈൻ സംവിധാനമൊരുക്കി. കോവിഡ് കെയർ സെന്ററുകൾ, സ്ഥാപന തല കോവിഡ് കെയർ സംവിധാനങ്ങൾ എന്നിവ വിവിധ തലങ്ങളിൽ തദ്ദേശഭരണ സ്ഥാപനങ്ങൾ വഴി ഉറപ്പാക്കി. പ്രവാസികൾക്കുൾപ്പെടെ മതിയായ ട്രാക്കിങ്, മോണിറ്ററിങ് പ്രാവർത്തികമാക്കി. എന്നാൽ മറ്റൊരു സംസ്ഥാനത്തിനും ഇത്തരം പ്രവർത്തനം സാദ്ധ്യമായില്ല. ദേശീയ സർക്കാരിനും കേരളത്തെ മാതൃകയാക്കി വിപുലീകൃത പദ്ധതി രൂപപ്പെടുത്താനോ നടപ്പാക്കാനോ സാധിച്ചില്ല. കാരണം തദ്ദേശഭരണ സംവിധാനത്തെ, പ്രാദേശിക സർക്കാരുകളെ ശക്തിപ്പെടുത്താനും യാഥാർത്ഥ്യമാക്കാനും ഇത്രയേറെ യത്നിച്ച മറ്റൊരു സംസ്ഥാനവുമില്ല എന്നതു തന്നെയാണ്. അക്കാരണത്താൽ തന്നെ ഇരുപത്തഞ്ചുവർഷമായി നാം പുലർത്തി വന്ന അധികാര വികേന്ദ്രീകരണ വിഷയത്തിലെ ആർജ്ജവമാണ് നമുക്ക് കരുത്തായതെന്ന് നിസ്സംശയം പറയാനാകും.

ഭാവിയിലേക്കുള്ള പാതകൾ

എന്നാൽ ഈ ആർജ്ജവത്തെ നമുക്ക് മുന്നോട്ട് കൊണ്ടുപോകാനാകണം. അത്തരത്തിൽ ശ്രമിക്കുമ്പോൾ ശ്രദ്ധിക്കേണ്ടത് എന്തെല്ലാമാണ്? ഒന്നാമതായി, തദ്ദേശഭരണ സ്ഥാപനങ്ങളുടെ സേവനപ്രദാന നിലവാരം നാം തീർത്തും ഉയർത്തേണ്ടതാണ്. ഇതെങ്ങനെ കഴിയും. വാർഡു തലത്തിൽ നിന്ന് പഞ്ചായത്തുതല, നഗരതല സേവനമികവിലേക്ക് നമുക്ക് ഉയരാനാകുമോ? സേവന-ക്ഷേമ-വികസന പ്രക്രിയയിൽ തത്ത്വാധിഷ്ഠിതവും നീതിപൂർവ്വകവും വിവേചനാതീതവുമായ സ്ഥിതി കൈവരിക്കാനാകണം. സുതാര്യതയ്ക്കും അപ്പുറം നിക്ഷിപ്ത താല്പര്യവും സ്വജനപക്ഷപാതിത്തവും ഇല്ലാത്ത സന്തുലിതവും നീതിപൂർവ്വകവുമായ സേവന പ്രദാനഗുണത കൈവരിക്കാൻ നമുക്ക് കഴിയണം. ഇതിനായി നമുക്ക് കൈവശമുള്ള ഉപാധികളെ, വിവര വിജ്ഞാന സാങ്കേതികവിദ്യാ സാദ്ധ്യതകളെ നമുക്ക് ഫലപ്രദമായി ഉപയോഗിക്കാനാകണം.

നമ്മളും തദ്ദേശഭരണ സ്ഥാപന സംവിധാനവും തമ്മിലുള്ള പാരസ്പര്യം നമുക്ക് പുനർനിർവ്വചിക്കാൻ പുനർക്രമീകരിക്കാൻ കഴിയണം. ലോകമാകെത്തന്നെ ഇന്ന് വികസിച്ചു വന്നുകൊണ്ടിരിക്കുന്ന കൃത്രിമ ബുദ്ധി (ആർട്ടിഫിഷ്യൽ ഇന്റലിജന്റ്സ്) സാദ്ധ്യതകൾ ഉൾപ്പെടെ ഇതിലേക്കായി വിനിയോഗിക്കണം. ജിയോ സ്പെഷ്യൽ ഇന്റലിജന്റ്സ് വലിയതോതിൽ നമുക്ക് പ്രയോജനപ്പെടുത്താനാകണം. ഗ്രാമങ്ങളിൽ വരെ നമുക്ക് ഇത്തരം സാങ്കേതിക വിദ്യകളുടെ സാദ്ധ്യത പ്രയോജനപ്പെടുത്താനാകണം. പ്രകൃതി വിഭവ പരിരക്ഷ, പശ്ചാത്തല വികസനം, ആസൂത്രണപ്രക്രിയയുടെ ശാസ്ത്രീയവല്ക്കരണം, ഇതിനെല്ലാം ഉപരി നമ്മുടെ സുസ്ഥിര നിലനില്പിനെത്തന്നെ ജാഗ്രതയോടെ പരിപാലിച്ച് പോകാൻ ഇതുവഴിക്കുള്ള ഉപാധികളും സാങ്കേതികതകളും നാം ഉപയോഗപ്പെടുത്തണം.

ഉദാഹരണമായി ഖരമാലിന്യസംസ്കരണ പദ്ധതി എടുക്കുക. ആർട്ടിഫിഷ്യൽ ഇന്റലിജന്റ്സ് സാദ്ധ്യത ഉപയോഗപ്പെടുത്തി ഇക്കാര്യത്തിൽ മുൻ-പിൻ ബന്ധങ്ങൾ, തയ്യാറെടുപ്പുകൾ, ഭാവി ആവശ്യകതകൾ, പരിപാലന നടപടികൾ തുടങ്ങി വിശദാംശങ്ങൾ ഓരോന്നും പാലിച്ച്, പരിഗണനകളും മുൻഗണനകളും നിർണ്ണയിച്ച് ആസൂത്രണം നിർവ്വഹിക്കാനും പദ്ധതി നടപ്പാക്കാനും സ്ഥായിത്വത്തോടെ ഗുണപരമായി നിലനിർത്താനും കഴിയും. മാലിന്യശേഖരണം, സമാഹരണം, സംഭരണം, തരംതിരിവ്, പുനർചംക്രമണം എന്നിങ്ങനെ ഒട്ടേറെ ഘടകങ്ങൾ നമുക്ക് കൃത്യതയോടെ ആസൂത്രണം നടത്തി നിറവേറ്റാനാകും.

ഇപ്പോൾത്തന്നെ വിവിധ സ്രോതസ്സുകളിൽ നിന്ന് ഒട്ടേറെ സ്ഥിതിവിവര ലഭ്യത നമുക്കുണ്ട്. എന്നാൽ പ്രസ്തുത സ്ഥിതിവിവരത്തെ വിശകലനവിധേയമാക്കി ശരിയായ നിഗമനങ്ങളിൽ എത്താൻ നമുക്ക് കഴിയണം. ആവശ്യാധിഷ്ഠിത കാർഷിക വൃത്തിയെന്നതുപോലെ തന്നെ നമുക്ക് ആവശ്യാധിഷ്ഠിത ആസൂത്രണവും ആവശ്യാധിഷ്ഠിത ശാക്തീകരണവും സാദ്ധ്യമാകും.

ഇവിടെ നാം ഏതെങ്കിലും നൂതന സാങ്കേതിക വിദ്യയെയോ ഉപാധിയെയോ കണ്ട് പകച്ചു നില്ക്കേണ്ടതില്ല. ശങ്കിക്കേണ്ടതില്ല. മറിച്ച് അത്തരം സാദ്ധ്യതകൾ മനസ്സിലാക്കി. വിവേകപൂർവ്വം അവയെ നമുക്ക് അനുഗുണമായി ഉപയോഗപ്പെടുത്തുകയെന്ന രീതിയാണ് നാം അവലംബിക്കേണ്ടത്.

മറ്റൊരു പ്രധാന വിഷയം കേരളത്തിന്റെ നഗരവല്ക്കരണ സ്വഭാവമാണ്. എന്താണ് നഗരവല്ക്കരണം? എങ്ങനെയാണ് ചേരികൾ ഉണ്ടാകുന്നത്? ചേരികൾ ഉണ്ടായിവരുന്നതിനെ പാർപ്പിടാനുയോജ്യവും അതിജീവന സഹായകവുമായി മാറ്റുകയാണ് വേണ്ടത്. അതെങ്ങനെ മൂല്യവത്തായി, ഗ്രാമ്യതയുടെ തനിമകൾ നഗരവൃത്തത്തിൽ പുലർത്താനാകുമോ? എന്നതെല്ലാമാണ് നാം പരിശോധിക്കേണ്ടത്. എന്താണ് കേരളത്തിന്റെ നഗരസ്വഭാവം എന്നു നാം അറിയണം. കേരളീയരുടെ മനസ്സിലെ നഗരസങ്കല്പനം എന്തെന്നറിയണം. നാം ഇപ്പോഴും നഗരങ്ങളെ തിരിച്ചറിഞ്ഞിട്ടില്ല. നാം ഇപ്പോഴും ഗ്രാമങ്ങളിൽതന്നെ നില്ക്കുകയാണ്. നഗരം എന്ന വ്യാമോഹത്തെ യഥാർത്ഥമായിക്കാണുവാൻ നമുക്ക് കഴിയണം. അവിടങ്ങളിലെ ഭരണ സംവിധാനങ്ങളെ ശക്തിപ്പെടുത്താനാകണം.

ഇക്കാര്യത്തിൽ നാം ഇപ്പോഴും ലജ്ജിച്ചു നില്ക്കുന്ന ഒരു രംഗം മലിനജല നിർഗ്ഗമനത്തിന്റേതാണ്. നമ്മുടെ ഒരു സെപ്റ്റേജ് സ്യൂവേജ് മാനേജ്മെന്റ് എത്രയോ അപര്യാപ്തമാണ്. അത്രയേറെ അപായകരവുമാണ്. യഥാർത്ഥത്തിൽ തീർത്തും അരക്ഷിതമായ ജലവിനിയോഗ രീതിയുമാണ് നമ്മുടേത്. പലപ്പോഴും മലിനീകൃതമായ, വേണ്ടത്ര സുരക്ഷിതമല്ലാത്ത കുടിവെള്ളമാണ് നാം ഉപയോഗിക്കുന്നത്. വിതരണം ചെയ്യുന്നത്. പലപ്പോഴും നമ്മുടെ അതിരു കവിഞ്ഞ ആത്മവിശ്വാസം മാത്രമാണ് നമ്മുടെ രക്ഷാകവചം. നമ്മുടെ അടിയുറച്ച പ്രാഥമികാരോഗ്യ

ശൃംഖലയാണ്. ആകെയുള്ള കരുത്ത്, കരുതൽ, അതും തീർത്തും പരിമിതം ഇതിനാലാണ് അത്യാഹിതമുണ്ടാകാതെ പിടിച്ചു നില്ക്കുന്നത്. പക്ഷേ, അധികം വൈകാതെ നാം ഭീഷണമായ വിസ്ഫോടനത്തെ നേരിടേണ്ടതായി വരും. ഇല്ലെങ്കിൽ അതിരൂക്ഷവും അപ്രതീക്ഷിതവുമായി ഈ മലിനസ്ഥിതി നമ്മുടെ മുമ്പിൽ പൊട്ടിയൊലിക്കും. ഇതിനെ നമുക്ക് നേരിട്ടേ മതിയാകൂ. അതിനുള്ള വഴി നാം കണ്ടേ മതിയാകൂ. കരുത്തു നാം നേടിയേ കഴിയൂ.

ഇതിന് ആർക്കാണ് സാധിക്കുക. ജനങ്ങൾക്ക്. വീണ്ടും പഴയ ചോദ്യത്തിൽ നാം എത്തുകയാണ്. ആരാണ് ഈ ജനം? തനിക്കുവേണ്ടതു മാത്രം മതി, തനിക്ക് വർജ്ജ്യമായതൊന്നും വേണ്ട എന്ന് കരുതുകയല്ല ജനം ചെയ്യേണ്ടത്. ഇവിടെ സി എഫ് എൽ ടി സി വേണ്ട, ഇവിടെ ഇലക്ട്രിക് ശ്മശാനം വേണ്ട, ഇവിടെ മാലിന്യസംസ്കരണത്തിനു സംവിധാനംവേണ്ട എന്ന് ശഠിക്കുകയും അവയൊക്കെ വേണ്ടിവരുന്നവിധം പ്രവർത്തിക്കുകയുമല്ല ജനത്തിന്റെ ധർമ്മം. കണ്ണടച്ച് ഇരുട്ടാക്കിയാൽ നമുക്ക് മുന്നിലെ പ്രശ്നങ്ങൾ പരിഹൃതമാകില്ല. പ്രാദേശിക സർക്കാരുകൾ ഏറ്റെടുക്കേണ്ടതായി വരുന്ന ഉത്തരവാദിത്വമാണിതെന്ന് എല്ലായിടത്തും ആവർത്തിച്ച് രേഖപ്പെടുത്തപ്പെട്ടിരിക്കുന്നു.

അതുകൊണ്ട് വേദനയെടുക്കാതെ കുത്തിവയ്പ് നടത്താനാകില്ല. കുത്തിവയ്പ് എടുക്കാതെ രോഗപ്രതിരോധം സാധിക്കില്ല. അതിനാൽ പ്രതിരോധ പ്രതിവിധിക്ക് നാം സജ്ജരായേ മതിയാകൂ. അതല്ലെങ്കിൽ നാം ഒരുമിച്ച് നശിക്കാം. എങ്ങനെയാണിവിടെ നമുക്ക് മുന്നോട്ടു പോകാനാകുക? ചില വിഷമകരമായ തീരുമാനങ്ങൾ നമുക്ക് എടുത്തേ മതിയാകൂ. അതിനു നാം സന്നദ്ധരാകാൻ കഴിയണം. ഉടനടി അത്തരത്തിൽ തീരുമാനിക്കേണ്ടതായി വരുമെന്നല്ല അങ്ങനെ ചെയ്താൽ ഉടനടി ഗുണം കിട്ടും എന്നുമല്ല. പക്ഷേ, നിർണ്ണായകമായ ചില തീരുമാനങ്ങൾ എടുത്തു മാത്രമേ നമുക്ക് മുന്നോട്ടുപോകാൻ കഴിയൂ. കാലാവസ്ഥാഭിമുഖ്യത്തോടെയുള്ള തീരുമാനങ്ങൾ നമുക്ക് കൈക്കൊള്ളേണ്ടതായിത്തന്നെ വരും. അതിൽ മലിനജന സംസ്കരണാഭിമുഖ്യമുള്ള, ഖരമാലിന്യസംസ്കരണാഭിമുഖ്യമുള്ള പ്രകൃതി-പരിസ്ഥിതി സംരക്ഷണാഭിമുഖ്യമുള്ള തീരുമാനങ്ങൾ നമുക്ക് സ്വീകരിക്കേണ്ടതായി വരും. അതിജീവന പ്രചോദിതമായ ഒരു സമൂഹത്തിന് ഈതരത്തിൽ മാത്രമേ മുന്നേറാൻ കഴിയൂ.

നമുക്ക് മുമ്പിൽ ഒട്ടേറെ പ്രശ്നങ്ങൾ ഉണ്ട്. ഒട്ടേറെ സാദ്ധ്യതകളും ഉണ്ട്. എപ്പോഴും അതങ്ങനെ തന്നെ ആയിരുന്നല്ലോ. പ്രശ്നങ്ങൾ പരിഹരിച്ചുകൊണ്ടും സാദ്ധ്യതകളെ സമാഹരിച്ച് ഉപയോഗിച്ചുകൊണ്ടും ഭാവിയിലേക്ക് കരുത്തുറ്റ ചുവടുകളാൽ മുന്നേറാൻ നമുക്ക് കഴിയട്ടെ.

അധികാര വികേന്ദ്രീകരണവും വയോജന സാമൂഹ്യനീതി മേഖലയും

വി എൻ ജിതേന്ദ്രൻ

i. **ഇ**ന്ത്യയിൽ അധികാര വികേന്ദ്രീകരണം നടപ്പാക്കിയിട്ട് കാൽ നൂറ്റാണ്ട് പിന്നിട്ടു. മേൽത്തട്ട് സർക്കാരുകൾക്ക് പുറമെ മൂന്നാം തലത്തിലുള്ള സർക്കാരുകൾ ആയി 73, 74 ഭരണഘടനാ ഭേദഗതി വഴി തദ്ദേശ ഭരണസ്ഥാപനങ്ങൾ മാറുകയായിരുന്നു. ഭരണഘടനയുടെ 243(g) 243 (W) എന്നീ അനുച്ഛേദങ്ങൾ വഴി തദ്ദേശഭരണ സ്ഥാപനങ്ങളുടെ പ്രധാന ഉത്തരവാദിത്വം വികസനത്തിനും സാമൂഹ്യനീതിക്കും വേണ്ടിയുള്ള പദ്ധതികൾ തയ്യാറാക്കുകയും നടപ്പിലാക്കുകയും ചെയ്യുക എന്നതാണ് ഇതിൽ ആദ്യ ഉത്തരവാദിത്വം നിറവേറ്റുന്നതിൽ കേരളത്തിലെ തദ്ദേശ ഭരണ സ്ഥാപനങ്ങൾ മികച്ച പ്രവർത്തനമാണ് നടത്തിയിട്ടുള്ളത്. രണ്ടാമത്തെ ഉത്തരവാദിത്വം സാമൂഹ്യ നീതിക്കുവേണ്ടിയുള്ള പദ്ധതികൾ തയ്യാറാക്കുകയും നടപ്പിലാക്കുകയും എന്നതിലൂടെ പട്ടികജാതി പട്ടികവർഗ്ഗ വിഭാഗങ്ങൾ പാർശ്വവല്കൃതർ, അതിദരിദ്രർ, പ്രത്യേക പരിഗണന അർഹിക്കുന്ന വിഭാഗങ്ങൾ, സ്ത്രീകൾ, കുട്ടികൾ, ഭിന്നശേഷി വിഭാഗങ്ങൾ, വയോജനങ്ങൾ, വെല്ലുവിളി നേരിടുന്ന വിഭാഗങ്ങൾ മുതലായവരെയാണ് ലക്ഷ്യമിടുന്നത്.

പാർശ്വവല്ക്കരിക്കപ്പെടുന്നവരുടെ അടിസ്ഥാന സൗകര്യവികാസത്തിൽ തദ്ദേശഭരണ സ്ഥാപനങ്ങൾ മെച്ചപ്പെട്ട പ്രവർത്തനം നടത്തിയിട്ടുണ്ട്. അടിസ്ഥാന സൗകര്യങ്ങൾ മെച്ചപ്പെടുത്തിയെന്നത് തീർച്ചയായും പ്രധാനമാണ്. പക്ഷേ, ഒരു ജനതയുടെ അതിജീവനത്തിൽ നിർണ്ണായകമായ മാറ്റം വരുത്താൻ സാധിക്കുന്നത് മാനവിക വികസനത്തിലും (ഹ്യൂമൻ ഡെവലപ്മെന്റ്) സാമൂഹിക വികസനത്തിലും (സോഷ്യൽ ഡെവലപ്മെന്റ്) ഉള്ള ഇടപെടലുകളായിരിക്കും. ഈ മേഖലകളിൽ കേരളത്തിലെ തദ്ദേശഭരണ സ്ഥാപനങ്ങളുടെ പ്രവർത്തനങ്ങൾ ഇനിയും ഏറെ

മെച്ചപ്പെടുത്തേണ്ടതായിട്ടുണ്ട്. നാളിതുവരെയുള്ള കേരള വികസന മാതൃക മാനവിക-സാമൂഹിക വികസനത്തിൽ ഊന്നിയുള്ളതായിരുന്നു വെന്ന പാഠം തദ്ദേശഭരണസ്ഥാപനങ്ങൾ ഉൾക്കൊള്ളേണ്ടതായിട്ടുണ്ട്.

പാർശ്വവല്ക്കരിക്കപ്പെട്ടവർക്കു വേണ്ടിയുള്ള വികസന-ആസൂത്രണ പ്രവർത്തനങ്ങൾ എടുത്ത് പരിശോധിക്കാം അവിടെ വികസന പ്രക്രിയ യുടെ ഒരു പ്രശ്നം വികസനത്തിൽനിന്നും ഒരു വലിയ വിഭാഗം വിട്ടു പോകുന്നു എന്നതാണ്. ഇത് വാസ്തവത്തിൽ വികസന പ്രക്രിയയുടെ അപ്രതീക്ഷിതമായ (അൺ ഇന്റന്റഡ്) പ്രത്യാഘാതമാണ് (കോൺസി ക്വൻസ്). ഒരു വലിയ വിഭാഗം പാർശ്വവല്കൃത സമൂഹം മുഖ്യധാരാ (മെയിൻ സ്ട്രീം) വികസനത്തിൽ നിന്നു വിട്ടുപോകുന്നു. അവർ അവഗ ണിതരാകുന്നു. അതായത് പുറത്താക്കപ്പെടുന്നു (എക്സ്ക്ലൂസഡ്). അതു കൊണ്ടാണ് സർവ്വശേഷിയായ, എല്ലാവരേയും ഉൾക്കൊള്ളുന്നതായ, പാർശ്വവല്കൃതരെയും പരിഗണിക്കുന്നതായ വികസനം വേണം എന്ന് പറയുന്നത്.

വികസനത്തിലെ പാർശ്വവല്ക്കരണം എന്നത് സാമൂഹിക നീതി യുടെ പ്രശ്നമാണ്. സാമൂഹ്യനീതിയെന്നത് ഒരു ദർശനമാണ് (ഐഡി യോളജി). അതൊരു അനീതി തിരുത്തുകയാണ്. പരമ്പരാഗതമായി കാല ങ്ങളായി നിലനിന്ന, പുലർന്നുവന്ന ഒരു അനീതി ഇല്ലാതാക്കുകയാണ്, നീതി ഉറപ്പാക്കുകയാണതിലൂടെ ചെയ്യുന്നത്.

വികസനം എന്നത് ഒരിക്കലും നിഷ്പക്ഷമല്ല. ഇതിൽ നാം ചോദി ക്കേണ്ടത് നിങ്ങൾ, നമ്മൾ, ആരുടെ പക്ഷത്താണ് എന്നാണ്. തീർച്ച യായും വികസനം എന്നത് പാർശ്വവല്കൃത പക്ഷത്തുനിന്നുള്ളതാക ണം. ഇന്നത്തെ സാഹചര്യത്തിൽ സമൂഹത്തിലെ സ്ത്രീകൾ, കുട്ടികൾ, വയോജനങ്ങൾ, ഭിന്നശേഷി വിഭാഗങ്ങൽ എന്നിവരുൾപ്പെടെ പാർശ്വവ ല്കൃതരായി മാറുന്ന സ്ഥിതിയാണ്. അതുകൊണ്ടുതന്നെ സാമൂഹിക നീതി ഉറപ്പാക്കുന്ന വികസന മുദ്രാവാക്യത്തിൽ ഇവരെയെല്ലാം ഉൾക്കൊ ള്ളാനാകണം.

ii. 2002 ൽ തദ്ദേശഭരണ സ്ഥാപനങ്ങൾക്കുള്ള 10-ാം പഞ്ചവത്സര പദ്ധതിയുടെ മാർഗ്ഗനിർദ്ദേശത്തിൻ പ്രകാരം സ്ത്രീകൾ, കുട്ടികൾ, ഭിന്ന ശേഷി വിഭാഗങ്ങൾ, വയോജനങ്ങൾ എന്നിവരടങ്ങുന്ന പ്രത്യേക പരിഗ ണനാ വിഭാഗത്തിന് പദ്ധതി വിഹിതത്തിന്റെ 5 ശതമാനം നീക്കിവയ്ക്ക ണമെന്ന് നിഷ്കർഷിച്ചിരുന്നു. 2017 ൽ 13-ാം പദ്ധതിയുടെ മാർഗ്ഗരേഖ യിൽ വയോജനങ്ങൾക്കും സാന്ത്വന പരിചരണത്തിനും മാത്രമായി 5 ശതമാനം പദ്ധതി വിഹിതം നീക്കിവയ്ക്കാൻ നിർദ്ദേശിച്ചിട്ടുണ്ട്. ഇത് തീർച്ചയായും വലിയൊരു വർദ്ധനയാണ്. മാറ്റമാണ്. അപ്പോൾ ഫണ്ടിന്റെ അപര്യാപ്തതയല്ല പ്രശ്നം എന്ന് വരുന്നു.

2002 മുതൽ തന്നെ വയോജന ക്ഷേമത്തിനുവേണ്ടി തുക വകയിരു ത്തപ്പെട്ടു എന്നോർക്കണം. എന്നാൽ വയോജനങ്ങൾക്കായി മിക്ക തദ്ദേശ ഭരണസ്ഥാപനങ്ങളും തയ്യാറാക്കിയത് വാർപ്പ് (സ്റ്റീരിയോ ടൈപ്പ്) പ്രോജ

ക്ടുകൾ ആയിരുന്നു. പരമ്പരാഗത, യാന്ത്രിക, സാമ്പ്രദായിക പദ്ധതികൾ അധികവും ക്ഷേമസുരക്ഷാ പ്രോജക്ടുകൾ ഉദാഹരണം പകൽ പരിപാലന കേന്ദ്രങ്ങൾ സ്ഥാപിക്കുക, പിന്തുണാ സഹായങ്ങൾ നല്കുക, ചലനശേഷിക്കുറവുള്ളവർക്ക് ചക്രക്കസേര, വോക്കർ എന്നിവയും കേഴ്വിക്കുറവുള്ളവർക്ക് ശ്രവണ സഹായി വിതരണം, കണ്ണട വിതരണം പോലുള്ള പദ്ധതികൾക്ക് ഇതു വേണ്ടെന്നല്ല. പക്ഷേ, അതു കൊണ്ടുമാത്രമായില്ല. വയോജനങ്ങളുടെ പ്രതീക്ഷിത ആയുർദൈർഘ്യം കണക്കിലെടുത്തുള്ള അതിജീവനപദ്ധതികൾ വേണം അതിനുമപ്പുറത്തേക്കു നാം ചിന്തിക്കണം.

തദ്ദേശ സ്വയംഭരണ സ്ഥാപനങ്ങൾ മുതിർന്ന പൗരർക്കു വേണ്ടി എന്തെല്ലാം ചെയ്തിട്ട് എന്ന് പരിശോധിച്ചാൽ കുറേയേറെ പഞ്ചായത്തുകൾ 'വയോമിത്ര പഞ്ചായത്ത്' എന്ന ലക്ഷ്യത്തോടെയുള്ള സമഗ്രമായ പദ്ധതിക്ക് രൂപംകൊടുത്തിട്ടുണ്ട്. അവയിൽ നിരവധിയെണ്ണം മാതൃകാപരമായി നടപ്പിലാക്കപ്പെട്ടിട്ടുണ്ട്. പക്ഷേ, പൊതുനിരീക്ഷണത്തിൽ വയോജന ക്ഷേമസരുക്ഷാ പരിപാലനത്തിലോ അതിജീവനത്തിലോ കാര്യക്ഷമമായി ഇടപെടാൻ തദ്ദേശഭരണ സ്ഥാപനങ്ങൾക്ക് കഴിഞ്ഞിട്ടില്ല. 50–60 ശതമാനം തദ്ദേശഭരണ സ്ഥാപനങ്ങളിലൂടെ പ്രോജക്ടുകൾ മെച്ചപ്പെട്ടതെന്നു പറയുമ്പോൾ കേരളത്തിലെ 1200 തദ്ദേശഭരണ സ്ഥാപനങ്ങളുടെ 5 ശതമാനമേ ആകുന്നുള്ളൂ. 100 പഞ്ചായത്തുകൾ മികച്ച പ്രവർത്തനം നടത്തിയെന്നു കണ്ടാൽ 8 ശതമാനം മാത്രമേ ആകുന്നുള്ളൂ. അതൊരു ഗണനീയമായ എണ്ണം ആകുന്നില്ല.

iii. യഥാർത്ഥത്തിൽ നൂതന പ്രോജക്ടുകളുടെ അഭാവമാണിവിടെ പ്രശ്നം. ഇപ്പോൾ കേരളത്തിലെ ജനസംഖ്യയെടുത്താൽ 15 ശതമാനം വയോജനങ്ങളാണ്. ദേശീയ തലത്തിൽ ഇത് 9 ശതമാനം മാത്രമാണ്. കേരളത്തിലെ ഉയർന്ന മാനവിക വികസന തോത്, കുറഞ്ഞ മരണനിരക്ക്, വർദ്ധിത ആയുർദൈർഘ്യം എന്നിവയാണ് ഇതിന് കാരണം. ഈ നില തുടർന്നാൽ 2025 ൽ ഇപ്പോഴത്തെ 15 ശതമാനം മുതിർന്ന പൗര ജനസംഖ്യ 20 ശതമാനമായി ഉയരും. അതായത് അപ്പോഴേക്കും കേരളത്തിലെ വയോജനങ്ങളുടെയും കുട്ടികളുടെയും ജനസംഖ്യ ഏറക്കുറെ തുല്യമാകും. എന്നാൽ പ്രതീക്ഷിത ആയുർദൈർഘ്യം കൂടിയാൽ മാത്രം പോര. ജീവിത ഗുണനിലവാരങ്ങൾ (ക്വാളിറ്റി ഓഫ് ലൈഫ്) ഉയരണം. ജീവിത ഗുണതയുടെ കാലയളവാണ് ഉയരേണ്ടത് കാലങ്ങളോളം ജീവിക്കുകയെന്നതു മാത്രമല്ല. എത്രകാലം കടുത്ത ജീവിച്ചു എന്നതിനേക്കാൾ എത്ര മികച്ച ജീവിത നിലവാരം എത്രകാലം തുടരാനായി എന്നതാണ് മുഖ്യം.

iv. ഇനി വയോജനങ്ങൾ നേരിടുന്ന പ്രശ്നങ്ങളും തദ്ദേശഭരണ സ്ഥാപനങ്ങളുടെ ഇടപെടൽ സാദ്ധ്യതയും പരിശോധിക്കാം. ഒന്നാമതായി നമ്മുടെ സംവിധാനങ്ങൾ ഒന്നും മുതിർന്ന പൗരരെ പരിഗണിച്ചുകൊണ്ടുള്ളവയല്ല, അവരെ കണക്കിലെടുത്ത് രൂപപ്പെടുത്തിയവയല്ല എന്ന

താണ്. പൊതുസ്ഥാപനങ്ങളും പൊതു ഇടങ്ങളും പൊതുസേവനങ്ങളും വയോജന സൗഹൃദപരമല്ല. പൊതു-സ്വകാര്യ പശ്ചാത്തല സൗകര്യങ്ങൾ വയോജന സൗഹൃദപരമല്ല. പകരം അവയെല്ലാം ഒരുവിധം സാർവ്വജനീന മാതൃകയിലുള്ളതാണ്.

രണ്ടാമതായി പാരിസ്ഥിതിക ദുർബ്ബലതകളുടെ പ്രത്യാഘാതം ഏറ്റവുമധികം ബാധിക്കുക വയോജനങ്ങളെയാണെന്ന കാര്യമാണ്. വരൾച്ച വന്നാലും പ്രളയം വന്നാലും കോവിഡ് വന്നാലും ഏതുതരം ദുരന്തം ഉണ്ടായാലും ഏറ്റവും ആദ്യം, ഏറ്റവും അധികം ബാധിക്കുക മുതിർന്ന പൗരരെയാണ്. അവരെ നാം അധിക വെല്ലുവിളി ബാധിതരോ, അതിഭീഷണി നേരിടുന്നവരോ ആയിട്ടാണ് കരുതുക. ഉദാഹരണമായി സൂചിപ്പിക്കാവുന്നത് കോവിഡ് 19 കാലയളവിൽ വയോജനങ്ങളുടെ മനഃശാസ്ത്ര സാമൂഹ്യ പിന്തുണാ പ്രശ്നങ്ങൾ, മാനസികാഘാതം, മുതലായവ ഏറ്റവുമധികം കൂടിയിട്ടുണ്ടെന്നതാണ്. റിവേഴ്സ് ക്വാറന്റൈൻ മൂലമുള്ള ഏകാന്തത, ഒറ്റപ്പെടൽ, ഭക്ഷണം കിട്ടാത്ത സ്ഥിതി, മരുന്നു കിട്ടാത്ത സ്ഥിതി എന്നിവയെല്ലാം ഉണ്ട്. ആദ്യഘട്ട അടച്ചുപൂട്ടൽ സമയം സാന്ത്വനപരിചരണം ഉൾപ്പെടെയുള്ളവർ നേരിട്ടത് ഗുരുതര പ്രശ്നങ്ങൾ ആയിരുന്നു. മൂത്രനാളികൾ (കത്തീറ്റർ) മാറുന്നതിനുപോലും സഹായം കിട്ടാത്തതിന്റെ ബുദ്ധിമുട്ടു നേരിടേണ്ടി വന്നവരുണ്ട്.

മൂന്നാമത്തെ പ്രശ്നം, പ്രായമേറുമ്പോൾ പ്രവൃത്തി പങ്കാളിത്ത നിരക്കും (വർക്ക് പാർട്ടിസിപ്പേഷൻ) പ്രവൃത്യുന്മുഖതയും (വർക്ക് കേപ്പബിലിറ്റിയും) കുറയുന്നുവെന്നതാണ്. തന്മൂലം വരുമാനം കുറയുന്നു. പ്രായമായവരിൽ 49 ശതമാനം ആളുകൾക്ക് ഒരു വരുമാനവും ഇല്ല. സ്ത്രീകളുടെ കാര്യത്തിൽ ഇത് 62 ശതമാനമാണ്. സാമ്പത്തിക സുരക്ഷിതത്വമില്ലാത്തത് പരാശ്രയത്വമായി പരിണമിക്കും. പ്രായമായവരിൽ വലിയൊരു വിഭാഗം സാമൂഹ്യ സുരക്ഷാ പെൻഷൻ മാത്രം ആശ്രയിക്കുന്നവരാണ്.

നാലാമത്തെ വിഷയം ഈ വിഭാഗത്തിലുള്ളവർ അനുഭവിക്കുന്നതായ ആരോഗ്യ പ്രശ്നങ്ങളാണ് വയോജനങ്ങളിൽ 25 ശതമാനം ഏതെങ്കിലും വിധത്തിൽ മാനസികസമ്മർദ്ദം നേരിടുന്നു. 30 ശതമാനം പേർ പ്രമേഹ ബാധിതരാണ്. 40 ശതമാനം പേർക്ക് രക്താതിസമ്മർദ്ദം ബാധിച്ചിരിക്കുന്നു. രോഗാതുരത നേരിടുന്നവരാണ് 81 ശതമാനവും ഏതെങ്കിലും വിധത്തിലുള്ള ഒന്നിലധികം രോഗബാധയുള്ളവരാണ്. 71 ശതമാനവും. വയോജനങ്ങൾക്കു വേണ്ടിയുള്ളതായ ഒരു ഇടപെടൽ മേഖല ആരോഗ്യസുരക്ഷയുടേത് തന്നെയാണ്.

മറ്റൊരു സുപ്രധാന പ്രശ്നമാണ് 'ഡിമെൻഷ്യ' ബാധിക്കുന്നതിന്റെ സാഹചര്യം അൽഷൈമേഴ്സ് ഡിസീസ് ഇന്റർനാഷണൽ സൂചിപ്പിക്കുന്നത് എല്ലാ മൂന്ന് സെക്കന്റിലും ലോകത്തെവിടെയെങ്കിലും ഒരാൾ കൂടി ഡിമെൻഷ്യ ബാധിതരാകുന്നുവെന്നാണ്. കേരളത്തിൽ ഏകദേശം 2 ലക്ഷം പേർ ഡിമെൻഷ്യ ബാധിതരായുണ്ട്. കേരളം പ്രമേഹരോഗത്തിന്റെ തല

സ്ഥാനമെന്നാണ് പറയപ്പെടുന്നത്. ഡയബറ്റിക് ഡിമെൻഷ്യയുടെ ഒരു പ്രധാന വെല്ലുവിളി നാം ഗൗരവതരമായെടുക്കണം. ഡിമെൻഷ്യ രോഗികൾക്ക് 24 X 7 പരിചരണം ആവശ്യമാണ്. സാന്ത്വന പരിചാരകരുടെയും മാനസിക സമ്മർദ്ദാധിക്യത്തിന്റെയും വലിയ നൂലാമാല. പ്രശ്നമാണ് നേരിടേണ്ടതായി വരുക. തദ്ദേശഭരണ സ്ഥാപനങ്ങളുടെ അടിയന്തരശ്രദ്ധ പതിയേണ്ടുന്ന മേഖലയാണിത്.

ആറാമത്തെ പ്രശ്നം കിടപ്പിലായ വയോജനങ്ങളുടെ പരിചരണത്തിന് പരിശീലനം ലഭിച്ചതും അംഗീകാരം നേടിയവരുമായ പരിചാരകരെ കിട്ടുന്നില്ലായെന്നതാണ്. മിക്കപ്പോഴും അടുത്ത ബന്ധുക്കളോ പരിശീലനമൊന്നും കിട്ടാത്ത അവിദഗ്ദ്ധ വ്യക്തികളോ ആകും വയോധികരെ പരിചരിക്കുന്നത്. വയോജനങ്ങൾക്ക് ഗുണനിലവാരമുള്ള പരിചരണം കിട്ടാതെ പോകുന്നതും മരുന്ന് കൊടുക്കുക, മുറിവ് വൃത്തിയാക്കുക, വ്രണബാധിതരെ ശുശ്രൂഷിക്കുക, രക്തസമ്മർദ്ദമളക്കുക, പ്രമേഹ പരിശോധന നടത്തുക, കത്തീറ്റർ മാറ്റുക ഇതിലൊക്കെ പരിശീലനം കിട്ടിയ സേവനദാതാക്കളായ പരിചാരകരെ ഉറപ്പാക്കേണ്ടതുണ്ട്.

വയോജനങ്ങളിൽത്തന്നെ, സവിശേഷ പ്രധാനമാണ് സ്ത്രീകളുടെ പ്രശ്നങ്ങൾ. 60 വയസ്സ് പിന്നിട്ടവരിൽത്തന്നെ 58 ശതമാനം വിധവകളുണ്ട്. 70-73 ശതമാനം മുതൽ 80-83 ശതമാനം വരെ ഏകാന്തത നേരിടുന്നു. ഈ ഒറ്റപ്പെടൽ കടുത്ത സാമൂഹ്യ-മാനസിക പ്രശ്നം സൃഷ്ടിക്കും സ്ത്രീകൾ അവരുടെ അസുഖങ്ങൾ പുറത്തുപറയാറില്ല. പ്രായമാകുമ്പോൾ അവയൊക്കെ സ്വാഭാവികമെന്ന് കരുതിയോ മറ്റുള്ളവരെ ബുദ്ധിക്കേണ്ടെന്ന് നിനച്ചോ, പണച്ചെലവ് കുറയ്ക്കാമെന്ന് കരുതിയോ രോഗബാധകൾ സഹിച്ചുനടക്കുന്നു. ഉദാഹരണം മൂത്രാശയ-ഗർഭാശയ രോഗങ്ങൾ.

സ്ത്രീയെന്ന നിലയിൽ പ്രായാധിക്യം, ദാരിദ്ര്യം, അനാരോഗ്യം, വൈധവ്യം, ആയുർദൈർഘ്യം, ബഹുവിധ അസ്വസ്ഥതകൾ എന്നിവയെല്ലാം ചേർന്ന് സൃഷ്ടിക്കുന്ന സ്ത്രീത്വ പ്രതിസന്ധി വലിയ അളവിൽ നാം പരിഗണിക്കേണ്ടതുതന്നെയാണ്.

മറ്റൊരു ഘടകം 80 വയസ്സ് കഴിഞ്ഞവരുടെ പ്രശ്നങ്ങൾ പ്രത്യേകമായി പരിഗണിക്കണമെന്നതാണ്. ശാരീരിക അവശതകൾ, വീഴ്ചകൾ, ഓർമ്മക്കുറവ് (ഡിമെൻഷ്യ) അസ്ഥിശോഷണം (പാർക്കിൻസൺസ് ഡിസീസ്) കിടപ്പുരോഗ സ്ഥിതി (ശയ്യാവലംബ സ്ഥിതി) ദിനചര്യകൾക്ക് ബുദ്ധിമുട്ടുള്ളവർ നിത്യവൃത്തിക്ക് പാങ്ങില്ലാത്തവർ, പരാശ്രിതർ, ദരിദ്രർ തുടങ്ങി വിവിധതരം പ്രശ്നബാധിതരാണിതിൽ പെടുന്നത്.

എന്തിന് നമുക്കിടയിൽ പ്രായമായവർ തന്നെ പലവിധം ദുരുപയോഗങ്ങൾക്ക് ദുർനടപടികൾക്ക് വിധേയരാക്കപ്പെടുന്നുണ്ട്. കായികവും ശാരീരികവും ധനപരവും മാനസികവും ലൈംഗികവും ആയതുൾപ്പെടെ ചൂഷണവും ദുരുപയോഗവും കാണാം. ഈ കൂട്ടർ അനുഭവിക്കേണ്ടിവരുന്നതായ അവഗണനയും ഉപേക്ഷയും (നടതള്ളൽ ഉൾപ്പെടെ) അടക്കം

പ്രശ്നങ്ങൾ നാം കണക്കിലെടുക്കണം. ചില പഠനങ്ങൾ സൂചിപ്പിക്കുന്നത് 60 ശതമാനം പേർ തിരസ്കരിക്കപ്പെട്ടവരോ നിരാകരിക്കപ്പെട്ടവരോ ബഹിഷ്കൃതയോ ആണെന്ന കാര്യമാണ്. ഇതിന് പല കാരണങ്ങൾ ചൂണ്ടിക്കാട്ടുന്നുണ്ട്. പരാശ്രിതത്വം, സാമ്പത്തിക ദുസ്ഥിതി, വീട്ടിലെ സ്ഥലപരിമിതി, വ്യക്തിഗത പാരസ്പര്യ പ്രശ്നങ്ങൾ, ദീർഘകാല രോഗബാധ, ധാർമ്മിക മൂല്യശോഷണം, വ്യക്തിഗത മൂല്യബോധക്കുറവ് എന്നിവയെല്ലാം ഇതിന് കാരണമാകുന്നു. അതുകൊണ്ടുതന്നെ വയോജന സുരക്ഷിതത്വം സുപ്രധാനമായൊരു ഇടപെടൽ മേഖലയാണ്. 2003 ലെ രക്ഷിതാക്കളുടെയും മുതിർന്ന പൗരരുടെയും പരിരക്ഷാ നിയമം അനുശാസിക്കുന്നത് ഇക്കാര്യങ്ങളിലെ ശരിയായ ബോധവല്ക്കരണമാണ്.

വയോജനങ്ങൾ എന്നത് ഒരു പാർശ്വവല്കൃത വിഭാഗമാണ്. അവരിൽത്തന്നെ ആപേക്ഷികമായി അധികം പാർശ്വവല്കൃതരെ തിരിച്ചറിഞ്ഞ് സംരക്ഷിക്കുകയെന്നത് അതിനിർണ്ണായകമാണ്. അതേസമയം പ്രായമായവരെ ഒരു പ്രശ്നവിഭാഗം മാത്രമായി കാണുന്നത്, അവരെ വാർപ്പ് പതിപ്പുരകളാക്കുന്നത്. പ്രായമായവരെന്നുവച്ചാൽ സംരക്ഷിക്കപ്പെടേണ്ടവരാണ് എന്നത് ഒരുതരം പ്രാതികൂല്യബോധം (നെഗറ്റീവ് സെൻസ്) സൃഷ്ടിക്കും. പകരം അവരുടെ സുരക്ഷയെന്നത് സാമൂഹിക വിഷയമായിട്ടും ഉത്തരവാദിത്വമായിട്ടും കാണണം (പോസിറ്റീവ് സെൻസസ്) പ്രായാധിക്യം ലൈംഗികത, വർഗ്ഗീയത എന്നിവ പേരുപോലെ പ്രതിരോധിക്കപ്പെടേണ്ടതായ കാര്യങ്ങളാണ്. ഇത്തരം പ്രതിലോമ ബോധങ്ങളെ സമൂഹത്തിൽ നിന്നുതന്നെ തുടച്ചുമാറ്റപ്പെടേണ്ടതാണ്.

പ്രായമായവരെ ഒരു വെല്ലുവിളി ആയോ, ബാദ്ധ്യതയായോ, കാണുകയല്ല, അവർ ആദ്യവും അവസാനവുമായി ആദരണീയരും പരിഗണനയീയരുമായ വ്യക്തികളാണ് എന്ന തിരിച്ചറിവോടെ വേണം നാം കാണേണ്ടത്.

V. വയോജനതയുടെ സവിശേഷ ജീവിതാവസ്ഥ ഉയർന്ന ആരോഗ്യസുരക്ഷയുടെ, സമ്പൂർണ്ണ സുസ്ഥിതിയുടെ അവസ്ഥയാക്കി ഉറപ്പാക്കാനുള്ള പദ്ധതികൾ തദ്ദേശഭരണ സ്ഥാപനങ്ങൾ ആസൂത്രണം ചെയ്യണം എന്നാൽ ഒട്ടുമിക്ക തദ്ദേശഭരണ സ്ഥാപനങ്ങൾക്കും അതിനുള്ള ശേഷിയോ വൈദഗ്ദ്ധ്യമില്ല. ഈ ശേഷി ദൗർബല്യം തുറന്നു കാണേണ്ടതുണ്ട്. അതുകൊണ്ടുതന്നെ ശാക്തീകരണ പ്രക്രിയ നടക്കേണ്ടതുണ്ട്.

ആയതിനാൽ വയോജനങ്ങളുടെ ആരോഗ്യസുസ്ഥിരത, സാമ്പത്തികസുസ്ഥിരത, സാമൂഹ്യസുസ്ഥിരത, ക്ഷേമസുസ്ഥിരത എന്നിവ, വിശാലാർത്ഥത്തിൽ പരിഗണിക്കുമ്പോൾ തദ്ദേശഭരണ സ്ഥാപനങ്ങൾക്ക് എന്തു ചെയ്യാനാകും എന്നത് ഏറെ പ്രധാനമാണ്.

കേരളത്തിലെ വയോജന അനുപാതം കൂടുന്നുവെന്നത് സമൂഹത്തിന്റെ ദീർഘകാലാടിസ്ഥാനത്തിലുള്ള ഗുണവിഹിതമായിത്തന്നെ മാറണം. അവർ ഒരു ബാദ്ധ്യതയല്ല. പ്രായമായവരിൽ വലിയൊരു വിഭാഗത്തിന് തീർത്തും പ്രവർത്തനക്ഷമതയുള്ളവരാണെന്നും അറിയണം,

അവർക്ക് തങ്ങളുടെ പ്രവർത്തനക്ഷമത വിനിയോഗിക്കാൻ പറ്റുന്ന അവസരങ്ങൾ നല്കേണ്ടതുണ്ട്.

ജനകീയാസൂത്രണ കാലത്ത് ഇ എം എസ് നമ്പൂതിരിപ്പാട് വിവിധ മേഖലകളിൽ വൈദഗ്ദ്ധ്യമുള്ള മുതിർന്ന പൗരന്മാരുടെ സന്നദ്ധ സേവനം തദ്ദേശഭരണ സ്ഥാപനങ്ങൾക്ക് വിനിയോഗിക്കാൻ പറ്റുന്നു എന്ന് ആവശ്യപ്പെട്ടിരുന്നു. അങ്ങനെയാണ് സന്നദ്ധ സാങ്കേതിക സമിതി (വി ടി സി) രൂപപ്പെട്ടത്. ജില്ലകളിൽ ജില്ലാതല സാങ്കേതിക സമിതിയും അതിനു താഴെ ബ്ലോക്ക്തല സാങ്കേതികാനുമതി ഇത്തരം സാങ്കേതിക സമിതികൾ നല്കുന്നതിലൂടെ സുതാര്യത ഉറപ്പാക്കാൻ സാധിക്കും. സാങ്കേതികാനുമതിയിലുള്ള കാലതാമസവും അഴിമതിയും ഇല്ലാതാക്കാൻ കഴിയും. ഇതിനുവേണ്ടി സർക്കാർ തലത്തിൽതന്നെ സമ്മർദ്ദം ചെലുത്താനാകും. അനുകൂലനം ഉറപ്പാക്കാനാകും. പൊതുമരാമത്ത് നടത്തിപ്പിൽ മലയാളം ടൈപ്പ് റൈറ്റർ ഉൾപ്പെടെ പ്രാവർത്തികമായതും നാം കണ്ടു. ഇതെല്ലാം സാദ്ധ്യമാകുന്നത്, സൂചിപ്പിക്കുന്നത് മുതിർന്ന പൗരരുടെ പ്രവർത്തനക്ഷമതയെ പരമാവധി അംഗീകരിക്കാനും ഉപയോഗപ്പെടുത്താനും നമുക്ക് കഴിയണമെന്നതാണ്.

തദ്ദേശഭരണ സ്ഥാപനങ്ങൾക്ക് കൈമാറ്റിയ സ്ഥാപനങ്ങൾ എല്ലാം തന്നെ കൃഷിഭവനും, പ്രാഥമികാരോഗ്യസ്ഥാപനങ്ങളും പഞ്ചായത്ത് ഓഫീസ് തന്നെയും വയോജന സൗഹൃദപരമാകണം. അവിടങ്ങളിലെ പശ്ചാത്തല സൗകര്യങ്ങൾ വയോജന സൗഹൃദപരമായാൽ മതിയാകില്ല. സേവന ലഭ്യതയും വയോജന സൗഹൃദപരവും തടസ്സരഹിതവുമാകണം. സ്ഥാപന-സേവന സ്വഭാവവും പെരുമാറ്റവും വയോജന പരിഗമനയും പ്രത്യേക പരിരക്ഷയും ഉറപ്പാക്കുന്നതിനുതകുന്ന സംവിധാനം ഒരുക്കുന്നതുൾപ്പെടെ ചേർന്നതാകണം.

ഇന്ന് വയോജന പരിചരണം നല്കുന്നവരായ ഹോം ഗേഴ്സുമാരിൽ കൂടുതൽ പേരും മതിയായ പരിശീലനം കിട്ടിയവരല്ല. ഇവർക്ക് കാര്യമായ പരിശീലനം വേണ്ടതില്ല എന്ന മനോഭാവം സമൂഹത്തിലുണ്ട്. അത് തെറ്റായ കാഴ്ചപ്പാട് തന്നെയാണ്. കൃത്യമായ ട്രെയിനിങ് മൊഡ്യൂൾ (പരിശീലന പദ്ധതി) തയ്യാറാക്കി പരിശീലനം നടത്തിയാൽ കുറച്ചുപേർക്ക് ഗുണനിലവാരലഭ്യത ഉറപ്പാക്കാനും കഴിയുന്നതാണ്. 2030 ലെ പ്രതീക്ഷിത ജനസംഖ്യാ വളർച്ചകൂടി പരിഗണിച്ചാകണം ഈ നയനടപടി രൂപീകരണവും നടത്തിപ്പും.

നെടുമങ്ങാട് ബ്ലോക്ക് പഞ്ചായത്ത് ഗ്രാമീണ പഠനകേന്ദ്രത്തിന്റെ ആഭിമുഖ്യത്തിൽ രൂപംനല്കിയ 3 ജി- അങ്കണവാടി പദ്ധതി ഏറെ ശ്രദ്ധേയമായ ഉദ്യമമാണ്. ഇനി വരും കാലത്ത് കുട്ടികളുടെയെണ്ണം കുറയാനും വയോജനസംഖ്യ ഉയരാനും ഉള്ള ജനസംഖ്യാപരമായ പരിണാമം നാം തിരിച്ചറിയണം. വിദ്യാലയങ്ങളുടെ തന്നെ ഒരുഭാഗം വയോജന പരിരക്ഷാലയമാക്കി മാറ്റേണ്ടതായി വരാം.

വയോജനങ്ങൾക്ക് ലഭ്യമാക്കുന്നതായ പിന്തുണാ സേവനങ്ങൾ, ഓരോരുത്തരുടെയും അനിവാര്യമായ ആവശ്യകതകൾക്ക് അനുയോജ്യ

മാകണം. കാഴ്ച, കേൾവി, ചലനശേഷി തുടങ്ങിയവ പരിഗണിച്ച് ആവശ്യാധിഷ്ഠിത പദ്ധതിരൂപീകരണവും നിർവ്വഹണവും ഉറപ്പാക്കണം.

വരുമാനദായകമായ പ്രവൃത്തികൾ, ആദായകരമായ ജോലികൾ ലഭ്യമാക്കിക്കൊണ്ട് സ്വയംസന്നദ്ധമായ ഉദ്യമങ്ങൾക്ക് രൂപം നല്കാവുന്നതാണ്. വിശേഷിച്ച് വയോജനങ്ങൾക്കിടയിൽ ജീവിതവും കാര്യശേഷിയും പുലർത്താനുതകുന്നതാകണം പദ്ധതികൾ.

ദൈനംദിന ജീവിതവൃത്തികൾ, ദൈനംദിന കൃത്യങ്ങൾ പരിമിതപ്പെടുത്താൻ നിർബ്ബന്ധിതരായ വലിയൊരു വിഭാഗം വയോജനങ്ങളുണ്ട്. ഐ സി ടി പിന്തുണയോടെയുള്ള ജീവിത സാദ്ധ്യത ഇവർക്ക് ഉറപ്പാക്കണം. വിശേഷിച്ച് ഒറ്റയ്ക്കു ജീവിക്കുന്നതായ ധാരാളം പേരുള്ളപ്പോൾ യാത്ര, അവശ്യവസ്തുക്കൾ വാങ്ങിക്കുക, പരസ്പരബന്ധപ്പെടൽ സാദ്ധ്യമാക്കുക. മരുന്ന് ലഭ്യമാക്കൽ, മരുന്ന് കഴിക്കുന്നതിന് ഓർമ്മപ്പെടുത്തൽ സംവിധാനം ക്രമീകരിക്കുക തുടങ്ങിയവയ്ക്കുള്ള പ്രായോഗികസാദ്ധ്യത ഏറെയാണ്.

വയോജനങ്ങൾക്കാവശ്യമായ നിയമപരിരക്ഷയ്ക്കും സുരക്ഷയ്ക്കുമുള്ള ഉപാധികൾ ഉറപ്പാക്കപ്പെടുകയാണ് പ്രധാനം. രക്ഷകർത്താക്കളുടെയും വയോജനങ്ങളുടെയും പരിരക്ഷ മുൻനിർത്തിയുള്ള 2007 ലെ നിയമം അതിന്റെ ചട്ടങ്ങളും പ്രധാനമായും വയോജന സുരക്ഷ ലക്ഷ്യമിട്ടുള്ളതാണ്. പ്രളയകാലത്തും കോവിഡ് കാലത്തും വയോജനക്ഷേമ-വിഷയത്തിൽ വിടവുകളോ പിഴവുകളോ കുറവുകളോ തിരിച്ചറിഞ്ഞ് പരിഹരിക്കാനുതകുംവിധം സേവനമനുഷ്ഠിക്കാൻ തദ്ദേശഭരണ സ്ഥാപനങ്ങൾക്ക് കഴിഞ്ഞു. അതുപോലെ ഈ നിയമചട്ട നിർവ്വഹണത്തിലെ അപാകതകളും പഴുതുകളും തിരിച്ചറിഞ്ഞ് പ്രവർത്തിക്കാൻ തദ്ദേശഭരണ സ്ഥാപനങ്ങൾക്ക് കഴിയണം. വയോജനങ്ങൾ അധികാരബന്ധങ്ങളുടെ അനീതിയാൽ പാർശ്വവല്ക്കരിക്കപ്പെട്ടവരാണ്. അവരുടെ ജീവിതം ഇങ്ങനിങ്ങനെയൊക്കെയാകണമെന്നത് അവരാണ് തീരുമാനിക്കുന്നത്.

vi. പാർശ്വവല്ക്കരിക്കപ്പെടുന്നവർ പ്രായമാകുമ്പോൾ രണ്ട് ദൈനംദിന പ്രയാസങ്ങൾ നേരിടുന്നു.

(1) പാർശ്വവല്ക്കരിക്കപ്പെടുന്നതിന്റെ പ്രശ്നങ്ങൾ

(2) പ്രായമാകുന്നതിന്റെ പ്രശ്നങ്ങൾ

ഇതുരണ്ടുമല്ലാതെ ബഹുവിധ അവകാശ നിഷേധങ്ങൾ നിരാകരണങ്ങൾ നേരിടുന്നവരുണ്ട്. അവരിൽ അധികം പേരും അദൃശ്യമോ അറിയപ്പെടാത്തവരോ ആണെന്ന് കാണാം. അതിനുകാരണം നാം അവരെ അറിയാനോ കാണാനോ ശ്രമിക്കുന്നില്ലെന്നതാണ്. എന്നാൽ അദൃശ്യവും അറിയപ്പെടാത്തതുമായ അവകാശ നിഷേധങ്ങൾക്കിരയാക്കുന്നവർ നമുക്കു ചുറ്റും അങ്ങനെതന്നെ കഴിയുകയാണ്.

പ്രായാധിക്യത്താൽ പലവിധ ദുർബ്ബലതകൾ സംഭവിക്കും. എന്നാൽ അങ്ങനെയല്ലാതെ ജീവിതം മുഴുവൻ ദുർബ്ബലരായി കഴിയേണ്ടിവരുന്നവർ ഏറെയാണ്. വിധവകൾ, ഉപേക്ഷിക്കപ്പെട്ടവർ, അവിവാഹിതരായ

വയോധികർ, ദളിതർ, ആദിമവാസികൾ നിരാശ്രയർ, മുതിർന്നവരും രോഗ ബാധിതരുമായ മക്കളെ പരിപാലിക്കേണ്ടിവരുമ്പോൾ, വീട്ടിൽ നിന്ന് പുറത്താക്കപ്പെട്ടവർ, സാമൂഹ്യബഹിഷ്കരണം നേരിടുന്നവർ, ലൈംഗികാതിക്രമം നേരിടുന്നവർ, ലൈംഗിക വൃത്തി ചെയ്ത് ജീവിച്ചുപോന്നവർ, ലൈംഗിക ന്യൂനപക്ഷങ്ങൾ എന്നിങ്ങനെയുള്ളവരാണ് പ്രായാധിക്യത്തിനപ്പുറം പാർശ്വവല്ക്കരണത്തിന്റെ ദുരന്തംകൂടി പേറേണ്ടിവരുന്നവർ. ഇവരുടെ പരിരക്ഷ ഉറപ്പാക്കാനുതകുന്ന നിർബ്ബന്ധിത പദ്ധതികൾ പ്രാവർത്തികമാക്കാൻ തദ്ദേശഭരണ സ്ഥാപനങ്ങൾക്ക് കഴിയണം.

vii. വയോജന ക്ഷേമസുരക്ഷയെന്നത് ധാർമ്മികതയോ നൈതികതയോ ആയിട്ടല്ല. അവകാശാധിഷ്ഠിതമായ പരിരക്ഷയായി സമീപിക്കപ്പെടണം. അതിനുതകുന്നതാകണം തദ്ദേശഭരണ സ്ഥാപന പദ്ധതികൾ.

* 50 ലക്ഷത്തിൽ അധികം വയോജനങ്ങളുണ്ട് അവർക്ക് പകൽ സമയം വിനിയോഗിക്കാൻ വിനോദോപാധികൾ അടക്കമുള്ള പകൽ പരിപാലന കേന്ദ്രങ്ങൾ ഉണ്ടാകണം. അവയാകട്ടെ പൊതു സേവന സംവിധാനങ്ങളുമായിരിക്കണം.
* സ്ഥാപനതല പരിചരണം അവസാന ആശ്രയത്വമായി പരിണമിക്കുന്നവരെ മുൻനിർത്തി അവരെ ദത്തെടുത്ത് പരിപാലിക്കാനുതകുന്ന വാർദ്ധക്യ-വയോജന ഭവനങ്ങൾ പ്രാവർത്തികമാക്കണം.
* പ്രായസ്ഥർക്ക് ഒത്തുചേരാനും സജീവ ഇടപഴകലിനും സഹായമാകുന്ന പൊതുയിടങ്ങൾ സജ്ജീകരിച്ച് പ്രാവർത്തികമാക്കണം.
* വയോജന സൗഹൃദപരമായ പൊതു-സ്വകാര്യ സേവന പ്രദാന സൗകര്യങ്ങൾ സാദ്ധ്യമാക്കണം.
* വയോജനങ്ങളുടെ ഉല്പാദനക്ഷമമായ നൈപുണികളും പ്രവർത്തനശേഷിയും ഗുണപരമായി ഉപയോഗപ്പെടുത്താനുതകുന്ന സാദ്ധ്യതകൾ പ്രാവർത്തികമാക്കണം.
* പാർപ്പിടങ്ങൾ, യാത്രാവാഹനങ്ങൾ, പരിചരണ കേന്ദ്രങ്ങൾ മുതലായവ വയോജന സൗഹൃദപരമാകണം.
* ആദരവോടെയുള്ള സാമൂഹ്യ പരിഗണനയും ഉൾക്കൊള്ളലും സാദ്ധ്യമാകാനുതകുന്ന ഉദ്യമങ്ങൾ രൂപപ്പെടുത്തണം. സന്നദ്ധ സാങ്കേതിക സമിതികൾ ഉൾപ്പെടെ ഇതിനുവേദികളാക്കാവുന്നതാണ്.
* എല്ലാത്തരം ആശയവിനിമയ സാദ്ധ്യതയും അവസരവും വേദിയും വയോജനങ്ങൾക്ക് ഉറപ്പാക്കണം. അതിനുതകുന്ന സാമൂഹ്യ വേദികളും ഉപാധികളും രൂപപ്പെടുത്താനും നടപ്പാക്കാനുമാകണം.

viii. ചുരുക്കത്തിൽ ഈ പ്രവർത്തനങ്ങളിൽ നിന്നാകെ നാം പ്രതീക്ഷിക്കുന്നത് മൂന്ന് ഫലങ്ങളാണ്.

(i) ആരോഗ്യ സുരക്ഷ
(ii) സാമ്പത്തിക സുരക്ഷ
(iii) സാമൂഹ്യ സ്വാസ്ഥ്യം

പ്രായാധിക്യമെന്നത് ആജീവനാന്ത പ്രയാണത്തിന്റെ അന്തിമഘട്ട മാണ്. അതുകൊണ്ടുതന്നെ പ്രായാധിക്യത്തിലേക്ക് പ്രവേശിക്കാൻ പോകുന്നവരെയും ആ ഘട്ടം അഭിമുഖീകരിക്കാൻ നാം സജ്ജരാക്കണം. അർണോൾഡ് ടോയെൻബി പരാമർശിച്ചത് മനുഷ്യർ ചരിത്രത്തിന്റെ ഉല്പന്നമാണ് എന്നതുപോലെ ചരിത്രം തിരുത്തിക്കുറിക്കാനുതകുന്ന സർഗ്ഗാത്മകതയുള്ളവരുമാണ്.

ദീർഘകാലം നീണ്ടുനിന്ന നിരന്തരസമരത്തിലൂടെയാണ് അധികാര വികേന്ദ്രീകരണം നടപ്പിലായത്. അധികാര വികേന്ദ്രീകരണം ചരിത്ര ത്തിന്റെ ഉല്പന്നമാണ് അതുപോലെതന്നെ സർഗ്ഗാത്മകതയുടെയും സാഹസികമായ പരീക്ഷണോത്സുകതയുടെയും മാർഗ്ഗത്തിൽ ചരിത്രം തിരുത്തിക്കുറിക്കുക കൂടിയായിരുന്നു. പാർശ്വവല്കൃതരുടെയും വയോ ജനങ്ങളുടെയും സാമൂഹ്യ സുരക്ഷാ ക്ഷേമ പദ്ധതിയിലും അത്തരമൊരു തിരുത്തിക്കുറിക്കലിനുള്ള വഴി തുറക്കാം.

ജനകീയാസൂത്രണത്തിന്റെ രീതിശാസ്ത്രവും ജില്ലാപദ്ധതിയും

ഡോ. കെ എൻ ഹരിലാൽ

പിണറായി വിജയന്റെ നേതൃത്വത്തിലുള്ള ഇടതുപക്ഷ ജനാധിപത്യ മുന്നണി ഗവൺമെന്റ് പ്രാദേശിക സർക്കാരുകളുടേയും ജനകീയാസൂത്രണത്തിന്റേയും രംഗത്ത് കൊണ്ടുവന്ന പരിഷ്കാരങ്ങളും അതിന്റെ ഫലമായുണ്ടായ നേട്ടങ്ങളും വിശദമായ പരിശോധനയും പഠനവും അർഹിക്കുന്നുണ്ട്. അത്തരമൊരു സമഗ്ര പഠനത്തിനല്ല ഇവിടെ ശ്രമിക്കുന്നത്. മറിച്ച് ജില്ലാ പദ്ധതികളുടെ രൂപീകരണവുമായി ബന്ധപ്പെട്ട് ഏറ്റെടുത്ത പ്രവർത്തനങ്ങളാണ് ഈ ലേഖനത്തിന്റെ വിഷയം. അതിലേക്ക് കടക്കുന്നതിനുമുമ്പ് ജില്ലാ പദ്ധതികളുടെ രൂപീകരണത്തിലേക്ക് സർക്കാർ നീങ്ങിയതിന്റെ പശ്ചാത്തലം ചുരുക്കമായി പരിശോധിക്കേണ്ടതുണ്ട്. പുതിയ സർക്കാർ അധികാരമേറ്റ ദിവസംതന്നെ സംസ്ഥാന തലത്തിലും പ്രാദേശിക തലത്തിലുമുള്ള ആസൂത്രണത്തോടുള്ള കേരളത്തിന്റെ പ്രതിബദ്ധത നിലനിർത്തും എന്നും സൂചിപ്പിക്കുകയുണ്ടായി. കേന്ദ്രവും മറ്റു സംസ്ഥാനങ്ങളും ആസൂത്രണത്തെ തള്ളിപ്പറയുകയും ഉപേക്ഷിക്കുകയും ചെയ്ത പശ്ചാത്തലത്തിൽ കേരളത്തിന്റെ നിലപാടിന് പ്രത്യേക പ്രസക്തിയുണ്ട്. വികസന കാര്യങ്ങൾ സ്വകാര്യ മേഖലയ്ക്കും കമ്പോളത്തിനും പൂർണ്ണമായി വിട്ടുകൊടുക്കില്ല എന്ന നിലപാടാണ് ഇതിലൂടെ കേരള സർക്കാർ വ്യക്തമാക്കിയത്. എന്നുമാത്രമല്ല വികസന കാര്യങ്ങൾ ഓരോന്നും വരുന്ന മുറയ്ക്ക് അപ്പപ്പോൾ തോന്നിയ മട്ടിൽ ചെയ്തു കൊള്ളാം എന്ന സമീപനമാവില്ല സംസ്ഥാനം സ്വീകരിക്കുക എന്നതും വ്യക്തമാക്കുകയാണ് ഉണ്ടായത്. വികസനകാര്യങ്ങൾ വ്യക്തമായ ആസൂത്രണത്തിന്റെ അടിസ്ഥാനത്തിലാണ് തീരുമാനിക്കുക എന്നു പറയുന്നതിന് ജനാധിപത്യവുമായി ബന്ധപ്പെട്ട ഒരു വശമുണ്ട്. മുൻകൂട്ടി ആസൂത്രണം ചെയ്ത് ക്യാബിനറ്റിന്റേയും നിയമസഭയുടേയും

അംഗീകാരം നേടി വികസന പ്രോജക്റ്റുകൾ ഏറ്റെടുക്കുന്ന സുതാര്യമായ രീതിയാണ് ജനാധിപത്യത്തിൽ അഭികാമ്യം. അല്ലെങ്കിൽ ഭരണാധികാരികളുടേയും ഉദ്യോഗസ്ഥരുടേയും തന്നിഷ്ടമായിരിക്കും നടക്കുക. വ്യക്തമായ ദിശാബോധവും കൂടിയാലോചനകളുമില്ലാതെ വികസന പ്രോജക്റ്റുകൾ ഏറ്റെടുക്കുന്ന രീതി ജനാധിപത്യപരമാവില്ല എന്നുമാത്രമല്ല അതിനു കാര്യക്ഷമതയും ഫലപ്രാപ്തിയും കുറവായിരിക്കും. ഈ സന്ദർഭത്തിൽ പൊതുകാര്യങ്ങളിൽ കൂട്ടായി ഇടപെടുന്ന കേരളത്തിന്റെ ജനാധിപത്യ പാരമ്പര്യത്തെക്കുറിച്ചുകൂടി സൂചിപ്പിക്കേണ്ടതുണ്ട്. ആധുനിക കേരളത്തിന്റേയും കേരള വികസന മാതൃകയുടേയും അടിസ്ഥാനം കേരളത്തിലെ ജനങ്ങളുടെ കൂട്ടായ ഇടപെടലാണ് എന്ന കാര്യം പരക്കെ അംഗീകരിക്കപ്പെട്ടിട്ടുള്ളതാണല്ലോ. ആസൂത്രണത്തോടുള്ള പ്രതിബദ്ധത കൂട്ടായ ഇടപെടലിന്റെ പാരമ്പര്യത്തിന്റെ ശക്തമായ തുടർച്ചയെയാണ് സൂചിപ്പിക്കുന്നത്.

സംസ്ഥാനതല ആസൂത്രണത്തോടൊപ്പം പ്രാദേശികമായ ജനകീയാസൂത്രണത്തിനും വലിയ പ്രാധാന്യം കല്പിക്കുന്ന സംസ്ഥാനമാണ് കേരളം. സംസ്ഥാന പദ്ധതിയുടെ 25 ശതമാനത്തോളം അടങ്കൽ പ്രാദേശിക സർക്കാരുകൾക്ക് കൈമാറുകയാണ് ചെയ്യുന്നത്. ജനകീയാസൂത്രണത്തിന്റെ ഭാഗമായി കൊണ്ടുവന്ന ഈ സമ്പ്രദായം ഇടയ്ക്കുണ്ടായ ഭരണ മാറ്റങ്ങളെപ്പോലും അതിജീവിച്ച് ഇപ്പോഴും ശക്തമായി തുടരുകയാണ്. രണ്ടു പതിറ്റാണ്ടുകാലത്തെ ജനകീയാസൂത്രണ അനുഭവം വിലയിരുത്തി പോരായ്മകൾ പരിഹരിച്ചു മുന്നോട്ടു പോകാനാണ് പിണറായി സർക്കാർ പരിശ്രമിച്ചത്. ഇതിനായി ജനകീയാസൂത്രണം സംബന്ധിച്ച് കേരളത്തിൽ നടന്ന ചർച്ചകളും പഠനങ്ങളും പരിശോധിച്ച് പാഠങ്ങൾ ഉൾക്കൊണ്ടുകൊണ്ടാണ് സർക്കാർ മുന്നോട്ടുപോയത്.

ഉദ്യോഗസ്ഥ മേധാവിത്തം

ജനകീയാസൂത്രണത്തിന്റെ തിളക്കത്തിനു മങ്ങലേല്പിച്ച ഒരു പ്രധാന വെല്ലുവിളി ഉദ്യോഗസ്ഥ മേധാവിത്തത്തിന്റെ അതിപ്രസരമായിരുന്നു. ജനകീയ അധികാരത്തിന്റെ ഏതു ഇടത്തേയും നിർജ്ജീവമാക്കാൻ ഭരണകൂടം സ്വീകരിക്കുന്ന ഒരു തന്ത്രം നടപടിക്രമങ്ങളുടേയും ചുവപ്പുനാടകളുടേയും കുരുക്കിട്ടു പിടിക്കുക എന്നതാണ്. ജനകീയാസൂത്രണത്തിലും അതുതന്നെയാണ് സംഭവിച്ചത്. സർക്കാർ ഉത്തരവുകളുടേയും നടപടിക്രമങ്ങളുടേയും അശാസ്ത്രീയതയും ബാഹുല്യവും കാരണം ഒന്നും നടക്കാത്ത അവസ്ഥയാണ് കാലക്രമത്തിൽ ഉണ്ടായത്. ഇതിന്റെ ഏറ്റവും വലിയ ഉദാഹരണം പ്രാദേശിക പദ്ധതികളുടെ രൂപീകരണത്തിൽ ഉണ്ടായ ജുഗുപ്സാവഹമായ കാലതാമസമാണ്. ഒരു ആസൂത്രണ വർഷത്തിൽ നടപ്പാക്കേണ്ട വാർഷികപദ്ധതി

വർഷം തീരാറാകുമ്പോൾ മാത്രം തയ്യാറാക്കിയിരുന്ന പരിഹാസ്യമായ അവസ്ഥയാണ് നിലനിന്നിരുന്നത്. വർഷാന്ത്യമാസങ്ങളിൽ ഗുണഭോക്താക്കൾക്ക് കുറെ പണം വിതരണം ചെയ്യുകയും തിരക്കിട്ട ചില നിർമ്മാണ പ്രവർത്തനങ്ങൾ പൂർത്തിയാക്കുകയും ചെയ്യുന്ന ഒരു ഏർപ്പാടായി ജനകീയാസൂത്രണം അധഃപതിച്ചു. ഈ സർക്കാരിന്റെ കാലത്ത് പ്രാദേശിക പദ്ധതി രൂപീകരണത്തിൽ അത്ഭുതം തന്നെയാണ് നടന്നത്. പദ്ധതി രൂപീകരണത്തിന്റെ രീതിശാസ്ത്രം സമഗ്രമായി പൊളിച്ചെഴുതി. അങ്ങനെ വർഷം ആരംഭിക്കുന്നതിന് മുമ്പുതന്നെ പദ്ധതി രൂപീകരണ പ്രക്രിയ പൂർത്തിയാക്കി ഏപ്രിൽ 1 നു തന്നെ പദ്ധതി നടത്തിപ്പ് ആരംഭിക്കുന്ന രീതി നടപ്പിലാക്കി. ഇതിലൂടെ പ്രാദേശിക പദ്ധതികൾക്ക് ജൈവ സ്വഭാവം കൈവന്നു. പണം വിതരണമല്ല വികസന പ്രവർത്തനം എന്നും വികസന പദ്ധതികൾ തുടക്കം മുതൽ അവസാനംവരെ കൂടെനിന്ന് നടത്തിയെടുക്കുക എന്നതാണ് യഥാർത്ഥ ജനകീയ ഇടപെടലെന്നുമുള്ള നിലവന്നു. സ്വാഭാവികമായും ഓരോ രംഗത്തും ജനങ്ങൾക്ക് തീർത്തും അനുഭവവേദ്യമായ നേട്ടങ്ങൾ ഉണ്ടായി.

കൃഷിയും വ്യവസായവും ഉൾപ്പെടെയുള്ള ഉല്പാദന മേഖലയായിരുന്നു ജനകീയാസൂത്രണത്തിന്റെ ബാലികേറാമല. കൃഷിയിലും വ്യവസായത്തിലും ജനകീയാസൂത്രണത്തിന് വലിയ ചലനം ഉണ്ടാക്കാൻ കഴിഞ്ഞില്ല എന്നതായിരുന്നു പഠനങ്ങളുടെയെല്ലാം നിരീക്ഷണം. ഈ സർക്കാരിന്റെ കാലത്ത് ആ പഴയ ദൗർബല്യം ഒരു പഴങ്കഥയായി മാറി. നെൽക്കൃഷിയുടെ വിസ്തീർണ്ണം വർദ്ധിപ്പിക്കൽ, തരിശു നിലം കൃഷിയോഗ്യമാക്കൽ, നെല്ല്, പച്ചക്കറി, പാൽ, മുട്ട, ഇറച്ചി തുടങ്ങിയവയുടെ ഉല്പാദനം, ഉല്പന്നങ്ങളുടെ സംസ്കരണം, വിപണനം തുടങ്ങിയ കാര്യങ്ങളിൽ ശ്രദ്ധേയമായ മാറ്റമാണ് സംസ്ഥാനത്ത് ഉണ്ടായിരിക്കുന്നത്. ഉല്പാദന രംഗത്തുണ്ടായ ഉണർവ്വിന് ആസൂത്രണ നടപടിക്രമങ്ങളുമായി നല്ല ബന്ധമുണ്ട്. ഉല്പാദന മേഖലയ്ക്ക് നിശ്ചിത ശതമാനം പദ്ധതി അടങ്കൽ നീക്കിവയ്ക്കണം എന്ന വ്യവസ്ഥ യു ഡി എഫ് സർക്കാരിന്റെ കാലത്ത് എടുത്തു കളഞ്ഞിരുന്നു. ഈ നിബന്ധന തിരിച്ചു കൊണ്ടുവന്നത് ഉല്പാദന മേഖലയെ സഹായിച്ചത് ചെറിയ അളവിലല്ല. കൃഷിക്കുള്ള ആനുകൂല്യങ്ങൾ ദാരിദ്ര്യ രേഖയ്ക്ക് താഴെയുള്ള കൃഷിക്കാർക്ക് മാത്രമേ നല്കാവൂ എന്ന വ്യവസ്ഥ കാലാഹരണപ്പെട്ടിരുന്നു. നെൽക്കൃഷിയും മറ്റും ചെയ്യാൻ മുന്നോട്ടുവരുന്ന ചെറുകിട നാമമാത്ര കൃഷിക്കാർക്ക് സബ്സിഡി നല്കുന്നതിനുള്ള ക്രമീകരണം സർക്കാർ സ്വീകരിച്ചു. അർഹതയുള്ള കൃഷിക്കാർക്കെല്ലാം തദ്ദേശഭരണ സ്ഥാപനങ്ങൾ ആനുകൂല്യം നല്കുന്ന സ്ഥിതിയുണ്ടായി എന്നുമാത്രമല്ല, ആനുകൂല്യങ്ങൾ വർഷാരംഭത്തിൽ തന്നെ ലഭ്യമാകുന്ന സാഹചര്യവും ഉണ്ടായി. ഒട്ടേറെ തദ്ദേശഭരണ സ്ഥാപനങ്ങൾ കാർഷികോല്പന്നങ്ങളുടെ വിപണന രംഗത്തേക്കും കടന്നുവന്നു. പ്രാദേശികമായി ഉല്പാദിപ്പിച്ച നെല്ല് കുത്തി അരിയാക്കി ബ്രാന്റ് ചെയ്ത് വിപണനം ചെയ്യുന്ന മാതൃക

വ്യാപകമായി. സ്വാഭാവികമായും ഉല്പാദന മേഖലയിൽ ദീർഘകാലമായി അനുഭവിച്ചിരുന്ന മുരടിപ്പിനെ അതിജീവിക്കാൻ സംസ്ഥാനത്തിനു കഴിഞ്ഞു.

പ്രാദേശിക റോഡുകൾ, പാലങ്ങൾ, പൊതു കെട്ടിടങ്ങൾ, ഇതര പശ്ചാത്തല സൗകര്യങ്ങൾ എന്നിവയുടെ കാര്യത്തിൽ അഭൂതപൂർവ്വമായ പുരോഗതിയാണ് ഈ സർക്കാരിന്റെ കാലത്തുണ്ടായത്. നിർമ്മാണ രംഗത്തെ അഴിമതി കുറയ്ക്കുന്നതിലും വിജയകരമായ ഒരു പരിഷ്കരണം കൂടി ഈ കാലയളവിൽ ഉണ്ടായി. ഗുണഭോക്തൃ സമിതികൾ ബിനാമി ഏർപ്പാടുകളായതും അഴിമതി വ്യാപകമായതും ജനകീയാസൂത്രണത്തിനെതിരെ വലിയ വിമർശനം ഉയർന്നുവരുന്നതിന് ഇടയാക്കിയിരുന്നു. എന്നാൽ ഗുണഭോക്തൃ സമിതികളുടെ സ്ഥാനത്ത് 50,000 രൂപയ്ക്ക് മുകളിലുള്ള എല്ലാ പ്രവൃത്തികൾക്കും ടെണ്ടറിങ്ങും, ഇ ടെണ്ടറിങ്ങും നിർബ്ബന്ധിതമാക്കിയതോടെ ബിനാമിയെ മുൻനിർത്തിയുള്ള അഴിമതി ഇല്ലാതായി. ഇതുവഴി തദ്ദേശ ഭരണസ്ഥാപനങ്ങൾക്ക് നേട്ടമുണ്ടായി. സംസ്ഥാനത്താകെ 2017-18 ൽ ടെണ്ടർ സേവിങ്സ് ആയി ലഭിച്ചത് 239.60 കോടി രൂപയാണ്. 2018-19 ൽ 212.22 കോടി രൂപയും 2019-20 ൽ 205.62 കോടി രൂപയുമാണ് സംസ്ഥാനത്ത് ടെണ്ടർ സേവിങ്സ് ആയി ലഭിച്ചത്. അഴിമതിക്കെതിരായ വളരെ വലിയ ഒരു നീക്കമായി ഇത് മാറി എന്നത് ഏവരും അംഗീകരിക്കുന്നുണ്ട്.

ഉല്പാദന പശ്ചാത്തല മേഖലകളിൽ എന്നപോലെ ക്ഷേമരംഗത്തും ഈ കാലയളവിൽ തദ്ദേശസ്ഥാപനങ്ങൾക്ക് വലിയ സംഭാവന നല്കാൻ കഴിഞ്ഞു. കിടപ്പുരോഗികൾ, കുട്ടികൾ, ഭിന്നശേഷിക്കാർ, ലൈംഗിക ന്യൂനപക്ഷങ്ങൾ, വൃദ്ധർ, സ്ത്രീകൾ തുടങ്ങിയവരുടെ ക്ഷേമം ഉറപ്പാക്കുന്ന പദ്ധതികൾ വ്യാപകമായി ഏറ്റെടുക്കപ്പെട്ടു. പട്ടികജാതി, പട്ടികവർഗ്ഗ ഘടക പദ്ധതികളുടെ ആസൂത്രണത്തിലും നടത്തിപ്പിലും ശ്രദ്ധേയമായ പുരോഗതി ഉണ്ടായി. പൊതു വിദ്യാലയങ്ങളും പൊതുജനാരോഗ്യ സംവിധാനങ്ങളും ലോകത്തിന്റെയാകെ പ്രശംസ പിടിച്ചുപറ്റുന്ന നിലവാരത്തിലേക്ക് ഉയർന്നു. തദ്ദേശസ്ഥാപനങ്ങൾ സദ്ഭരണത്തിന്റെ മാതൃകകളായി മാറി എന്നു പറയുന്നതിലും അതിശയോക്തി കാണാനാവില്ല. എല്ലാ ഗ്രാമപഞ്ചായത്തുകളും ഐ എസ് ഒ സർട്ടിഫിക്കേഷൻ നേടി എന്നത് മഹത്തായ നേട്ടം തന്നെയാണ്.

പ്രാദേശിക സർക്കാരുകളുടെ മേഖലയിൽ ഈ സർക്കാരിന്റെ കാലത്തുണ്ടായ മറ്റൊരു ശ്രദ്ധേയമായ ഇടപെടൽ നഗരാസൂത്രണവുമായി ബന്ധപ്പെട്ടതാണ്. ഗ്രാമ/നഗര വ്യത്യാസമില്ലാതെ ഒരേ ആസൂത്രണ നടപടിക്രമങ്ങളാണ് സംസ്ഥാനത്ത് നടപ്പാക്കി വന്നിരുന്നത്. വളരെ വേഗത്തിൽ നഗരവല്ക്കരണം സംഭവിക്കുകയും അതുമായി ബന്ധപ്പെട്ട സവിശേഷ വികസന പ്രശ്നങ്ങൾ ഉയർന്നുവരികയും ചെയ്യുന്ന പുതിയ സാഹചര്യത്തിൽ ഗ്രാമ/നഗര വ്യത്യാസമില്ലാത്ത ആസൂത്രണ സമീപനം ഒരു രീതിയിലും ന്യായീകരിക്കത്തക്കതല്ല. അതുകൊണ്ട്

ആദ്യമായി നഗരസഭകൾക്ക് പ്രത്യേകമായി ആസൂത്രണ നടപടിക്രമങ്ങൾ തയ്യാറാക്കി നടപ്പിലാക്കാൻ പിണറായി സർക്കാർ തയ്യാറായി. യഥാർത്ഥത്തിൽ ഇത് ഒരു തുടക്കം മാത്രമാണ്. നഗരവല്ക്കരണത്തിന്റെ പ്രശ്നങ്ങൾ ഉൾക്കൊണ്ടുകൊണ്ട് നമ്മുടെ നഗരങ്ങളിലെ പദ്ധതികൾ കൂടുതൽ ശാസ്ത്രീയമായ രീതിയിൽ തയ്യാറാക്കപ്പെടണം. അത് വരും കാലത്തിന്റെ വെല്ലുവിളിയാണ്.

ജില്ലാ പദ്ധതി

ഇനി ജില്ലാ പദ്ധതിയിലേക്ക് വരാം. തദ്ദേശഭരണ സ്ഥാപനങ്ങൾ വികസന പദ്ധതികൾ രൂപീകരിക്കണം എന്നതും ജില്ലാ ആസൂത്രണ സമിതികൾ ജില്ലാ പദ്ധതി തയ്യാറാക്കണം എന്നതും ഭരണഘടനാപരമായ ബാദ്ധ്യതയാണ്. എഴുപത്തിമൂന്നും എഴുപത്തിനാലും ഭരണഘടനാ ഭേദഗതികളിൽ ഈ രണ്ടു കാര്യങ്ങളും വ്യവസ്ഥ ചെയ്യുന്നുണ്ട്. തദ്ദേശ സ്ഥാപനങ്ങളുടെ തലത്തിലെ വികസന പദ്ധതികളുടെ കാര്യമാണ് ഇതുവരെ ചർച്ച ചെയ്തത്. ജില്ലാ പദ്ധതിയിലേക്ക് വരുമ്പോൾ ഭരണഘടന ഏല്പിച്ച ഉത്തരവാദിത്വം നിർവ്വഹിക്കാൻ നമുക്ക് കഴിഞ്ഞിരുന്നില്ല എന്നതാണ് വാസ്തവം. പരീക്ഷണാടിസ്ഥാനത്തിൽ ചില ജില്ലകളിൽ മാതൃകാ ജില്ലാ പദ്ധതികൾ തയ്യാറാക്കിയത് ഒഴിച്ചാൽ ഒരു സംസ്ഥാനത്തും ഇക്കാര്യത്തിൽ കാര്യമായ പുരോഗതി ഉണ്ടായിട്ടില്ല എന്നതാണ് സത്യം.

കേരളത്തിലേതുപോലെ ബഹുതല ആസൂത്രണം നിലനില്ക്കുന്ന സംസ്ഥാനങ്ങളിൽ ജില്ലാ പദ്ധതിക്ക് വലിയ പ്രാധാന്യമാണുള്ളത്. കേന്ദ്ര സംസ്ഥാന സർക്കാരുകളുടെ വിവിധ വകുപ്പുകൾ, നഗരസഭകൾ, ജില്ല, ബ്ലോക്ക്, ഗ്രാമപഞ്ചായത്തുകൾ തുടങ്ങി നിരവധി ഏജൻസികളാണ് ജില്ലയിലെ വികസന പ്രവർത്തനങ്ങൾ ഏറ്റെടുത്തു നടത്തുന്നത്. സർക്കാരിതര സ്ഥാപനങ്ങളും സ്വകാര്യ വ്യക്തികളും നടത്തുന്ന വികസന രംഗത്തെ ഇടപെടലുകൾ വേറെ. വിവിധ ഏജൻസികൾ നടത്തുന്ന പ്രവർത്തനങ്ങൾ ആവർത്തനങ്ങളായി മാറിയാലോ? അവ ഓരോന്നും പരസ്പരം മത്സരിച്ചു തോല്പിക്കുന്ന പ്രവർത്തനം ഏറ്റെടുത്താലോ? പരസ്പരം തോല്പിക്കുകയോ ദുർബ്ബലപ്പെടുത്തുകയോ ചെയ്യുന്ന പ്രവർത്തനങ്ങൾക്കു പകരം പരസ്പര പൂരകമായ പ്രവർത്തനങ്ങൾ ഏറ്റെടുക്കുന്നു എന്ന് ഉറപ്പാക്കേണ്ടതുണ്ട്. ജില്ലാ പദ്ധതിയുടെ ഏറ്റവും പ്രധാന ലക്ഷ്യം തീർത്തും അനിവാര്യമായ വികസന ഏകോപനമാണ്. വികസന ഏജൻസികൾ തമ്മിലും അവയുടെ ലക്ഷ്യങ്ങൾ തമ്മിലും മാർഗ്ഗങ്ങൾ തമ്മിലുമുള്ള ഏകോപനം ഉറപ്പാക്കുക എന്ന ലക്ഷ്യമാണ് ഈ കാര്യത്തിൽ ഭരണഘടന വിഭാവനം ചെയ്യുന്നത്.

ഇത്തരത്തിലുള്ള ജില്ലാതല ഏകോപനത്തിനുവേണ്ടി പ്രാദേശിക സർക്കാരുകളുടെ സ്വതന്ത്ര അധികാരങ്ങൾക്ക് മുകളിലൂടെ അവയെ

അടിച്ചേല്പിക്കുന്ന ഒരു ജില്ലാ പദ്ധതിയല്ല കേരളം വിഭാവനം ചെയ്യുന്നത്. പ്രാദേശിക സർക്കാരുകളുടെ പദ്ധതിപ്പണമോ അധികാരമോ കവർന്ന് അവയ്ക്ക് മുകളിലൂടെ നടപ്പാക്കുന്ന ജില്ലാ പദ്ധതി അധികാര വികേന്ദ്രീകരണത്തിന്റെ സ്പിരിറ്റിന് വിരുദ്ധമാവും. അതുകൊണ്ട് ജനാധിപത്യ തത്ത്വങ്ങളെ ഉയർത്തിപ്പിടിക്കുകയും പരസ്പരം മനസ്സിലാക്കുകയും ഉൾക്കൊള്ളുകയും ചെയ്യുന്നതുമായ സമീപനമാണ് കേരളത്തിൽ ജില്ലാ പദ്ധതി രൂപീകരണവുമായി ബന്ധപ്പെട്ട് സ്വീകരിച്ചത്.

പദ്ധതി അടങ്കലും പ്രോജക്ടുകളും അവ നടപ്പിലാക്കുന്നതിനുള്ള ക്രമീകരണവും ഉള്ള ജില്ലാ പദ്ധതിയല്ല കേരളം വിഭാവനം ചെയ്തത്. ജില്ലാ പദ്ധതി വിവിധ വികസന ഏജൻസികളുടേയും അവയുടെ വികസന പ്രോജക്ടുകളുടേയും ഏകോപനം സാദ്ധ്യമാക്കുന്നതിനുള്ള ഒരു ഉപകരണമാണ്. ജില്ലയുടെ സമഗ്ര വികസനം സംബന്ധിച്ച ഒരു ദീർഘകാല പരിപ്രേക്ഷ്യം തയ്യാറാക്കുകയും അതിന്റെ അടിസ്ഥാനത്തിൽ വിവിധ ഏജൻസികളുടെ പ്രോജക്ടുകളെ ഏകോപിപ്പിക്കുകയും ചെയ്യുന്ന സമീപനമാണ് സ്വീകരിച്ചിരിക്കുന്നത്. ഈ രീതിശാസ്ത്രത്തിന്റെ വിശദാംശം ജില്ലാ പദ്ധതിയുടെ ഘടന പരിശോധിച്ചാൽ വ്യക്തമാവും.

ജില്ലാ പദ്ധതിയിൽ പ്രധാനമായും രണ്ട് ഭാഗങ്ങളാണ് ഉള്ളത്. ജില്ലയുടെ വികസനം സംബന്ധിച്ച വിശാല കാഴ്ചപ്പാട് വ്യക്തമാക്കുന്ന ജില്ലാ വികസന പരിപ്രേക്ഷ്യമാണ് ആദ്യത്തെ ഭാഗം. കേന്ദ്ര സംസ്ഥാന സർക്കാർ വകുപ്പുകൾ ജില്ലയിൽ നടപ്പാക്കുന്ന പദ്ധതികളും തദ്ദേശഭരണ സ്ഥാപനങ്ങൾ നടപ്പാക്കുന്ന വാർഷിക പദ്ധതിയും വിശകലനം ചെയ്ത് ഭാവിയിൽ പദ്ധതികൾ മെച്ചപ്പെടുത്തുന്നതിനുള്ള നിർദ്ദേശങ്ങളാണ് രണ്ടാമത്തെ ഭാഗം. ജില്ലാ പദ്ധതിയുടെ ഘടന താഴെ നല്കിയിരിക്കുന്നത് കാണുക. പ്രസ്തുത ഘടന പരിശോധിച്ചാൽ ജില്ലാ പദ്ധതിയുടെ ലക്ഷ്യവും യുക്തിയും വ്യക്തമാവും.

പട്ടിക 1 ജില്ലാ പദ്ധതിയുടെ ഘടന

മുഖവുരയും ഉള്ളടക്കവും

ഭാഗം I	:	ജില്ലാ വികസന പരിപ്രേക്ഷ്യം
അദ്ധ്യായം 1	:	ആമുഖം: ജില്ലയുടെയും തദ്ദേശഭരണസ്ഥാപനങ്ങളുടെയും വിസ്തൃതി, ജനസംഖ്യ, ഭൂപ്രകൃതി, പ്രാഥമിക സ്ഥിതി വിവരക്കണക്കുകൾ, ജനസംഖ്യാ വളർച്ചയും കുടിയേറ്റവും, വികസന ചരിത്രം, ജില്ലയുടെ ഭൂപടം.
അദ്ധ്യായം 2	:	വിഭവലഭ്യത (മനുഷ്യ, പ്രകൃതി, ധന, സ്ഥാപന വിഭവങ്ങൾ)
അദ്ധ്യായം 3	:	വികസനത്തിന്റെ സ്ഥലമാനങ്ങൾ
അദ്ധ്യായം 4	:	വികസന മേഖലകൾ: അവസ്ഥയും പരിപ്രേക്ഷ്യവും

4.1 : ഉല്പാദന മേഖല
4.2 : സേവന മേഖല
4.3 : പശ്ചാത്തല മേഖല
4.4 : പ്രത്യേക പരിഗണന അർഹിക്കുന്ന വിഭാഗങ്ങൾ

ഭാഗം II : ജില്ലാ പദ്ധതി നിർദ്ദേശങ്ങൾ

അദ്ധ്യായം 5 : കേന്ദ്ര, സംസ്ഥാന സർക്കാരുകൾ ജില്ലയിൽ നടപ്പാക്കുന്ന പദ്ധതികളുടെ അവലോകനവും അവ പരമാവധി പ്രയോജനപ്പെടുത്തുന്നതിനുള്ള നിർദ്ദേശങ്ങളും

അദ്ധ്യായം 6 : തദ്ദേശഭരണ സ്ഥാപനങ്ങളുടെ 2017-18 വാർഷിക പദ്ധതി അവലോകനവും പദ്ധതികൾ മെച്ചപ്പെടുത്തുന്നതിനുള്ള മാർഗ്ഗനിർദ്ദേശങ്ങളും

അദ്ധ്യായം 7 : പരിപ്രേക്ഷ്യത്തിന്റേയും നിർദ്ദേശങ്ങളുടെയും സംഗ്രഹവും ഉപസംഹാരവും

രണ്ട് ഭാഗങ്ങളിലായി തിരിച്ചിരിക്കുന്നതിൽ ആദ്യ ഭാഗത്തുള്ളത് നാല് അദ്ധ്യായങ്ങളാണ്. ഈ നാല് അദ്ധ്യായങ്ങളിലൂടെയാണ് ജില്ലയുടെ വികസന പരിപ്രേക്ഷ്യം ഉരുത്തിരിച്ചെടുക്കുന്നത്. ജില്ലയുടെ വികസന ചരിത്രം, വിഭവങ്ങളുടെ ലഭ്യത, മനുഷ്യ വിഭവശേഷിയുടെ പ്രത്യേകതകൾ, ഭൂപ്രകൃതി, പരിസ്ഥിതിപരമായ പ്രത്യേകതകൾ വികസനത്തിന്റെ സ്ഥലപരമായ വിന്യാസം തുടങ്ങിയവ ഒന്നും രണ്ടും മൂന്നും അദ്ധ്യായങ്ങളിലായി പരിശോധിക്കപ്പെടുന്നു. ഇതിൽ മൂന്നാമത്തെ അദ്ധ്യായത്തിലെ പ്രമേയം കേരളത്തിലെ വികസന സംവാദത്തിൽ ഒരു പുതുമയാണ്. വികസനത്തിന്റെ സ്ഥലമാനങ്ങൾ പ്രത്യേകമായി ഒരു അദ്ധ്യായമായി തന്നെ നല്കിയിരിക്കുകയാണ്. വികസനം കാലപ്രയാണത്തോടൊപ്പം പുരോഗമിക്കുന്ന ഒരു പ്രതിഭാസമാണ് എന്ന വസ്തുത നാം എപ്പോഴും ചർച്ച ചെയ്യുന്ന ഒരു കാര്യമാണ്. എന്നാൽ, വികസനത്തിന്റെ സ്ഥലപരമായ വിതരണത്തിന് വലിയ പ്രാധാന്യം ഉണ്ടെന്ന കാര്യം നാം വേണ്ടത്ര മനസ്സിലാക്കിയിരുന്നില്ല. ആ കാര്യം പരിഗണനയിലേ ഇല്ലായിരുന്നു എന്നതാണ് വസ്തുത. വികസനത്തിന്റെ സ്ഥലവിന്യാസം ഇന്നു ലോക രാജ്യങ്ങൾ ഗൗരവമായി പരിഗണിക്കുന്ന വിഷയമാണ്. കാലാവസ്ഥ വ്യതിയാനത്തിന്റേയും പരിസ്ഥിതി ദുരന്തങ്ങളുടേയും നഗരവല്ക്കരണത്തിന്റെ വിപരീത പ്രത്യാഘാതങ്ങളുടേയും മറ്റും പശ്ചാത്തലത്തിൽ ഭാവിയിൽ കേരളം സ്ഥലപരമായ ആസൂത്രണത്തിന് വലിയ പ്രാധാന്യം നല്കേണ്ടതുണ്ട്. അതിന്റെ നിർണ്ണായകമായ തുടക്കം കേരളം സാദ്ധ്യമാക്കിയിരിക്കുന്നു എന്നതിന് തെളിവാണ് ജില്ലാ പദ്ധതികളും വികസനത്തിന്റെ സ്ഥലമാനങ്ങൾ എന്ന അദ്ധ്യായവും.

ജില്ലാ പദ്ധതിരേഖയുടെ നാലാം അദ്ധ്യായം വിവിധ വികസന മേഖലകളിലെ പ്രശ്നങ്ങളും സാദ്ധ്യതകളുമാണ് അവതരിപ്പിക്കുന്നത്. ഓരോ വികസന മേഖലയും ഉപമേഖലയും സംബന്ധിച്ച വികസന പരിപ്രേ

ക്ഷ്യമാണ് ഇവിടെ അവതരിപ്പിക്കുന്നത്. ചുരുക്കത്തിൽ ഒന്നാം ഭാഗം വായിച്ചാൽ ജില്ലയുടെ വികസനം പൊതുവിലും മേഖല തിരിച്ചും വിവിധ പ്രദേശങ്ങളിലും എങ്ങനെയാവണം എന്നത് സംബന്ധിച്ച കാഴ്ചപ്പാടാണ് കാണാൻ കഴിയുക.

ഒന്നാം ഭാഗത്തെ വികസന പരിപ്രേക്ഷ്യത്തിന്റെ വെളിച്ചത്തിലാണ് രണ്ടാം ഭാഗത്തെ അഞ്ച്, ആറ്, ഏഴ് അദ്ധ്യായങ്ങളിലായി ജില്ലാ പദ്ധതി നിർദ്ദേശങ്ങൾ അവതരിപ്പിക്കുന്നത്. അദ്ധ്യായം അഞ്ചിൽ ജില്ലാ വികസന പരിപ്രേക്ഷ്യത്തിന്റെ അടിസ്ഥാനത്തിൽ കേന്ദ്രസംസ്ഥാന സർക്കാരുകൾ ജില്ലയിൽ നടത്തുന്ന വികസന പ്രവർത്തനങ്ങൾ പട്ടികപ്പെടുത്തി വിശകലനം ചെയ്യുന്നു. എന്നിട്ട് അവ ഏറ്റവും മെച്ചപ്പെട്ട നിലയിൽ ഉപയോഗിക്കുന്നതിനുള്ള കീഴ്ത്തട്ട്-മേൽത്തട്ട് നിർദ്ദേശങ്ങൾ തയ്യാറാക്കുന്നു. ജില്ലയുടെ പ്രത്യേകതകൾക്കനുസരിച്ച് കേന്ദ്ര സംസ്ഥാന ഏജൻസികൾ അവരുടെ പദ്ധതികളിൽ വരുത്തേണ്ട അനുപൂരക മാറ്റങ്ങളാണ് മേൽത്തട്ടിലേക്കുള്ള നിർദ്ദേശങ്ങൾ. കീഴ്ത്തട്ട് നിർദ്ദേശങ്ങളിൽ പ്രാദേശിക സർക്കാരുകളുടെ ഭാവിപദ്ധതികളിൽ ശ്രദ്ധിക്കേണ്ട കാര്യങ്ങളും വരുത്തേണ്ട മാറ്റങ്ങളുമാണ് ഉൾപ്പെടുത്തുന്നത്. ഇത് തയ്യാറാക്കുന്നത് പ്രാദേശിക പദ്ധതികളുടെ വിശദമായ വിശകലനത്തിന്റേയും ഗുണദോഷ വിചാരത്തിന്റേയും കൂടി അടിസ്ഥാനത്തിലാണ്.

ജില്ലാ പദ്ധതിയുടെ രണ്ട് ഭാഗങ്ങളും തുടർച്ചയായ നവീകരണം ആവശ്യപ്പെടുന്നുണ്ട്. ഒന്നാം ഭാഗത്തെ പരിപ്രേക്ഷ്യം കുറഞ്ഞത് അഞ്ച് വർഷത്തിൽ ഒരിക്കലെങ്കിലും പുതുക്കണം. രണ്ടാം ഭാഗമാകട്ടെ വർഷം തോറും പുതുക്കേണ്ടതാണ്. നടപ്പുവർഷത്തെ പദ്ധതികൾ പഠിച്ച് പുതിയ വർഷത്തെ പദ്ധതി തയ്യാറാക്കുന്ന വേളയിൽ മേൽത്തട്ട് കീഴ്ത്തട്ട് നിർദ്ദേശങ്ങൾ നല്കുകയാണ് വേണ്ടത്.

ജില്ലാ പദ്ധതിയുടെ രൂപീകരണവുമായി ബന്ധപ്പെട്ട് എടുത്തുപറയേണ്ട ഒരുകാര്യം അതിൽ ഉണ്ടായ വിപുലമായ ജനപങ്കാളിത്തമാണ്. ജനപ്രതിനിധികൾ, സന്നദ്ധ പ്രവർത്തകർ, വിദഗ്ദ്ധർ, ഉദ്യോഗസ്ഥർ തുടങ്ങിയവരുടെ വിപുലമായ പങ്കാളിത്തം ഉറപ്പാക്കിക്കൊണ്ടാണ് ജില്ലാ പദ്ധതികൾ കേരളത്തിലെ എല്ലാ ജില്ലകളിലും തയ്യാറാക്കിയത്. ജില്ലാ പദ്ധതിയുടെ കരട് തദ്ദേശഭരണ സ്ഥാപനങ്ങൾക്ക് നല്കി അവരുടെ നിർദ്ദേശങ്ങൾ ഉൾക്കൊള്ളിക്കുകയുണ്ടായി. എല്ലാ ജില്ലകളിലും നല്ല തയ്യാറെടുപ്പോടു കൂടി ജില്ലാ വികസന സെമിനാറുകൾ സംഘടിപ്പിച്ചു. സംസ്ഥാന തലത്തിൽ ജില്ലാ പദ്ധതികളുടെ പരിശോധനയും സെമിനാറുകളും നടത്തി ആവശ്യമായ തിരുത്തലുകൾ സംബന്ധിച്ച നിർദ്ദേശങ്ങൾ കൈമാറി. ഏറ്റവും ഒടുവിൽ സംസ്ഥാന വികസന കൗൺസിലിന്റെ യോഗം ചേർന്നു ജില്ലാ പദ്ധതികൾക്ക് അംഗീകാരം നല്കുകയും ചെയ്തു.

പിണറായി സർക്കാരിന്റെ കാലത്ത് തയ്യാറാക്കപ്പെട്ട കേരളത്തിന്റെ ജില്ലാ പദ്ധതികൾ ഭാവിയിലേക്കുള്ള വലിയ മുതൽക്കൂട്ടാണ്. മിക്കവാറും

എല്ലാ ജില്ലകളിലും വളരെ ഉയർന്ന നിലവാരം പുലർത്തുന്ന രേഖകളാണ് തയ്യാറാക്കിയിട്ടുള്ളത്. പതിനാലാം പദ്ധതിക്കാലത്ത് പുതിയ ജില്ലാപദ്ധതി തയ്യാറാക്കുമ്പോഴും മറ്റ് വികസന പദ്ധതി തയ്യാറാക്കുമ്പോഴും നിലവിലെ ജില്ലാ പദ്ധതിരേഖകളെ ആധാരപ്പെടുത്തി മുന്നോട്ടു പോകാനാകും. ചുരുക്കത്തിൽ ജനകീയാസൂത്രണത്തിന്റെ രീതിശാസ്ത്രത്തിന്റെ കാര്യത്തിൽ തീർത്തും വിപ്ലവകരമായ പുരോഗതിയാണ് ഉണ്ടായിരിക്കുന്നത്. ഇതിലൂടെ ഉദ്യോഗസ്ഥ മേധാവിത്തത്തിന്റെ ഭീഷണി അവസാനിപ്പിക്കാനും വാർഷിക പദ്ധതിയിലെ പരിഹാസ്യമായ കാലതാമസം ഒഴിവാക്കാനും പദ്ധതി നടത്തിപ്പ് സമയബന്ധിതമാക്കാനും കഴിഞ്ഞു. വാർഷിക പദ്ധതിയിലെ പരിഹാസ്യമായ കാലതാമസം ഒഴിവാക്കുകയും സമയബന്ധിതമായി പദ്ധതി നടപ്പാക്കുകയും ചെയ്യുന്നു. ഭരണഘടനയുടെ ഏട്ടിലെ പശുവായി വിസ്മരിക്കപ്പെട്ട ജില്ലാ പദ്ധതികൾ ഇന്ത്യയിലാദ്യമായി കേരളത്തിൽ നടപ്പാക്കുകയും ചെയ്തിരിക്കുന്നു.

തദ്ദേശഭരണവും ജനകീയാസൂത്രണവും: സാമൂഹ്യമാറ്റത്തിന്റെ കാൽനൂറ്റാണ്ട്

പ്രൊഫ. സി പി നാരായണൻ

കേരളത്തിൽ ജനകീയാസൂത്രണം നടപ്പാക്കാൻ തുടങ്ങിയിട്ട് 25 വർഷം തികയുകയാണ്. അത് കേരളത്തിന്റെ സാമൂഹ്യ-സാമ്പത്തിക-രാഷ്ട്രീയ -സാംസ്കാരിക മണ്ഡലങ്ങളിൽ നിരവധി മാറ്റങ്ങൾക്ക് തുടക്കം കുറിച്ചതായും ഒരു പുതിയ അവബോധം ഗ്രാമാന്തരങ്ങളിലും പാർശ്വവല്ക്കരിക്കപ്പെട്ട ജനവിഭാഗങ്ങളിലും സൃഷ്ടിച്ചതായും പല പഠനങ്ങളും നിരീക്ഷണങ്ങളും ഇക്കാലയളവിൽ പലപ്പോഴായി ചൂണ്ടിക്കാട്ടിയിട്ടുണ്ട്. സംസ്ഥാന ധനകമ്മീഷനുകൾ അഞ്ച് വർഷം കൂടുമ്പോൾ നടത്തിയ പഠനങ്ങൾ ഇതു സംബന്ധമായ സാമ്പത്തികനേട്ടം ഉൾപ്പെടെയുള്ള വസ്തുതകൾ പുറത്തു കൊണ്ടുവന്നിട്ടുണ്ട്. സംസ്ഥാനത്തെ അധികാര വികേന്ദ്രീകരണത്തിലെ ഓരോ കാലത്തുമുണ്ടാകുന്ന ശക്തിദൗർബല്യങ്ങൾ ആ പഠനങ്ങൾ എടുത്തു കാണിച്ചിട്ടുണ്ട്. അവയുടെ ശുപാർശകൾ നടപ്പാക്കാൻ ഓരോ കാലത്തെയും സംസ്ഥാന സർക്കാരുകൾ നിർബ്ബന്ധിതമായിട്ടുണ്ട്. അവയെ ഫലത്തിൽ തള്ളിക്കളഞ്ഞ സർക്കാരുകളുമുണ്ട് കേരളത്തിൽ.

പാർലമെന്റ് 1993 ൽ അംഗീകരിച്ച 73, 74 ഭരണഘടനാ ഭേദഗതികളുടെ അടിസ്ഥാനത്തിൽ അവയിൽ പട്ടികപ്പെടുത്തപ്പെട്ട 29 അധികാരങ്ങൾ തദ്ദേശഭരണ സ്ഥാപനങ്ങൾക്ക് കൈമാറുന്നതിന് സംസ്ഥാന നിയമസഭകൾക്ക് വിവേചനാധികാരം ലഭിച്ചു. അതായത്, ഈ ഭരണഘടനാ ഭേദഗതികൾ ത്രിതല പഞ്ചായത്തുകളും നഗരസഭകളും രൂപീകരിക്കുന്നതിന് അവയെ ബാദ്ധ്യസ്ഥമാക്കിയതുപോലെ ഈ അധികാരങ്ങളും അവ നടപ്പാക്കാനുള്ള വിഭവങ്ങളും അവയ്ക്ക് കൈമാറുന്നതിന് 73, 74 ഭരണഘടനാ ഭേദഗതികൾ സംസ്ഥാനങ്ങളെ നിർബ്ബന്ധിച്ചില്ല. അതിനാൽ പുതിയ തദ്ദേശഭരണ സ്ഥാപനങ്ങൾ നിലവിൽ വന്നതല്ലാതെ അവയ്ക്ക് അധികാരങ്ങളും വിഭവങ്ങളും എല്ലാ സംസ്ഥാന സർക്കാരുകളും

കൈമാറ്റം ചെയ്തില്ല. കേരളമുൾപ്പെടെയുള്ള, പ്രധാനമായും ഇടതുപക്ഷ ഭൂരിപക്ഷമുള്ള നിയമസഭകളും സർക്കാരുകളും മാത്രമാണ് ഇക്കാര്യത്തിൽ പ്രതിബദ്ധതയോടെ പ്രവർത്തിച്ചത്. കേരള നിയമസഭ നിയമത്തിൽ പറഞ്ഞ അധികാരങ്ങൾ സർക്കാർ ഉത്തരവിലൂടെ തദ്ദേശഭരണ സ്ഥാപനങ്ങൾക്ക് കൈമാറിയതിനൊപ്പം സംസ്ഥാന സർക്കാരിന്റെ വാർഷിക പദ്ധതിയുടെ 30 ശതമാനം അടങ്കൽ അവയ്ക്കു കൈമാറണമെന്ന ലക്ഷ്യവും അംഗീകരിച്ചു.

അധികാരവും വിഭവവും വികേന്ദ്രീകരിക്കുക

ഇത്രയും അധികാരങ്ങളും വിഭവങ്ങളും തദ്ദേശഭരണസ്ഥാപനങ്ങൾക്ക് കൈമാറുന്നത് അതാദ്യമായിരുന്നു. എന്നാൽ, കേന്ദ്രനിയമം വരുന്നതിനു മുമ്പുതന്നെ കേരളം ആ വഴിക്ക് നീങ്ങാൻ തുടങ്ങിയിരുന്നു. സ്വാതന്ത്ര്യലബ്ധിക്കു മുമ്പ് മദിരാശി പ്രവിശ്യയിൽ ജില്ലാ ബോർഡുകൾ പ്രവർത്തിച്ചിരുന്നു. അവയ്ക്ക് ചില അധികാരങ്ങളും ഉണ്ടായിരുന്നു. മദിരാശി പ്രവിശ്യയുടെ ഭാഗമായിരുന്നു മലബാർ ജില്ല. അതിലെ ജില്ലാ ബോർഡിലാണ് കമ്യൂണിസ്റ്റ് പാർട്ടി ഗ്രാമപഞ്ചായത്തിനു മുകളിലുള്ള തിരഞ്ഞെടുക്കപ്പെട്ട സമിതിയിൽ ആദ്യമായി അധികാരത്തിൽ എത്തുന്നത്. പരിമിതമായ അധികാരങ്ങളും വിഭവങ്ങളും മാത്രമേ അതിന് ഉണ്ടായിരുന്നുള്ളൂ. എന്നാൽ ബ്രിട്ടീഷ് വാഴ്ചയിൻകീഴിൽ പ്രാഥമികമായ വിദ്യാഭ്യാസം, ആരോഗ്യരക്ഷ, യാത്രാസൗകര്യം മുതലായ സേവനങ്ങൾപോലും അനുഭവിക്കാൻ കഴിയാതിരുന്ന ഗ്രാമീണർക്ക് പ്രാദേശിക തലത്തിൽ കൈവന്ന പരിമിത അധികാരം വച്ചുതന്നെ പലതും ചെയ്തുകൊടുക്കാൻ കഴിയുമെന്ന് കുറഞ്ഞ കാലത്തെ ഭരണപരിചയം കൊണ്ട് പാർട്ടി മനസ്സിലാക്കി.

ആ അനുഭവവും ഗ്രാമപഞ്ചായത്തുകളിലെ അനുഭവവും ഗ്രാമീണരുടെ അക്കാലത്തെ പരിതഃസ്ഥിതിയെയും ആവശ്യത്തെയും മുൻനിർത്തി 1957 ൽ നിലവിൽ വന്ന ഇ എം എസിന്റെ നേതൃത്വത്തിലുള്ള കേരള സർക്കാർ സമഗ്രമായ പഞ്ചായത്ത് നഗരസഭാ നിയമനിർമ്മാണത്തിന് ഒരുങ്ങി. കാലാവധി പൂർത്തിയാക്കപ്പെടുന്നതിനു മുമ്പ് ആ സർക്കാർ പിരിച്ചുവിട്ടതിനാൽ നിയമനിർമ്മാണം നടന്നില്ല.

പ്രാദേശിക ഭരണസമിതികളെ സംബന്ധിച്ച നിയമപരിഷ്കാരത്തിനു മുന്നോടിയായി 1950 കളിൽ നെഹ്റു സർക്കാർ ബൽവന്ത് റായി മേത്ത അദ്ധ്യക്ഷനായി ഒരു കമ്മിറ്റിയെ നിയോഗിച്ചിരുന്നു. ഗ്രാമപഞ്ചായത്തുകളും ബ്ലോക്ക് പഞ്ചായത്തുകളും ജില്ലാ പഞ്ചായത്തുകളും രൂപീകരിച്ച് അവയ്ക്ക് കൂടുതൽ അധികാരങ്ങളും വിഭവങ്ങളും നല്കണമെന്ന നിർദ്ദേശം അവർ സമർപ്പിച്ചു. അതൊന്നും നടപ്പായില്ല, തുടർന്ന് 1977 ലെ ജനതാ പാർട്ടി സർക്കാർ അശോക് മേത്ത കമ്മിറ്റിയെ ഇതേ കാര്യത്തിനായി നിയോഗിച്ചു. അതിൽ അംഗമായിരുന്ന ഇ എം എസ് നമ്പൂതിരിപ്പാട് റിപ്പോർട്ടിനുള്ള തന്റെ വിയോജനക്കുറിപ്പിൽ സാധാരണക്കാരും പിന്നോക്ക വിഭാഗങ്ങളിൽ പെട്ടവരുമായ ജനങ്ങളുടെ പല പ്രാഥമിക

ആവശ്യങ്ങളും നിറവേറ്റപ്പെടണമെങ്കിൽ തദ്ദേശഭരണ സ്ഥാപനങ്ങൾ കൂടുതൽ അധികാരാവകാശങ്ങളോടെ രൂപീകരിക്കപ്പെട്ട് പ്രവർത്തിക്കേണ്ടതുണ്ട് എന്ന് നിർദ്ദേശിച്ചിരുന്നു. ഇ എം എസ് മലബാറിൽ കേരള പ്രദേശ് കോൺഗ്രസ് കമ്മിറ്റി സെക്രട്ടറിയായിരുന്ന കാലത്തുതന്നെ 1937 ൽ മദിരാശി പ്രവിശ്യയിലെ ജില്ലാ ബോർഡുകൾക്ക് നിലവിലുണ്ടായിരുന്ന അധികാരങ്ങൾ നിലനിർത്തേണ്ടതിന്റെയും മുനിസിപ്പാലിറ്റികൾക്ക് കൂടുതൽ അധികാരം കൈമാറേണ്ടതിന്റെയും പ്രാധാന്യം എടുത്തു പറഞ്ഞിരുന്നു.

മുകളിൽ ചൂണ്ടിക്കാണിച്ച പോലെ ഇ എം എസും കമ്യൂണിസ്റ്റ് പാർട്ടിയും തദ്ദേശഭരണ സ്ഥാപനങ്ങളെ കൂടുതൽ അധികാരങ്ങളോടും വിഭവങ്ങളോടുംകൂടി ശക്തിപ്പെടുത്തണം എന്ന അഭിപ്രായഗതിക്കാരായിരുന്നു. ഈ പശ്ചാത്തലം ഉണ്ടായിരുന്നതുകൊണ്ടാണ് 73, 74 ഭരണഘടനാ ഭേദഗതികൾ നടപ്പാക്കുന്ന സമയത്ത് അതിന്റെ അടിസ്ഥാനത്തിലുള്ള കേരള പഞ്ചായത്ത് മുനിസിപ്പൽ നിയമങ്ങൾ നടപ്പാക്കുമ്പോൾ നിയമ ഭേദഗതിയെ കൂടുതൽ സമഗ്രമാക്കാൻ 1996 ലെ നായനാർ സർക്കാർ തീരുമാനിച്ചത്. അതായിരുന്നു ജനകീയാസൂത്രണത്തിന് വഴിയൊരുക്കിയത്.

വികേന്ദ്രീകരണം ചരിത്രപരമായ വികാസം

തങ്ങൾ അനുഭവിച്ചു വന്നതും അനുഭവിച്ചു വരുന്നതുമായ അസമത്വങ്ങളോടും അനീതികളോടും ഉള്ള വിവിധ വിഭാഗം ജനങ്ങളുടെ അസംതൃപ്തിയും എതിർപ്പും പരാതികളും പത്തൊമ്പതാം നൂറ്റാണ്ടിന്റെ തുടക്കമായപ്പോഴേക്കും അന്നു മൂന്നായി കിടന്ന കേരളത്തിലെ വിവിധ ജനവിഭാഗങ്ങൾ പല രൂപഭാവങ്ങളിൽ പ്രകടിപ്പിച്ചു തുടങ്ങിയിരുന്നു. ഒരുഭാഗത്ത് ജാതീയമായ അടിച്ചമർത്തലുകളോടുള്ള എതിർപ്പ്. ശ്രീനാരായണഗുരു, മന്നത്ത് പത്മനാഭൻ, അയ്യൻകാളി, വി ടി ഭട്ടതിരിപ്പാട് തുടങ്ങിയവരുടെ നേതൃത്വത്തിൽ ഇരുപതാം നൂറ്റാണ്ടിന്റെ ആദ്യം മുതൽ ആരംഭിച്ച സാമുദായിക പരിഷ്കരണ പ്രസ്ഥാനങ്ങൾ നിലവിലിരുന്ന നാടുവാഴിത്ത ചിന്തയ്ക്കും വഴക്കങ്ങൾക്കും എതിരായി വലിയ പ്രചാരം നല്കി. പിന്നീട് രൂപംകൊണ്ട സ്വാതന്ത്ര്യസമര തൊഴിലാളിവർഗ്ഗ കുടിയാൻ പ്രസ്ഥാനങ്ങളും അവയെല്ലാം ചേർന്ന് രൂപപ്പെടുത്തിയ ഐക്യകേരള പ്രസ്ഥാനവും ജനങ്ങൾക്ക് പുതിയ കാഴ്ചപ്പാടും ജീവിതവീക്ഷണവും പ്രദാനം ചെയ്തു. ബ്രിട്ടീഷ് കോയ്മയും രാജ-ജന്മി വാഴ്ചകളും അടിച്ചേല്പിച്ചിരുന്ന ജീവിതക്രമത്തിലും ചിന്താഗതിയിലും വ്യക്തി സാമൂഹ്യ ബന്ധങ്ങളിലും അവ പൊളിച്ചെഴുത്ത് നടത്തി. ഒരു വശത്ത് ശ്രീനാരായണഗുരു മുതല്ക്കുള്ള സാമൂഹ്യ പരിഷ്കർത്താക്കൾക്കും മറുവശത്ത് ഇ എം എസ്, എ കെ ജി മുതല്ക്കുള്ള രാഷ്ട്രീയ നേതാക്കൾക്കും ഈ പരിവർത്തനത്തിൽ ഉള്ള പങ്ക് നിസ്തർക്കമാണ്.

അധികാരമാകെ കേന്ദ്രീകൃതമായിരുന്നു ബ്രിട്ടീഷ് നാട്ടുരാജ്യഭരണത്തിൻ കീഴിൽ. ബ്രിട്ടീഷ് സർക്കാരിനു ഇന്ത്യയിൽ ജനാധിപത്യം വളര

ണമെന്നോ അടിച്ചമർത്തപ്പെട്ട ജനവിഭാഗങ്ങൾക്ക് പൗരാവകാശങ്ങൾ നല്കണമെന്നോ അഭിപ്രായമുണ്ടായിരുന്നില്ല. ഇന്ത്യക്കാരെ മൊത്തത്തിൽ പരമാവധി ചൂഷണം ചെയ്ത് കഴിയുന്നത്ര സമ്പത്ത് കടത്തിക്കൊണ്ടു പോകുകയായിരുന്നു അവരുടെ ലക്ഷ്യം. എന്നാൽ പരമാവധി ജനങ്ങളെ പങ്കാളികളാക്കിക്കൊണ്ടല്ലാതെ സ്വാതന്ത്ര്യം നേടാനോ നേടിയാൽ തന്നെ അത് ഉപയോഗിച്ച് ജനസാമാന്യത്തിന്റെ സാർവ്വത്രികമായ മോചനം സാക്ഷാൽക്കരിക്കാനോ കഴിയില്ലെന്ന തിരിച്ചറിവ് ഒരുതരത്തിൽ മഹാത്മാഗാന്ധിക്കും കോൺഗ്രസുകാർക്കും വേറൊരു തരത്തിൽ കമ്യൂണിസ്റ്റുകാർക്കും മറ്റു ഇടതുപക്ഷ ചിന്താഗതിക്കാർക്കും ഉണ്ടായിരുന്നു. അതിനു തെളിവാണ് 1937 ലെ ഇ എം എസിന്റെ ലേഖനവും പിന്നീട് കമ്യൂണിസ്റ്റ് പാർട്ടി അധികാര വികേന്ദ്രീകരണത്തിനുവേണ്ടി നിരന്തരം കൈക്കൊണ്ട നിലപാടുകളും നടപടികളും.

കോൺഗ്രസ് ഉൾപ്പെടെയുള്ള ഇന്ത്യയിലെ വലതുപക്ഷ പാർട്ടികൾക്ക് രാജ്യത്തെ ജനങ്ങളുടെ അവകാശങ്ങൾ, സ്വാതന്ത്ര്യങ്ങൾ, അധികാരങ്ങൾ എന്നിവ നല്കുന്നതുസംബന്ധിച്ച് ഉണ്ടായിരുന്ന സമീപനം ബ്രിട്ടീഷ് കോളനി സർക്കാരിന്റേതിൽനിന്ന് പലതുകൊണ്ടും വ്യത്യസ്തമായിരുന്നില്ല. അതിനു തെളിവാണ് തീർത്തും സാമ്രാജ്യത്വ വിരുദ്ധമായ കാഴ്ചപ്പാടോടെയുള്ള ഭരണഘടന തയ്യാറാക്കുന്നതിനുപകരം 1935 ൽ ബ്രിട്ടീഷ് സർക്കാർ ഇന്ത്യക്കായി തയ്യാറാക്കി നടപ്പാക്കിയ നിയമത്തെ സ്വാതന്ത്ര്യാനന്തര ഭരണഘടനയുടെ അടിത്തറയായി കോൺഗ്രസിന് മേൽക്കൈ ഉണ്ടായിരുന്ന ഭരണഘടനാ അസംബ്ലി അംഗീകരിച്ചത്. അതുകൊണ്ടാണ് ഭരണഘടനയെ ജനങ്ങളിൽനിന്ന് ആരംഭിക്കുന്ന ഭരണ സംവിധാനത്തിനുപകരം കേന്ദ്രസർക്കാരിൽനിന്ന് ആരംഭിക്കുന്ന ഒന്നായി ആവിഷ്കരിച്ചത്. അതിന്റെ ഫലമായിട്ടാണ് കേന്ദ്ര-സംസ്ഥാന സർക്കാരുകൾക്കായി അധികാരങ്ങളും വിഭവങ്ങളും പകുത്തുവെച്ചപ്പോൾ പ്രാദേശിക സർക്കാരുകൾ വേണമെന്നും അവയ്ക്ക് അധികാരം നല്കണമെന്നും ഭരണഘടനയിൽ പറയാതിരിക്കുന്നത്. അതുകൊണ്ടാണ് ഗാന്ധിജിയുടെ ഗ്രാമസ്വരാജ് എന്ന ആശയത്തെ, പഞ്ചായത്ത് രാജ് എന്ന കീഴ്ത്തട്ടിലെ അധികാരഘടകത്തെ പാർലമെന്റ് ഭരണഘടന നിലവിൽ വന്ന് 40 വർഷങ്ങൾക്ക് ശേഷം സൃഷ്ടിച്ചപ്പോൾ അതിനു കേന്ദ്ര സർക്കാരിന്റെ അധികാരം ഒന്നും പോലും കൈമാറി നല്കാതെ, തങ്ങളുടെ അധികാരത്തിൽ ചിലത് കൈമാറുകയോ കൈമാറാതിരിക്കുകയോ ചെയ്യാനുള്ള വിവേചനാധികാരം സംസ്ഥാന നിയമസഭകൾക്ക് പാർലമെന്റ് വിട്ടുകൊടുത്തത്.

ഏറ്റവും താഴേത്തട്ടിൽ ജനങ്ങളോട് ഏറ്റവും അടുത്തു നില്ക്കുന്ന അധികാര ഘടകമാണ്, അതിന്റെ നിയന്ത്രണത്തിലുള്ള അധികാരവും വിഭവങ്ങളുമാണ്, ഒരു രാജ്യത്തെ ജനാധിപത്യത്തിന്റെ അളവുകോൽ. നവ ഉദാരവല്ക്കരണത്തിന്റെ കടന്നാക്രമണം രാജ്യത്ത് ഉണ്ടായ കാലത്താണ് ഇവിടെ താഴേത്തട്ടിലുള്ള അധികാര ഘടനയ്ക്ക് രൂപംനല്കപ്പെട്ടത് എന്നും ഓർക്കുക. അതുകൊണ്ടുതന്നെ പ്രധാനമായി ഇടതു

പക്ഷ നേതൃത്വത്തിലുള്ള ഭരണം ഉണ്ടായിരുന്നവ ഒഴികെയുള്ള സംസ്ഥാനങ്ങൾ ഗാന്ധിയൻ രീതിയിലായാലും പടിഞ്ഞാറൻ ജനാധിപത്യരീതിയിലായാലും ഇടതുപക്ഷ സ്വഭാവത്തോടെയായാലും ഉള്ള അധികാര വികേന്ദ്രീകരണത്തിന് മുതിർന്നില്ല. കാരണം മുതലാളിത്തത്തിന് ഒട്ടും സ്വീകാര്യമല്ലാത്ത ഭരണ പരിഷ്കാരമായിത്തീർന്നു അക്കാലമായപ്പോഴേക്ക് അധികാര വികേന്ദ്രീകരണം.

എന്നാൽ, കേരളത്തിൽ ഇടതുപക്ഷ ജനാധിപത്യമുന്നണി അധികാര വികേന്ദ്രീകരണത്തെ ഒരു അജണ്ടയായി അംഗീകരിച്ചു. അതുകൊണ്ടാണ് 1986 ലെ എൽ ഡി എഫ് സർക്കാർ ഏഴിന പരിപാടികൾ നിശ്ചയിക്കുകയും ഓരോ തദ്ദേശഭരണ സ്ഥാപനത്തിനും അവയിൽ ചില ഇനങ്ങൾ നടപ്പിലാക്കാൻ അധികാരവും വിഭവവും നല്കുകയും ചെയ്തത്. ഏതാണ്ട് അതേ കാലത്തായിരുന്നു കേരളത്തിൽ സമ്പൂർണ്ണ സാക്ഷരതാ പരിപാടി നടപ്പാക്കപ്പെട്ടത്. കേന്ദ്രസർക്കാർ അതിനു നിശ്ചിത സംഖ്യ അനുവദിക്കുകയും സംസ്ഥാനതലത്തിൽ അതിനായി ചില ഉദ്യോഗസ്ഥരെ നിയോഗിക്കുകയും ചെയ്തെങ്കിലും, ഏറ്റവും താഴേത്തട്ടിൽ ആണ് നിരക്ഷരരെ കണ്ടുപിടിക്കുകയും അവരെ സാക്ഷരരാക്കുന്നതിനുള്ള പരിശീലകർ ഉൾപ്പെടെയുള്ള സന്നദ്ധ പ്രവർത്തകരെ പതിനായിരക്കണക്കിന് കണ്ടെത്തുകയും ചെയ്തത്. പങ്കെടുത്തവരെയെല്ലാം ഒരുപോലെ ആവേശം കൊള്ളിച്ച പരിപാടിയും പ്രവർത്തനവും അപൂർവ്വമായേ കേരളത്തിൽ ഉണ്ടായിട്ടുള്ളൂ. ജനങ്ങളെ ശരിക്കും ഉത്സുകരാക്കിയാൽ അസാദ്ധ്യമെന്ന് തോന്നുന്ന കാര്യങ്ങൾ പോലും അവരെകൊണ്ട് നിഷ്പ്രയാസം ചെയ്യിക്കാനാകും എന്ന ഒരു പാഠം സാക്ഷരത ക്യാമ്പയിൻ എല്ലാവരെയും പഠിപ്പിച്ചു. സന്നദ്ധ പ്രവർത്തനത്തിന് പുരുഷന്മാരേക്കാൾ സ്ത്രീകൾ വിപുലമായ തോതിൽ അണിനിരക്കും എന്നും അവരുടെ സംഘാടക ശേഷി വിസ്മയകരം ആണെന്നും അത് വെളിവാക്കി.

വികേന്ദ്രീകരണം ഇടതുപക്ഷ ഇടപെടൽ

ഇടതുപക്ഷത്തിന്റെ ബോധപൂർവ്വമായ ഇടപെടൽ ഇക്കാര്യത്തിൽ ഉണ്ടായിരുന്നു എന്നത് സംബന്ധിച്ച് ഒരു കാര്യം ചൂണ്ടിക്കാണിക്കേണ്ടതുണ്ട്. കേന്ദ്രത്തിൽ അശോക് മേത്ത കമ്മിറ്റിയുടെ നിർദ്ദേശങ്ങളുടെ അടിസ്ഥാനത്തിൽ ത്രിതല പഞ്ചായത്തുകൾ രൂപീകരിക്കാനും അവയ്ക്ക് കൂടുതൽ അധികാരങ്ങൾ നല്കാനും ഉള്ള 73, 74 ഭരണഘടനാ ഭേദഗതി ബില്ലുകൾ രാജീവ് ഗാന്ധി സർക്കാർ പാർലമെന്റിൽ അവതരിപ്പിച്ചെങ്കിലും അത് പാസാക്കപ്പെടുന്നതിനുമുമ്പ് ആ സർക്കാരിന്റെ കാലാവധി തീർന്നു. പിന്നീട് വന്ന വി പി സിങ് സർക്കാർ അതിനായി ശ്രമിച്ചെങ്കിലും അത് പൂർത്തിയാക്കപ്പെടുന്നതിന് മുമ്പായി സർക്കാർ രാജി വയ്ക്കപ്പെട്ടു. 1991 ൽ നിലവിൽ വന്ന നരസിംഹറാവു സർക്കാരാണ് അത് അവസാനം പാർലമെന്റിൽ അവതരിപ്പിച്ച് പാസാക്കാൻ ഇടയാക്കിയത്. എന്നാൽ, അന്ന് കേരളം ഭരിച്ചിരുന്ന കെ കരുണാകരന്റെ നേതൃത്വത്തിലുള്ള യു ഡി എഫ് സർക്കാർ ആ ഭരണഘടനാ ഭേദഗതികളുടെ അടി

സ്ഥാനത്തിൽ പഞ്ചായത്ത്-മുനിസിപ്പൽ നിയമങ്ങൾ ഭേദഗതി ചെയ്യാൻ താല്പര്യം കാണിച്ചില്ല. 1995 സെപ്തംബറിൽ നടക്കേണ്ട പഞ്ചായത്ത് മുനിസിപ്പൽ തിരഞ്ഞെടുപ്പുകൾക്ക് മുമ്പായി ആ ഭേദഗതികൾ പാസാക്കണമെന്ന് ആവശ്യപ്പെട്ട് പ്രതിപക്ഷത്തിനു പുറമേ കെ എൻ രാജ്, ഐ എസ് ഗുലാത്തി മുതലായ സാമ്പത്തിക വിദഗ്ദ്ധരും കേരള ശാസ്ത്ര സാഹിത്യപരിഷത്തുപോലെയുള്ള സംഘടനകളും സെക്രട്ടറിയേറ്റിനു മുന്നിൽ ധർണ്ണ പോലുള്ള പ്രത്യക്ഷ സമരങ്ങൾ നടത്തിയിരുന്നു. ഇത് ഇവിടെ പരാമർശിക്കുന്നത് തദ്ദേശഭരണ സ്ഥാപനങ്ങളുടെ അധികാരം വർദ്ധിപ്പിക്കുന്നതിൽ രാഷ്ട്രീയ പാർട്ടികൾക്ക് പുറമെ നാനാ മേഖലകളിലെ പ്രമുഖർ ഉൾപ്പെടെ ജനങ്ങളിൽ ഒരു വലിയ വിഭാഗത്തിന് ബിൽ പാസാക്കപ്പെടുന്നതിന് മുമ്പുതന്നെ പങ്കുണ്ടായിരുന്നുവെന്ന് സൂചിപ്പിക്കാനാണ്.

ഭരണഘടനാ ഭേദഗതി ബിൽ പാസാക്കപ്പെടുന്നതിന് മുമ്പുതന്നെ സംസ്ഥാനത്തിന്റെ വിവിധ ഭാഗങ്ങളിൽ ജനങ്ങളെ ഭാഗഭാക്കാക്കിക്കൊണ്ട് നിരവധി പരീക്ഷണങ്ങൾ നടന്നിരുന്നു. അവയിൽ വിപുലമായ ഒന്നായിരുന്നു കണ്ണൂരിലെ കല്യാശ്ശേരി പഞ്ചായത്തിൽ നടത്തപ്പെട്ട മാസങ്ങളോളം നീണ്ടുനിന്ന പ്രവർത്തനങ്ങളും പഠനങ്ങളും. എങ്ങനെ കൃഷി, ജല സംരക്ഷണ-വിനിയോഗ-നിർഗ്ഗമന-സേചന പ്രവർത്തനങ്ങൾ പൊതുവായ കാഴ്ചപ്പാടോടെ, ദീർഘ വീക്ഷണത്തോടെ നടപ്പാക്കാം, നമ്മുടെ വിവിധ വിളകളുടെ ഉല്പാദനക്ഷമത കുറഞ്ഞിരിക്കാൻ എന്താണ് കാരണം, എങ്ങനെ അത് ഉയർത്താം, എങ്ങനെ വിദ്യാഭ്യാസ ആരോഗ്യ ക്ഷേമ പ്രവർത്തനങ്ങൾ ഒരു പ്രദേശത്തെ സമസ്ത ജനങ്ങളെയും ലാക്കാക്കി പുനരാവിഷ്കരിക്കാം, എങ്ങനെ തൊഴിലവസരങ്ങൾ പുതുതായി സൃഷ്ടിക്കാം, ഈ വക പ്രവർത്തനങ്ങളിലെല്ലാം സ്ത്രീകൾ, പാർശ്വവല്ക്കരിക്കപ്പെട്ട ജനവിഭാഗങ്ങൾ മുതലായവരെ എങ്ങനെ സജീവ പങ്കാളികളാക്കാം, എങ്ങനെ അവരുടെ സാമൂഹിക സാമ്പത്തിക സ്ഥിതി മെച്ചപ്പെടുത്തുന്നതിനു വേണ്ട ഇടപെടൽ നടത്താം മുതലായവ സംബന്ധിച്ച പ്രായോഗിക പ്രവർത്തന പഠനങ്ങളും ഉള്ളുതുറന്ന ചർച്ചയും അവിടെ നടന്നു. ഇ എം എസ്, ഐ എസ് ഗുലാത്തി, കാർഷിക സർവ്വകലാശാലാ വൈസ് ചാൻസലറായിരുന്ന ശ്യാമസുന്ദരൻ നായർ, അന്ന് ആ പഞ്ചായത്ത് പ്രസിഡന്റായിരുന്ന എം പി നാരായണൻ നമ്പ്യാർ എന്ന കർഷക സംഘം നേതാവ് ഉൾപ്പെടെ സമൂഹത്തിലെ പല പ്രമുഖരും ശാസ്ത്ര സാങ്കേതിക വിദഗ്ദ്ധരും ആഴ്ചകൾ നീണ്ടുനിന്ന ആ പ്രവർത്തന പഠന പരിപാടിയിൽ പങ്കെടുത്തിരുന്നു. എല്ലാ തുറകളിലും ഉള്ള ജനങ്ങൾ അവരുടെ സാമൂഹ്യ സാമ്പത്തിക സാംസ്കാരിക രാഷ്ട്രീയ മുൻവിധികൾ മാറ്റിവെച്ച് അതിനു തൊട്ടു മുമ്പ് നടന്ന സമ്പൂർണ്ണ സാക്ഷരതാ പ്രവർത്തനങ്ങളിൽ എന്നപോലെ ഇത്തരം കാര്യങ്ങളിലും പങ്കെടുക്കുമെന്ന് കല്യാശ്ശേരിയിലെ അനുഭവം സ്പഷ്ടമാക്കിയിരുന്നു.

സംസ്ഥാനത്തിന്റെ നാനാഭാഗങ്ങളിൽ വിവിധ വിഭാഗം ജനങ്ങൾ പലതരത്തിലുള്ള പ്രയാസങ്ങൾ നേരിട്ടു കൊണ്ടിരുന്നു. മുതലാളിത്ത

വളർച്ച അവരുടെ ജീവിതം കൂടുതൽ കൂടുതൽ ദുഷ്കരമാക്കി. കൃഷി പൊതുവിൽ നാശോന്മുഖമായിരുന്നു. തൊഴിലില്ലായ്മ ചെറുപ്പക്കാർക്കിടയിൽ, പ്രത്യേകിച്ചും അഭ്യസ്തവിദ്യരായ വ്യക്തികൾക്കിടയിൽ വിപുലമായിരുന്നു. കുട്ടികളുടെ വിദ്യാഭ്യാസം മെച്ചപ്പെടുത്തണം, ആരോഗ്യസേവനം കൂടുതൽ സാർവ്വത്രികവും മികവാർന്നതുമാക്കണം തുടങ്ങിയ അഭിപ്രായങ്ങൾ വ്യാപകമായി ഉയരാൻ തുടങ്ങിയ കാലത്താണ് എൽ ഡി എഫ് സർക്കാർ ജില്ലാ കൗൺസിലുകൾ രൂപീകരിക്കാൻ തീരുമാനിച്ചത്. 1991 ആദ്യം തിരഞ്ഞെടുപ്പ് നടത്തപ്പെട്ടു. നിലവിൽ വന്ന ജില്ലാ കൗൺസിലുകൾ മേൽപ്പറഞ്ഞ കാര്യങ്ങളിൽ ഇടപെടാൻ പദ്ധതികൾ ആവിഷ്കരിച്ചു. ഓരോ ജില്ലയിലും അതത് കൗൺസിലിന്റെ ഭാവനയ്ക്കൊത്ത പദ്ധതികളാണ് തയ്യാറാക്കപ്പെട്ടത്. അവ ആവിഷ്കരിക്കുന്നതിനും നടപ്പാക്കുന്നതിനും അദ്ധ്യാപകർ ഉൾപ്പെടെ ജനപ്രതിനിധികളോടും ഉദ്യോഗസ്ഥരോടും ഒപ്പം പ്രവർത്തിക്കുന്നതിന് വിവിധ മണ്ഡലങ്ങളിലുള്ള നിരവധിപേർ സന്നദ്ധ പ്രവർത്തകരായി വരികയും പല നിർദ്ദേശങ്ങളും മുന്നോട്ടുവയ്ക്കുകയുമുണ്ടായി. എന്നാൽ 1991 ലെ സംസ്ഥാന തിരഞ്ഞെടുപ്പിൽ വിജയം നേടി നിലവിൽ വന്ന യു ഡി എഫ് സർക്കാർ മുൻ സർക്കാരിന്റെ കാലത്ത് നിയമാനുസൃതം രൂപീകരിച്ച് പ്രവർത്തിച്ചുവന്ന ജില്ലാ കൗൺസിലുകളെ പിരിച്ചുവിട്ടു. അങ്ങനെ വിസ്മയകരമായ ആ അധികാര വികേന്ദ്രീകരണ പരിപാടി അവസാനിച്ചു.

ജില്ലാ കൗൺസിലുകളുടെ പ്രവർത്തനം കുറച്ചു മാസങ്ങൾ മാത്രമേ നിലനിന്നുള്ളൂ എങ്കിലും, അത് നിരവധിപേർക്ക് പുതിയ ഒട്ടേറെ പ്രവർത്തനാനുഭവങ്ങൾ കാഴ്ചവച്ചു. കണ്ണൂർ ജില്ലയിലെ വിദ്യാലയങ്ങളിൽ രക്ഷിതാക്കളും അദ്ധ്യാപകരും ചേർന്നുള്ള സംഘ (പി ടി എ) ത്തിനു പകരം അമ്മ-അദ്ധ്യാപക സംഘങ്ങൾ പരീക്ഷിക്കപ്പെട്ടു. വളരെ സജീവമായിരുന്നു അവയുടെ പ്രവർത്തനം. ഇത്തരത്തിൽ നിരവധി പുതിയ പരീക്ഷണങ്ങളും പ്രവർത്തന കൂട്ടായ്മകളും അവയ്ക്ക് പുതിയ പ്രവർത്തന പരിപാടികളും ഉണ്ടായി. ഭരണപ്രവർത്തനം ഏതാനും ജനപ്രതിനിധികളും ഉദ്യോഗസ്ഥരും കൂടിയുള്ള ഭരണ നിർവ്വഹണ രീതിയിൽനിന്ന് ഓരോ പ്രദേശത്തെ ജനങ്ങളുടെ പ്രശ്നപരിഹാരത്തിനും ആവശ്യ നിർവ്വഹണത്തിനും മറ്റും അവരുടെ കൂടി സജീവ പങ്കാളിത്തമുള്ള ബഹുമുഖമായ പരിപാടിയായി അതിന് വികസന സാദ്ധ്യത ഉണ്ടെന്ന് തെളിഞ്ഞു.

ജില്ലാ കൗൺസിലുകൾ പിരിച്ചുവിടപ്പെട്ടെങ്കിലും. കുറഞ്ഞ കാലത്തെ അവയുടെ പ്രവർത്തനം ജനമനസ്സുകളിൽ ഒരു സുന്ദര സ്വപ്നം പോലെ പച്ച പിടിച്ചു നിന്നു. ഔപചാരികവും ഉദ്യോഗസ്ഥമേധാവിത്വപരവുമായ ഭരണശൈലിക്കുപകരം ജനപ്രതിനിധികൾ അടങ്ങുന്ന സംവിധാനത്തിനു സന്നദ്ധ പ്രവർത്തകരുടെ സഹായസഹകരണങ്ങളോടെ പലതും ചെയ്യാൻ അത് അവസരമൊരുക്കി. കേരളത്തിൽ സ്കൂൾ വിദ്യാഭ്യാസ രംഗത്ത് പല അനൗപചാരിക പരീക്ഷണങ്ങളും മുൻകൈകളും അതിനെത്തുടർന്ന് നടന്നു. കേരളത്തിൽ ഔപചാരിക സ്കൂൾ വിദ്യാഭ്യാസത്തിന് അക്കാലത്ത് ഈ പരീക്ഷണങ്ങൾ പല സംഭാവനകളും ചെയ്തു.

അധികാര വികേന്ദ്രീകരണവും വിഭവ വിതരണവും

ഈ പശ്ചാത്തലത്തിലാണ് 73, 74 ഭരണഘടനാ ഭേദഗതികൾ പാസാകുന്നതും സംസ്ഥാനത്തെ പഞ്ചായത്ത് മുനിസിപ്പൽ നിയമങ്ങൾ അവയനുസരിച്ച് ഭേദഗതി ചെയ്യപ്പെടുന്നതും 1995 ഒക്ടോബറിൽ പുതിയ തദ്ദേശഭരണ സമിതികൾ നിലവിൽ വരുന്നതും. തൊട്ടുപിന്നാലെ 1996 മെയ് മാസത്തിൽ നടന്ന നിയമസഭാ തിരഞ്ഞെടുപ്പിൽ എൽ ഡി എഫ് വിജയിച്ചു മന്ത്രിസഭ രൂപീകരിച്ചു. കൂടുതൽ അധികാരങ്ങൾ ലഭിച്ച തദ്ദേശഭരണസ്ഥാപനങ്ങൾക്ക് സംസ്ഥാന വാർഷിക പദ്ധതിയുടെ 40 ശതമാനം വരുന്ന തുക വികസന പ്രവർത്തനങ്ങൾ സ്വയം ചെയ്യാനായി കൈമാറാൻ മന്ത്രിസഭ തീരുമാനിച്ചു. അതിനനുസൃതമായി പഞ്ചായത്ത്-മുനിസിപ്പൽ നിയമങ്ങളും മറ്റും ഭേദഗതി ചെയ്യപ്പെട്ടു. അതോടെയാണ് ജനകീയാസൂത്രണത്തിന്റെ ആരംഭം.

ഇപ്പോൾ ഓരോ ഗ്രാമപഞ്ചായത്തിനും കോടിക്കണക്കിനു രൂപ പ്രതിവർഷം പദ്ധതിവിഹിതം ലഭിക്കുന്നു. എന്നാൽ, അക്കാലത്ത് ഏതാനും ലക്ഷങ്ങളാണ് ലഭിച്ചിരുന്നത്. പക്ഷേ, അന്ന് അത് വലിയ സംഖ്യയായിരുന്നു. ഒരു പുതിയ അനുഭവമായിരുന്നു. സർക്കാർ വ്യവസ്ഥ നിശ്ചയിക്കും, കൃഷി, വ്യവസായം എന്നിവയ്ക്ക് എത്ര ചെലവാക്കണം, എത്ര സേവനമേഖലയ്ക്ക്, എത്ര റോഡ് പോലെയുള്ള നിർമ്മാണങ്ങൾക്ക് എന്നെല്ലാം. റോഡിനായിരുന്നു ജനങ്ങളിൽ നിന്ന് ഏറ്റവും വലിയ ഡിമാന്റ് കാരണം അവരുടെ കാൽനടയാത്ര പോലും മഴക്കാലത്തും മറ്റും അസാദ്ധ്യമായ പല ഇട(വെട്ടു) വഴികളായിരുന്നു മിക്ക ഗ്രാമങ്ങളിലും നഗരത്തിൽപോലും.

അനുവദിക്കപ്പെട്ട പണത്തേക്കാൾ ജനശ്രദ്ധ ആകർഷിച്ചത് പഞ്ചായത്ത് പദ്ധതികൾ ആവിഷ്കരിക്കുന്നതിന് വിപുലമായ ജനകീയ സമിതികളും വിദഗ്ദ്ധ സമിതികളും രൂപീകരിച്ചതും വലിയ ആവേശത്തോടെ അവയിൽ ആളുകൾ പങ്കെടുത്തതും ആയിരുന്നു. ഓരോ പഞ്ചായത്തിലും അതിലെ പല വാർഡുകളിലും ജനങ്ങളുടെ ചിരകാല സ്വപ്നങ്ങളായ പദ്ധതികൾ ചർച്ചാവിഷയമായി. എല്ലാം ഒറ്റയടിക്ക് നടപ്പാക്കാൻ ആവില്ല എന്ന് അവർ തിരിച്ചറിഞ്ഞു. മുൻഗണനകൾ നിശ്ചയിക്കപ്പെട്ടു. ചില സന്ദർഭങ്ങളിൽ പലരുടെയും വിമ്മിട്ടത്തോടെയും പ്രതിഷേധത്തോടെയും മുൻഗണനകളിലും പാർശ്വവൽകൃത വിഭാഗങ്ങളുടെ പ്രദേശങ്ങളുടെ പദ്ധതികൾക്ക് മുൻഗണന നല്കപ്പെട്ടു. നല്കാത്ത അനുഭവങ്ങളും കുറവായിരുന്നില്ല. മേൽപ്പറഞ്ഞ സമിതികളിലും ഗ്രാമസഭകളിലും വലിയ ജനപങ്കാളിത്തമുണ്ടായി.

റോഡിന്, വിദ്യാലയത്തിന്, അതുപോലുള്ള പൊതു ആവശ്യങ്ങൾക്ക് സ്വന്തം ഭൂമി വിട്ടു കൊടുക്കുന്ന പതിവ് (കൊടുക്കാതിരിക്കുന്ന പതിവും) നേരത്തെ ഉണ്ടായിരുന്നു. മുമ്പ് അത്തരം പദ്ധതികൾക്ക് ഒരിഞ്ച് ഭൂമി പോലും നല്കാതെ വഴിമുടക്കി നിന്ന പലരും ജനകീയാസൂത്രണം ആർജ്ജിച്ച ജനകീയാവേശത്തിന്റെ കുത്തൊഴുക്കിൽ വഴങ്ങുന്ന കാഴ്ച കണ്ടു. പല പാടശേഖരങ്ങളിലും ജലസേചന നിർഗ്ഗമന നിർമ്മാണ

ങ്ങൾക്കായി ഭൂവുടമകൾ എല്ലാവരും പൂർണ്ണമനസ്സോടെ സമ്മതിക്കുന്നതും വലിയ ജനപങ്കാളിത്തത്തോടെ അവ നടപ്പാക്കപ്പെടുന്നതുമായ അനുഭവങ്ങൾ പല ജില്ലകളിലെയും പഞ്ചായത്തുകളിൽ ഉണ്ടായി. ഇത്തരം പ്രവർത്തനങ്ങളിൽ പല രാഷ്ട്രീയ സാമൂഹ്യ നേതാക്കളുടെയും സജീവ സാന്നിദ്ധ്യവും പങ്കാളിത്തവും ജനങ്ങളുടെ ആവേശവും ഊക്കും കൂട്ടി.

ഒരു വർഷം ഒന്നര ഒന്നേമുക്കാൽ ലക്ഷം പദ്ധതികൾ ത്രിതല പഞ്ചായത്തുകളും നഗരസഭകളും കൂടി നിർദ്ദേശിക്കുന്ന സ്ഥിതി ഏതാനും വർഷങ്ങൾക്കകം ഉണ്ടായി, ആദ്യവർഷങ്ങളിൽ അത്ര തന്നെ ഉണ്ടായിരുന്നില്ല. ഗ്രാമപഞ്ചായത്തുകളിൽ ഇത്തരം പദ്ധതി രേഖകൾ സാങ്കേതിക വിവരങ്ങളോടെ നിശ്ചിതരൂപത്തിൽ തയ്യാറാക്കുന്നതിന് സാങ്കേതിക സഹായി പോലും ഉണ്ടായിരുന്നില്ല. ഓരോ പദ്ധതി രേഖയും സർക്കാരിലേക്ക് സമർപ്പിക്കുന്നതിന് അതത് മേഖലയിലെ ബിരുദധാരിയായ വിദഗ്ദ്ധ ഉദ്യോഗസ്ഥന്റെ കൈയൊപ്പ് വേണ്ടിയിരുന്നു. അദ്ദേഹം അതിന്റെ സാങ്കേതിക സാധുത ഉറപ്പു നല്കുന്നു എന്നാണ് ആ ഒപ്പിന്റെ അർത്ഥം. കൂടുതൽ പദ്ധതികളും എഞ്ചിനീയറിങ് മേഖലയിൽ ഉള്ളവയായിരുന്നു. പല പഞ്ചായത്തുകളിലും എഞ്ചിനീയർ പോയിട്ട് സാങ്കേതിക സഹായി പോലുമുണ്ടായിരുന്നില്ല. മറ്റ് മിക്ക വിഷയങ്ങളുമായി ബന്ധപ്പെട്ടും ഇതായിരുന്നു സ്ഥിതി.

അധികാര വികേന്ദ്രീകരണവും ഉദ്യോഗസ്ഥ പുനർവിന്യാസവും

ഈ പശ്ചാത്തലത്തിലായിരുന്നു പല വകുപ്പുകളിൽ നിന്നുമായി തദ്ദേശഭരണ വകുപ്പിലേക്ക് കുറേ തസ്തികകൾ മാറ്റാൻ ഒരു സർക്കാർ നിയമിത സമിതി നിർദ്ദേശിച്ചത്. അതിനെ ഉദ്യോഗസ്ഥ സംഘടനകളിലും രാഷ്ട്രീയ നേതാക്കളിലുംപെട്ട പലരും എതിർത്തു. ആ പശ്ചാത്തലത്തിലാണ് സംസ്ഥാന ജില്ലാ തലങ്ങളിൽ സാങ്കേതിക ശാസ്ത്രസംഘം ഔദ്യോഗികമായി രൂപീകരിക്കപ്പെട്ടത്. അധികാര വികേന്ദ്രീകരണം പൊതുവിൽ അംഗീകരിക്കപ്പെട്ടെങ്കിലും, അതിനെ ലോകബാങ്ക് പ്രേരിത ആശയവും പ്രവർത്തനവുമായി വ്യാഖ്യാനിക്കാൻ ഒരു വിഭാഗം സാമൂഹ്യ-രാഷ്ട്രീയ സാങ്കേതിക പ്രവർത്തകർ രംഗത്ത് വന്നു. ഇന്ന്, രണ്ടര പതിറ്റാണ്ടിന് ശേഷം, അത്തരം എതിർപ്പുകളുടെ നിരർത്ഥകത സ്പഷ്ടമാണെങ്കിലും, ഏത് മാറ്റത്തെയും എതിർക്കുന്നവരുടെ പ്രതിനിധികൾ എന്ന നിലയിൽ അവർ ചരിത്രത്തിൽ രേഖപ്പെടുത്തപ്പെടുന്നു. അത്തരക്കാരുടെ ഈ കാലഘട്ടത്തിലെ പ്രതിനിധികൾ ആണല്ലോ പ്രതിപക്ഷ നേതാവിനെ പോലെയുള്ളവർ.

വികേന്ദ്രീകരണം സിദ്ധാന്തവും പ്രയോഗവും

സ്വാതന്ത്ര്യലബ്ധിയുടെ സുവർണ്ണ ജൂബിലി ആഘോഷിക്കുമ്പോൾ രാജ്യം നവഉദാരവല്ക്കരണത്തിന്റെ രൂപത്തിലുള്ള നവകോളനിവല്ക്കരണത്തിലേക്ക് വഴുതി വീഴുമ്പോഴായിരുന്നു, അധികാര വികേന്ദ്രീകരണ പ്രവർത്തനങ്ങളിലൂടെ സ്വാശ്രയത്വത്തെയും പാർശ്വവല്ക്കരിക്കപ്പെട്ടവ

രുടെയും പിന്നാക്ക പ്രദേശങ്ങളുടെയും സമഗ്ര പുരോഗതിയെയും പ്രതിരോധിക്കാനും മുന്നോട്ടു നീക്കാനുമുള്ള പ്രസ്ഥാനം രണ്ടാം സ്വാതന്ത്ര്യ സമര പ്രസ്ഥാനംപോലെ ഉയർന്നുവന്നത്. വാസ്തവത്തിൽ അതായിരുന്നു സമ്പന്നർക്കും സാമ്രാജ്യത്വത്തിനും മുന്നിൽ സമൂഹത്തിന്റെ സ്വാതന്ത്ര്യവും ജനാധിപത്യവും ഐക്യവും സമത്വ സാഹോദര്യങ്ങളും നീതിയും അടിയറ വയ്ക്കാൻ ഉള്ള നിക്ഷിപ്ത താല്പര്യ നീക്കത്തെ ചെറുത്തത്. നവഉദാരവല്ക്കരണ വാഴ്ചയ്ക്കുകീഴിൽ അസ്വാതന്ത്ര്യവും അസമത്വവും അക്രമവും അശാസ്ത്രീയതയും ആഘോഷപൂർവ്വം പുതിയ ഉയരങ്ങളിലേക്ക് ആനയിക്കപ്പെടുമ്പോൾ ആ നീക്കത്തിനെതിരെ എല്ലാ സ്വാതന്ത്ര്യ സമത്വ നീതി കാംക്ഷികളെയും അണിനിരത്തുന്നതും പ്രോത്സാഹിപ്പിക്കുന്നതും അധികാരവികേന്ദ്രീകരണത്തെ അർത്ഥവത്താക്കി മുന്നോട്ടുകൊണ്ടുപോകുന്ന ശക്തികളാണ്. നിപ, പ്രളയ, കോവിഡുകൾക്കെതിരായ ചെറുത്തുനില്പിൽ കേരളം കാണിച്ചതും കാണിച്ചു കൊണ്ടിരിക്കുന്നതുമായ ബദൽ പ്രവർത്തനങ്ങളിൽ ഈ ശക്തികളെ തെളിഞ്ഞു കാണാം. ആരോഗ്യ, ഭരണ, ക്രമസമാധാനാദി വകുപ്പുകൾ എല്ലാ സംസ്ഥാനങ്ങളിലും പ്രവർത്തിക്കുന്നുണ്ട്. അവിടങ്ങളിൽ ഇല്ലാത്തത് പ്രാദേശിക സർക്കാരുകളുടെ പ്രതിനിധികളുടെയും ഉദ്യോഗസ്ഥരുടെയും സന്നദ്ധ പ്രവർത്തകരുടെയും ത്രിതല വലക്കണ്ണികളാണ്. അവയുടെ മേൽനോട്ടത്തിന് കീഴിലുള്ള നിതാന്ത ജാഗ്രതയാണ് സംസ്ഥാന സർക്കാർ നടത്തുന്ന സംസ്ഥാനതല പ്രവർത്തനങ്ങളെ അസന്ദിഗ്ദ്ധ വിജയങ്ങൾ ആക്കുന്നത്. ഈ ത്രിതല വലക്കണ്ണികൾ രൂപപ്പെട്ടതും ശക്തിപ്പെട്ടതും ജനകീയ ആസൂത്രണത്തിലൂടെ ആയിരുന്നു.

ഈ സംവിധാനം കഴിഞ്ഞ 25 വർഷമായി ഏകതാനമായി പ്രവർത്തിക്കുക ആയിരുന്നില്ല. ഇടയ്ക്കിടെ നിലവിൽ വന്ന യു ഡി എഫ് നേതൃത്വത്തിലുള്ള സർക്കാരുകൾ ബോധപൂർവ്വം, നിർബ്ബന്ധപൂർവ്വം, അതിനു മുമ്പ് വളർത്തി വികസിപ്പിച്ച വികേന്ദ്രീകൃത ആസൂത്രണ പ്രവർത്തനങ്ങളെ തച്ചുടയ്ക്കാനും അധികാരം വകുപ്പ് തലത്തിൽ കേന്ദ്രീകരിക്കാനും പ്രതിലോമപരമായ പ്രവർത്തനങ്ങൾ നടത്തിയിരുന്നു. എൽ ഡി എഫ് സർക്കാരിന്റെ പ്രവർത്തനശൈലിയെയും പദ്ധതികളെയും എതിർക്കുകയും തകർക്കുകയും മാത്രമായിരുന്നില്ല അവർ ചെയ്തത്. ഓരോ പ്രദേശത്തെ ജനങ്ങൾ, മിക്കപ്പോഴും പലതലത്തിൽ അന്യവല്ക്കരിക്കപ്പെട്ട വിഭാഗങ്ങൾ, വളർത്തിക്കൊണ്ടുവന്ന പരിപാടികളെ ആയിരുന്നു അവർ തച്ചുടച്ചത്. ഇത്തരത്തിലുള്ള പല ഇടപെടലുകളും മാറി മാറി വരുന്ന സർക്കാരുകളുടെ ആഭിമുഖ്യത്തിൽ നടന്നിരുന്നു. ഈ അവസരത്തിൽ അധികാര വികേന്ദ്രീകരണ പ്രവർത്തനങ്ങൾക്ക് അത് തിരിച്ചടിയായി ഭവിച്ച് അവയെ മന്ദീഭവിപ്പിച്ചു എന്ന് പറയാതെ വയ്യ. അതിലും ഗ്രാമ ഗ്രാമാന്തരങ്ങളിൽ ഉള്ള ഇടപെടൽ മുതൽ കിലയിലെ പലതരം, പല നിലവാരങ്ങളിലുള്ള ഇടപെടലുകൾ വരെ പെടും. അതൊക്കെ അധികാര വികന്ദ്രീകരണത്തിന്റെ ദിശാബോധത്തെ, ആവേശത്തെ, മുൻകൈകളെ തളർത്താനും കെടുത്താനും എത്രമാത്രം കാരണമായി എന്ന് തിട്ട

പ്പെടുത്തേണ്ടതാണ്, ഭാവിയിൽ ആവർത്തിക്കപ്പെടാതിരിക്കാൻ.

എത്രയൊക്കെ അടിച്ചമർത്തപ്പെട്ടാലും, പിന്തള്ളപ്പെട്ടാലും, മനുഷ്യരുടെ ജനകീയ ഇച്ഛാശക്തി പ്രത്യേകിച്ചു സാമൂഹ്യ സമ്മർദ്ദങ്ങളാൽ പ്രേരിതമായവ വീണ്ടും വീണ്ടും തല ഉയർത്തി മുന്നോട്ടുവരും. കേരളത്തിന്റെ സമൂഹ വികാസത്തിന്റെ ഒരുധാരണയാണ് പ്രാദേശിക വികസനത്വര. നൂറ്റാണ്ടുകളായി അടിച്ചമർത്തപ്പെട്ട സമൂഹ വിഭാഗങ്ങളുടെ, പ്രദേശവാസികളുടെ ആവശ്യങ്ങളും ആഗ്രഹങ്ങളും ആണ് അതിന്റെ പ്രേരകശക്തി. രാജ്യത്ത് സ്വാതന്ത്ര്യവും സമത്വവും സാഹോദര്യവും സാമൂഹ്യനീതിയും ഉറപ്പുനല്കപ്പെട്ട പശ്ചാത്തലത്തിൽ പ്രാദേശിക വികസനമോഹം ഉയർന്നു വരിക തന്നെ ചെയ്യും. കഴിഞ്ഞ നൂറ്റാണ്ടിലെ നവോത്ഥാനം അതിനു ഊക്കും ഊർജ്ജവും നല്കി. അതിന്റെ തള്ളിക്കയറ്റമാണ് പ്രാദേശിക ആസൂത്രണത്തിലും പ്രാദേശിക വികസനത്തിലും പ്രതിഫലിച്ചത്. അതിന്റെ പ്രഭവ ശക്തി ചിലർ പറഞ്ഞുപരത്തുന്നത് പോലെ ലോകബാങ്കോ സാമ്രാജ്യത്വമോ ആയിരുന്നില്ല, സ്വാതന്ത്ര്യപ്രാപ്തിയുടെ അടുത്ത ഘട്ടമായിരുന്നു. സാമൂഹ്യ വികസനത്തിന്റെ അടരുകളായിരുന്നു. അവയെ വേരോടെ പിഴുതെറിയാനാണ് മോദി സർക്കാരിന്റെ നീക്കങ്ങൾ.

വികേന്ദ്രീകൃത ആസൂത്രണത്തിന്റെ രജത ജൂബിലി ആഘോഷിക്കുമ്പോൾ ഇതെല്ലാം തിരിച്ചറിയേണ്ടതുണ്ട്. സമൂഹ പ്രവർത്തനങ്ങളെ ആകെ സങ്കുചിത ദേശീയവാദത്തിന്റെയും മതതീവ്രവാദത്തിന്റെയും കോർപ്പറേറ്റ് പ്രീണനത്തിന്റെയും അടിസ്ഥാനത്തിൽ പുനഃസംഘടിപ്പിക്കുന്നതിനുള്ള നീക്കങ്ങൾ രാജ്യത്തും അന്താരാഷ്ട്ര തലത്തിലും ഊർജ്ജിതമാക്കപ്പെട്ടിരിക്കുന്നു, ഈ കോവിഡ് ആക്രമണ വേളയിൽ, അത്തരം ശക്തികളുടെയെല്ലാം സംഘടിത നീക്കം പ്രാദേശിക ജനവിഭാഗങ്ങളുടെ ഉയർച്ചയെയും അഭിലാഷ പൂർത്തീകരണത്തെയും അടിച്ചമർത്താനാണ്; മുതലാളിത്തത്തിന്റെ സാർവ്വത്രിക വികസന നീക്കത്തിലേക്ക് അവയെ ഒടിച്ചു മടക്കാനാണ്. അവയെ ചെറുത്തു തോല്പിക്കേണ്ടതുണ്ട്.

അതേസമയം കാൽനൂറ്റാണ്ട് മുമ്പ് ജനകീയാസൂത്രണത്തിന്റെ ആരംഭവേളയിൽ ഉന്നയിച്ച മുദ്രാവാക്യങ്ങളിലും ആവിഷ്കരിക്കപ്പെട്ട ലക്ഷ്യങ്ങളിലും ശൈലികളിലും മറ്റും തടവിലാക്കപ്പെടരുത്. കേരളത്തിലെ സമൂഹത്തിൽ മാറ്റം വന്നു കൊണ്ടിരിക്കുകയാണ്. അവരിൽ മൂന്നിലൊന്ന് ഈ കാലയളവിൽ ജനിച്ചുവളർന്നവരാണ്. രാജ്യത്തും ലോകത്താകെയും മാറ്റങ്ങൾ വിശേഷിച്ചും ശാസ്ത്ര സാങ്കേതിക മേഖലയിലും ആസ്വാദന മേഖലയിലും അവയുടെ ആവശ്യങ്ങളിലും കാഴ്ചപ്പാടിലും മാറ്റങ്ങൾ വരുത്തിക്കൊണ്ടിരുന്നു. അതനുസരിച്ചുള്ള മാറ്റങ്ങൾ, പ്രകൃതി സംരക്ഷണത്തിന് നല്കപ്പെടേണ്ട വർദ്ധിച്ച ഊന്നലിന്റെ അടിസ്ഥാനത്തിലുള്ള മാറ്റങ്ങൾ ഉൾപ്പെടെ, ജനകീയ ആസൂത്രണത്തിന്റെ അലകിലും പിടിയിലും മാറ്റങ്ങൾ ആവശ്യമാക്കുന്നു. മാറ്റമില്ലാത്തത് ജനകീയ ആസൂത്രണം തുടരണം എന്ന ലക്ഷ്യത്തിൽ മാത്രം. അതൊക്കെ വിശദമായി ചർച്ചചെയ്തു അംഗീകരിക്കേണ്ടതാണ്.

ഏതുതരം പ്രവർത്തനവും മനുഷ്യർ ആരംഭിച്ചത് ആവശ്യം നിർവ്വഹിക്കാനാണ്. അനുഭവങ്ങളുടെ അടിസ്ഥാനത്തിൽ അവർ അതിനെ നില നിർത്തുകയോ ഭേദഗതി ചെയ്യുകയോ ഉപേക്ഷിക്കുകയോ ചെയ്യും. മറ്റു ജന്തുക്കളെപ്പോലെ വിശപ്പു തോന്നുമ്പോൾ ഇര പിടിച്ച് പശിയടക്കുകയായിരുന്നു മനുഷ്യനും പതിവ്. എന്നാൽ അവശ്യമുള്ളപ്പോൾ വേണ്ടത് എടുത്താൽ മതി എന്ന അടിസ്ഥാനത്തിൽ മൃഗങ്ങളെയും വൃക്ഷലതാദികളെയും മെരുക്കി വളർത്താൻ തുടങ്ങി. അങ്ങനെ ശീലം മാറ്റി. സമയം അറിയാൻ പകൽ സൂര്യനെയും രാത്രി നക്ഷത്രങ്ങളെയും നോക്കി കണക്കാക്കുന്ന പതിവ് ഒരു കാലത്ത് മനുഷ്യൻ ആരംഭിച്ചു. ക്ലോക്ക്, വാച്ച് എന്നിവ നിർമ്മിക്കാൻ തുടങ്ങിയതോടെ ആ പതിവ് മാറി. ഒരു കാലം വരെ മനുഷ്യനു വേണ്ടാത്ത വസ്തുക്കൾ തുറസ്സായ സ്ഥലത്ത് കിടന്നു ജീർണ്ണിച്ചു നശിച്ചു പോകുകയാണ് പതിവ്. തീ നിയന്ത്രണവിധേയമായപ്പോൾ ഒരു ഘട്ടത്തിൽ ആവശ്യമില്ലാത്ത വസ്തുക്കളെ തീയിട്ട് നശിപ്പിച്ചു. എന്നാൽ പലതും തീയിടുന്നത് തനിക്കും പ്രകൃതിക്കും ആപത്താണെന്ന് കണ്ടപ്പോൾ അതിൽ വിവേചനം വരുത്തി. അനുഭവത്തിന്റെ അടിസ്ഥാനത്തിൽ ചുറ്റുപാടും മാറ്റങ്ങൾ വരുത്തിക്കൊണ്ടിരിക്കുന്ന ജീവിയാണ് മനുഷ്യൻ.

നവകേരളത്തിലേക്കുള്ള ചവിട്ടുപടി

അധികാര വികേന്ദ്രീകരണം നടപ്പാക്കുന്നതിന് ആവിഷ്കരിച്ച ജനകീയ ആസൂത്രണത്തിലും ഇത്തരത്തിൽ കാലദേശോചിതങ്ങളായ മാറ്റം ആവശ്യമാണ്. നമുക്ക് 1956 നവംബർ ഒന്നിന് പൈതൃകമായി (അതോ മാതൃകമോ?) ലഭിച്ച കേരളത്തെ അന്നത്തെ നിലയിൽ നിലനിർത്താൻ അല്ല ഒരു തലമുറയും ശ്രമിച്ചത്. കാലോചിതമായ മാറ്റങ്ങൾ വരുത്താനാണ്. അതിന്റെ ഭാഗമായാണ് അധികാര വികേന്ദ്രീകരണം, ജനകീയ ആസൂത്രണം ഉയർന്നുവന്നത്. ഒരുകാലത്ത് നടപ്പാക്കിയ ഓരോ പ്രവൃത്തികളെയും ആചാരമായി നിലനിർത്തുന്ന പതിവ് മനുഷ്യർക്കുണ്ട്. ചട്ടങ്ങൾ ആയാലും, ആചാരങ്ങൾ ആയാലും, കാലോചിതമായി മാറ്റണം. അല്ലെങ്കിൽ ആശാൻ പറഞ്ഞതുപോലെ 'മാറ്റുമതുകളീ നിങ്ങളെത്താൻ.'

അധികാര വികേന്ദ്രീകരണം ആരംഭിച്ചത് ഓരോ പ്രദേശത്തെയും തനത് പ്രശ്നങ്ങൾ പരിഹരിക്കാൻ വേണ്ടി ആയിരുന്നു. ആ അർത്ഥത്തിൽ കാലോചിതമായ മാറ്റങ്ങളോടെ ജനകീയ ആസൂത്രണം ഇനിയും തുടരേണ്ടതുണ്ട്.

ഇന്ത്യയിലാകെ കേന്ദ്രീകൃത ആസൂത്രണം നടന്ന കാലത്തായിരുന്നു അധികാര സോപാനത്തിലെ ഏറ്റവും താഴെത്തട്ടിലേക്ക് ആസൂത്രണത്തെ വ്യാപിപ്പിക്കാനുള്ള പ്രവർത്തനമാരംഭിച്ചത്. അതുവഴി നിന്ദിതരും പീഡിതരും അവഗണിക്കപ്പെടുന്നവരുമായ ജനങ്ങൾക്ക് മറ്റുള്ളവർക്ക് ഉള്ളതുപോലെ ഭക്ഷണം, വീട്, വിദ്യാഭ്യാസം, ആരോഗ്യരക്ഷ, തൊഴിൽ, വിനോദം മുതലായവ ഉറപ്പു നല്കാനായി അവരുടെ അദ്ധ്വാനശേഷിയെ പൊതുസമൂഹത്തിനു പ്രയോജനപ്പെടുത്താനുള്ള പദ്ധതികളാണ്

അതിന്റെ ഭാഗമായി വികസിപ്പിച്ചതും വികസിപ്പിച്ചു കൊണ്ടിരിക്കുന്നതും. മറ്റു പല സംസ്ഥാനങ്ങളിലും മേൽപ്പറഞ്ഞ ജനങ്ങൾ തൊഴിലും ഉപജീവനവും തേടി നൂറ്റാണ്ടുകൾക്കും സഹസ്രാബ്ദങ്ങൾക്കും മുൻപ് നമ്മുടെ പൂർവ്വികരെപ്പോലെ നാടുനീളെ തെണ്ടാൻ വിധിക്കപ്പെട്ടവരാണ് ഇന്നും. അതിന് ഉത്തമ ഉദാഹരണമാണല്ലോ അന്യസംസ്ഥാന തൊഴിലാളികൾ.

എന്നാൽ സമൂഹത്തിന്റെ മൊത്തം പങ്കാളിത്തത്തോടെ ഇത്തരത്തിൽ സാമൂഹ്യമായ അവശത അനുഭവിക്കുന്നവരെ മറ്റുള്ള ജനങ്ങളുടെ നിലവാരത്തിലേക്ക് കൈപിടിച്ചുയർത്താൻ കേരളം ആവിഷ്കരിച്ച പദ്ധതിയാണ് ജനകീയാസൂത്രണം. അവർ മാത്രമല്ല അതിന്റെ ഗുണഭോക്താക്കൾ, ഓരോരോ തരത്തിൽ എല്ലാ ജനവിഭാഗങ്ങൾക്കും അതിന്റെ പ്രയോജനം ലഭിക്കുന്നു. ഈ ജനങ്ങൾക്ക് കൂടി ഭക്ഷണം, പാർപ്പിടം, വസ്ത്രം, വിദ്യാഭ്യാസം, ആരോഗ്യം മുതലായവ ഉറപ്പു വരുത്തുന്നതിന്റെ ഫലമായി ഈ മേഖലകളിലെല്ലാം പുതിയ തൊഴിലവസരങ്ങൾ വളരുന്നു. അതായത്, ജനകീയ ആസൂത്രണം അതിദരിദ്രർക്കായുള്ള ധർമ്മക്കഞ്ഞി വിതരണമല്ല. മറിച്ച്, ആധുനികമായ വികസന പ്രക്രിയ പുതിയ സമൂഹവിഭാഗങ്ങളിലേക്ക് വ്യാപിപ്പിക്കലാണ്. അത്തരത്തിലുള്ള സ്ഥൂല വികസനതലം ഈ സൂക്ഷ്മ വികസന പ്രക്രിയയ്ക്കുണ്ട്.

ജനകീയാസൂത്രണമാണ് എല്ലാവർക്കും വീട് എന്ന ആശയത്തെ സജീവമായി ഉയർത്തിക്കൊണ്ടുവന്നത്. 1997-2001 കാലത്ത് ചെറിയ തോതിൽ അങ്കുരിക്കാൻ തുടങ്ങിയ ഈ ആശയം ഈ നൂറ്റാണ്ടിന്റെ ആദ്യദശകത്തിൽ മൂർത്തമായ രൂപം കൈക്കൊണ്ടു. ഇ എം എസ് ഭവനപദ്ധതി അതിന്റെ ഉല്പന്നമായിരുന്നു. ജനകീയാസൂത്രണത്തിന്റെ രജത ജൂബിലിയാകുമ്പോഴേക്ക് കേരളത്തിൽ സ്വന്തമായി വീടില്ലാത്ത കുടുംബങ്ങൾ ഇല്ലാത്ത സ്ഥിതി സംജാതമായിക്കൊണ്ടിരിക്കുന്നു. ചില പ്രദേശങ്ങളിൽ, ചില ജനവിഭാഗങ്ങളിൽ ഇതുമായി ബന്ധപ്പെട്ട ചില അസംതൃപ്തികളും ആശയങ്ങളും ഉയർന്നുവരുന്നുണ്ട്. എന്നാൽ, ചാള, കൂര മുതലായി പരമദരിദ്രർ പാർക്കുന്ന ഇടങ്ങളായി അറിയപ്പെട്ടിരുന്നവ ഈ കാലയളവിനുള്ളിൽ കേരളത്തിൽ നിന്ന് അപ്രത്യക്ഷമാവുകയാണ്. ജനകീയാസൂത്രണത്തിന്റെ വലിയ കാൽവെപ്പാണ് ലോകത്ത് മറ്റൊരിടത്തും ഇല്ലാത്ത ഇത്തരമൊരു പദ്ധതി നിർവ്വഹണം.

ഇതിന്റെ കൂടെ പറയേണ്ടതാണ്, ഇത്തരത്തിലുള്ള മാറ്റങ്ങൾ സമൂഹത്തിൽ സൃഷ്ടിക്കപ്പെടുമ്പോൾ അതിന്റെ ഉല്പന്നമായി പുതിയ ആശയങ്ങളും തൊഴിൽ മേഖലകളും ഉരുത്തിരിയുന്നത്. സാർവ്വത്രികമായി വീടു വന്നപ്പോഴാണ് മാലിന്യം ഒരു പ്രശ്നമായത്; മാലിന്യസംസ്കരണം സർക്കാരിന്റെ കടമയായത്. അത് ഒരു തൊഴിൽമേഖലയായി മാറുകയും ചെയ്യുന്നു. അങ്ങനെയാണ് സാമൂഹ്യ പുരോഗതി ഉണ്ടാകുന്നതും. ജനകീയാസൂത്രണം ഇത്തരത്തിൽ സൃഷ്ടിച്ച പുതിയ സാമൂഹ്യ സേവനത്തുറകളെയും തൊഴിലവസരങ്ങളെയും കുറിച്ച് വിശദമായ ചർച്ച ആവശ്യമാണ്.

കേരളത്തിന്റെ ഒരു പ്രത്യേകത - മറ്റ് സംസ്ഥാനങ്ങൾക്ക് തീരെ ഇല്ലെന്നല്ല. മിക്കവാറും എല്ലാ സ്ഥലങ്ങളിലും നാനാ മേഖലകളിൽ പ്രവർത്തനാനുഭവങ്ങളുള്ള 'സീനിയർ സിറ്റിസൺസ്' ഉണ്ട് എന്നതാണ്. ഏതു വികസന പ്രക്രിയയ്ക്കും വഴികാട്ടികളും താങ്ങും തണലുമായി ഉണ്ടാകേണ്ട ബഹുമുഖ വൈദഗ്ദ്ധ്യത്തിന്റെ കലവറയാണ് ആ വിഭാഗം. വികസന പ്രക്രിയയുടെ അനൗപചാരിക വഴികാട്ടികളായി അവരുടെ അനുഭവ മികവുകളെ പ്രയോജനപ്പെടുത്തുന്നതിന് കഴിയണം. കഴിഞ്ഞ കാലത്ത് അക്കാര്യത്തിൽ അനാവശ്യമായ തർക്കവിതർക്കങ്ങൾ ജനകീയാസൂത്രണ വിരുദ്ധർ ഉന്നയിച്ചിരുന്നു. അത്തരം വൈതരണികളെ ഫലപ്രദമായി മറികടക്കേണ്ടത് ജനകീയ ആസൂത്രണ വിജയത്തിന് ആവശ്യമാണ്.

അധികാരവികേന്ദ്രീകരണവും ബഹുജനസംഘടനകളും

കഴിഞ്ഞകാല അധികാരവികേന്ദ്രീകരണ അനുഭവങ്ങൾ ആകെ വിശകലനം ചെയ്താൽ ഉന്നയിക്കപ്പെടാവുന്നതായ നിഗമനങ്ങളിൽ ഒന്ന് ആസൂത്രണ പ്രക്രിയയിൽ ബഹുജന സംഘടനകളുടെ പങ്ക് ആശിച്ചത്ര ഉണ്ടായിട്ടില്ല എന്നതാണ്. പലകാരണങ്ങൾ ഇതിനുള്ള പ്രധാനമായും ബഹുജന സംഘടനകൾ താന്താങ്ങളുടേതായ സാമൂഹിക-സാമ്പത്തിക -സാംസ്കാരിക പ്രശ്നങ്ങളെ ആസ്പദമാക്കിയ മൂശയിലാണ് രൂപം കൊള്ളുന്നതും പ്രവർത്തിക്കുന്നതും എന്നതാണ്. രണ്ട് ബഹുജനപ്രസ്ഥാനങ്ങൾ ഒട്ടുമിക്കതും പ്രക്ഷോഭാധിഷ്ഠിത പ്രവർത്തനമാണ് നടത്തുന്നത് എന്നതാണ്. എന്നാൽ വികസന രാഷ്ട്രീയത്തിന്റെ അടിസ്ഥാനപരമായ സമരരൂപം തികച്ചും വ്യത്യസ്തമായ മറ്റൊന്നാണ്. പരമാവധി ജനങ്ങളുടെ പങ്കാളിത്തത്തെ ആശ്രയിച്ചാണത് പ്രാവർത്തികമാക്കുക. സമവായത്തിന്റേതായ ഈ രീതി ബഹുജന സംഘടനകൾക്ക് സ്വാംശീകരിക്കാനാകാത്തതാണ് മൂന്നാമത്തെ കാരണം. കേന്ദ്രീകൃതാവിഷ്കൃത ആസൂത്രണത്തിലെന്നപോലെ, അതിന്റെ തുടർച്ചയായി വ്യക്തിയധിഷ്ഠിത വിതരണ സ്വഭാവം വികേന്ദ്രീകൃതാസൂത്രണത്തിലും പിന്തുടർന്നതും കാരണമായേക്കാം. തന്മൂലം ബഹുജനങ്ങളെ സംഘടനാപരമായി വിശ്വാസത്തിലെടുക്കാനോ അണിനിരത്താനോ വേണ്ടത്ര കഴിയാതെ പോയിട്ടുണ്ടാകാം.

എന്നാൽ കഴിഞ്ഞ അഞ്ചുവർഷക്കാലം ഇതിൽ ഗണ്യമായ മാറ്റം വന്നിരിക്കുന്നു. സാഹചര്യങ്ങൾ അതിനു നമ്മെ നിർബ്ബന്ധിതമാക്കിയിരിക്കുന്നു. നിപ്പ, ഓഖി, പ്രളയം, കോവിഡ് ദുരന്ത പശ്ചാത്തലത്തിൽ തദ്ദേശഭരണ സ്ഥാപനങ്ങളെ അടിസ്ഥാന തലത്തിൽ മുൻനിർത്തിക്കൊണ്ടും, തദ്ദേശ ഭരണസ്ഥാപനങ്ങൾ നിർവ്വഹണ കാര്യത്തിൽ ബഹുജന സംഘടനാ സംവിധാനങ്ങളെ ആശ്രയിച്ചുമുള്ള നിർണ്ണായക സമീപന മാറ്റം ദൃശ്യമായിരിക്കുന്നു. കാർഷിക ഭക്ഷ്യോല്പാദന സംരംഭങ്ങൾ, കുടുംബശ്രീ-ആശാ-അങ്കണവാടി സംവിധാനങ്ങൾ, സന്നദ്ധസേന പ്രവർത്തകർ, മത്സ്യമേഖലത്തൊഴിലാളികൾ, ഗ്രന്ഥശാലാ പ്രസ്ഥാനം,

യുവസംഘടനകൾ, സ്ത്രീസംഘടനകൾ തുടങ്ങി വ്യത്യസ്ത ബഹുജനസംഘടനകൾ ഈ പ്രക്രിയയിൽ അണിചേരുന്നത് കാണാം.

ഇതിൽ സവിശേഷപ്രധാനമായ സ്ഥാനം തദ്ദേശഭരണ പ്രക്രിയയെ സാങ്കേതികമായും വൈദഗ്ദ്ധ്യത്തിലും പിന്തുണയ്ക്കാനുതകുന്ന ബഹുജന പ്രസ്ഥാനങ്ങളുടെ സാന്നിദ്ധ്യമാണ്. സ്വയം സന്നദ്ധ സേവന ക്ഷമതയോടെയാണ് ഇവ പലതും പ്രവർത്തിക്കുന്നത്. ഭരണകാര്യ ഗുണതയും സദ്ഭരണനേട്ടവും സേവന ഗുണമേന്മയും മുൻനിർത്തിയുള്ള ഉദ്യമങ്ങൾ, സാങ്കേതിക വിദ്യയിലും വിഭവ പരിപാലനത്തിലും വികസന നിർമ്മിതിയിലും ഇടപെടുന്ന വലുതും ചെറുതുമായ ഘടകങ്ങൾ പഠന-ഗവേഷണ രംഗങ്ങളിലെ സക്രിയ ഇടപെടലുകളിലൂടെ തദ്ദേശ ഭരണ സഹായകമായി വർത്തിക്കുന്ന സംഘങ്ങൾ തുടങ്ങി വിവിധങ്ങളായ ബഹുജന പ്രസ്ഥാനങ്ങളെപ്പറ്റി പറയാനാകും. ഉദാഹരണമായി കോസ്റ്റ്ഫോർഡ്, ഐ ആർ ടി സി, ഡി എസ് ഇ എസ്, ഗ്രാമീണ പഠന കേന്ദ്ര (ജി പി കെ) തുടങ്ങി ഒട്ടേറെ സ്ഥാപന-സംഘടനാ ഘടകങ്ങൾ ചൂണ്ടിക്കാണിക്കാനാകും.

ദുർബ്ബല-പരിത്യക്ത വിഭാഗങ്ങളുടെ സാന്നിദ്ധ്യം മുന്നേറ്റം

അധികാരവികേന്ദ്രീകരണത്തിന്റെ കാൽനൂറ്റാണ്ടിനൊപ്പം തന്നെ കേരളത്തിൽ പരാമർശിക്കപ്പെടേണ്ടതായ ഘടകമാണ് ദുർബ്ബല-പരിത്യക്ത വിഭാഗങ്ങളുടെ ദൃശ്യത, സാന്നിദ്ധ്യം, മുന്നേറ്റം എന്നിവയും. ഇതിൽ ഏറ്റവും പ്രകടമായത് കുടുംബശ്രീ പ്രസ്ഥാനം തന്നെയാണ്. അതിന്റെ ഘടനാപരവും പ്രായോഗികവുമായ പരിവർത്തനം വിപ്ലവകരമാണ്. കേവലം ലഘുസമ്പാദ്യപ്രവർത്തനമായി തുടങ്ങി സംരംഭകത്വത്തിലേക്കും വികസന പങ്കാളിത്തത്തിലേക്കും ജനാധിപത്യ നേതൃത്വത്തിലേക്കുമുള്ള വഴിതുറക്കലായും അതിജീവന മാതൃകയുടെ മനുഷ്യ വിഭവസ്രോതസ്സുമായത് മാറി. ദേശീയ തലത്തിൽ തന്നെ അതിജീവന പദ്ധതിയുടെ നിർവ്വഹണ ഘടകമായും കുടുംബശ്രീ അംഗീകൃതമായി. ഇതിൽ ചെറുതല്ലാത്ത, വലിയ പങ്ക് തദ്ദേശഭരണ സ്ഥാപനങ്ങൾ വഹിച്ചിട്ടുണ്ട്. തദ്ദേശഭരണ സ്ഥാപനങ്ങളും കുടുംബശ്രീയുമായുള്ള ജൈവ ബന്ധവും കൊള്ളക്കൊടുക്കലും തന്നെയാണിതിൽ നൂലിഴയായി വർത്തിച്ചത്.

നാം ലക്ഷ്യമിട്ടത്ര സാദ്ധ്യമായില്ലെങ്കിലും പട്ടികജാതി, പട്ടികവർഗ്ഗ വിഭാഗങ്ങളുടെ മേഖലയിലും വനവാസി-ആദിവാസി വിഭാഗങ്ങളിലും തീരദേശ മത്സ്യമേഖലത്തൊഴിലാളികൾക്കിടയിലും വലിയ ചലനവും പ്രതീക്ഷയും സൃഷ്ടിക്കാൻ അധികാര-ആസൂത്രണ വികേന്ദ്രീകരണ പ്രവർത്തനം വഴി സാദ്ധ്യമായിട്ടുണ്ട്. പാർപ്പിടം, ആരോഗ്യം, ആഹാരം, വിദ്യാഭ്യാസം, തൊഴിൽ, അതിജീവനം, സാംസ്കാരിക പ്രവർത്തനം, ലിംഗപദവി സമീകരണം തുടങ്ങിയവയിലെല്ലാം വികേന്ദ്രീകൃതാസൂത്രണ നിർവ്വഹണം വഴി വൻ നേട്ടങ്ങൾ സൃഷ്ടിക്കാൻ കഴിഞ്ഞതായിക്കാണാം.

അനുഭവപാഠവും പരിഷ്കരണ ഉദ്യമവും

കഴിഞ്ഞ ഏതാനും വർഷങ്ങളിൽ ഉണ്ടായ പ്രളയവും ഭീതിപ്പെടുത്തുന്ന മലയിടിച്ചിലും പ്രകൃതി നമുക്ക് തന്ന താക്കീതുകൾ ആണ്. കഴിഞ്ഞ നാലഞ്ച് നൂറ്റാണ്ടുകളായി മാനവരാശി വരുത്തിയ പ്രകൃതി നാശം ഭീകരമാണ്. അതിനെ പ്രാദേശിക പ്രതിഭാസമായല്ല വീക്ഷിക്കേണ്ടത്. ഇതിൽ പ്രാദേശികമായ ഏത് പ്രകൃതിനാശവും വരുത്തി വയ്ക്കാമെന്നല്ല. ഐസക് ന്യൂട്ടൺ മൂന്നാം ചലന നിയമം പറയുന്നത് 'ഏതൊരു പ്രവർത്തനത്തിനും തുല്യമായ ഒരു പ്രതിപ്രവർത്തനം ഉണ്ട്' എന്നാണ്. മനുഷ്യർ പ്രകൃതിക്കുമേൽ നടത്തുന്ന ആഘാതത്തിന് പ്രകൃതി തിരിച്ചടിക്കും എന്ന് അർത്ഥം. ഒരു പ്രകൃതി നിയമം എന്ന നിലയിൽ എംഗൽസ് 'വാനരനിൽ നിന്ന് നരനിലേക്കുള്ള പരിവർത്തനത്തിൽ അദ്ധ്വാനം വഹിച്ച പങ്ക്' എന്ന ലേഖനത്തിൽ ഇക്കാര്യം എടുത്തുപറയുന്നു. നാം നേരിടുന്ന ഓരോ പ്രകൃതിദുരന്തത്തെയും ഇത്തരത്തിൽ കാണേണ്ടതുണ്ട്. അത് നല്കുന്ന പാഠം ജനകീയാസൂത്രണ പദ്ധതികൾ കാലോചിതമായ പരിഷ്കാരങ്ങളോടെ ആവിഷ്കരിച്ചു നടപ്പാക്കേണ്ടതുണ്ട് എന്നാണ്.

ഈ പുതിയ പ്രകൃതി മാറ്റങ്ങളുടെ അടിസ്ഥാനത്തിൽ കേരള സർക്കാർ നവകേരള നിർമ്മിതി ലക്ഷ്യമായി പ്രഖ്യാപിച്ച് അതിനുള്ള പ്രവർത്തനം ആരംഭിച്ചിരിക്കുകയാണല്ലോ. സ്വാഭാവികമായി ഇനിയങ്ങോട്ടുള്ള ജനകീയ ആസൂത്രണത്തെ സംസ്ഥാനത്തിന്റെ ഈ മാറിയ കാഴ്ചപ്പാടുമായി ബന്ധിപ്പിക്കേണ്ടതുണ്ട്. അതിന്റെ ഭാഗമായി പുതിയ ശാസ്ത്ര സാങ്കേതിക അറിവുകളെ ജനകീയ ആസൂത്രണവുമായി എത്രത്തോളം ഏതെല്ലാം രീതിയിൽ സമന്വയിപ്പിക്കാം എന്ന ആലോചനയും ആവശ്യമാണ്.

ജനകീയ ആസൂത്രണം ആരംഭിച്ചത് നവ ഉദാരവല്ക്കരണം സംസ്ഥാനത്തേക്ക് കടന്നു കയറാൻ തുടങ്ങിയ കാലത്താണ്. ഇപ്പോൾ മനുവാദികൾ രാജ്യത്തെ ആകമാനം വർഗ്ഗീയ വിവേചനത്തിലേക്കും സങ്കുചിത രാഷ്ട്രവാദത്തിലേക്കും അവയുടെ അകമ്പടിയോടെയുള്ള അമിതാധികാര വാഴ്ചയിലേക്കും കൊണ്ടുപോകാനുള്ള നീക്കത്തിലാണ്. ഇത്തരം സങ്കുചിത നീക്കങ്ങൾക്കെതിരെ ബഹുജനങ്ങളെ അണിനിരത്തേണ്ടത് ജനകീയ ആസൂത്രണ ശക്തികളുടെ ലക്ഷ്യമായിരിക്കണം. കാരണം, ഇത്തരം ആസുരശക്തികളെ ചെറുത്തുതോല്പിച്ചുകൊണ്ടു മാത്രമേ ജനകീയാസൂത്രണത്തിനു നിലനില്ക്കാനും വളർന്നുവികസിക്കാനും കഴിയൂ. അതാകട്ടെ, ജനസാമാന്യത്തിന്റെ പ്രത്യേകിച്ച് പലതരത്തിൽ അവഗണിക്കപ്പെടുന്നവരും പുറംതള്ളപ്പെടുന്നവരുമായ ജനവിഭാഗങ്ങളുടെ, നിലനില്പിനും വളർച്ചയ്ക്കും അനുപേക്ഷണീയമാണ്.

ഏകീകൃത തദ്ദേശ സ്വയംഭരണ വകുപ്പും ജനകേന്ദ്രീകൃത തദ്ദേശഭരണ നിർവ്വഹണത്തിന്റെ പുതിയ സാദ്ധ്യതകളും

ഡോ. സി പി വിനോദ്

ആമുഖം

കേരളത്തിൽ ജനകീയാസൂത്രണ പദ്ധതി 25 വർഷങ്ങൾ പൂർത്തിയാക്കുന്ന സാഹചര്യത്തിലാണ് തദ്ദേശ സ്വയംഭരണ സംവിധാനത്തിന്റെയാകെ കാര്യക്ഷമത വർദ്ധിപ്പിക്കാൻ സഹായിക്കുന്ന ഒരു ഏകീകൃത വകുപ്പിന്റെയും സർവ്വീസിന്റെയും രൂപീകരണം യാഥാർത്ഥ്യമാവുന്നത്. വ്യത്യസ്തമായി നിലകൊള്ളുന്ന തദ്ദേശ സ്വയംഭരണ വകുപ്പുകൾ ഏകീകരിച്ചുകൊണ്ട് എല്ലാ ജീവനക്കാരെയും പ്രാദേശികഭരണ സർവ്വീസ് എന്ന പൊതു ബോധത്തിലേക്കും ഘടനയിലേക്കും നിയമപരമായി ഇണക്കിച്ചേർക്കുന്നതിനുള്ള നടപടികൾ പ്രത്യേക ചട്ടങ്ങളിലൂടെ പൂർത്തീകരിക്കുന്നു. വികസനസേവന സന്നദ്ധ പ്രവർത്തനങ്ങളിൽ ത്രിതല പഞ്ചായത്തുകൾക്കും നഗരസഭകൾക്കും പരമാവധി പിന്തുണ നല്കാൻ ശേഷിയുള്ള വിധം വികേന്ദ്രീകൃതമായ ഒരു ഉദ്യോഗസ്ഥ സംവിധാനം രൂപപ്പെടുത്തുക എന്നതാണ് ലക്ഷ്യം. പഞ്ചായത്തുകൾക്ക് ഉദ്യോഗസ്ഥരെ വിട്ടുകൊടുത്തുകൊണ്ട് പ്രാദേശിക ഭരണം മെച്ചപ്പെടുത്തുന്നതിനുള്ള, 1957 മുതലുള്ള കാഴ്ചപ്പാടും ജനകീയാസൂത്രണ പ്രസ്ഥാനത്തിന്റെയും അധികാര വികേന്ദ്രീകരണ കമ്മിറ്റിയുടെയും പ്രവർത്തനങ്ങളുടെ തുടർഫലമായി 2008 ൽ എടുത്ത തീരുമാനവുമാണ് ഇതുവഴി യാഥാർത്ഥ്യമാവുന്നത്. വിശാലമായ അർത്ഥത്തിൽ, കാലക്രമത്തിൽ സംസ്ഥാനത്തിനു കീഴിൽ തന്നെ സവിശേഷമായ ഒരു പ്രാദേശിക ഭരണ സർവ്വീസ് രൂപംകൊള്ളുന്നതിനുള്ള സാദ്ധ്യതയായും ഇതിനെ സങ്കല്പിക്കാവുന്നതാണ്. അധികാര വികേന്ദ്രീകരണത്തിന് കേരളത്തിന്റെ സംഭാവനയായ ജനകീയാസൂത്രണത്തിന് പുതിയ മാനങ്ങൾ നല്കുന്നതിനും പൊതു സർവ്വീസിലൂടെയുള്ള ചുമതലാപരമായ ഏകോപനം സഹായകമാവും.

അധികാര വികേന്ദ്രീകരണം

അധികാരം വ്യവസ്ഥാപിത രൂപത്തിൽ മുകൾത്തട്ടിൽനിന്നും താഴെ തട്ടുകളിലേക്ക് കൈമാറുന്നതിനെയാണ് വികേന്ദ്രീകരണം എന്ന് പൊതുവായി പറയുന്നത്. സബ്സിഡിയാരിറ്റി അഥവാ ജനങ്ങളുമായി ബന്ധപ്പെട്ട പ്രശ്നങ്ങൾ തീർക്കാവുന്ന (താഴെ)തലങ്ങളിൽ തന്നെ പരമാവധി തീർക്കുക എന്ന തത്വമാണ് വികേന്ദ്രീകരണാശയത്തിന്റെ അടിസ്ഥാനം. അതായത് അതതു തലങ്ങളിൽ പരിഹരിക്കപ്പെടാതിരിക്കുന്നതും അധികാര പരിധിയിൽ വരാത്തതും മാത്രമേ മുകളിലേക്ക് പോകേണ്ടതുള്ളൂ. അധികാര വികേന്ദ്രീകരണത്തെ (Decentralisation of power) ഭരണഘടനാ ഭേദഗതി നിയമങ്ങൾ അധികാരക്കൈമാറ്റം (Devolution of Power) എന്നാണ് വിവക്ഷിച്ചിരിക്കുന്നത്. പൊതുവെ ഇത് ഇടകലർത്തിയാണ് നാം ഉപയോഗിക്കുന്നത്. വികേന്ദ്രീകരണത്തിന്റെ വിശാലവും ആഴത്തിലുമുള്ള രാഷ്ട്രീയ അർത്ഥത്തിലല്ല മറിച്ച് നിശ്ചിതമായ വ്യവസ്ഥകളിലൂടെയും നിയമപരമായ മാർഗ്ഗങ്ങളിലൂടെയും കേന്ദ്ര സംസ്ഥാന സർക്കാരുകളുടെ നിയതവും കേന്ദ്രീകൃതവുമായ അധികാരങ്ങൾ സംരക്ഷിച്ചുമാണ് 'അധികാര വികേന്ദ്രീകരണത്തിന്റെ' നിയമാടിത്തറ രൂപപ്പെടുത്തിയിട്ടുള്ളത്. അധികാരക്കൈമാറ്റം എങ്ങനെയായിരിക്കണമെന്നു നിർവ്വചിക്കുന്ന ഒരു നിയമ ചട്ടക്കൂടും നിർബ്ബന്ധമായും വന്നിരിക്കേണ്ടുന്ന ചില സ്ഥാപനങ്ങളും വ്യവസ്ഥകളും ഒഴികെ എത്രത്തോളം അധികാര കൈമാറ്റം ആവാമെന്നത് സംസ്ഥാനങ്ങളാണ് തീരുമാനിക്കുന്നത്. സംസ്ഥാനങ്ങൾ എത്രത്തോളം അധികാരം കൈമാറാൻ തയ്യാറാകുമെന്നത് അതാതിടങ്ങളിൽ പൊതുവായുള്ള സാമൂഹികരാഷ്ട്രീയ അവബോധവുമാണ് നിർണ്ണയിക്കുന്നത്.

സാമ്പത്തിക വികസനവും സാമൂഹിക നീതിയും സാദ്ധ്യമാക്കുന്ന പദ്ധതികളും പരിപാടികളും ആസൂത്രണം ചെയ്തു നടപ്പാക്കുന്നതിന് ഉതകുംവിധം സംസ്ഥാന സർക്കാരുകൾ അധികാരം കൈമാറിക്കൊണ്ട് സ്വയംഭരണത്തിനുള്ള സ്ഥാപനങ്ങളാക്കി പഞ്ചായത്തുകളെയും നഗരസഭകളെയും മാറ്റുക എന്നതാണ് ഭരണഘടനാപരമായ ലക്ഷ്യം. 11, 12 പട്ടികകളിൽ പ്രതിപാദിച്ചിരിക്കുന്ന വിഷയങ്ങളെ അടിസ്ഥാനപ്പെടുത്തിയുള്ള ചുമതലകളും, ഈ ചുമതലകൾ നിറവേറ്റാനാവശ്യമായ ജീവനക്കാരും ഫണ്ടും കൈമാറുക എന്നതാണ് അധികാരക്കൈമാറ്റം എന്നത് കൊണ്ട് വിവക്ഷിക്കുന്നത്.

ഭരണഘടന വിഭാവനം ചെയ്യുന്ന 'അധികാര വികേന്ദ്രീകരണം' പരിമിതപ്പെടുത്തി മാത്രം വായിക്കുകയാണെങ്കിൽ, പല സംസ്ഥാനങ്ങളിലും നിലനില്ക്കുന്നത് പോലെ, നിശ്ചിതമായ ചട്ടക്കൂടിനകത്ത് സാങ്കേതികമായ അർത്ഥത്തിൽ നിയമപരമായി നിറവേറ്റപ്പെടേണ്ടുന്ന അധികാരങ്ങളുടെയും കടമകളുടെയും പരിമിതമായ കൈമാറ്റം മാത്രമാണ്. എന്നാൽ കേരളം മുന്നോട്ടു വച്ച അധികാര വികേന്ദ്രീകരണത്തിന്റെ മാതൃകയും രാഷ്ട്രീയവും നിയമപരമായ ഉപാധികളെ അതിലംഘി

ക്കാതെ തന്നെ ജനകീയ രാഷ്ട്രീയത്തിന്റെ സർഗ്ഗാത്മകതകളെ തുറന്നു വിടുന്നതിനും ക്രിയാത്മകമായ പ്രാദേശിക ഭരണ നിർവ്വഹണത്തിനുള്ള ഭാവനകളെ പ്രചോദിപ്പിക്കുന്നതിനും പര്യാപ്തമായ ഒന്നായിരുന്നു. ജനോന്മുഖമായ രാഷ്ട്രീയത്തിന്റെ അടിസ്ഥാനത്തിൽ ഇത്തരം എല്ലാവിധ പ്രവർത്തനങ്ങൾക്കും നിയമസാധുത നല്കാൻ കഴിയും വിധം നിയമപരമായ സാദ്ധ്യതകളെ വികസിപ്പിക്കുന്നതിനുള്ള ഭരണഘടനാ പരമായ കാഴ്ചപ്പാടിനെ ഉൾക്കൊള്ളുന്ന ഒന്നുമായിരുന്നു അത്. 73, 74 ഭരണഘടനാ ഭേദഗതികൾ പ്രകാരം അധികാരക്കൈമാറ്റം വ്യവസ്ഥാപിതമായി നടത്തുന്നതിനുള്ള നിയമനിർമ്മാണങ്ങൾ നടന്ന ഇന്ത്യയിലെ മറ്റു സംസ്ഥാനങ്ങളിൽ മിക്കതിലും ഇത്തരമൊരു രാഷ്ട്രീയ ഉള്ളടക്കത്തിന്റെ അഭാവമാണ് അധികാര വികേന്ദ്രീകരണം ചുരുങ്ങിയ തോതിൽ മാത്രം നടപ്പാക്കപ്പെട്ടതിന്റെ കാരണം.

ആസൂത്രണ പദ്ധതികളിൽ ജനകീയ പങ്കാളിത്തം ഉറപ്പു വരുത്തി ജനങ്ങളുടെ ആവശ്യങ്ങളും ആഗ്രഹങ്ങളും നിറവേറ്റും വിധം പദ്ധതി പ്രവർത്തനങ്ങൾ രൂപീകരിക്കുകയും ഇത്തരത്തിൽ രൂപീകൃതമാവുന്ന പദ്ധതികൾ നടപ്പാക്കാനാവശ്യമായ പണം വാർഷിക ബജറ്റിലൂടെ ഉറപ്പു വരുത്തുകയും ചെയ്യുക എന്നതാണ് ജനകീയാസൂത്രണ പദ്ധതിയിലൂടെ നടപ്പാക്കിയ കേരളത്തിന്റെ അധികാര വികേന്ദ്രീകരണ പ്രക്രിയയുടെ മുഖ്യ ആശയം. അടിസ്ഥാന ജനവിഭാഗങ്ങളുടെ സാമൂഹിക മുന്നേറ്റം സാദ്ധ്യമാക്കിയ കേരളത്തിന്റെ ദീർഘകാല ജനാധിപത്യ പാരമ്പര്യം ഇത്തരമൊരു ഉത്തരവാദിത്വം ഏറ്റെടുക്കാൻ കെല്പുള്ള രാഷ്ട്രീയ വൈജ്ഞാനിക നേതൃനിരയെ പ്രാദേശികമായി നിർമ്മിക്കുകയുമുണ്ടായി. ഇങ്ങനെ വികസിച്ച പൊതു ഇടപെടലുകളുടെ സാമൂഹിക പരിസരമാണ് വികേന്ദ്രീകരണം ഭരണപരമായി സാദ്ധ്യമാക്കപ്പെട്ടതിന്റെ രാഷ്ട്രീയ അടിത്തറ.

എന്നാൽ ഭരണതലത്തിൽ ഇത്തരമൊരു പ്രക്രിയ സാദ്ധ്യമാക്കുന്ന സ്ഥാപന രൂപങ്ങളും സംവിധാനങ്ങളും ഇവിടെ നിലവിൽ വന്നിരുന്നില്ല. ഇതു തിരിച്ചറിഞ്ഞു തന്നെയാണ് മാറ്റത്തിനുള്ള 'ബിഗ് ബാങ്' (Big Bang) സമീപനം അതായത് ഒറ്റയടിക്ക് മാറ്റം നിലവിൽ വരുത്തുന്നതിനുള്ള സമീപനം, സ്വീകരിക്കപ്പെട്ടത്. ഏറ്റവും ധീരമായ നടപടി എന്നത് ഒറ്റയടിക്ക് വാർഷിക പദ്ധതിയുടെ നാല്പതു ശതമാനം തദ്ദേശ സ്ഥാപനങ്ങൾക്ക് കൈമാറുന്നതിനുള്ള തീരുമാനമായിരുന്നു. സമാന്തരമായി തന്നെ ഭരണഘടനാ ഭേദഗതികളുടെ അടിസ്ഥാനത്തിൽ കേരളത്തിൽ സ്വീകരിച്ച ജനകീയ ആസൂത്രണ പദ്ധതിയിൽ അധിഷ്ഠിതമായ വികേന്ദ്രീകരണ പ്രവർത്തനങ്ങളെ അതിന്റെ വിശാലതയിൽ വ്യവസ്ഥാപിതമാക്കുന്നതിനുള്ള നടപടികളും സ്വീകരിക്കപ്പെട്ടു. ഇതിനായി കേരളത്തിലെ നിയമങ്ങൾ (കേരള പഞ്ചായത്തിരാജ് നിയമം, 1994, കേരള മുനിസിപ്പൽ നിയമം 1994) പരിഷ്കരിക്കുന്നതിനും പുതിയ സംവിധാനങ്ങളും അവയ്ക്കാവശ്യമായ ചട്ടങ്ങളും ചിട്ടപ്പെടുത്തുന്നതിനും ഡോ. സത്യബ്രത

സെൻ അദ്ധ്യക്ഷനായി ഒരു കമ്മിറ്റി നിലവിൽ വരികയുണ്ടായി. അദ്ദേഹത്തിന്റെ അകാല വേർപാടോടെ പിന്നീട് സെൻ കമ്മിറ്റി എന്ന് ചരിത്രമായ 'കമ്മിറ്റി ഓൺ ഡിസെൻട്രലൈസേഷ'നാണ് മുമ്പ് തദ്ദേശസ്വയംഭരണ വകുപ്പ് മന്ത്രി കൂടിയായിരുന്ന ശ്രീ. വി ജെ തങ്കപ്പന്റെ അദ്ധ്യക്ഷതയിൽ അന്തിമ ശുപാർശകൾ സമർപ്പിച്ചത്. ഇതിന്റെ അടിസ്ഥാനത്തിൽ ഓംബുഡ്സ്മാൻ, പെർഫോമൻസ് ഓഡിറ്റ്, സ്റ്റാന്റിങ് കമ്മിറ്റികൾ തുടങ്ങിയ സംവിധാനങ്ങളും ഇന്ന് കാണുന്ന ഒട്ടേറെ നിയമഭേദഗതികളും കമ്മിറ്റിയുടെ ശുപാർശകളുടെ അടിസ്ഥാനത്തിൽ നിലവിൽ വരികയും ചെയ്തു.

അധികാരം താഴോട്ടേക്ക് കൈമാറുമ്പോൾ അതുവരെ സാമ്പ്രദായികമായി വകുപ്പുകൾ കൈകാര്യം ചെയ്തിരുന്ന പല ജോലികളും തദ്ദേശസ്വയംഭരണ സ്ഥാപനങ്ങളിലേക്ക് കൈമാറ്റം ചെയ്യപ്പെടും. ജോലികൾ കൈമാറ്റം ചെയ്യുമ്പോൾ ഈ ജോലികൾ നിർവ്വഹിച്ചു വരുന്ന ജീവനക്കാരും സ്വാഭാവികമായി കൈമാറ്റം ചെയ്യപ്പെടേണ്ടതായി വരുന്നു. പ്രാദേശിക സർക്കാരുകളായി വിവക്ഷിക്കപ്പെടുന്ന തദ്ദേശ സ്വയംഭരണ സ്ഥാപനങ്ങളുടെ പിന്തുണ സംവിധാനമായ തദ്ദേശ സ്വയംഭരണ വകുപ്പെന്തായിരിക്കണമെന്ന ചർച്ച രൂപപ്പെടുന്നത് ഈ സാഹചര്യത്തിലാണ്. ഒരു പഞ്ചായത്തിൽ ജോലി ചെയ്യേണ്ട കണ്ടിൻജന്റ് ജീവനക്കാർ ഒഴികെയുള്ളവരെ സെൻ കമ്മിറ്റി തരംതിരിക്കുന്നത്

1. സർക്കാർ നിയമിക്കുന്ന സെക്രട്ടറി
2. പഞ്ചായത്തിന്റെ സ്വന്തം സ്റ്റാഫ്
3. മറ്റു വകുപ്പുകളിൽനിന്നും കൈമാറിയിട്ടുള്ള സ്റ്റാഫ്.

മറ്റു വകുപ്പുകളുടെ ഭരണപരമായ നിയന്ത്രണത്തിൽ ഇരിക്കുകയും എന്നാൽ ത്രിതല സംവിധാനങ്ങളുമായി ബന്ധപ്പെട്ടു ജോലി ചെയ്യേണ്ടിവരുന്ന മൂന്നാം വിഭാഗത്തിൽപെട്ടവരെ ദ്വന്ദ്വ നിയന്ത്രണത്തിലുള്ളവരായി (Dual Control) കണക്കാക്കുന്നു. ഇവരിലെ സീനിയർ ഉദ്യോഗസ്ഥരെ പഞ്ചായത്തുകളുടെ എക്സ് ഒഫീഷ്യോ സെക്രട്ടറിമാരാക്കാനും കമ്മിറ്റി നിർദ്ദേശിച്ചിരുന്നു. പഞ്ചായത്തുകളിൽ ജോലി ചെയ്യുന്നവർ വ്യത്യസ്ത വകുപ്പുകളായി വേറിട്ട് ഇരിക്കേണ്ടവർ അല്ല എന്നതും കാലക്രമത്തിലെങ്കിലും ഒരു പൊതുസർവ്വീസിന്റെ ഭാഗമായി ഇവർ മാറേണ്ടതുണ്ടെന്നുള്ളത് തന്നെയാണ് സെൻ കമ്മിറ്റിയുടെ കാഴ്ചപ്പാട്.

അധികാര കൈമാറ്റമായി ഭരണഘടന നിർമ്മിച്ചിട്ടുള്ള ഇന്ത്യയിലെ അധികാര വികേന്ദ്രീകരണത്തിന്റെ ഓരോ ഇടത്തെയും തോത് കൃത്യമായും ഓരോ സംസ്ഥാനവും ഇതു സംബന്ധിച്ചെടുക്കുന്ന നയപരമായ നടപടികളാൽ മാത്രം നിർണ്ണയിക്കപ്പെടുന്നതാണ്. അതുകൊണ്ടുതന്നെ സംസ്ഥാനങ്ങൾക്കിടയിൽ തന്നെ വലിയ വ്യതിയാനം ഇതു സംബന്ധിച്ചിട്ടുണ്ട്. കേരളമാകട്ടെ അധികാര വികേന്ദ്രീകരണത്തിൽ ഇന്ത്യയിൽ മുൻപന്തിയിൽ നില്ക്കുന്ന സംസ്ഥാനമാണ്. ഇതു ചുമതലകളും അവ നിർവ്വഹിക്കുന്നതിന് പര്യാപ്തമായ ഫണ്ടും അനുയോജ്യമായ വിധ

ത്തിൽ സ്റ്റാഫും കൈമാറിയത് കൊണ്ടും സർവ്വോപരി കൈമാറിവരുന്ന അധികാരങ്ങൾ ഫലപ്രദമായി കൈകാര്യം ചെയ്യാൻ കഴിവുള്ള പ്രാദേശിക നേതൃത്വം ദീർഘകാല രാഷ്ട്രീയ പ്രക്രിയയുടെ ഭാഗമായി വികസിച്ചു വന്നതുകൊണ്ടുമാണ്. ഏറ്റക്കുറച്ചിലുകളോടെയാണെങ്കിലും എല്ലാ ഗവൺമെന്റുകളും പൊതുവേ വികേന്ദ്രീകരണത്തിനു അനുകൂലമായ നിലപാടുകൾ എടുക്കുകയും ചെയ്തു.

പ്രാദേശിക ഭരണം, സർവ്വീസ്, ജനങ്ങൾ

73, 74 ഭരണഘടനാ ഭേദഗതികൾ പ്രാദേശിക ഭരണ സ്ഥാപനങ്ങളായ പഞ്ചായത്തി രാജ് നഗരപാലികാ സംവിധാനങ്ങൾക്ക് ഭരണഘടനാ പദവി നല്കുകയുണ്ടായി. ഇതിന് മുൻപ് ഭരണഘടനയിലെ നാലാം അദ്ധ്യായത്തിൽ സംസ്ഥാനങ്ങൾക്കുള്ള നിർദ്ദേശകതത്ത്വങ്ങളിൽ ആർട്ടിക്കിൾ 40 ആയാണ് പഞ്ചായത്ത് ഉൾക്കൊള്ളിച്ചിരുന്നത്. ഭരണഘടനാ നിർമ്മാണ ചർച്ചയിൽ ഡോ. അംബേദ്കർ ഇന്ത്യൻ ഗ്രാമങ്ങളുടെ സാമൂഹിക ഘടനയ്ക്കെതിരെ ഭരണഘടന നിർമ്മാണകമ്മിറ്റിയിൽ ഉയർത്തിയ വിമർശനം ഗൗരവമുള്ളതായിരുന്നു. പഞ്ചായത്തിലേക്ക് അധികാരം കൈമാറുന്നത് അന്നത്തെ സാഹചര്യത്തിൽ പൂർണ്ണമായും മേലാള മേധാവിത്വത്തിലേക്ക് നയിക്കുമെന്ന വീക്ഷണം പൊതുവേ അംഗീകരിച്ചു എന്നുവേണം കരുതാൻ. മഹാത്മാഗാന്ധിയുടെ അടിസ്ഥാന ആശയങ്ങളിൽ ഒന്നായിരുന്നു ഗ്രാമസ്വരാജ് എങ്കിലും സ്വാതന്ത്ര്യാനന്തര ഭരണകൂടം ഒരു അടിയന്തര അജണ്ടയായി പഞ്ചായത്തിരാജ് ഉൾപ്പെടുത്തിയില്ല. ഗ്രാമപഞ്ചായത്തുകൾ നിലവിൽ വരുത്തുന്നതിനുള്ള നടപടികൾ സംസ്ഥാനങ്ങൾ സ്വീകരിക്കുമെന്നും സ്വയംഭരണയൂണിറ്റുകളായി പ്രവർത്തിക്കുന്നതിനുള്ള അധികാരങ്ങൾ ഇവയ്ക്കു നല്കുന്നതിനുള്ള നടപടികൾ സ്വീകരിക്കുമെന്നും ആർട്ടിക്കിൾ 40 നിർദ്ദേശിക്കുന്നു.

കേരളത്തെ സംബന്ധിച്ചിടത്തോളം വളരെ വ്യത്യസ്തമായ ഒരു രാഷ്ട്രീയ ചിത്രം നിലവിൽ വന്നിരുന്നു. 'അധികാരം കൊയ്യണമാദ്യം നാം' എന്ന തിരിച്ചറിവ് അടിസ്ഥാന ജനവിഭാഗങ്ങളിൽ രൂപീകരിക്കത്തക്കവണ്ണം തീക്ഷ്ണമായ ജനകീയമുന്നേറ്റങ്ങൾ കേരളത്തിൽ നടന്നു എന്ന് മാത്രമല്ല അടിസ്ഥാന വിഭാഗങ്ങളുടെ പ്രതീക്ഷകളെ അടയാളപ്പെടുത്തിക്കൊണ്ട് ഇന്ത്യയിൽ ആദ്യമായും ലോകത്തുതന്നെ അപൂർവ്വമായും ഒരു കമ്യൂണിസ്റ്റു സർക്കാർ വോട്ടെടുപ്പിലൂടെ കേരളത്തിൽ അധികാരത്തിലെത്തി. ഈയൊരു സാഹചര്യം ഭരണഘടനയിലെ പുരോഗമനപരമായ ആശയങ്ങൾ ആത്മാർത്ഥമായി നടപ്പാക്കുന്നതിനുള്ള സാഹചര്യം ആ കാലത്തിന്റെ പരിമിതിക്കുള്ളിൽനിന്നു തന്നെ നടന്നു. ഭൂപരിഷ്കരണം ഒരു ദേശീയ നയമായിരുന്നെങ്കിലും മറ്റു മിക്ക സംസ്ഥാനങ്ങളിൽനിന്നും വിഭിന്നമായ സാമൂഹികഫലം കേരളത്തിൽ എങ്ങനെ സൃഷ്ടിച്ചു എന്നത് ഏറെ വിശദമാക്കപ്പെട്ടിട്ടുള്ളതാണ്. ഭാഷാടിസ്ഥാനത്തിൽ ഉള്ള ഒരു ആധുനിക ദേശസമൂഹം എന്ന

കാഴ്ചപ്പാട് ആഴത്തിൽ വേരോട്ടമുള്ളതാക്കിമാറ്റിയതിലൂടെയാണ് ഭരണഘടനയുടെ സങ്കല്പത്തിലുള്ള ഒരു സമൂഹമായി കേരളം മാറുന്നത്.

ദേശീയമായി ഭരണതലത്തിൽ പഞ്ചായത്തിരാജ് സംവിധാനം വീണ്ടും ചർച്ചയാവുന്നത് 1957 ൽ ബൽവന്ത് റായി മേത്ത കമ്മിറ്റി അതിന്റെ റിപ്പോർട്ട് സമർപ്പിച്ചതോടെയാണ്. വികസന പ്രവർത്തനങ്ങളിൽ ജനപങ്കാളിത്തം ഉറപ്പുവരത്തക്കവിധം ജില്ല, ബ്ലോക്ക്, പഞ്ചായത്ത് തലങ്ങളിൽ തെരഞ്ഞെടുക്കപ്പെട്ട സമിതികൾ രൂപീകരിച്ചുകൊണ്ടുള്ള ത്രിതല സംവിധാനമാണ് നിർദ്ദേശിക്കപ്പെട്ടത്. ഈ മാതൃകയാണ് പിന്നീട് ദേശീയമായി സ്വീകരിക്കപ്പെട്ടത്. ഇതിന്റെ അടിസ്ഥാനത്തിൽ 1960 ഓടെ എല്ലാ സംസ്ഥാനങ്ങളും പഞ്ചായത്തിരാജ് നിയമങ്ങൾ രൂപീകരിക്കുന്ന പ്രവർത്തനം പൂർത്തീകരിക്കുകയുണ്ടായി. 1977 ൽ രൂപീകരിക്കപ്പെട്ട അശോക് മേത്ത കമ്മിറ്റിയുടെ ശുപാർശകളാണ് പഞ്ചായത്തിരാജ് വീണ്ടും ദേശീയ ചർച്ചയിലേക്ക് കൊണ്ടുവരുന്നത്. ഗ്രാമസഭകൾ സജീവമാക്കേണ്ടുന്നതിന്റെ പ്രാധാന്യം കമ്മിറ്റിയുടെ പ്രത്യേക ഊന്നലായി സ്വീകരിക്കപ്പെട്ടു. കർണ്ണാടകവും ബംഗാളും ത്രിപുരയും പഞ്ചായത്ത് ഭരണം ശക്തമാക്കുന്ന വിഷയത്തിൽ ഇതിനു ശേഷം മുന്നോട്ടു പോയി. തുടർന്ന് 1985 ലെ ജി വി കെ റാവു കമ്മിറ്റിയും 1986 ൽ എൽ എം സിങ്‌വി കമ്മിറ്റിയും റിപ്പോർട്ടുകൾ സമർപ്പിക്കുകയും ഇവ 1993 ൽ നിലവിൽ വന്ന 73 ഭരണഘടന ഭേദഗതി നിയമത്തിന്റെ അടിസ്ഥാനമായിത്തീരുകയും ചെയ്തു.

കേരളത്തെ സംബന്ധിച്ചിടത്തോളം ഭരണഘടനാപരമായ ആശയത്തെ പ്രാവർത്തികമാക്കുന്ന പ്രവർത്തനം 1957 ൽ തന്നെ സ്വീകരിച്ചു. സർക്കാർ പിരിച്ചുവിടപ്പെട്ടതിനാൽ നിയമനിർമ്മാണ നടപടികൾ പൂർത്തിയാക്കാൻ കഴിഞ്ഞില്ല. പിന്നീട് 1960 ലും 1961 ലുമായി കേരള പഞ്ചായത്തിരാജ് ആക്ട് 1960, കേരള മുനിസിപ്പൽ ആക്ട് 1960, കേരള മുനിസിപ്പൽ കോർപ്പറേഷൻ ആക്ട് 1961 എന്നിവ പാസാക്കപ്പെട്ടു.

ഒരു ഭരണ സംവിധാനം എന്ന നിലയിൽ ആർജ്ജിതമായ അധികാരങ്ങൾ പരിമിതമായിരുന്നെങ്കിലും ലഭ്യമായ വരുമാനത്തിനനുസൃതമായി ഏറ്റെടുക്കുന്ന പൊതു പ്രവൃത്തികൾ നിയമത്തിൽ വിശദമാക്കിയിരുന്നു. റോഡുകൾ, കലുങ്കുകൾ, പാലങ്ങൾ, നടവരമ്പുകൾ, വഴിവിളക്കുകൾ, ഓവുചാലുകൾ, പൊതു കക്കൂസുകൾ, പൊതു ശ്മശാനങ്ങൾ, കുടിവെള്ളം, ചെറിയ ജലസേചന സൗകര്യങ്ങൾ എന്നീകാര്യങ്ങളും വിവാഹം, ജനനം, മരണം എന്നിവ രജിസ്റ്റർ ചെയ്യലും, സാംക്രമിക രോഗങ്ങൾക്കെതിരെയുള്ള പ്രവർത്തനങ്ങളും 1960 ലെ പഞ്ചായത്ത് നിയമത്തിൽ എല്ലാ പഞ്ചായത്തുകളും ചെയ്യേണ്ടുന്ന പന്ത്രണ്ടോളം പൊതു പ്രവർത്തനങ്ങളായി ഉൾപ്പെടുത്തിയിരുന്നു. കൂടാതെ കൃഷി, മൃഗസംരക്ഷണം, വിദ്യാഭ്യാസവും സംസ്കാരവും, സാമൂഹിക ക്ഷേമം, പൊതുജനാരോഗ്യവും ശുചീകരണവും, പൊതുമരാമത്ത് എന്നീ മേഖലകളിൽ ചെയ്യേണ്ടുന്ന വികസന പ്രവർത്തനങ്ങളെക്കുറിച്ചും നിയമത്തിൽ

പ്രതിപാദിക്കുന്നു. ഇത്തരം പ്രവർത്തനങ്ങൾ നടത്തുന്നതിനു വേണ്ട സാമ്പത്തിക സ്ഥിതി മിക്ക പഞ്ചായത്തുകൾക്കും ഉണ്ടായിരുന്നില്ല എന്നതും വസ്തുതയാണ്. വിഭവങ്ങൾ സംഘടിപ്പിക്കുന്നതിലും സന്നദ്ധ പ്രവർത്തനതലങ്ങൾ സംഘടിപ്പിക്കുന്നതിലും വ്യക്തിപരമായുള്ള പ്രസിഡന്റുമാരുടെ ശേഷിയാണ് പഞ്ചായത്തിന്റെ പ്രവർത്തനങ്ങളെ ഇക്കാലത്ത് പൊതുവേ മുന്നോട്ടു കൊണ്ടുപോയിട്ടുള്ളത്.

തദ്ദേശ സ്വയംഭരണ സ്ഥാപനങ്ങൾ നിർവ്വഹിക്കേണ്ട ഉത്തരവാദിത്വങ്ങളെയും പ്രവർത്തനങ്ങളെയും സാമ്പത്തിക വികസനത്തിനും സാമൂഹിക നീതിയിലും അധിഷ്ഠിതമായ പദ്ധതികളും സ്കീമുകളും രൂപീകരിക്കുന്നതുമായി ബന്ധപ്പെടുത്തി ഭരണഘടനാപരമായ ബാദ്ധ്യതയായി അനുശാസിക്കുകയാണ് 73, 74 ഭേദഗതികൾ ചെയ്തിട്ടുള്ളത്. പദ്ധതി പ്രവർത്തനങ്ങളിലൂടെ ത്രിതല പഞ്ചായത്തുകളെയും മുനിസിപ്പാലിറ്റികളെയും പരസ്പരം ഒരു ജില്ലയ്ക്കകത്തു ബന്ധപ്പെടുത്തുന്നതിനുള്ള ഉപകരണമായി ജില്ലാ ആസൂത്രണ സമിതി വിഭാവനം ചെയ്യപ്പെട്ടിരിക്കുന്നു.

സംസ്ഥാന നിയമത്തിലാകട്ടെ സേവന വികസന പ്രവർത്തനങ്ങൾ സ്റ്റാന്റിങ് കമ്മിറ്റികൾ വിഷയാധിഷ്ഠിതമായി നിർവ്വഹിക്കുന്നതിനാവശ്യമായ രീതിയിൽ വർഗ്ഗീകരിക്കുകയും വ്യവസ്ഥപ്പെടുത്തുകയും ചെയ്തിരിക്കുന്നു. ഇതിലാകട്ടെ എല്ലാ ത്രിതല പഞ്ചായത്തുകളെയും നഗരസഭകളെയും വിഷയാധിഷ്ഠിതമായി ബന്ധപ്പെടുത്താൻ കഴിയും വിധമാണ് വിഷയ വിഭജനം നടത്തിയിട്ടുള്ളതും. വളരെ ക്രമബദ്ധമായ ഒരു ഉദ്യോഗസ്ഥ സംവിധാനം പൊതുവായി രൂപപ്പെടുത്തുന്നതിനും പര്യാപ്തമാണ് നിലവിലെ സ്റ്റാന്റിങ് കമ്മിറ്റി ഘടന (പട്ടിക കാണുക).

നം	ഗ്രാമ പഞ്ചായത്ത്	ബ്ലോക്ക് പഞ്ചായത്ത്	ജില്ലാ പഞ്ചായത്ത്	മുനിസിപ്പൽ കൗൺസിൽ	മുനിസിപ്പൽ കോർപ്പറേഷൻ
1	ധനകാര്യം	ധനകാര്യം	ധനകാര്യം	ധനകാര്യം	ധനകാര്യം
2	വികസനം	വികസനം	വികസനം	വികസനം	വികസനം
3	ക്ഷേമകാര്യം	ക്ഷേമകാര്യം	ക്ഷേമകാര്യം	ക്ഷേമകാര്യം	ക്ഷേമകാര്യം
4	ആരോഗ്യവും വിദ്യാഭ്യാസവും	ആരോഗ്യവും വിദ്യാഭ്യാസവും	ആരോഗ്യവും വിദ്യാഭ്യാസവും	ആരോഗ്യകാര്യം	ആരോഗ്യകാര്യം
5			പൊതുമരാമത്ത്	മരാമത്ത് കാര്യം	മരാമത്ത് കാര്യം
6				വിദ്യാഭ്യാസ കലാകായിക കാര്യം	വിദ്യാഭ്യാസ കലാകായിക കാര്യം
7					നഗരാസൂത്രണ കാര്യം

തിരഞ്ഞെടുക്കപ്പെട്ട പ്രതിനിധികളെയും ഉദ്യോഗസ്ഥരെയും അദ്ധ്യക്ഷന്മാരും കൺവീനർമാരുമാക്കി രൂപീകരിക്കാൻ വ്യവസ്ഥ ചെയ്തിട്ടുള്ള സ്റ്റാന്റിങ് കമ്മിറ്റികൾ ലോക്കൽ ഗവൺമെന്റ് മാനേജ്മെന്റ് കമ്മിറ്റിക

ളുടെ സങ്കല്പത്തിലുള്ളതാണ്. ജനങ്ങൾക്ക് ലഭിക്കേണ്ടുന്ന സേവനങ്ങൾ ഏറ്റവും കാര്യക്ഷമമായി ലഭ്യമാക്കുന്നതിനും പ്ലാനുകൾ ഫലപ്രദമായി ആവിഷ്കരിക്കുന്നതിനും ഉതകുന്ന വിധമാണ് മാനേജ്മെന്റ് കമ്മിറ്റികൾ രൂപീകരിച്ചിരിക്കുന്നത്. ക്ലർക്കുമാരാണ് അടിസ്ഥാന ഉദ്യോഗസ്ഥ വിഭാഗമെങ്കിലും ലോക്കൽ ഗവൺമെന്റ് സിസ്റ്റത്തിനകത്ത് മാനേജീരിയൽ റോളിലാണ് ഇവർ പ്രവർത്തിക്കേണ്ടത്. ഉദ്യോഗസ്ഥരും രാഷ്ട്രീയ പ്രവർത്തകരും സംയുക്തമായി പ്രവർത്തനങ്ങൾ ഏറ്റെടുത്തു നടത്തുന്നു എന്നുള്ളതാണ് മറ്റു ലൈൻ വകുപ്പുകളിൽനിന്നും തദ്ദേശസ്വയംഭരണ വകുപ്പിനെ വ്യത്യസ്തമാക്കുന്നത്. വീട്ടുപടിക്കൽ സേവനങ്ങൾ എത്തിക്കുന്നതിനും ഹിതകരവും സുസ്ഥിരവുമായ വികസന പ്രവർത്തനങ്ങൾ ഏറ്റെടുത്തു നടത്തുന്നതിനും ചുമതലയുള്ള തദ്ദേശ സ്വയംഭരണ സംവിധാനങ്ങൾക്ക് ഇതു നിർവ്വഹിക്കുന്നതിനും നിർവ്വഹണത്തിനാവശ്യമായ പ്രവർത്തനങ്ങൾ കൂട്ടിയോജിപ്പിക്കുന്നതിനും കഴിയുന്ന സർവ്വീസാണ് ആവശ്യമായിട്ടുള്ളത്.

പൊതുസർവ്വീസ് എന്ന ആശയവും ഇതുവരെ നടന്ന പരിശ്രമങ്ങളും

ഭരണഘടന ഭേദഗതികൾക്കുശേഷം തദ്ദേശ സ്വയംഭരണ സ്ഥാപനങ്ങൾ കൂടുതൽ ശാക്തീകരിക്കപ്പെട്ടെങ്കിലും നിലവിലുള്ള ലൈൻ വകുപ്പുകളുടെ ഘടനയിൽ കാര്യമായ വ്യത്യാസമില്ലാതെ തുടരുകയാണുണ്ടായത്. പഞ്ചായത്ത്, നഗരകാര്യം, ഗ്രാമവികസനം എന്നീ വകുപ്പുകളാണ് യഥാക്രമത്തിൽ പഞ്ചായത്തുകളെയും, നഗരസഭകളെയും, വികസന ബ്ലോക്കുകളെയും നീണ്ട കാലങ്ങളായി കൈകാര്യം ചെയ്തുവന്നത്. അതുവരെ പഞ്ചായത്ത് ഓഫീസ് മേധാവിയായ എക്സിക്യൂട്ടീവ് ഓഫീസറും, നഗരസഭാ കമ്മീഷണർമാരും, ബ്ലോക്ക് വികസന ഓഫീസർമാരും തെരഞ്ഞെടുത്ത കൗൺസിലുകളുടെ സെക്രട്ടറിമാരായി പുനർനാമകരണം ചെയ്യപ്പെടുകയും ഇവരുടെ ഉത്തരവാദിത്വങ്ങൾ കൗൺസിലുകൾക്ക് വിധേയപ്പെടുത്തിക്കൊണ്ടും എന്നാൽ നിയമപരമായി കാര്യങ്ങൾ നടക്കുന്നു എന്ന് ഉറപ്പു വരത്തക്കവിധം കേരള പഞ്ചായത്ത് രാജ് മുനിസിപ്പാലിറ്റി നിയമങ്ങളിൽ ഉൾക്കൊള്ളിക്കുകയുമാണ് ഉണ്ടായത്. ലൈൻ വകുപ്പിന്റെ അതേ ഘടന തുടരുമ്പോൾ തന്നെ അതത് സ്ഥാപനങ്ങൾക്കകത്ത് ചുമതലാപരമായ പുനഃക്രമീകരണങ്ങൾ നിലവിൽ വരികയാണുണ്ടായത്. നിയമഭേദഗതികൾക്കു മുൻപുള്ള ചുമതലകൾ ഉദ്യോഗസ്ഥ കേന്ദ്രീകൃതവുമായിരുന്നു. ഉദാഹരണത്തിന് പഞ്ചായത്തു ഭരണം എക്സിക്യൂട്ടീവ് ഓഫീസറുടെയും വകുപ്പിന്റെയും നിയന്ത്രണാധികാരത്തിൽ തന്നെയായിരുന്നു. പഞ്ചായത്ത് സമിതികൾക്ക് നാമമാത്ര അധികാരം മാത്രമേ ഉണ്ടായിരുന്നുള്ളൂ.

'പഞ്ചായത്തു പ്രസിഡന്റിന്റെ അധികാരങ്ങൾ നിർവ്വചിക്കുമ്പോൾ, പ്രത്യേകമായി നല്കപ്പെടുന്ന ചുമതലകൾ നിർവ്വഹിക്കാൻ അധികാര

മുണ്ടെന്നു പറയാറുണ്ട്. പക്ഷേ, ഫലത്തിൽ പ്രസിഡന്റിന് പ്രത്യേക അധികാരങ്ങളൊന്നും നല്കാറില്ല. പഞ്ചായത്ത് എക്സിക്യൂട്ടീവ് ആപ്പീസറുടെയും പഞ്ചായത്ത് ഡിപ്പാർട്ട്മെന്റിലെ മേലുദ്യോഗസ്ഥരുടെയും ഇഷ്ടാനിഷ്ടങ്ങൾ അനുസരിച്ചേ കാര്യങ്ങൾ ഇന്നത്തെ നിലയിൽ മുന്നോട്ടു പോകൂ. പഞ്ചായത്ത് സമിതി കൈക്കൊള്ളുന്ന ഏതു തീരുമാനം നടപ്പാക്കുന്നതിനും ഉന്നത ഉദ്യോഗസ്ഥന്മാരുടെ അംഗീകാരം വേണം. പെൻഷൻ കിട്ടില്ലെന്ന ഭയത്താൽ ഇന്നത്തെ നിയമങ്ങളുടെ നൂലാമാലയിൽനിന്നു എന്തെങ്കിലും ചെയ്യാൻ തല്പരരായ എക്സിക്യൂട്ടീവ് ഓഫീസർക്ക് പോലും അതിനു കഴിയാതെ വരുന്നു. ഓഡിറ്റിങ് മിക്കപ്പോഴും വെറും കുറ്റാന്വേഷണമായി മാറുന്നു. ഓഡിറ്റുമായി ബന്ധപ്പെട്ടു ചില 'നാട്ടാചാരങ്ങൾ' പോലും കാലക്രമത്തിൽ വന്നു പെട്ടിട്ടുണ്ട്.'

കേന്ദ്രീകൃത അധികാരവ്യവസ്ഥയുടെ ആശീർവാദത്തോടെ മാത്രം പ്രവർത്തിക്കുന്ന ഒരു സംവിധാനം മാത്രമായിരുന്നു ജനകീയാസൂത്രണത്തിനും അധികാര വികേന്ദ്രീകരണത്തിനും മുമ്പുള്ള പഞ്ചായത്തുകൾ. അതേപോലെ കമ്മീഷണർമാരിലും ബി ഡി ഓമാരിലും കേന്ദ്രീകൃതമായിരുന്ന സംവിധാനങ്ങൾ ആയിരുന്നു നഗര ബ്ലോക്ക് ഓഫീസുകൾ. വകുപ്പുകൾക്കകത്തെ കീഴ്മേൽ ബന്ധങ്ങൾക്കപ്പുറത്തു സംസ്ഥാനത്തെ കേന്ദ്രീകൃത അധികാരഘടനയ്ക്ക് വിധേയമായതിലൂടെയുള്ള പ്രാമാണികതയാണ് തെരഞ്ഞെടുക്കപ്പെട്ടവർക്കും മുകളിൽ പലപ്പോഴും ഇവർക്കുണ്ടായിരുന്ന മേല്ക്കോയ്മയുടെ അടിസ്ഥാനം. മറ്റു സംസ്ഥാനങ്ങളിൽ പലയിടങ്ങളിലും ഇപ്പോഴും ഈയൊരു സ്വഭാവം ശക്തമായി നിലനില്ക്കുമ്പോഴും ഇതിൽനിന്നും വ്യത്യസ്തമായി പൊതുവേ ജനകേന്ദ്രീകൃത രാഷ്ട്രീയം വികസ്വരമായികൊണ്ടിരുന്ന ഇടം എന്ന നിലയിൽ പരസ്പര ബഹുമാനത്തിൽ അധിഷ്ഠിതമായി ഒട്ടേറെ പ്രവർത്തനങ്ങൾ നടന്നതിന്റെ ഉദാഹരണങ്ങളും ഇതേ കാലയളവിൽ കേരളത്തിൽനിന്നു കാണിക്കാൻ കഴിയും.

അധികാര വികേന്ദ്രീകരണം ശക്തമാക്കുന്നതിനുള്ള നടപടികൾ രാഷ്ട്രീയ തലത്തിലും സാമ്പത്തികതലത്തിലും കേരളത്തിൽ 1957 തൊട്ടു നടപ്പാക്കിത്തുടങ്ങിയിരുന്നു. ജനാധിപത്യം മറ്റു സംസ്ഥാനങ്ങളെ അപേക്ഷിച്ച് ഇവിടെ ആഴപ്പെട്ടതിന്റെ (deepening of democracy)രാഷ്ട്രീയ സാഹചര്യം സാമൂഹിക പിന്നോക്കാവസ്ഥയിൽ ഉണ്ടായിരുന്നവർക്ക് 'ആദ്യം അധികാരം കൊയ്യണ'മെന്നും കൊയ്ത അധികാരം വിതരണം ചെയ്യണം എന്നും തിരിച്ചറിവുള്ള രാഷ്ട്രീയം രൂപപ്പെട്ടതുകൊണ്ട് കൂടെയാണ്. രാഷ്ട്രീയ അധികാരം മറ്റു പല അധികാരങ്ങളായി പരിവർത്തിക്കപ്പെടുന്നതിന്റെയും ഇതു നേടുന്നതിനുള്ള കൂട്ടായ വിലപേശൽ ശേഷി വ്യക്തിപരമായി വികസിക്കുന്നതിന്റെയും സാമൂഹിക രൂപീകരണ പ്രക്രിയ നടന്നതിന്റെ ചരിത്രം കൂടെയാണത്. ഭൂമിയുടെ ഉടമസ്ഥതയിലുള്ള കേന്ദ്രീകരണ സ്വഭാവത്തെ തകർക്കുകയും പുനർവിതരണം സാദ്ധ്യമാക്കുന്നതിനുള്ള നിയമ നിർമ്മാണ നടപടികൾ സ്വീകരിച്ചത് കേര

ളത്തിന്റെ സാമ്പത്തിക അധികാര ഘടനയെ പിന്നീടുള്ള ദശകങ്ങളിൽ പൊളിച്ചെഴുതുന്നതിനു ആസ്പദമായ ഭരണനടപടിയായിരുന്നെന്ന് പില്ക്കാല അനുഭവങ്ങൾ തെളിയിച്ചിട്ടുണ്ട്.

രാഷ്ട്രീയവും സാമ്പത്തികവുമായ വികേന്ദ്രീകരണ നടപടികൾ ഐക്യ കേരളത്തിന്റെ ആദ്യമുഖ്യമന്ത്രി ഇ എം എസ് അദ്ധ്യക്ഷനായ ഒന്നാം ഭരണ പരിഷ്കരണ കമ്മീഷന്റെ ശുപാർശകൾ മുതൽ കേരളത്തിൽ എടുത്തിട്ടുണ്ട്. പഞ്ചായത്തുകളുടെ ഉദ്യോഗസ്ഥ സംവിധാനം എപ്രകാരമായിരിക്കണമെന്നതിനെക്കുറിച്ചും വേറിട്ട ഒരു കാഴ്ചപ്പാട് തുടക്കം മുതൽ കേരളം പുലർത്തിയിരുന്നു എന്ന് ഒന്നാം ഭരണ പരിഷ്കരണ കമ്മീഷന്റെ റിപ്പോർട്ടിലെ വിവിധ ശുപാർശകൾ വ്യക്തമാക്കുന്നു. ആസൂത്രണവും സ്കീമുകളും നടപ്പാക്കുന്നതിന് മറ്റു വകുപ്പുകളിൽ നിന്നും ആവശ്യമായ സ്റ്റാഫിനെ ആവശ്യമായ ഫണ്ടോടൊപ്പം തന്നെ കൊടുക്കേണ്ടതുണ്ടെന്നു കമ്മീഷൻ വിലയിരുത്തി.

ഒരു ജില്ലാ കാഡറിന്റെ അടിസ്ഥാനത്തിൽ പഞ്ചായത്ത് എക്സിക്യൂട്ടീവ് ഓഫീസറെയും, റവന്യു ആഫീസറെയും റവന്യു അസിസ്റ്റന്റിനെയും ഗ്രാമസേവകനെയും, ഹെൽത്ത് അസിസ്റ്റന്റിനെയും പഞ്ചായത്തിന്റെ കീഴിലേക്ക് മാറ്റപ്പെടുന്ന സ്ഥാപനങ്ങളിലെ സ്റ്റാഫിനെയും തെരഞ്ഞെടുത്തു നിയമിക്കേണ്ടതും അവരുടെ ശമ്പളവും ബത്തകളും ഗവൺമെന്റ് വഹിക്കേണ്ടതുമാണെന്ന് കമ്മീഷൻ അഭിപ്രായപ്പെട്ടു. എല്ലാ വകുപ്പുകളുടെയും അടിസ്ഥാന യുണിറ്റ് ഒരു പഞ്ചായത്തോ ഏതാനും പൂർണ്ണ പഞ്ചായത്തുകളോ ആയിരിക്കുമെന്ന് കമ്മീഷൻ വിഭാവനംചെയ്തു.

വെള്ളോടി കമ്മിറ്റി എന്നറിയപ്പെടുന്ന 1965 ൽ രൂപീകരിച്ച രണ്ടാം ഭരണപരിഷ്കാര കമ്മീഷനാകട്ടെ പഞ്ചായത്ത് ഭരണം പൊതുഭരണത്തിന്റെ ഭാഗമാവണമെന്നും, ജില്ലാ കളക്ടർ പഞ്ചായത്ത് ഡെപ്യൂട്ടി ഡയറക്ടർ ആയിരിക്കണമെന്നും, ഡയറക്ടർ, ഡെപ്യൂട്ടി ഡയറക്ടർ പദവികൾ പഞ്ചായത്ത് നിയമത്തിൽ ഉൾപ്പെടുത്തണമെന്നും നിർദ്ദേശിച്ചു. പഞ്ചായത്ത് ഓഫീസ് വിഭാവനം ചെയ്തിരിക്കുന്നത് വില്ലേജ് ഓഫീസർ അടക്കമുള്ള വ്യത്യസ്ത വിഭാഗങ്ങളെ ഒരേ കൂരയ്ക്ക് കീഴിൽ ഉൾക്കൊള്ളിച്ചുകൊണ്ടുമായിരുന്നു.

തദ്ദേശ സ്വയംഭരണ സ്ഥാപനങ്ങൾക്കാവശ്യമായ സ്റ്റാഫിന്റെ സ്വഭാവത്തെയും ഘടനയെയുംകുറിച്ചു വിശദമായ ആലോചനകൾ പിന്നീട് ജനകീയാസൂത്രണ പ്രസ്ഥാനത്തിന്റെ ഭാഗമായി രൂപീകരിക്കപ്പെട്ട കമ്മിറ്റി ഓൺ ഡീസെൻട്രലൈസേഷൻ (സെൻ കമ്മിറ്റി) ആണ് നടത്തിയിട്ടുള്ളത്. തദ്ദേശ സ്വയംഭരണ സ്ഥാപനങ്ങളെ വ്യവസ്ഥാപിതമാക്കുന്നതിനുള്ള നിർദ്ദേശങ്ങൾ അടങ്ങിയ ഭാഗത്ത് സ്റ്റാഫ് എങ്ങനെയായിരിക്കണമെന്നു കമ്മിറ്റി അഭിപ്രായപ്പെടുന്നു.

'തദ്ദേശ സ്വയംഭരണ സ്ഥാപനങ്ങൾ എന്നാൽ വിട്ടുകൊടുക്കപ്പെട്ട അതിന്റെ ജീവനക്കാരുടെ മേലുള്ള നിയന്ത്രണവും, സ്ഥാപനങ്ങൾ തീരുമാനിക്കുന്ന ചുമതലകളുടെ അടിസ്ഥാനത്തിൽ, യോഗ്യതയും

വൈദഗ്ദ്ധ്യവും അനുസരിച്ചുതന്നെ, അവരെ ഉപയോഗിക്കുന്നതിനുള്ള അധികാരവും കൂടെ ചേർന്നതാണ്. ഇതിനർത്ഥം കൃത്രിമമായ വകുപ്പ് വേർതിരിവുകളാൽ വിഭജിക്കപ്പെടാത്ത ഒരു സംയോജിത സംവിധാനം ജീവനക്കാർക്കായി ഉണ്ടാക്കാം എന്നുള്ളതാണ്. വകുപ്പടിസ്ഥാനത്തേക്കാൾ ചുമതലകളെ (function) അടിസ്ഥാനപ്പെടുത്തിയായിരിക്കും ജോലി വിഭജനം.'

ഇയൊരു കാഴ്ചപ്പാടിനെ കാലോചിതമായി വികസിപ്പിക്കുകയാണെങ്കിൽ, കേന്ദ്ര സംസ്ഥാന സർവ്വീസുകളുടെ മാതൃകയിൽ സംസ്ഥാന പൊതു സർവ്വീസ് നിയമത്തിനകത്ത് നിലനിർത്തിക്കൊണ്ട് തന്നെ പ്രാദേശിക ഭരണ സർവ്വീസ് നിലവിൽ വരുന്നതിനുള്ള ഒരു ദീർഘ കാല സാദ്ധ്യതയായി ഇതിനെ മനസ്സിലാക്കാവുന്നതാണ്. തദ്ദേശ സ്വയംഭരണ പൊതു സർവ്വീസ് എന്നത് ഇതിന്റെ ആദ്യത്തെ ചുവടുവയ്പ്പായും കരുതാവുന്നതാണ്. ഭരണഘടനയുടെ അനുച്ഛേദം 243 ജിയുടെ അന്തഃസത്തയ്ക്ക് അനുസരിച്ചു തന്നെയാണ് പട്ടികപ്പെടുത്തിയ വിഷയങ്ങൾ പ്രാദേശികമായി നിർവ്വഹിക്കുന്നതിനുള്ള എല്ലാവിധ വ്യവസ്ഥകളും കേരള പഞ്ചായത്ത് രാജ് മുനിസിപ്പാലിറ്റി നിയമങ്ങളിൽ ഉൾപ്പെടുത്തിയിരിക്കുന്നത്. സംസ്ഥാനത്തിന് ഒട്ടാകെയോ ജില്ലയ്ക്കു മാത്രമായോ തദ്ദേശ സ്വയംഭരണ ജീവനക്കാർക്കായുള്ള സർവ്വീസ് ഉണ്ടാക്കാം എന്ന് പഞ്ചായത്ത് നിയമത്തിൽ പറഞ്ഞിരിക്കുന്നതിന്റെ അടിസ്ഥാനവും ഇതു തന്നെയാണ്. ചുരുക്കത്തിൽ തദ്ദേശ സ്വയംഭരണ സ്ഥാപനങ്ങൾ ഭരണഘടനാപരമായി നിർവ്വഹിക്കാൻ ബാധ്യതപ്പെട്ട ചുമതലകൾ നിർവ്വഹിക്കുന്നതിന് സഹായകരമായ സാങ്കേതികവും സാങ്കേതികേതരവുമായ വകുപ്പ് തല ശേഷികളെ അവയുടെ നടത്തിപ്പിന് പര്യാപ്തമായവിധം സമഗ്രമായി സംഘടിപ്പിച്ചെത്തിച്ചു കൊടുക്കുന്നതിനാവശ്യമായവിധം ജീവനക്കാരെ പുനഃക്രമീകരിച്ചുകൊണ്ടുള്ള സംവിധാനം എന്നതാണ് പൊതു സർവ്വീസ് കൊണ്ട് ഉദ്ദേശിക്കുന്നത്.

പ്രാദേശിക വികസനത്തിന്റെ കാര്യത്തിൽ ഓരോ തദ്ദേശ സ്വയംഭരണസ്ഥാപനവും ഒട്ടേറെ കാര്യങ്ങൾ ഏറ്റെടുത്തു നിലവിൽത്തന്നെ ചെയ്യുന്നുണ്ട്. എന്നാൽ പ്രാദേശിക വികസനം, പ്രകൃതി പരിപാലനം, പൊതുജനാരോഗ്യം, ദുരന്തനിവാരണം എന്നിങ്ങനെ ഒട്ടേറെ വിഷയങ്ങളിൽ വകുപ്പുകളും ത്രിതല പഞ്ചായത്തുകളും നഗരപാലികാ സംവിധാനവും ചേർന്നുള്ള ഏകോപിതവും പരസ്പര പൂരിതവുമായ പ്രവർത്തനങ്ങൾക്കുള്ള വലിയ സാദ്ധ്യത നിലവിലുണ്ട്. തദ്ദേശ സ്വയംഭരണ സ്ഥാപനങ്ങൾ തന്നെ വെവ്വേറെ വകുപ്പുകളായി വേർതിരിഞ്ഞു കിടക്കുന്ന അന്തരീക്ഷത്തിൽ ഇത്തരം പ്രവർത്തനങ്ങൾ അസാദ്ധ്യമാകുന്നു എന്നതാണ് പ്രായോഗിക അനുഭവം.

അധികാര വികേന്ദ്രീകരണ കമ്മിറ്റിയുടെ ശുപാർശകൾ അടക്കം പരിഗണിച്ചു ഏകീകൃത തദ്ദേശ സ്വയംഭരണ വകുപ്പ് രൂപീകരണത്തിനുള്ള ആദ്യ തീരുമാനം 2008 ലാണ് സർക്കാർ എടുക്കുന്നത്. 2011 ൽ ഇതു സംബന്ധിച്ച ഒരുത്തരവും ഇറങ്ങുകയുണ്ടായി. എന്നാൽ ഭരണ

മാറ്റത്തോടെ ഇക്കാര്യത്തിൽ പുരോഗതിയുണ്ടായില്ല. 2016 ൽ വീണ്ടും ഏകീകരണം അജണ്ടയിലേക്ക് വരികയും വകുപ്പുകളെ ഏകീകരിച്ചു കരടു ചട്ടങ്ങൾ രൂപീകരിക്കാനുള്ള ചുമതല ലോക്കൽ ഗവൺമെന്റ് കമ്മീഷനെ സർക്കാർ എല്പിക്കുകയും ചെയ്തു.

ഏകീകൃത തദ്ദേശ സ്വയംഭരണ വകുപ്പും സർവ്വീസും

മറ്റെല്ലാ വകുപ്പുകളിൽനിന്നും തദ്ദേശ സ്വയംഭരണ വകുപ്പിനെ വ്യത്യാസപ്പെടുത്തുന്നത് നേരത്തേ ചർച്ച ചെയ്തതുപോലെ തിരഞ്ഞെടുക്കപ്പെട്ടവരും ഉദ്യോഗസ്ഥരും കൂട്ടായി പ്രവർത്തിക്കുന്ന ഒരു സംവിധാനമാണ് അത് എന്നതാണ്. സിംഹഭാഗം ജീവനക്കാരും തദ്ദേശ സ്വയംഭരണ സ്ഥാപനങ്ങൾക്കകത്ത് തെരഞ്ഞെടുത്ത കൗൺസിലുകൾക്ക് വിധേയമായാണ് പ്രവർത്തിക്കുന്നത്. വകുപ്പുകളുടെ ഏകീകരണം ഫലത്തിൽ വ്യത്യസ്ത വകുപ്പുകളുടെ സംസ്ഥാന ജില്ലാ ഓഫീസുകളുടെ എകീകരണമാണ്. രണ്ടാമത് ത്രിതല പഞ്ചായത്ത് ഓഫീസുകൾക്കിടയിലും നഗരസഭ ഓഫീസുകളിലും സ്ഥലംമാറ്റം വഴി ജോലിനിർവ്വഹിക്കാൻ കഴിയും വിധം നിയമനവും സ്ഥാന കയറ്റവും പുനഃക്രമീകരണത്തിന് വിധേയമാവുകയും ചെയ്യുന്നു.

നിലവിലുള്ള പഞ്ചായത്ത്, ഗ്രാമവികസനം, നഗരകാര്യം, ടൗൺ ആന്റ് കൺട്രി പ്ലാനിങ്, എഞ്ചിനീയറിങ് എന്നീ വ്യത്യസ്ത വകുപ്പുകൾ ഒറ്റ വകുപ്പായി പ്രിൻസിപ്പൽ ഡയറക്ടറുടെ കീഴിൽ പ്രിൻസിപ്പൽ ഡയറക്ടറേറ്റായിട്ട് മാറുകയാണ് ചെയ്യുന്നത്. ഇവ റൂറൽ, അർബൻ, അഡ്മിനിസ്ട്രേഷൻ, ലോക്കൽ ഇൻഫ്രാസ്ട്രക്ച്ചർ ഡെവലപ്പ്മെന്റ് ആന്റ് എഞ്ചിനീയറിങ്, പ്ലാനിങ് എന്നീ വിഭാഗങ്ങളായിത്തീരുന്നു. സാങ്കേതിക ജീവനക്കാർ നിലവിലുള്ളതുപോലെ തുടരുമ്പോൾ സമാന തസ്തികയിലുള്ള പൊതു വിഭാഗങ്ങളിൽ പെടുന്നവർ പരസ്പരം മാറിയിരിക്കുന്നു. പ്ലാനിങ് വിദഗ്ദ്ധരടക്കമുള്ളവരുടെ സേവനം ബ്ലോക്ക് തലത്തിലോ പഞ്ചായത്ത് തലത്തിലോ ആവശ്യമാം വിധം ലഭ്യമാക്കാൻ ഒരു ജോയിന്റ് ഡയറക്ടർ നിലവാരത്തിലുള്ള ഉദ്യോഗസ്ഥൻ നേതൃത്വം നല്കുമെന്ന ജില്ലാ ഓഫീസ് സഹായിക്കുന്നു.

മുകളിൽ പറഞ്ഞിരിക്കുന്ന വിഭാഗങ്ങൾക്ക് പുറമേ നിലവിലുള്ള വകുപ്പുകളിലെ ചില വിഭാഗങ്ങളെയും തസ്തികകളെയും പുനഃസംഘടിപ്പിച്ചുകൊണ്ട് കാലിക പ്രസക്തിയുള്ള പബ്ലിക് ഹെൽത്ത് ആന്റ് എംപ്ലോയ്മെന്റ് മാനേജ്മെന്റ്, എംപവർമെന്റ്, ഹ്യുമൻ റിസോഴ്സ് ഡെവലപ്പ്മെന്റ്, കമ്യൂണിക്കേഷൻ എന്നീ ഉപവിഭാഗങ്ങൾ പ്രിൻസിപ്പൽ ഡയറക്ടറുടെ കീഴിൽ നിലവിൽ വരുന്നു. ബന്ധപ്പെട്ട മേഖലകളിൽ സംസ്ഥാന തലത്തിൽ പ്രവർത്തിക്കുന്ന വകുപ്പുകളെയും മറ്റു സ്ഥാപനങ്ങളെയും സമീപിച്ചുകൊണ്ട് തദ്ദേശ സ്വയംഭരണ സ്ഥാപനങ്ങൾക്ക് ഈ മേഖലകളിൽ ആവശ്യമായ സഹായങ്ങൾ എത്തിക്കാൻ ഈ ഉപവിഭാഗങ്ങൾക്ക് സാദ്ധ്യമാവേണ്ടതാണ്.

ജോയിന്റ് ഡയറക്ടറുടെ നേതൃത്വത്തിൽ ജില്ലയ്ക്കകത്തു ഒരു ഏകോപിത സംവിധാനവും അതിന്റെ കാര്യാലയവും വരുന്നു എന്നത് തദ്ദേശ സ്വയംഭരണ സ്ഥാപനങ്ങളെ സംബന്ധിച്ചിടത്തോളം വളരെ സഹായകമായ നടപടിയാണ്. നിലവിൽ വ്യത്യസ്ത വകുപ്പുകളിലായി വേർതിരിഞ്ഞിരിക്കുന്ന പ്ലാനിങ് വിദഗ്ദ്ധരും എഞ്ചിനീയർമാരുമടക്കം വ്യത്യസ്ത ശേഷിയുള്ളവരെ ഏകോപിപ്പിക്കുകയും ജില്ലയിലെ മുഴുവൻ തദ്ദേശഭരണ സ്ഥാപനങ്ങൾക്കും ആവശ്യമായ സഹായങ്ങൾ എത്തിക്കാൻ കഴിയും വിധം പ്രവർത്തനങ്ങൾ കൂട്ടായ ആലോചനയിലൂടെ ആവിഷ്കരിക്കാൻ കഴിയുന്ന ഒരു ഉദ്യോഗസ്ഥ സംവിധാനമാണ് ഇതിലൂടെ രൂപപ്പെടേണ്ടത്. ഇങ്ങനെ ചെയ്യുമ്പോൾ ഓരോ തദ്ദേശഭരണ സ്ഥാപനത്തിനും മറ്റു വകുപ്പുകളുമായി ബന്ധപ്പെട്ടും മറ്റു സ്ഥാപനങ്ങളുമായി ബന്ധപ്പെട്ടും ഉണ്ടാകുന്ന ആവശ്യങ്ങളും പ്രശ്നങ്ങളും പരിഹരിക്കുന്നതിന് ഉദ്യോഗസ്ഥതല മുൻകൈ പ്രവർത്തനങ്ങൾ ഒരു ടീം എന്ന നിലയിൽ നടത്തുന്നതിനു ജില്ലാ കാര്യാലയത്തിനു കഴിയുന്നതാണ്. തദ്ദേശ സ്വയംഭരണ വകുപ്പിന്റെ സംസ്ഥാനതല നേതൃത്വത്തിന്റെ സഹായത്തോടെ ഭരണപരമായ പ്രശ്നങ്ങൾ പരമാവധി ജില്ലയിൽ തന്നെ പരിഹരിക്കാനും ഇത്തരമൊരു സംവിധാനത്തിന് കഴിയും.

ഭരണഘടനാ സംവിധാനങ്ങളായ പഞ്ചായത്തിരാജ് നഗരപാലികാ സ്ഥാപനങ്ങളിലെ സെക്രട്ടറിമാരടങ്ങുന്ന എല്ലാ ഉദ്യോഗസ്ഥരും അതതു സ്ഥാപനങ്ങളുടെ ജീവനക്കാരെന്ന നിലയിൽ തെരഞ്ഞെടുക്കപ്പെട്ട സംവിധാനങ്ങൾക്ക് വിധേയരാണ്. ഇതേ കാരണംകൊണ്ട് തന്നെ ഏകോപനത്തിനും (co-ordination) സജ്ജമാക്കലിനും (facilitation) ഉപരിയായി അമിതാധികാരപ്രയോഗങ്ങൾക്കുള്ള യാതൊരു സാദ്ധ്യതകളും നിലനില്ക്കുകയുമില്ല. ജില്ലാ പഞ്ചായത്ത് പ്രസിഡന്റ് അദ്ധ്യക്ഷനും കളക്ടർ സെക്രട്ടറിയുമായ ആസൂത്രണ സമിതിയോട് പദ്ധതി അനുബന്ധ കാര്യങ്ങളിൽ ജില്ലാകാര്യാലയം സ്വാഭാവികമായും വിധേയപ്പെട്ടിരിക്കുകയും ചെയ്യും.

തദ്ദേശസ്വയംഭരണ സ്ഥാപനങ്ങളെ സംബന്ധിച്ചിടത്തോളം ജില്ലയാണ് ഏകോപനം പ്രായോഗവല്ക്കരിക്കപ്പെടുന്ന ഉയർന്ന തലം. വികസന ആസൂത്രണ പ്രവർത്തനങ്ങൾ സാദ്ധ്യമാക്കുന്നതിനുള്ള അധികാരങ്ങളും ചുമതലകളും കൈമാറുന്നത് സംബന്ധിച്ച് ഭരണഘടനയുടെ അനുച്ഛേദം 243 ജിയും 243 ഡബ്ല്യുവിനോടൊപ്പം ചേർത്ത് വായിക്കേണ്ട 243 ഇസെഡ് ഡി ജില്ലയെ ഏകോപിച്ചു ആസൂത്രണം സാദ്ധ്യമാക്കുന്നത്തിനുള്ള കമ്മിറ്റിയെ വ്യവസ്ഥ ചെയ്യുന്നു. ഇതു വ്യവസ്ഥ ചെയ്തിരിക്കുന്നതാകട്ടെ മുനിസിപ്പാലിറ്റികളെക്കുറിച്ചുള്ള അദ്ധ്യായത്തിലുമാണ്. നഗരഗ്രാമ വ്യത്യാസമില്ലാതെ ആസൂത്രണ പ്രക്രിയയെ വിവക്ഷിക്കുകയും ജില്ലാടിസ്ഥാനത്തിൽ ഇതിനെ ഏകോപിപ്പിക്കുന്നതിന് ജില്ലാ ആസൂത്രണ സമിതിയെ ചുമതലപ്പെടുത്തുകയുമാണ് ഭരണഘടന ഭേദഗതിമൂലം ചെയ്തിരിക്കുന്നത്.

ജില്ലയിലെ തദ്ദേശസ്വയംഭരണ സംവിധാനത്തിൽ വരാവുന്ന ഗുണപരമായ മാറ്റങ്ങൾ എന്തൊക്കെയെന്ന് ആലോചിക്കുന്നത് പുതിയ സംവിധാനം രൂപപ്പെടുത്തുന്ന ഔദ്യോഗിക പ്രവർത്തനങ്ങളിൽ സഹായിക്കുന്നതിന് മാത്രമല്ല പുതിയ സാദ്ധ്യതകൾ സംബന്ധിച്ച ക്രിയാത്മക ചിന്തകൾ ഇതിനെ നയിക്കേണ്ടുന്ന ജനപ്രതിനിധികൾക്കും ഉദ്യോഗസ്ഥർക്കുമിടയിൽ രൂപപ്പെടുത്തുന്നതിനും സഹായകമായിരിക്കും.

ത്രിതല പഞ്ചായത്തുകളിലെയും നഗരപാലികാ സ്ഥാപനങ്ങളുടെയും ദൈനംദിന ഭരണനിർവ്വഹണവുമായി ബന്ധപ്പെട്ട പ്രശ്നങ്ങളിൽ ഉടൻ പരിഹാരങ്ങൾ കണ്ടെത്തുന്നതിന് ആസൂത്രണ സമിതിയുടെ രാഷ്ട്രീയ നേതൃത്വത്തെയടക്കം സമീപിച്ചുകൊണ്ട് ആവശ്യമായ നടപടികൾ സ്വീകരിക്കാൻ കഴിയുന്നതിനുള്ള സുശക്തമായ സംവിധാനമാകും നിലവിൽ വ്യത്യസ്തവകുപ്പുകളായി വേർതിരിഞ്ഞു കഴിയുന്ന ഉദ്യോഗസ്ഥർ കൂടിച്ചേരുന്നതിലൂടെ നടക്കുന്നത്. ഇതു സാദ്ധ്യമാക്കുന്നതിനുള്ള വകുപ്പ് പരിപാലന (management) പ്രാപ്തിയിലേക്കാണ് ജില്ലാ മേധാവി ഉയരുക. പ്രശ്ന പരിഹാരങ്ങളിൽ ഉദ്യോഗസ്ഥരെ ഇടപെടുത്തുന്നതിനുള്ള രാഷ്ട്രീയ മുൻകൈ ആസൂത്രണ സമിതി അദ്ധ്യക്ഷനിലൂടെ എടുക്കാൻ ജനപ്രതിനിധികൾക്കും കഴിയും. അധികാര ഘടനയിൽ ഉണ്ടാവുന്ന ഇത്തരമൊരു സന്തുലിതാവസ്ഥ പ്രാദേശിക ഭരണ നിർവ്വഹണ പ്രവർത്തനങ്ങൾക്ക് പുതിയ ഊർജ്ജം തീർച്ചയായും നല്കും.

ജില്ലാ തലത്തിലുള്ള ആസൂത്രണ പ്രക്രിയ നിലവിലുള്ളതുപോലെ നടക്കുമ്പോൾ തന്നെ ഇതു നിർവ്വഹണ തലങ്ങളിൽ ആസൂത്രണം ചെയ്തതുപോലെ തന്നെ നടക്കുന്നു എന്ന പരിശോധന നടത്താൻ ജില്ലാ കാര്യാലയത്തിന്റെ സഹായത്തോടെ ആസൂത്രണ സമിതിക്കു കഴിയുന്നു. ഇതു വഴി താഴെപ്പറയുന്ന കാര്യങ്ങൾ നടപ്പാക്കുന്നതിനുള്ള സാഹചര്യമുണ്ടാവുന്നു.

- തദ്ദേശസ്വയംഭരണ സ്ഥാപനങ്ങളുടെ പദ്ധതി ആസൂത്രണവും ഏകോപനവും കൂടുതൽ കാര്യക്ഷമവുമാവുന്നു. സംസ്ഥാന കേന്ദ്ര ഫണ്ടുകൾ ഉപയോഗിക്കപ്പെടേണ്ടത് ഒരേ പഞ്ചായത്തിലും പഞ്ചായത്തുകൾ ഉൾപ്പെടുന്ന ബ്ലോക്കുകളിലുമാണെങ്കിലും ഉപയോഗിക്കപ്പെടുന്ന പണം കാര്യക്ഷമമായി വിനിയോഗിക്കുന്നതിനുള്ള കൂട്ടായ ആലോചനകളും പ്ലാനിങ്ങും ബ്ലോക്ക് അടിസ്ഥാനത്തിലോ ജില്ലാ അടിസ്ഥാനത്തിലോ നിലവിൽ നടക്കുന്നില്ല. ത്രിതല സംവിധാനങ്ങളെയും നഗരസഭകളെയും കൂട്ടിയോജിപ്പിച്ചുള്ള പദ്ധതി ആസൂത്രണ ആലോചനകൾക്ക് പര്യാപ്തമാവുന്ന ഒരു ഏകീകൃത സംവിധാനം പ്രവർത്തനങ്ങളുടെ ഗുണമേന്മ വർദ്ധിപ്പിക്കാൻ സഹായിക്കും എന്നത് സംശയമില്ലാത്ത കാര്യമാണ്.
- തദ്ദേശസ്വയംഭരണ സ്ഥാപനങ്ങൾക്കുകീഴിൽ സംയോജിതാടിസ്ഥാനത്തിലുള്ള വലിയ പദ്ധതികൾ നടപ്പാക്കുന്നതിനുള്ള സാഹചര്യമുണ്ടാവുന്നു. പുഴ വീണ്ടെടുക്കൽ, ഗ്രൂപ്പ് ഫാമിങ്, മാലിന്യ സംസ്കരണം തുടങ്ങിയ പ്രവർത്തനങ്ങൾ ഉദാഹരണമാണ്.

- ആസൂത്രണ പ്രവർത്തനങ്ങളിൽ പ്ലാനിങ്, എഞ്ചിനീയറിങ് വിഭാഗങ്ങളുടെ സംയുക്തമായ പിന്തുണ ഉറപ്പുവരുത്താൻ കഴിയുന്നു. ജില്ലാ ആസൂത്രണ സമിതിയിലേക്ക് പോകുന്നതിനു മുന്നോടിയായി കൂട്ടായ ചർച്ചകളിലൂടെ പദ്ധതികളുടെ സാങ്കേതിക മേന്മയും സമയക്രമവുമടക്കമുള്ള കാര്യങ്ങളിൽ കൂടുതൽ വ്യക്തതയും വരുത്തുന്നതിന് തദ്ദേശഭരണ സ്ഥാപനങ്ങളെ സഹായിക്കാൻ കഴിയുന്നു.
- പദ്ധതി നടത്തിപ്പും അവലോകനവും കൂടുതൽ കാര്യക്ഷമമായി നടത്തിക്കുന്നതിനുള്ള സാഹചര്യം ലഭ്യമാക്കുന്നു. മേഖല അടിസ്ഥാനത്തിൽ തുറന്ന ചർച്ചകൾ നടത്തുന്നതിനുവേണ്ട ക്രമീകരണങ്ങൾ ആസൂത്രണ സമിതിക്ക് വേണ്ടി ചെയ്യാൻ കഴിയുന്നു. ഇത് സുതാര്യത ഉറപ്പുവരുത്താൻ സഹായകമാവുകയും ചെയ്യും.
- ദുരന്ത, ദുരിതാശ്വാസ പ്രവർത്തനങ്ങളിൽ അത്യാവശ്യ ഘട്ടങ്ങളിൽ സാങ്കേതികവും അല്ലാത്തതുമായ ഉദ്യോഗസ്ഥരെ ഒരു ജില്ലയ്ക്കകത്ത് ആവശ്യാനുസരണം വിന്യസിക്കുന്നതിന് ഏകീകൃതജില്ലാ എൽ എസ് ജി ഡി സംവിധാനത്തിന് സാദ്ധ്യമാവും. ഇത്തരം സാഹചര്യങ്ങളിൽ മറ്റു സന്നദ്ധ പ്രവർത്തകരും വിദഗ്ദ്ധരുമടങ്ങുന്ന മറ്റുതരത്തിലുള്ള മനുഷ്യ വിഭവ ശേഷി സംഘടിപ്പിച്ചു കൊടുക്കുന്നതിനും ജില്ലാ കാര്യാലയത്തിനു കഴിയുന്നു.
- ബ്ലോക്ക് പഞ്ചായത്തുകളുടേയും ഗ്രാമപഞ്ചായത്തുകളുടേയും ഇടയിൽ സഹകരിച്ചു പ്രവർത്തിക്കുന്നതിനുള്ള അന്തരീക്ഷം ഉദ്യോഗസ്ഥർ ഒറ്റവകുപ്പിലാക്കുന്നതോടെ ഉണ്ടാകുന്നു. കേന്ദ്രാവിഷ്കൃത പദ്ധതികളുടെ നടത്തിപ്പിൽ കൂട്ടായ ശ്രദ്ധ പതിപ്പിക്കാൻ ഇതു സഹായിക്കുന്നു.
- നഗര-ഗ്രാമങ്ങൾക്കിടയിലുള്ള മാലിന്യനിർമ്മാർജ്ജന പ്രശ്നങ്ങൾ യോജിച്ച് പരിഹരിക്കുന്നതിനും സാമ്പത്തിക സഹകരണത്തിലൂന്നിയുള്ള വികസന പ്രവർത്തനങ്ങൾ ആസൂത്രണം ചെയ്യുന്നതിനുമുള്ള സാദ്ധ്യതകൾ വളരുന്നു.
- പരിസ്ഥിതി സൗഹൃദപരമായ വികസന പ്രവർത്തനങ്ങൾ ഉറപ്പുവരുത്തുന്നതിനും ശാസ്ത്രീയമായി ഇത്തരം പ്രവർത്തനങ്ങൾ ആസൂത്രണം ചെയ്യുന്നതിനും ടൗൺ ആന്റ് കൺട്രി പ്ലാനിങ് വിദഗ്ദ്ധരുടെ സേവനം പഞ്ചായത്തുകൾവരെ ലഭ്യമാക്കാൻ കഴിയുന്ന സാഹചര്യമുണ്ടാവുന്നു. കൂടാതെ ഓരോ പഞ്ചായത്തിലടക്കം ദീർഘകാല പ്ലാനുകൾ ശാസ്ത്രീയമായി വികസിപ്പിക്കുന്നതിനു കഴിയുന്നു. ഇതു കൂടാതെ പ്ലാനിങ് വിങ്ങിന്റെ വൈദഗ്ദ്ധ്യം ഉപയോഗിച്ചുതന്നെ വ്യത്യസ്ത മേഖലകളിൽ പ്രശ്നാധിഷ്ഠിതമായി പ്രത്യേക പ്ലാനുകളും തയ്യാറാക്കാൻ കഴിയുന്നു. ഉദാഹരണത്തിനു കൃഷിയിലും, പൊതുജനാരോഗ്യ രംഗത്തും, മാലിന്യ നിർമ്മാർജ്ജനത്തിലുമെല്ലാം ഇത്തരം പ്ലാനുകൾ അതതിടങ്ങളുടെ പ്രത്യേകതകൾ ഉൾക്കൊള്ളിച്ചുകൊണ്ട് സാദ്ധ്യമാവുന്നു.

ജില്ലയിലെ എല്ലാ തദ്ദേശ സ്വയംഭരണ സ്ഥാപനങ്ങളിലെയും ജീവനക്കാർ ഒറ്റ ഓഫീസിന് കീഴിൽ വരുന്നതോടെ ഇവരുടെ പ്രവർത്തന മികവു ഉയർത്തുന്നതിനുള്ള പരിപാടികൾ ആവിഷ്കരിക്കുന്നതിനും ജില്ല എന്ന തലം സഹായകമാകുന്നു. ജില്ലാ പഞ്ചായത്ത് സെക്രട്ടറി പദവിക്കും അതിനു മുകളിലേക്കും ഉയരുന്നതിനുള്ള സാദ്ധ്യതയാണ് ക്ലറിക്കൽ തസ്തികയിൽ പ്രവേശിക്കുന്ന ഒരാളെ സംബന്ധിച്ചിടത്തോളം ഏകീകരണത്തോടെ കൈവരുന്നത്.

ഭരണഘടനയുടെ 11, 12 പട്ടികകളോട് നീതി പുലർത്താൻ കഴിയും വണ്ണം ക്ലാർക്കുമാരായാലും സെക്രട്ടറിമാരായാലും തദ്ദേശ സ്വയംഭരണ സ്ഥാപന ജീവനക്കാരെന്ന നിലയിൽ വികസന സേവനസന്നദ്ധ പ്രവർത്തനങ്ങൾ നടത്താനും സഹായിക്കാനും ശേഷിയുള്ളവരായി എല്ലാവരും മാറണം എന്നതാണ് പുതിയ സംവിധാനത്തിന്റെ കേന്ദ്ര ആശയം. ഇതിനാവശ്യമായ വിധം ജില്ലയിലെ ഓരോ സ്ഥാപനത്തിലെയും ജീവനക്കാരെ സന്നദ്ധമാക്കുന്നതിനുള്ള വളരെ പ്രധാനപ്പെട്ട നേതൃ ചുമതലയും ജില്ലാ കാര്യാലയത്തിനു വഹിക്കാനാകും. ഉദാഹരണത്തിന് ഒരു പഞ്ചായത്തിന് ആവശ്യമായ ഗ്രാമസഭാ സംഘാടനവും വിഭവ സമാഹരണവും വികസന നടത്തിപ്പും അടക്കം വ്യത്യസ്ത സ്വഭാവമുള്ള ജോലികൾ നിർവ്വഹിക്കാൻ പര്യാപ്തമാക്കി മാറ്റുന്നതിന്റെ മേല്നോട്ടവും ജില്ലാ കാര്യാലയത്തിനു നിർവ്വഹിക്കാനാകും. ഏകീകൃത സർവ്വീസിൽ പ്രവേശിക്കുന്നവരെ സാമ്പ്രദായിക അർത്ഥത്തിലുള്ള ക്ലറിക്കൽ ജോലി ചെയ്യുന്നവരായി കാണാതെ എൽ എസ് ജി ഡി അസിസ്റ്റന്റ്മാരെന്ന നിലയിൽ എല്ലാ ജോലികളും ചെയ്യാൻ പ്രാപ്തിയുള്ളവരാക്കുകയും ഇവർ മികച്ച സെക്രട്ടറിമാരായി മുകളിലോട്ടു ഉയർന്നു പോകുന്നതിനുള്ള പിന്തുണ സംസ്ഥാന ഓഫീസിലെ മനുഷ്യ വിഭവശേഷി വികസന വിങ്ങിലൂടെ ഏകോപിപ്പിച്ചുകൊണ്ട് കിലയുമായി ചേർന്ന് സമഗ്ര പരിശീലനം നല്കുന്നതിനുള്ള സജ്ജീകരണങ്ങൾ ഒരുക്കുന്നതിനും ജില്ലാ കാര്യാലയത്തിനു കഴിയുന്നതാണ്. കൂടാതെ നേരത്തെ സൂചിപ്പിച്ചതുപോലെ വ്യത്യസ്ത വിഷയങ്ങളിൽ ആവശ്യമായി വരുന്ന സാങ്കേതിക വൈദഗ്ദ്ധ്യം പഞ്ചായത്തുകളിലടക്കം വ്യത്യസ്തവഴികളിൽ സംഘടിപ്പിക്കുന്നതിനുള്ള ചുമതലയും എടുക്കാവുന്നതാണ്. ഇത്തരത്തിൽ ജനകേന്ദ്രീകൃതമായവിധം ഭരണ നിർവ്വഹണ സംസ്കാരം രൂപപ്പെടുത്തുന്നതിനുള്ള അവസരമാണ് എകീകൃത വകുപ്പ് രൂപീകരണവുമായി ബന്ധപ്പെട്ട മാറ്റങ്ങളിലൂടെ കൈവരുന്നത്.

പുതിയ കേരളവും ഉദ്ഗ്രഥനത്തിന്റെ സാദ്ധ്യതകളും

പുതിയത് എന്നതിനർത്ഥം ആഴത്തിൽ സംഭവിച്ചുകൊണ്ടിരിക്കുന്ന മാറ്റങ്ങളോട് ഒരു സമൂഹം എന്നനിലയിൽ കേരളം വ്യത്യസ്തമായും സമഗ്രമായും എങ്ങനെ പ്രതികരിക്കുന്നു എന്ന അർത്ഥത്തിലാണ്. ജനാധിപത്യ സംവിധാനത്തിനകത്തുകൂടെ നടക്കുന്നത് എന്ന നിലയിൽ

തികച്ചും രാഷ്ട്രീയമായ ഒരു പ്രക്രിയയാണിത്. ആഴത്തിലുള്ള മാറ്റങ്ങളെ ആഴത്തിൽത്തന്നെ മനസ്സിലാക്കുകയും അതിനോട് സമഗ്രമായി പ്രതികരിക്കുകയും ചെയ്യുന്ന രാഷ്ട്രീയ സമൂഹം കേരളത്തിലുണ്ട്. അതിനാകട്ടെ വികേന്ദ്രീകൃതമായ ഒരു സ്വഭാവവുമുണ്ട്. പൗര സമൂഹവുമായി സംവാദം സാദ്ധ്യമാവുന്ന ജനാധിപത്യ പരിസരവും കേരളത്തിൽ മറ്റു സംസ്ഥാനങ്ങളെ അപേക്ഷിച്ച് വളരെയധികം വികസിച്ചിട്ടുണ്ട്. കേരള സമൂഹത്തിന്റെ രാഷ്ട്രീയ ബോദ്ധ്യങ്ങളിലൂടെ പൊതുവായി ആർജ്ജിച്ച നേട്ടമാണിത്. ദൈനംദിന രാഷ്ട്രീയത്തിന്റെ സ്വാഭാവിക തിരക്കുകൾക്കപ്പുറത്ത് രാഷ്ട്രീയം ഗൗരവമായി കാണുന്നവരും കൈകാര്യം ചെയ്യുന്നവരും ഇതു മനസ്സിലാക്കുകയും കേരളത്തിന്റെ ഈ മാർഗ്ഗത്തെ തീർച്ചയായും മുന്നോട്ടുകൊണ്ട് പോവുന്നതിനുള്ള ഇടപെടലുകൾ നടത്തുമെന്നും പ്രതീക്ഷിക്കാം. തദ്ദേശഭരണ സംവിധാനത്തിലിടപെട്ടുകൊണ്ട് ഉയർന്നു വരുന്ന രാഷ്ട്രീയനേതൃത്വങ്ങൾക്ക് പുതിയ കേരളത്തിന്റെ സൃഷ്ടിയിൽ മറ്റാരേക്കാളും സംഭാവന നല്കാനും കഴിയും.

മറ്റെല്ലായിടങ്ങളിലും എന്ന പോലെ സാങ്കേതിക സാമ്പത്തിക മേഖലകളിലെ ശക്തമായ ചലനങ്ങൾ കേരളത്തിലും മാറ്റങ്ങൾ സൃഷ്ടിക്കുന്നുണ്ട്. എല്ലാ മാറ്റങ്ങളെയും ഒരുകുടക്കീഴിൽ വിവരിക്കുന്നതിനു 'നഗരവല്ക്കരണ'മാകും അനുയോജ്യ സംജ്ഞ. സെൻസസ് മാനദണ്ഡമനുസരിച്ചുതന്നെ - 2011 സെൻസസ് - രാജ്യത്തു തന്നെ ഏറ്റവും നഗരവല്ക്കരിക്കപ്പെടുന്ന ഇടം കേരളമാണ്. സെൻസസ് നിർവ്വചനങ്ങളുടെ പരിധിക്കോ പരിമിതിക്കോ അകത്തു മാത്രം വിലയിരുത്തപ്പെടുന്ന പ്രതിഭാസവുമല്ല നഗരവല്ക്കരണം. അഭിരുചികളെയും ജീവിത രീതികളെയും ആകെ നിർണ്ണയിക്കുന്ന സാമൂഹിക പ്രതിഭാസമായി നഗരവല്ക്കരണം വിലയിരുത്തപ്പെടുന്നു. കേരളത്തെ സംബന്ധിച്ചിടത്തോളം ഒരു ഉപഭോഗ സമൂഹവും മാധ്യമ സമൂഹവുമായി നാം മാറിയിട്ട് നാളേറെയായി. കുടിയേറ്റവുമായി ബന്ധപ്പെടുത്തിമാത്രം അതിജീവനം ആലോചിക്കാൻ കഴിയുന്ന ഒരാഗോള സമൂഹമാണ് കേരളം എന്നത് ഒരു അടിസ്ഥാന വസ്തുത മാത്രമായും മാറിക്കഴിഞ്ഞു. ഡിജിറ്റൽ സാങ്കേതിക വിദ്യയുടെ ഉപയോഗ സാന്ദ്രത മുതൽ പൊതു ഇടങ്ങളിൽ സ്ത്രീകളുടെ പങ്കാളിത്തം വരെ ഒട്ടേറെ ഘടകങ്ങൾ ഈ നിരയിൽ അനുബന്ധമായി ചൂണ്ടിക്കാട്ടാനാവും. ജീവിത ശൈലിയുമായി ബന്ധപ്പെട്ട രോഗങ്ങൾ ആയാലും ഇതിനെ ചെറുക്കുന്നതിനു പ്രാദേശികമായടക്കം സ്വീകരിക്കുന്ന മാർഗ്ഗങ്ങൾ ആയാലും വളരെ നാഗരിക പ്രവണതകൾ പ്രകടിപ്പിക്കുന്നതും കാണാനാവും. ജനസാന്ദ്രതയ്ക്കു പുറമേ നഗരം എവിടെ തുടങ്ങുന്നുവെന്നോ ഗ്രാമം എവിടെ അവസാനിക്കുന്നുവെന്നോ തിരിച്ചറിയാൻ കഴിയാത്ത വിധം വ്യാപ്തിയുള്ള മാറ്റങ്ങൾ ഭൗതിക ഘടനയിൽ സംഭവിക്കുന്നതും ഈ ദശകങ്ങളുടെ പ്രത്യേകതയായി നമ്മുടെ മുന്നിലുണ്ട്. പരിസ്ഥിതിയിലും, പൊതുജനാരോഗ്യത്തിലും, മാലിന്യ സംസ്കരണത്തിലും വലിയ വെല്ലുവിളികളും നാം നേരിട്ടുകൊണ്ടിരിക്കുന്നു. ഈയൊരു പൊതു സാഹചര്യത്തിലാണ് പുതിയ വെല്ലുവിളികളെ നേരിടുന്നതിനാവിശ്യമായ പ്രവർത്തനങ്ങളിലൂടെ

വ്യത്യസ്ത മാതൃകകൾ സൃഷ്ടിക്കുന്നതിനു കൂടെ സഹായകരമാംവിധം തദ്ദേശ സ്വയംഭരണ സ്ഥാപനങ്ങൾക്ക് സഹായകമായി വ്യത്യസ്ത മിഷനുകൾ സർക്കാർ രൂപീകരിച്ചത്. സംയോജനവും ഉദ്ഗ്രഥനവും അടിസ്ഥാനമാക്കിയുള്ള പ്രവർത്തനങ്ങൾ ആസൂത്രണം ചെയ്തു മാത്രമേ പ്രസ്തുത മിഷനുകൾക്കും തദ്ദേശ സ്വയംഭരണ സ്ഥാപനങ്ങൾക്കും വ്യത്യസ്ത വകുപ്പുകൾക്കും ഫലപ്രദമായി പ്രവർത്തനങ്ങൾ സംഘടിപ്പിക്കാൻ കഴിയൂ.

ജനകീയാസൂത്രണ പ്രസ്ഥാനം തുടക്കം മുതൽ തന്നെ പല മേഖലകളിലും ഒറ്റപ്പെട്ടതായിരുന്നെങ്കിലും വ്യത്യസ്ത മാതൃകകൾ സൃഷ്ടിച്ചിട്ടുണ്ട്. നിലവിലും ഒട്ടേറെ വ്യത്യസ്ത മാതൃകകൾ സൃഷ്ടിക്കുന്നുമുണ്ട്. വിവിധ മിഷനുകളുമായി ചേർന്നു നടത്തുന്ന പ്രവർത്തനങ്ങളിലൂടെ എണ്ണത്തിലും ഗുണത്തിലും വർദ്ധനവുണ്ടാവുന്ന വിധം മാലിന്യ സംസ്കരണത്തിലും, ജലസംരക്ഷണത്തിലും, കൃഷിയിലും കഴിഞ്ഞ വർഷങ്ങളിൽ പുതിയ മാതൃകകൾ ഉയർന്നുവരുന്നുമുണ്ട്. ഇത്തരം പ്രവർത്തനങ്ങളെ വിപുലപ്പെടുത്തുംവിധം തദ്ദേശ സ്വയഭരണ സംവിധാനങ്ങൾ ഉയർന്ന തലത്തിൽ സജ്ജമാവുന്നതും ഇതിലൂടെ പ്രാദേശിക സർക്കാരുകളായി അക്ഷരാർത്ഥത്തിൽത്തന്നെ ഇവ മാറുന്നതും പുതിയ കേരളത്തിനുള്ള ഒരു മികച്ച സാക്ഷ്യമായിരിക്കും. മേല്പറഞ്ഞ മിഷൻ പ്രവർത്തനങ്ങൾ എല്ലാംതന്നെ എത്രമാത്രം പരസ്പരം ബന്ധപ്പെട്ടിരിക്കുന്നുവെന്നും വ്യത്യസ്ത വകുപ്പുകളെയും ഏജൻസികളെയും സ്ഥാപനങ്ങളെയും വ്യക്തികളെത്തന്നെയും കൂട്ടിയിണക്കാൻ കഴിയും വിധം എത്ര മാത്രം ഉദ്ഗ്രഥിതമാകണം പ്രവർത്തനങ്ങൾ എന്നതിന് പുതിയ മാതൃകകൾ പലയിടങ്ങളിൽ നിന്നായി ഉയർന്നുവരുന്നുണ്ട്. മിഷനുകൾ മുന്നോട്ടു വയ്ക്കുന്ന ഉദ്ഗ്രഥന മാതൃകകൾ ഏകീകൃത വകുപ്പിന്റെ പ്രവർത്തന പദ്ധതിയിലേക്ക് വരുത്തുന്നതിനും ഇവ നടപ്പാക്കുന്നതിന് തദ്ദേശ സ്വയംഭരണ സ്ഥാപനങ്ങൾക്ക് ആവശ്യമായ പിന്തുണാ സംവിധാനമായി വകുപ്പിനെ മാറ്റാനുള്ള സാദ്ധ്യതകൾ തുറന്നിടുന്നതുമാണ് എകീകൃത വകുപ്പിന്റെ ഘടന. ഒറ്റവകുപ്പാകുന്നതോടെ പഞ്ചായത്തുകളും ബ്ലോക്കും അടുത്തുള്ള മുനിസിപ്പാലിറ്റിയും പരസ്പരം സഹകരിച്ചു പ്രവർത്തിക്കുന്നതിനുള്ള സാദ്ധ്യത പുതുതായി ഉണ്ടാവുന്നത് ഇത്തരമൊരു സമഗ്ര സമീപനം സ്വാഭാവികമായി ഉയർന്നു വരാൻ സഹായകവുമാണ്. മാറ്റങ്ങളോടു ക്രിയാത്മകമായി പ്രതികരിക്കുന്നതിനുള്ള ശേഷി സ്വയം ഉണ്ടാക്കുകയും ആരെയും കാത്തുനില്ക്കാതെ വെല്ലുവിളികളെ കൂട്ടായ്മകളിലൂടെ മറികടക്കാൻ പ്രാദേശികമായി സജ്ജമാവുകയും ചെയ്യുന്നതോടെ പുതിയ കേരളത്തിന്റെ സൃഷ്ടിയുടെ മുഖ്യസ്ഥാനത്തു പ്രാദേശിക സർക്കാരുകളായ തദ്ദേശ സ്വയംഭരണ സ്ഥാപനങ്ങൾ ആയിരിക്കുമെന്നതിൽ സംശയം വേണ്ട. എന്നാൽ ഇത്തരമൊരു ചുമതല ഏറ്റെടുക്കുന്നതിൽ വരുന്ന വീഴ്ച വികേന്ദ്രീകരണ പ്രക്രിയയെ പൊതുവേ തന്നെ പരാജയപ്പെടുത്തുന്നതിന് ഇടയാക്കുമെന്നതിനും സംശയമില്ല. കാരണം എല്ലാവർക്കും അറിയുന്നതുപോലെ രാഷ്ട്രീയം ഒരു ഒറ്റവരിപ്പാതയല്ല.

ജനകീയാസൂത്രണം
ഒരു കാര്യശേഷി വികസന മാതൃക

ഡോ. ജോയ് ഇളമൺ

ഇരുപത്തിയഞ്ചാം വർഷത്തിലേക്ക് കടന്ന ജനകീയാസൂത്രണത്തിന്റെ ആരംഭദിശയിൽത്തന്നെ പലകോണുകളിൽനിന്നും ഉയർന്നുവന്ന സന്ദേഹങ്ങളും ചോദ്യങ്ങളും ഒട്ടനവധിയായിരുന്നു. അധികാര വികേന്ദ്രീകരണം നടപ്പിലാക്കുന്നതിനു മുൻപ് താഴെത്തട്ടിലെ മുന്നൊരുക്കങ്ങൾ പൂർത്തീകരിക്കേണ്ടതില്ലേ? ഇതിനായി നിയമങ്ങളും ചട്ടങ്ങളും രൂപപ്പെടുത്തിയിട്ടുപോരേ? മാത്രവുമല്ല ഇതിനാവശ്യമായ മനുഷ്യവിഭവശേഷി ഒരുക്കി നിർത്തേണ്ടതില്ലേ, ഇതിനായി താഴെത്തട്ടിൽ കാര്യമായി കാര്യശേഷി വികസനം നടപ്പിലാക്കേണ്ടേ? ആലോചിച്ചാൽ മേൽ സൂചിപ്പിച്ച കാര്യങ്ങൾക്ക് അതിന്റേതായ ഗൗരവമുണ്ടുതാനും. പക്ഷേ, ഇവയൊക്കെ ഒരുക്കി നിർത്തിയശേഷം ജനകീയാസൂത്രണം നടപ്പിലാക്കുവാൻ കഴിയുമോ എന്നുചോദിച്ചാൽ അസംഭ്യം എന്നു പറയേണ്ടിവരും. ഇന്ത്യയുടെ അരനൂറ്റാണ്ടുകാലത്തെ ചരിത്രം പരിശോധിച്ചാൽ അങ്ങനെതന്നെയേ പറയാൻ കഴിയൂ. അതായത് ഇത്തരത്തിൽ ഒരു വിപ്ലവകരമായ മാറ്റത്തിന് ഭരണകൂടം തയ്യാറാകണം. വേറിട്ട പരിപാടികളിൽ താല്പര്യം ഉണ്ടാകണം. ഒരു വിഭാഗത്തിൽ താല്പര്യം ഉണ്ടാകുമ്പോൾ അതിനേക്കാൾ കരുത്തോടെ എതിർപ്പുകൾ ഉണ്ടായേക്കാം. മാത്രവുമല്ല അധികാര വികേന്ദ്രീകരണം തന്നിഷ്ടം വരെ അല്ലെങ്കിൽ ആ ഒരു തലം വരെ എന്ന് ചിന്തിക്കുന്ന, ആത്യന്തികമായി ജനങ്ങളിലും അവരുടെ കാര്യശേഷിയിലും വിശ്വാസമില്ലാത്ത ഭരണസംവിധാനം നിലനില്ക്കുന്നിടത്തോളം ഈ പ്രശ്നവും തുടരും. അങ്ങനെ വരുമ്പോൾ മേൽ സൂചിപ്പിച്ച കാര്യങ്ങൾ ഒരുക്കുവാൻ സാദ്ധ്യമാകാതെ വന്നേക്കാം.

പതിറ്റാണ്ടുകളായി നിലനില്ക്കുന്ന സംവിധാനങ്ങളിൽ വരുത്തേണ്ട ഏതൊരു മൗലികമായ മാറ്റവും ശ്രമകരമാണ്. അത്തരം മാറ്റങ്ങൾ

വ്യക്തമായ ധാരണയോടെയും ആസൂത്രണത്തോടെയും അടിയന്തര മായത് എന്ന രീതിയിൽ നടപ്പിലാക്കേണ്ടതാണ്. അതുകൊണ്ടാണ് വേറിട്ട മറ്റൊരു മാർഗ്ഗം ജനകീയാസൂത്രണത്തിൽ സ്വീകരിക്കേണ്ടി വന്നത്. അത് 'ബിഗ് ബാങ്' എന്ന സമീപന രീതിയായിരുന്നു. അതായത് ജനകീയാ സൂത്രണം ഒറ്റയടിക്ക് നടപ്പിലാക്കുക എന്ന തന്ത്രം. അത്തരമൊരു ചിന്തയ് ക്കടിസ്ഥാനം ഇതായിരുന്നു – ഇങ്ങനെ നടപ്പിലാക്കിയാൽ പദ്ധതിയു മായി മുന്നോട്ടുപോകുമ്പോൾ മേൽസൂചിപ്പിച്ച സംഘടനാ സംവിധാന ങ്ങൾ എല്ലാം ഒരുക്കുവാൻ ബന്ധപ്പെട്ടവർ തയ്യാറാകേണ്ടിവരും. അല്ലെ ങ്കിൽ തയ്യാറാക്കാൻ നിർബ്ബന്ധിതരാകേണ്ടിവരും. അത് അങ്ങനെ തയ്യാ റാക്കുവാൻ, മെച്ചപ്പെട്ട അവസ്ഥയിൽ അതിനെ നിലനിർത്തുവാൻ സൂക്ഷ്മതല സംവിധാനങ്ങൾ വരെ അവർക്ക് മെച്ചപ്പെടുത്തേണ്ടതായി വരും. ഇക്കാര്യം മുൻകൂട്ടി കണ്ടിരുന്നു എന്നതാണ് ജനകീയാസൂത്ര ണത്തിന്റെ ഒരു വിജയ രഹസ്യം.

എന്നാൽ ഒരു ദിവസംകൊണ്ട് പൊട്ടിമുളച്ചതല്ല ജനകീയാസൂത്രണം. വേണ്ടത്ര ചർച്ച ചെയ്യാതെയും ആശയ വ്യക്തത ഉറപ്പുവരുത്താ തെയുമല്ല അത് പ്രവൃത്തി പഥത്തിലെത്തിയത്. കേരളപ്പിറവി മുതൽ ചർച്ചാവിഷയമായിരുന്നുവെങ്കിലും അധികാര വികേന്ദ്രീകരണത്തി ലേക്കുള്ള കേരളത്തിന്റെ യാത്ര 'മുന്നോട്ട് ഒരടി, പിന്നോട്ട് രണ്ടടി' എന്ന രീതിയിലായിരുന്നു. പ്രഥമ മുഖ്യമന്ത്രി ഇ എം എസ് നമ്പൂതിരിപ്പാട് തന്നെയായിരുന്നു അധികാര വികേന്ദ്രീകരണ ആശയത്തിന് തുടക്കം കുറിച്ചത് എന്ന് നിസംശയം പറയാം. ആദ്യ ഭരണ പരിഷ്കാര കമ്മീ ഷനിലും പിന്നീടു ദേശീയ തലത്തിലെ അശോക് മേത്ത കമ്മിറ്റിയിലും അദ്ദേഹം വികേന്ദ്രീകൃത ഭരണ സംവിധാനം ഏർപ്പെടുത്തേണ്ടതിന്റെയും അധികാരം ജനങ്ങളിലേക്ക് എത്തേണ്ടതിന്റെയും ആശയങ്ങൾ വളരെ വ്യക്തമായി പങ്കുവെച്ചിരുന്നു. പല മന്ത്രിസഭകളും നിയമങ്ങളുമായി നിയമസഭയിലെത്തിയെങ്കിലും ഒന്നും ഫലം കണ്ടില്ല എന്നതാണ് ചരിത്രം. അവയിൽ പലതും ആ രീതിയിൽ ശക്തമായിരുന്നില്ല എന്നത് മറ്റൊരു കാര്യം. എന്നാൽ 1987 ലെ ഇ കെ നായനാരുടെ നേതൃത്വത്തി ലുണ്ടായിരുന്ന ഇടതു ജനാധിപത്യ മുന്നണി സർക്കാരാണ് അധികാര വികേന്ദ്രീകരണ ആശയങ്ങൾ പൂർണ്ണമായി ഉൾക്കൊണ്ടുള്ള മൂർത്തമായ സംവിധാനം ഒരുക്കിയത്. അതിൻ പ്രകാരമാണ് ജില്ലാ കൗൺസിൽ അടക്കമുള്ള സംവിധാനം നിലവിൽവന്നത്. എന്നാൽ പില്ക്കാലത്ത് പല കാരണങ്ങളാൽ അത് തകർക്കപ്പെട്ടു.

1996 ൽ എ കെ ജി പഠന ഗവേഷണ കേന്ദ്രം സംഘടിപ്പിച്ച അന്താ രാഷ്ട്ര വികസന കോൺഗ്രസ് മാറ്റങ്ങൾക്കു തിരികൊളുത്തി. 66 സെഷ നുകളിലായി വിവിധ വിഷയങ്ങളിൽ നടത്തിയ അവതരണങ്ങളും തുടർ ചർച്ചകളും ഏറെ പ്രയോജനപ്പെട്ടു. അധികാര വികേന്ദ്രീകരണം തന്നെ യായിരുന്നു ചർച്ചകളിലെ പ്രധാന വിഷയങ്ങളിൽ ഒന്ന്. അതിലും താഴെ ത്തട്ടിലെ കാര്യശേഷി മുഖ്യപരിഗണനയിലുണ്ടായിരുന്നു (അധികാര

വികേന്ദ്രീകരണത്തിനു താഴെത്തട്ടിൽ മാത്രമല്ല എല്ലാ തട്ടുകളിലും കാര്യശേഷി ആവശ്യമുണ്ട് എന്നത് മറ്റൊരു കാര്യം). അന്താരാഷ്ട്ര കോൺഗ്രസിന്റെ തുടർച്ചയായി നിരവധി സെമിനാറുകൾ സംഘടിപ്പിക്കുകയുണ്ടായി. ഇതിലൂടെ സമഗ്രമായ സമീപനത്തിലൂന്നിയ അധികാര വികേന്ദ്രീകരണത്തിനായുള്ള ചട്ടക്കൂട് രൂപീകൃതമായി. ഇ കെ നായനാരുടെ നേതൃത്വത്തിലുള്ള ഇടതു ജനാധിപത്യ മുന്നണി അധികാരത്തിലേറുമ്പോൾ തന്നെ അത്തരമൊരു മാറ്റത്തിനായുള്ള നടപടികളെക്കുറിച്ച് വ്യക്തത ഒരു പരിധിവരെ കൈവന്നിരുന്നു. അതുകൊണ്ടുതന്നെ അധികാരമേറിയ ആദ്യ നാളുകളിൽത്തന്നെ ജനകീയാസൂത്രണം പ്രഖ്യാപിക്കാനായി. ജനകീയാസൂത്രണം പ്രഖ്യാപിക്കുമ്പോൾത്തന്നെ അതിന്റെ ആവശ്യത്തിലേക്കായി വരുന്ന നിയമങ്ങളും ചട്ടങ്ങളും തയ്യാറാക്കാൻ എസ് ബി സെൻ കമ്മിറ്റിയെ സർക്കാർ നിയോഗിക്കുകയുമുണ്ടായി.

ജനകീയാസൂത്രണപ്രസ്ഥാനം വിപുലമായ കാര്യശേഷി വികസന പരിപാടിയുടെ ഭാഗമായിട്ടാണ് സംഘടിപ്പിക്കപ്പെട്ടത്. മുൻകാലങ്ങളെ അപേക്ഷിച്ച് എടുത്ത് പറയേണ്ടത് കാര്യശേഷി വികസനത്തിൽ ജനകീയാസൂത്രണക്കാലത്തുണ്ടായ കാതലായ വ്യത്യാസമാണ്.

കാര്യശേഷി വികസനം ജനകീയാസൂത്രണത്തിനു മുമ്പ്

പരമ്പരാഗത രീതിയിലുള്ള പരിശീലനമാണ് മുമ്പെല്ലാം പ്രധാനമായും നടന്നിരുന്നത്. ചെറിയ തോതിൽ സന്നദ്ധ സംഘടനകളും മറ്റും പങ്കാളിത്ത രീതിശാസ്ത്രം ഉപയോഗിച്ചുള്ള പരിശീലനങ്ങൾ സംഘടിപ്പിക്കാറുണ്ടായിരുന്നു. എന്നാൽ ഈ പരിശീലനങ്ങൾ പൊതു സമൂഹത്തിലും സ്ഥാപനങ്ങളിലും കാര്യമായ ചലനങ്ങൾ സൃഷ്ടിക്കാറില്ലായിരുന്നു. ഒരു ഉദാഹരണം ശ്രദ്ധേയമാണ്. 73-74 ഭരണഘടനാ ഭേദഗതിക്കുശേഷം തദ്ദേശ സ്വയംഭരണസ്ഥാപന അദ്ധ്യക്ഷന്മാർക്കായി നടത്തപ്പെട്ട ഒരു പരിശീലന പരിപാടി നയിച്ചത് ഏറ്റവും മികച്ച വിദഗ്ദ്ധ വ്യക്തികളാണ്. പ്രസ്തുത പരിപാടികൾക്ക് നേതൃത്വം നല്കിയത് അതാത് രംഗത്തെ പ്രഗത്ഭരാണ്. പരിശീലനത്തിനുശേഷം പരിശീലനാർത്ഥികളോടുള്ള ഇടപെടലുകളിൽ അവർ പ്രതികരിച്ചത് നല്ല ക്ലാസുകൾ, മികച്ച നിലവാരം എന്ന് തന്നെയാണ്. അവരോട് ഒരു ചോദ്യം സംഘാടകർ ചോദിച്ചു. ഇവിടെ ലഭിച്ച ആശയങ്ങളുടെ, രീതിശാസ്ത്രത്തിന്റെയെല്ലാം അടിസ്ഥാനത്തിൽ നിങ്ങളുടെ പ്രദേശത്ത് ഇത് മാതൃകാപരമായി പകർത്തുകില്ലേ എന്ന്. അവരിൽ ചിലർ പറഞ്ഞ മറുപടി ഇങ്ങനെ 'ക്ലാസുകൾ ഗംഭീരമായതുകൊണ്ട് കാര്യം തികഞ്ഞോ ഭിത്തിയുണ്ടെങ്കിലല്ലേ ചിത്രം രചിക്കാനാവു.' അതായത് പഠിച്ച വിഷയങ്ങൾ പ്രവൃത്തിപഥത്തിൽ എത്തിക്കാൻ സംവിധാനം ഇല്ല എന്നർത്ഥം. ഇവിടെയാണ് ജനകീയാസൂത്രണത്തിന്റെ പ്രസക്തി.

ക്യാംപെയ്നുമായി ഒന്നാം ഘട്ടം

ജനകീയാസൂത്രണത്തിന്റെ ഭാഗമായി സംഘടിപ്പിക്കപ്പെട്ട പരിശീലന പരിപാടികൾ മേൽ സൂചിപ്പിച്ചതിൽനിന്നും തികച്ചും വ്യത്യസ്തമായിരുന്നു. തദ്ദേശഭരണ സംവിധാനത്തിലെ അംഗങ്ങൾക്കും നിർവ്വഹണ ഉദ്യോഗസ്ഥർക്കും തങ്ങളുടെ തുടർ പ്രവർത്തനങ്ങൾക്ക് സഹായകമാകുന്ന രീതിയിലായിരുന്നു പരിശീലനങ്ങൾ. പങ്കെടുക്കുക മാത്രമല്ല, ഉൾക്കൊണ്ടില്ലെങ്കിൽ പദ്ധതി നിർവ്വഹണം അതിന്റെ യഥാർത്ഥ അർത്ഥത്തിൽ നടപ്പിലാക്കാൻ കഴിയില്ല എന്ന ബോധവുമുണ്ടായി. അങ്ങനെ അവർ ഇതിലേക്ക് ഇഴുകിച്ചേരുന്ന കാഴ്ചയാണ് പിന്നീട് കാണാൻ കഴിഞ്ഞത്. അതുകൊണ്ടാണ് ജനകീയാസൂത്രണത്തിന്റെ കാതലായ ഘടകം കാര്യശേഷിവികസനത്തിന്റെ ഭാഗമായി നടന്നിട്ടുള്ള കൃത്യത ലവലേശം തെറ്റിക്കാതെയുള്ള പരിശീലനങ്ങൾ തന്നെയായിരുന്നു എന്ന് സൂചിപ്പിക്കുന്നത്. ജനകീയാസൂത്രണത്തിൽ മികവു കൈവരിക്കുവാൻ കഴിഞ്ഞതുതന്നെ കാര്യശേഷി വികസനത്തിൽ കൈവരിക്കാൻ കഴിഞ്ഞ പുതിയ സംസ്കാരവും അതിനായി അവലംബിച്ച രീതിശാസ്ത്രങ്ങളുമാണെന്നുള്ളതിൽ സംശയമില്ല. കാര്യശേഷി എന്നുപറഞ്ഞാൽ പരിശീലനത്തിൽ ഒതുങ്ങുന്നതല്ല. സ്ഥാപനത്തിനാവശ്യമായ മറ്റ് ഘടകങ്ങളൊക്കെ ഒരുക്കേണ്ടതുണ്ട്. അതിന്റെ ഭാഗമായിട്ടാണ് സെൻ കമ്മിറ്റി രൂപീകരിച്ചതും നിയമങ്ങളും ചട്ടങ്ങളും തയ്യാറായി വന്നതും. അത്രയും ബൃഹത്തായ പ്രചാരണ പ്രവർത്തന പരിപാടികളാണ് അന്ന് സംഘടിപ്പിക്കപ്പെട്ടത്.

ഇത്രയും വിപുലമായ, ഇത്രയധികം ആളുകളിൽ എത്തുന്ന, എല്ലാ പ്രദേശങ്ങളിലും ഒരേ സമയം ഒരുപോലെ നടപ്പിലാക്കുന്ന പരിശീലന പരിപാടി കാര്യശേഷി വികസന ചരിത്രത്തിലെ നാഴികക്കല്ലുകളിൽ ഒന്നാണ്. കേരളത്തിൽ അങ്ങോളമിങ്ങോളമുള്ള എല്ലാ തദ്ദേശ സ്വയം ഭരണസ്ഥാപനങ്ങളിലും പരിശീലനം സംഘടിപ്പിക്കപ്പെട്ടു. അവിടങ്ങളിൽ ത്തന്നെ പരിശീലകരും പരിശീലനാർത്ഥികളും ഉണ്ടായി. മറ്റൊന്ന് പരിശീലന പ്രക്രിയയിലെ സംഗമിച്ചൊഴുകുന്ന കാസ്കേഡിങ് സമ്പ്രദായമാണ്. അതായത് മലമുകളിൽനിന്നും നീർച്ചാൽ ഉത്ഭവിച്ച് വിവിധ ചെറുചാലുകളുടെ കൂടിച്ചേരലോടെ പതുക്കെ പതുക്കെ താഴേക്ക് ഒഴുകുക എന്ന രീതി. മുകളിൽ മാസ്റ്റർ ട്രെയിനേഴ്സ്, സംസ്ഥാനതലത്തിലെ സംസ്ഥാന റിസോഴ്സ് പേഴ്സൺ, ജില്ലാതല റിസോഴ്സ് പേഴ്സൺ ഇങ്ങനെ പഞ്ചായത്ത് തലം വരെ. ഇവരെ ഉപയോഗപ്പെടുത്തി മുകൾത്തട്ടു മുതൽ വാർഡുതലം വരെ പരിശീലന പരിപാടികൾ സംഘടിപ്പിക്കപ്പെട്ടു. ഇതും ഒരു പുതിയ രീതിയായിരുന്നു, സംവിധാനമായിരുന്നു. വികേന്ദ്രീകൃതമായ പരിശീലനങ്ങളിലൂടെ പരിശീലനം നേടി പ്രവൃത്തിയിലേക്ക് കടക്കുമ്പോൾ ഉടലെടുക്കുന്ന സംശയങ്ങൾ നിവാരണം ചെയ്യാൻ സംവിധാനങ്ങൾ ഒരുക്കപ്പെട്ടു. എല്ലാ പരിശീലനത്തിന്റെയും അവസാനഘട്ടത്തിൽ ചോദ്യങ്ങൾ ചോദിക്കാനും

അഭിപ്രായങ്ങൾ പറയുവാനും അവസരങ്ങൾ ഉണ്ടായി. അത്തരം ചോദ്യങ്ങളും അഭിപ്രായങ്ങളും ക്രോഡീകരിച്ച് സർക്കാരിലെത്തുകയും സംസ്ഥാന തല കോർഡിനേഷൻ കമ്മിറ്റി അവ പരിശോധിച്ച് അപ്പപ്പോൾ സംവിധാനത്തിൽ വേണ്ടുന്ന മാറ്റം വരുത്തിക്കൊണ്ടുമിരുന്നു. ഇങ്ങനെ പ്രവർത്തനങ്ങൾ നടക്കുമ്പോൾ സർക്കാരും തദ്ദേശ സ്വയംഭരണ സ്ഥാപനവും ജനങ്ങളും തമ്മിലുള്ള വ്യക്തമായ ആശയക്കൈമാറ്റം നടന്നു. ഇത്തരം പ്രവർത്തനങ്ങൾ സങ്കീർണ്ണമാണെന്ന് തോന്നുമെങ്കിലും ഇക്കാര്യങ്ങളെല്ലാം അന്ന് ചിട്ടയായിത്തന്നെ നടന്നു എന്നുള്ളതാണ് എടുത്തുപറയേണ്ടത്.

ഓരോ ഘട്ടത്തിനുമായാണ് പരിശീലനം സംഘടിപ്പിച്ചത്. ഗ്രാമസഭ കൂടുന്നതിനും വികസനരേഖ തയ്യാറാക്കുന്നതിനും കൃത്യതയോടുള്ള വിവരശേഖരണത്തിനുംവരെ പ്രത്യേകം പ്രത്യേകം പരിശീലനം സംഘടിപ്പിക്കപ്പെട്ടു. ഇതെല്ലാംതന്നെ കാസ്കേഡിങ്ങായി നടന്നു. കാര്യശേഷി വികസനത്തിൽ ഇത്തരത്തിലുള്ള പരിശീലനപരിപാടി ലോകത്തുതന്നെ മറ്റൊന്നു നടന്നിട്ടുണ്ടാവില്ല. ഇതിനുള്ള ആർജ്ജവം കേരളത്തിനു കൈവരിക്കാൻ കഴിഞ്ഞു. ഇതിനു സമാനമായി ഒരുപക്ഷേ, മുൻപ് നടന്നിട്ടുള്ളത് സാക്ഷരതാപ്രവർത്തനമാണ്. മറ്റൊന്ന് വിഭവ ഭൂപടനിർമ്മാണവുമായി ബന്ധപ്പെട്ട പങ്കാളിത്ത വിഭവ ഭൂപടം നിർമ്മിക്കുന്നതിനുള്ള പരിശീലനങ്ങൾ ആയിരിക്കും.

ക്യാംപെയ്ൻ കടന്നു രണ്ടാം ഘട്ടം

പരിശീലനത്തിന്റെ വിവിധ ഘട്ടങ്ങളിൽ പങ്കെടുത്തവരിൽ ഏറിയ പങ്കും സന്നദ്ധപ്രവർത്തകർ ആയിരുന്നു. ഇതിന്റെ വ്യാപ്തി നമുക്ക് ഊഹിക്കാവുന്നതിലും വളരെ വലുതായിരുന്നു. അങ്ങനെയുള്ള ക്യാംപെയ്ൻ സ്വഭാവത്തിൻനിന്നും മാറി അടുത്തഘട്ടം സ്ഥാപനവല്ക്കരണം ആയിരുന്നു. എക്കാലവും ക്യാംപെയ്നും സന്നദ്ധപ്രവർനങ്ങളുമായി മുന്നോട്ടുപോകാൻ കഴിയില്ല എന്നതിന്റെ അടിസ്ഥാനത്തിലാണ് മുമ്പ് പരാമർശിച്ച സെൻ കമ്മിറ്റിയുടെ ശുപാർശയുടെ അടിസ്ഥാനത്തിൽ തദ്ദേശ സ്വയംഭരണ സ്ഥാപനങ്ങളുടെ സഹായത്തിനായി കിലയെ നോഡൽ ഇൻസ്റ്റിറ്റ്യൂട്ടായി സർക്കാർ പ്രഖ്യാപിച്ചത്. ഇതിന്റെ അടിസ്ഥാനത്തിലുള്ള തുടർ പ്രവർത്തനങ്ങളാണ് പിന്നീട് നടന്നത്. ഇതിനിടയിലാണ് കപ്പാസിറ്റി ഡെവലപ്പ്മെന്റ് ഫോർ ഡിസെൻട്രലൈസേഷൻ ഇൻ കേരള (കാപ്പ്ഡെക്) പ്രോജക്ട് നടപ്പിൽ വരുന്നത്. സംസ്ഥാന ആസൂത്രണ ബോർഡിന്റെ നേതൃത്വത്തിൽ, കിലയുമായി ചേർന്നായിരുന്നു അത് സംഘടിപ്പിക്കപ്പെട്ടത്. ക്യാംപെയ്നിൽനിന്നും സ്ഥാപനവല്ക്കരണത്തിലേക്കുള്ള യാത്രയായിരുന്നു ഈ ഘട്ടം. കിലയുടെ നേതൃത്വത്തിലുള്ള പരിശീലനങ്ങൾക്കൊപ്പം തദ്ദേശ സ്വയംഭരണ സ്ഥാപനങ്ങളുടെ നേതൃത്വത്തിൽ സംവിധാനം ചിട്ടപ്പെടുത്തുവാനുള്ള നടപടികളും അതിന്റെ ഭാഗമായിരുന്നു. അതുവഴി തദ്ദേശ

സ്വയംഭരണ സ്ഥാപനങ്ങൾക്ക് സ്വന്തം കാര്യശേഷി സ്വയം ഉയർത്തുവാനുള്ള അവസരവുമുണ്ടായി. മാത്രവുമല്ല പല നൂതനമായ സംവിധാനങ്ങളും പ്രക്രിയകളും തദ്ദേശ സ്വയംഭരണ സ്ഥാപനങ്ങൾ തന്നെ ചിട്ടപ്പെടുത്തുകയുമുണ്ടായി. സക്രിയ ഗവേഷണം അഥവാ 'ആക്ഷൻ റിസേർച്ച്', കാര്യശേഷി വികസനം, എന്നീ തരത്തിലൊക്കെ ഇതിനെ കാണാം. ഇത്തരം പ്രവർത്തനങ്ങൾ വഴി തദ്ദേശ സ്വയംഭരണ സ്ഥാപനങ്ങളെ പ്രാദേശിക സർക്കാർ എന്നതിലേക്ക് ഉയർത്തുന്നതിലേക്കുള്ള ക്രിയാത്മക ഇടപെടലുകൾ നടന്നു. ലിംഗനീതി ഉറപ്പാക്കൽ, പാർശ്വവല്ക്കരിക്കപ്പെട്ടവരുടെ ഉന്നമനം ഇതൊക്കെ സാദ്ധ്യമാക്കുന്ന തരത്തിൽ പഞ്ചായത്ത് സംവിധാനം മാറ്റപ്പെട്ടു. ബാലസഭകളും ബാലപഞ്ചായത്തുകളും നടത്തപ്പെട്ടു. സ്ഥാപനങ്ങൾക്കായി പ്രവർത്തന മാനുവൽ രൂപപ്പെടുത്തി. ഈ അവസരത്തിൽ തന്നെ ദളിത് സ്റ്റാറ്റസ് റിപ്പോർട്ട്, സോഷ്യൽ ഓഡിറ്റിങ് സംവിധാനങ്ങൾ, പ്രത്യേക ഗ്രാമസഭകൾ ഒക്കെ സാദ്ധ്യമായി. സ്ത്രീ പദവി പഠനം പഞ്ചായത്തു തലത്തിൽ നടത്തപ്പെട്ടു. ജാഗ്രതാ സമിതി നിലവിൽ വന്നു. ഇത് പ്രാദേശിക വനിത കമ്മീഷനായി പ്രവർത്തിച്ചു. ഇന്ന് നാം കാണുന്ന പല സംവിധാനങ്ങളും ഇത്തരത്തിൽ പരീക്ഷണങ്ങളിലൂടെ ഉരുത്തിരിഞ്ഞു വന്നതാണ്. സംസ്ഥാന തലത്തിൽ പഞ്ചായത്ത് അസോസിയേഷൻ കൂടുതൽ മെച്ചപ്പെട്ട രീതിയിൽ രൂപപ്പെട്ടു. താഴെത്തട്ടിലെ കാര്യശേഷിയിലുള്ള വിശ്വാസം ഒരിക്കൽക്കൂടി ഉറപ്പിക്കുവാനും കാര്യശേഷി വികസനം തന്നെ വികേന്ദ്രീകരിക്കുവാനും അതിനായി. കാര്യശേഷി വികസനം കൂടുതൽ ശക്തിപ്പെടുവാനും സ്ഥാപനവല്ക്കരണം ഉറപ്പാക്കുവാനുമായി. പ്രാദേശികമായി ഇത്തരം പ്രവർത്തനങ്ങൾ നടത്തുന്നതിനും തദ്ദേശ സ്വയംഭരണ സ്ഥാപനങ്ങളെ ശാക്തീകരിക്കുന്നതിനും ഇതിലൂടെ വിജയം കൈവരിച്ചു.

സ്ഥാപനവല്ക്കരിക്കപ്പെട്ട മൂന്നാം ഘട്ടം

സംസ്ഥാന ആസൂത്രണ ബോർഡിലെ ക്യാംപെയ്ൻ സെല്ലിൽ നിന്ന് കിലയിലേക്ക് കാര്യശേഷി ചുമതല വന്നുചേർന്നു. ഇതിന്റെ ഭാഗമായി കാര്യശേഷി വികസനത്തിന്റെ തന്ത്രവും പ്രവർത്തന പരിപാടികളും കില ആവിഷ്കരിച്ചു. ഉയർന്ന പ്രവർത്തന മികവ് കൈവരിച്ച പഞ്ചായത്തുകളെ പഠിക്കുന്നതിനുള്ള പരിപാടികൾ ആവിഷ്കരിക്കപ്പെട്ടു. ഇത് കേരളത്തിനു പുറത്തുള്ള പഞ്ചായത്ത് സംവിധാനങ്ങളെയും ഉൾപ്പെടുത്തി 'പഞ്ചായത്ത് ടു പഞ്ചായത്ത്' പ്രോഗ്രാമുകളും നടത്തപ്പെട്ടു. മറ്റു സംസ്ഥാനങ്ങൾക്കുകൂടി പ്രയോജനം ലഭിക്കുന്ന തരത്തിലേക്ക് കാര്യങ്ങൾ നീങ്ങി. പരിശീലനം കഴിഞ്ഞവരെ കൂടുതൽ മെച്ചപ്പെട്ട നിലയിൽ പ്രവർത്തിക്കുന്നതിന് സഹായകമായി. 'മൊബൈൽ ഫീൽഡ് ടീം' രൂപീകരിക്കപ്പെട്ടു. പരിശീലന പരിപാടികൾ മെച്ചപ്പെടുത്തുവാൻ കിലയുടെ തന്നെ പശ്ചാത്തല സൗകര്യങ്ങൾ കൂടുതൽ

കാര്യക്ഷമമാകുന്നതിനുള്ള നടപടികളും കൈക്കൊണ്ടു. കമ്പ്യൂട്ടർ ലാബുകൾ ഉൾപ്പെടെ നവീകരിക്കപ്പെട്ടു. 'ഫാക്കൽട്ടി ടീം' വിപുലീകരിച്ചു മികച്ചതാക്കി. തുടർന്നുള്ള വർഷങ്ങൾ കാര്യശേഷി വികസനത്തിൽ കിലയുടെ വളർച്ചയുടെ കാലമായിരുന്നു. പുതിയ വിഷയങ്ങൾ, പരിശീലന സങ്കേതങ്ങൾ തുടങ്ങി നൂതനമായ പല രീതികളും അവിടെ ആവിഷ്കരിക്കപ്പെട്ടു. രാജ്യത്തെമ്പാടും വിദേശത്തും അറിയപ്പെടുന്ന സ്ഥാപനമായി കില മാറി. പരിശീലനങ്ങൾക്കൊപ്പം പഠനങ്ങളും ഗവേഷണങ്ങളും നടത്തുകയും കേന്ദ്രസംസ്ഥാന സർക്കാരുകൾക്ക് നയരൂപീകരണതിനുള്ള സാങ്കേതികസഹായവും കില നല്കിവരുന്നു. ഒട്ടേറെ പുതിയ മാതൃകകൾ സൃഷ്ടിക്കുവാനുള്ള പ്രവർത്തനങ്ങളിൽ കില തദ്ദേശ സ്വയംഭരണ സ്ഥാപനങ്ങൾക്ക് മാർഗ്ഗദീപം തെളിച്ചു. ബാലസൗഹൃദ, വയോജനസൗഹൃദ, ഭിന്നശേഷിസൗഹൃദ തദ്ദേശ സ്വയംഭരണ സ്ഥാപനങ്ങൾ എന്ന ആശയങ്ങൾക്ക് വലിയ സ്വീകരണമാണ് കേരളത്തിൽനിന്നും മറ്റു സംസ്ഥാനങ്ങളിൽനിന്നും ലഭിച്ചുവരുന്നത്.

2017 ൽ ഉദ്ഘാടനം ചെയ്യപ്പെട്ട ജനകീയാസൂത്രണത്തിന്റെ രണ്ടാം ഘട്ട പരിപാടിയാണ് 'നവകേരള കർമ്മപദ്ധതി.' ഇതിന്റെ അടിസ്ഥാനത്തിലുള്ള പ്രവർത്തനങ്ങളാണ് പിന്നീട് കിലയിൽ നടന്നത്. തദ്ദേശ സ്വയംഭരണ സ്ഥാപനങ്ങളെ മുന്നോട്ട് നയിക്കുന്നതിന് ഗുണപരമായ പരിപാടികളാണ് ഇവിടെയും നടന്നത്. പുതിയ കാലഘട്ടത്തിന്റെ അടിസ്ഥാനത്തിൽ പുതിയ പരിപാടികൾ ആവിഷ്കരിച്ച് പുതിയ വിഷയ മേഖലകളിലേക്ക് 'കില'യുടെ പ്രവർത്തനം വ്യാപിപ്പിച്ചു. ഉദാഹരണത്തിന് കാലാവസ്ഥ വ്യതിയാനം, ജൈവ വൈവിദ്ധ്യം, ജിയോ സെൻസിങ്, ലിംഗനീതി, കുട്ടികളുടെ ക്ഷേമം സംബന്ധിച്ച പ്രവർത്തനങ്ങൾ എന്നിങ്ങനെ പുതിയ വിഷയങ്ങളിലേക്ക് 'കില' കടന്നുചെന്നു. കേരളത്തിലെ തദ്ദേശ സ്വയംഭരണസ്ഥാപനങ്ങളെ ISO സർട്ടിഫിക്കേഷന് യോഗ്യമാകുന്ന നടപടികളിലും 'കില' സഹായകമായി. സ്ത്രീ ശാക്തീകരണത്തിലും ലിംഗനീതി ഉറപ്പാക്കാനുള്ള പ്രവർത്തനങ്ങളിലും കില ഇന്ന് നിർണ്ണായകമായ പങ്കാണ് വഹിക്കുന്നത്. കാലാവസ്ഥ വ്യതിയാനത്തെ നേരിടുന്നതിനുള്ള കർമ്മപദ്ധതി തയ്യാറാക്കുന്നതിലും ദുരന്ത നിവാരണ പദ്ധതി തയ്യാറാക്കുന്നതിലും കില മുന്നിൽനിന്ന് പ്രവർത്തിക്കുന്നു. നിയമ-ചട്ട രംഗങ്ങളിൽ പിന്തുണയും സേവനവും സാദ്ധ്യമാക്കാൻ പ്രത്യേക ഘടകം രൂപവല്ക്കരിച്ചു.

2018 ലെ പ്രളയം അതിജീവിക്കാൻ കേരളത്തിലെ തദ്ദേശസ്വയംഭരണസ്ഥാപനങ്ങൾ നടത്തിയ മികച്ച പ്രകടനത്തെ കാര്യശേഷി വികസനത്തിന്റെ ഭാഗമായിക്കൂടി കാണാം. പ്രവർത്തനങ്ങളിൽക്കൂടി നേടിയ അറിവും നൈപുണ്യവുമാണ് അതിന് തുണയായത്. എങ്കിലും ജനങ്ങളുടെ സുരക്ഷയ്ക്കായി തദ്ദേശ സ്വയംഭരണ സ്ഥാപനങ്ങൾ എല്ലാം മറന്നു പ്രവർത്തിച്ചു. ഇന്ന് എല്ലാ പഞ്ചായത്തുകളിലും ദുരന്ത നിവാരണ പദ്ധതിരേഖ തയ്യാറാക്കികഴിഞ്ഞു. ഇങ്ങനെ തയ്യാറാക്കിയ

ദുരന്തനിവാരണ രേഖ ഈ കോവിഡ് കാലത്ത് തദ്ദേശീയമായി പ്രവർത്തിക്കുവാൻ ഏറെ സഹായകമായി. ഇതൊക്കെ കാര്യശേഷി വികസനത്തിന്റെ ഭാഗമായി തദ്ദേശ സ്വയംഭരണ സ്ഥാപനങ്ങൾ ആർജ്ജിച്ച കഴിവുകളാണ്.

കേവലം പരിശീലന പരിപാടികൾ എന്ന നിലയിൽ മാത്രം കാര്യശേഷി വികസനത്തെ കാണാൻ കഴിയുകയില്ല. ഇതിനകം തദ്ദേശ സ്വയംഭരണ സ്ഥാപനങ്ങൾ നേടിയ കാര്യശേഷിയെ അവരുടെ പ്രവർത്തനങ്ങളിലൂടെ വേണം വിലയിരുത്തുവാൻ. ജനകീയാസൂത്രണം നാട്ടിലുണ്ടാക്കിയ മാറ്റങ്ങളെക്കുറിച്ച് ചർച്ച ചെയ്യണമെങ്കിൽ അത് തുടങ്ങിയ കാലത്തെ സ്ഥിതിവിശേഷം അറിഞ്ഞേ മതിയാകൂ. ആഗോളവല്ക്കരണവും ഉദാരവല്ക്കരണവും എൺപതുകളിൽ നടപ്പിലാക്കിയതിന്റെ ആഘാതം പല മേഖലകളെയും ബാധിച്ചുതുടങ്ങിയ കാലമായിരുന്നു 90 കളുടെ ആദ്യ പാദം. പല വികസന മേഖലകളിലും തകർച്ചയും മുരടിപ്പും വ്യക്തമായി പ്രതിഫലിച്ചു തുടങ്ങിയിരുന്നു. ആരോഗ്യം, വിദ്യാഭ്യാസം തുടങ്ങിയ സേവന മേഖലകൾ തകർന്നു തുടങ്ങിയിരുന്നു. കൃഷിയും അനുബന്ധ ഉല്പാദന മേഖലകളും ഇതിൽനിന്നും വ്യത്യസ്തമായിരുന്നില്ല. ഇവിടെയായിരുന്നു ജനകീയാസൂത്രണത്തിന്റെ പ്രസക്തി. ഇന്ന് തിരിഞ്ഞു നോക്കുമ്പോൾ അതെത്ര ശരിയും നിർണ്ണായകവും ആയിരുന്നു എന്ന് ബോദ്ധ്യപ്പെടും. ഒട്ടേറെ മേഖലകളിൽ തദ്ദേശ സ്വയംഭരണ സ്ഥാപനങ്ങൾ മികച്ചതും മാതൃകാപരമായതുമായ പ്രവർത്തനങ്ങൾ കാഴ്ച വെച്ചിട്ടുണ്ട്. കുടിവെള്ളം, ശുചിത്വം, പാർപ്പിടം തുടങ്ങി എല്ലാ മേഖലകളിലെയും വികസനത്തിനുള്ള ഇടപെടലുകൾ അവർ സംഘടിപ്പിച്ചു. മെച്ചപ്പെട്ട ആരോഗ്യ കേന്ദ്രങ്ങളും വിദ്യാഭ്യാസസ്ഥാപനങ്ങളും അനുബന്ധ സൗകര്യങ്ങളുമുണ്ടായി. അടച്ചുപൂട്ടാനും വില്ക്കാനുമിട്ടിരുന്ന സ്കൂളുകളുടെ കാലത്ത് നിന്നുമാണീ മാറ്റം. ശമ്പളത്തിനപ്പുറം ഒരു വികസനത്തിനും ഇനി സാദ്ധ്യതയില്ലെന്നു കരുതപ്പെട്ട, വളർച്ച മുരടിച്ച പ്രാഥമിക ആരോഗ്യകേന്ദ്രങ്ങളുടെയും പൊതു ആരോഗ്യ സംവിധാനങ്ങളുടെയും കാലത്ത് നിന്നാണീ മാറ്റം. ദാരിദ്ര്യ നിർമ്മാർജ്ജനത്തിലും വയോജന സൗഹൃദ, ബാല സൗഹൃദ, ഭിന്നശേഷി സൗഹൃദ പ്രവർത്തനങ്ങളിലും മാതൃകാപരമായ ഇടപെടലുകളാണ് അവർ നടത്തിയത്. സ്വാന്ത്വന ചികിത്സ നാടിന്റെ സംസ്കാരത്തിന്റെ ഭാഗമായി. എല്ലാവർക്കും പാർപ്പിടം എന്ന ലക്ഷ്യത്തിലേക്ക് അടുക്കുകയാണ് കേരളം. മണ്ണും ജലവും വീണ്ടെടുക്കാനുള്ള നിരവധി പ്രവർത്തനങ്ങൾ. തോടുകളും കുളങ്ങളും വൃത്തിയാക്കി പുനരുജ്ജീവിപ്പിച്ച എത്രയെത്രെ കഥകൾ. മാലിന്യ നിർമ്മാർജ്ജനത്തിന്റെ പ്രാദേശിക മാതൃകകൾ ഏറെ. അതോടൊപ്പം സംസ്ഥാനത്തുടനീളം എല്ലാ പ്രദേശത്തും തുല്യമായ രീതിയിൽ മറ്റു വികസന പ്രവർത്തനങ്ങളും നടന്നുവരുന്നു. ഈ രീതിയിൽ കേരള വികസനത്തിന്റെ നിർണ്ണായക ഘടകമായി മാറുവാനുള്ള കാര്യശേഷി തദ്ദേശ സ്വയംഭരണ

സ്ഥാപനങ്ങൾ ആർജ്ജിച്ചു എന്നതാണ് ജനകീയാസൂത്രണത്തിന്റെ ഏറ്റവും വലിയ നേട്ടം.

സർക്കാരുകൾ മാറി വന്നാലും ജനകീയാസൂത്രണത്തിന്റെയും തദ്ദേശ സ്വയംഭരണ സംവിധാനത്തിന്റെയും അടിസ്ഥാന ശിലകൾക്ക് ഇളക്കം തട്ടാത്ത രീതിയിൽ സുശക്തമായ ചട്ടക്കൂടും പ്രക്രിയയുമാണ് ഏർപ്പെടുത്തിയത്. നിയമങ്ങളും ചട്ടങ്ങളും നടപടിക്രമങ്ങളും, അതിന നുസൃതമായ മനുഷ്യവിഭവശേഷി, അവരുടെ കാര്യശേഷി ഇവയെല്ലാം സജ്ജമാക്കിയിട്ടാകണം അധികാര വികേന്ദ്രീകരണം എന്ന വാദത്തെ മറികടന്നാണ് ജനകീയാസൂത്രണം ആരംഭിച്ചത്. പകരം അധികാരവി കേന്ദ്രീകരണം അതിന്റെ എല്ലാ അർത്ഥത്തിലും നടപ്പാക്കുകയും അതിനാവശ്യമായ സംവിധാനങ്ങൾ സമാന്തരമായി ഒരുക്കണമെന്നു മാണ് നിലപാട്. അത്തരം കാര്യങ്ങൾക്കുള്ള നിർദ്ദേശങ്ങൾ സമർപ്പി ക്കാനായി സെൻ കമ്മിറ്റി രൂപീകരിച്ചു. കമ്മിറ്റിയുടെ നിർദ്ദേശങ്ങൾ ക്കനുസരിച്ച് ഒട്ടേറെ നിയമങ്ങളും സർക്കാർ ഉത്തരവുകളും ചട്ടങ്ങളും തിരുത്തുകയോ പുതുതായി പുറപ്പെടുവിക്കയോ ചെയ്തു. ഉദ്യോഗസ്ഥ പുനർവിന്യാസവും ഇതിന്റെ ഭാഗമായി. അതോടൊപ്പം ജനപങ്കാളി ത്തത്തിന്റെ വേദികളും ഒരുക്കി. തദ്ദേശ സ്വയംഭരണ സംവിധാനം സുശക്തമായി. അവരുടെ കാര്യശേഷി സംബന്ധിച്ച സന്ദേഹങ്ങൾക്ക് പ്രസക്തി നഷ്ടപ്പെട്ടു. താഴെ തട്ടിൽ അത്തരം ശക്തവും ജനകീയവുമായ സംവിധാനം ഒരുങ്ങുക വഴി അതിനെതിരെയുള്ള ശക്തികൾക്കു ഇടപെടാനുള്ള അവസരം ഇല്ലാതാവുകയും ചെയ്തു.

നവകേരള സൃഷ്ടിക്കായി

2017 ൽ ജനകീയാസൂത്രണത്തിന്റെ രണ്ടാംഘട്ടം ഉദ്ഘാടനം ചെയ്യപ്പെട്ടു. പിണറായി വിജയന്റെ നേതൃത്വത്തിലുള്ള സർക്കാർ കേരളം ഇതുവരെ നേടിയ നേട്ടങ്ങൾ അംഗീകരിച്ചുകൊണ്ടുതന്നെ ന്യൂനതകൾ പരിഹരിച്ചും പുത്തൻ പ്രശ്നങ്ങളെ നേരിട്ടും നവകേരളം സൃഷ്ടിക്കുന്ന തിനായുള്ള ശ്രമങ്ങൾക്കനുസരിച്ചു 'നവകേരളത്തിനായി ജനകീയാ സൂത്രണം' പ്രഖ്യാപിച്ചു. കൃത്യമായതും സമയബന്ധിതവുമായ ആസൂ ത്രണവും അതിനു സഹായകമാവുംവിധം പരിഷ്കരിച്ച ആസൂത്രണ പ്രക്രിയയും ഒന്നാം ഘട്ട ജനകീയാസൂത്രണത്തിനു ശേഷമുള്ള ഏറ്റവും പ്രധാനപ്പെട്ട ഇടപെടലുകളായിരുന്നു. ഒപ്പം സേവന മികവിനായുള്ള പ്രവർത്തനങ്ങൾ ഒട്ടേറെ ഏർപ്പെടുത്തിയ കാലമാണ് ഈ കഴിഞ്ഞ വർഷങ്ങൾ. നടപടി ക്രമങ്ങളെ ലഘൂകരിച്ചും വിവിധ മിഷനുകളിലൂടെ ആവശ്യമായ സാങ്കേതിക സഹായം എത്തിച്ചും ദിശ നിർണ്ണയിക്കാൻ സഹായിച്ചും തദ്ദേശ സ്വയംഭരണ സംവിധാനം ശക്തിപ്പെടുത്താനുള്ള വ്യക്തമായ നടപടികളാണ് ഇതിലൂടെ നടപ്പിലാക്കിയത്. മുൻകാലങ്ങളിൽ പദ്ധതി രൂപീകരിച്ച് അംഗീകാരം നേടിവരുമ്പോഴേക്കും രണ്ടോ മൂന്നോ മാസങ്ങൾ മാത്രമേ നിർവ്വഹണത്തിനു ലഭിക്കാറുണ്ടായിരുന്നുള്ളൂ. ഇന്ന്

മാർച്ച് മാസം തന്നെ പദ്ധതി രൂപീകരണവും അംഗീകാരവും നേടുന്ന രീതിയിലെത്തിയിരിക്കുന്നു. പദ്ധതി നിർവ്വഹണത്തിലും ഇതിന്റെ പ്രതിഫലനം ഉണ്ടായി. വർഷാന്ത്യമാകുമ്പോഴേക്കും പരമാവധി പ്രോജക്ടുകൾ പൂർത്തീകരിക്കാനും സമയബന്ധിതമായ ധനവിനിയോഗം ഉറപ്പുവരുത്തുവാനും സാധിച്ചു. ഭരണ രംഗത്തും സേവനപ്രദാന രംഗത്തും വലിയ മാറ്റമാണ് സാധിതമായത്. ഇന്ന് സംസ്ഥാനത്തെ 941 ഗ്രാമപഞ്ചായത്തുകളിൽ 939 ഉം എല്ലാ ബ്ലോക്ക് പഞ്ചായത്തുകളും സേവനഗുണമേന്മ ഉയർത്തിക്കൊണ്ട് ഐ എസ് ഒ നിലവാരത്തിലേക്ക് മാറിക്കഴിഞ്ഞു. 28 ഓളം സേവനങ്ങൾ ഓൺലൈനിൽ ലഭ്യമാകുന്ന സ്ഥിതി സംസ്ഥാനമെങ്ങും സംജാതമായിരിക്കുന്നു. തദ്ദേശ സ്വയംഭരണ സ്ഥാപനങ്ങൾക്ക് കൈമാറിയ സ്ഥാപനങ്ങളെല്ലാം, സ്കൂളും പ്രാഥമികാരോഗ്യ കേന്ദ്രങ്ങളും ആശുപത്രികളുമടക്കം, വികസനത്തിന്റെ പാതയിലാണ്. നവകേരള കർമ്മപദ്ധതിയുടെ ഭാഗമായുള്ള ആർദ്രം, പൊതുവിദ്യാഭ്യാസ സംരക്ഷണ യജ്ഞം, ലൈഫ്, ഹരിത കേരളം ദൗത്യങ്ങളുടെ സഹായത്തോടെയും സഹകരണത്തോടെയും ഈ മേഖലകളിൽ കേരളം എമ്പാടും ഉണ്ടായിട്ടുള്ള മാറ്റം ഇന്ന് ഏവർക്കും കാണാവുന്നതാണ്. തദ്ദേശ സ്വയംഭരണ സംവിധാനത്തിന്റെ കുടക്കീഴിലുള്ള കുടുംബശ്രീ പ്രസ്ഥാനം ഈ കാലഘട്ടത്തിൽ സ്ത്രീ ശാക്തീകരണത്തിനും ഉപജീവന മാർഗ്ഗങ്ങൾ വർദ്ധിപ്പിക്കുന്നതിനും പ്രധാനപ്പെട്ട സംഭാവനയാണ് നല്കുന്നത്.

ഇന്ന് കോവിഡ് 19 പ്രതിരോധപ്രവർത്തനങ്ങളിൽ നിർണ്ണായകമായ പങ്കാണ് കേരളത്തിലെ തദ്ദേശ സ്വയംഭരണ സ്ഥാപനങ്ങൾ വഹിക്കുന്നത്. 2018 ലെ പ്രളയത്തിലും അവരുടെ നേതൃത്വപാടവം വ്യക്തമാക്കപ്പെട്ടതാണ്. ജനകീയാസൂത്രണം ആരംഭിച്ച്, കഴിഞ്ഞ ഇരുപത്തിയഞ്ച് വർഷങ്ങളിലൂടെ ആർജ്ജിച്ച കാര്യശേഷിയാണ് ഇതിനു കാരണം എന്ന് നിസംശയം പറയാം.

കോവിഡ് പോലുള്ള മഹാമാരികളുടെയും ദുരന്തങ്ങളുടെയും കാലത്ത് കോവിഡ് മാനദണ്ഡങ്ങൾ പാലിച്ച് സ്ഥാപനങ്ങൾ അടച്ചിടേണ്ടി വരുമ്പോൾ പരിശീലന സ്ഥാപനങ്ങൾക്കും ഇത് ബാധകമാണ്. ഈ സാഹചര്യത്തിൽ എങ്ങനെയാണ് കില ഓൺലൈൻ പ്ലാറ്റ്ഫോം പരിപാടികളിലൂടെയും, വെബിനാറുകളിലൂടെയും മറ്റു സാമൂഹ്യ മാധ്യമങ്ങളിലൂടെയും പുതിയ സങ്കേതങ്ങൾ ഉപയോഗിച്ച് കാലോചിതമായി മാറിയതെന്നത് ശ്രദ്ധേയം. മുഖാമുഖം ഒത്തുകൂടുവാൻ സാധിക്കാത്ത ഈ സാഹചര്യത്തിൽ പരിശീലനത്തിനായി ഈ-ലേണിങ് പ്ലാറ്റ്ഫോം രൂപീകരിച്ചുള്ള പരിശീലനങ്ങൾക്ക് 'കില' തയ്യാറായിക്കഴിഞ്ഞു. ഏതാണ്ട് നൂറിലധികം കോഴ്സുകളാണ് ഇത്തരത്തിൽ തയ്യാറാക്കപ്പെട്ടിരിക്കുന്നത്.

കൂടാതെ സർക്കാർ തലത്തിലെ തീരുമാനപ്രകാരം കേരളത്തിലെ തദ്ദേശഭരണവുമായി ബന്ധപ്പെട്ട പരിശീലന സ്ഥാപനങ്ങളെ ഒരു കുടക്കീഴിൽ കൊണ്ടുവരുന്ന തരത്തിൽ സ്ഥാപനങ്ങളെ കിലയുടെ

കീഴിൽ ലയിപ്പിക്കുന്ന നടപടിയും എടുത്തുകഴിഞ്ഞു. ഇതൊക്കെ കാര്യശേഷി വികസന സംവിധാനത്തെ കൂടുതൽ ശക്തിപ്പെടുത്തുന്നതിന്റെ ഭാഗമാണ്.

ജനകീയാസൂത്രണം കേവലം പദ്ധതികൾ തയ്യാറാക്കുന്ന പരിപാടിയല്ല മറിച്ച് അധികാര വികേന്ദ്രീകരണ പ്രകൃതിയിലെ സുപ്രധാനമായുള്ള ഘടകമാണ്. ലോകമെമ്പാടും വൻശക്തികൾ അധികാര വികേന്ദ്രീകരണത്തെ പിടിച്ചെടുക്കാൻ, ഇല്ലാതാക്കാൻ ശ്രമിക്കുന്ന ഈ കാലഘട്ടത്തിൽ ഇതിനെ നിലനിർത്താൻ വേണ്ട ഒരുക്കങ്ങൾ നടത്തുക എന്ന വെല്ലുവിളികളാണ് നാം ഏറ്റെടുക്കേണ്ടത്. അതിൽ കാര്യശേഷി വികസനത്തിന് നിർണ്ണായകമായ പങ്കാണുള്ളത്. തദ്ദേശ സ്വയംഭരണ സംവിധാനം ശക്തിപ്പെടുത്തിയും പരിശീലനത്തിനും അനുബന്ധ പ്രവർത്തനങ്ങൾക്കും ശക്തമായ പിന്തുണ നല്കിക്കൊണ്ടും കേരളം ഊന്നൽ നല്കുന്നത് അതിനുതന്നെയാണ്. മറ്റൊരു സംസ്ഥാനത്തും ഇത്തരം ഇടപെടലുകൾ ഇത്രയും ദീർഘകാലങ്ങളായി നടന്നിട്ടില്ല എന്നതും ശ്രദ്ധിക്കണം.

1996 ആഗസ്ത് മാസം 17 ന് ഉദ്ഘാടനം ചെയ്യപ്പെട്ട ജനകീയാസൂത്രണ പ്രസ്ഥാനം ഇരുപത്തഞ്ചാം വർഷത്തിലേക്ക് പ്രവേശിക്കുന്ന ഈ വേളയിൽ ബഹുമാനപ്പെട്ട കേരള മുഖ്യമന്ത്രി ശ്രീ. പിണറായി വിജയൻ *ഇക്കൊണോമിക് ആന്റ് പൊളിറ്റിക്കൽ വീക്കിലി*യിൽ എഴുതിയപോലെ കേന്ദ്രസംസ്ഥാന സർക്കാരുകളെ പോലെയുള്ള ഭരണസംവിധാനമാണ് ഇന്ന് കേരളത്തിലെ തദ്ദേശ സ്വയംഭരണ സ്ഥാപനങ്ങൾ. പ്രായോഗിക സഹകരണത്തിലൂന്നിയ ഫെഡറൽ സംവിധാനത്തിൽ ശക്തമായ സംസ്ഥാനങ്ങളും തദ്ദേശ സർക്കാരുകളും കേന്ദ്രസർക്കാരിനൊപ്പം തുല്യ പങ്കാളികളാകേണ്ടതുണ്ട് എന്നദ്ദേഹം വ്യക്തമാക്കി. കോവിഡാനന്തരമുള്ള നവകേരള സൃഷ്ടിയിൽ തദ്ദേശ സ്വയംഭരണ സ്ഥാപനങ്ങൾക്ക് നിർണ്ണായകമായ പങ്കാണ് വഹിക്കാനുള്ളത്. അതിനായുള്ള കാര്യശേഷിയും ശക്തിയും നേടാൻ ജനകീയാസൂത്രണത്തിലൂടെ ഇനിയും മുന്നേറാം. തിരഞ്ഞെടുപ്പിന് ശേഷം പുതിയ ജനപ്രതിനിധികൾ സാരഥ്യമേറ്റെടുക്കുമ്പോൾ പുതിയ കാലത്തിന്റെ വെല്ലുവിളികൾ ഏറ്റെടുക്കുവാൻ സജ്ജരാകേണ്ടതുണ്ട്. എന്നാൽ ശക്തമായ അടിത്തറയും ചട്ടക്കൂടും അനുഭവങ്ങളും ഇതുവരെ ആർജ്ജിച്ച കാര്യശേഷിയും തദ്ദേശ സ്വയംഭരണ സംവിധാനത്തിന്റെ മുന്നോട്ടുള്ള യാത്രയിൽ സഹായകമാവും.

ഭരണ വികസന പങ്കാളിത്തവും ലിംഗ തുല്യതയും-അധികാര വികേന്ദ്രീകരണത്തിലെ സാദ്ധ്യതകൾ

ഡോ. ടി എൻ സീമ

തുല്യത എന്നത് ശ്രേണീബദ്ധമായ അധികാര ഘടനയുമായി പൊരുത്തപ്പെടുന്ന ആശയമല്ല. ഇന്ത്യൻ സമൂഹമാകട്ടെ സ്വാതന്ത്ര്യ ലബ്ധിക്ക് ഏഴ് പതിറ്റാണ്ടുകൾക്ക് ശേഷവും സമ്പത്തും ജാതി മേധാവിത്തവും പുരുഷാധിപത്യവും തുടങ്ങി എല്ലാ അധികാരക്കോയ്മയുടെയും നിയന്ത്രണത്തിലാണ്. അവകാശങ്ങളിലും അവസരങ്ങളിലും തുല്യത വാഗ്ദാനം ചെയ്യുന്ന ഭരണഘടനയുള്ള രാജ്യമാണ് ഇന്ത്യ എന്നതിനാൽ ശ്രേണീബദ്ധമായ അധികാര ഘടനയുള്ള ഈ സമൂഹത്തിലും എല്ലാവർക്കും ഇടപെടുന്നതിനുള്ള അവസരം ജനാധിപത്യ സംവിധാനം ലഭ്യമാക്കും എന്നാണ് കരുതപ്പെടുന്നത്. എന്നാൽ അനുഭവം നിലവിലുള്ള ശ്രേണീബദ്ധമായ സാമൂഹ്യ ഘടന ജനാധിപത്യത്തിന്റെ പ്രയോഗത്തിലും ബാധകമാണ് എന്നതാണ്. വോട്ടവകാശമുള്ള മുഴുവൻ ആളുകൾക്കും പങ്കെടുക്കാൻ കഴിയുന്ന തരത്തിൽ ജനാധിപത്യപരമായി തെരഞ്ഞെടുപ്പു നടക്കുന്ന ഒരു രാജ്യമാണ് ഇന്ത്യ. എന്നാൽ സ്ഥാനാർത്ഥി നിർണ്ണയം മുതൽ തിരഞ്ഞെടുപ്പ് പ്രചരണവും തിരഞ്ഞെടുപ്പു പ്രക്രിയയും വരെ പണവും ജാതിയും അധികാരവും നിയന്ത്രിക്കുന്ന അനുഭവം ഒട്ടു മിക്ക സംസ്ഥാനങ്ങളിലും ഉണ്ട്. ഇത്തരമൊരു സാഹചര്യത്തിൽ അധികാര ശ്രേണിയുടെ താഴെത്തട്ടിൽ മാത്രമുള്ള സ്ത്രീകളുടെയും ദളിതരുടെയും പൊതുരംഗ പ്രവേശവും ഭരണരംഗ പ്രവേശവും ദുഷ്കരവും എന്നാൽ തുല്യതയെന്ന ആശയത്തെ സംബന്ധിച്ചിടത്തോളം സുപ്രധാനവുമാണ്.

നമ്മുടെ സമൂഹത്തിൽ ഭരണത്തെയും വികസനത്തെയും കുറിച്ചുള്ള ധാരണകളിൽ സ്ത്രീകളുടെ ഇടമെന്താണ്? ഇന്ത്യയിലെപ്പോലൊരു പുരുഷാധിപത്യ സമൂഹത്തിൽ സ്ത്രീ പുരുഷന്മാരുടെ

പരമ്പരാഗത ധർമ്മങ്ങളെ സംബന്ധിച്ച മൂല്യബോധമാണ് വീടിനകത്തും പുറത്തും അവരുടെ ഇടപെടലുകളേയും ജീവിതത്തെ തന്നെയും നിയന്ത്രിക്കുന്നത്. സ്ത്രീയുടെ പ്രഥമവും പ്രധാനവുമായ ധർമ്മം പ്രത്യുല്പാദനവും കുടുംബത്തിന്റെ പരിപാലനവും ആണെന്നും കുടുംബത്തിനകത്തും പൊതുസമൂഹത്തിലും പുരുഷനാണ് തീരുമാനങ്ങൾ എടുക്കാൻ അധികാരമെന്നും ഇത് അനിവാര്യമായ സാമൂഹ്യ ചട്ടമാണെന്നും പറഞ്ഞുറപ്പിക്കുന്ന യാഥാസ്ഥിതിക ബോധമാണ് ഇതിന് കാരണം. സമൂഹത്തിന്റെ ഏറ്റവും സൂക്ഷ്മതലത്തിൽ സ്ഥിതിചെയ്യുന്ന കുടുംബം എന്ന സ്ഥാപനത്തിൽനിന്നും സ്ത്രീകൾക്ക് പരമ്പരാഗതമായി നിഷേധിക്കപ്പെട്ടിട്ടുള്ള പൊതുസമൂഹത്തിലേക്കുള്ള പ്രവേശനം ദുഷ്കരമാകുന്നതിനു കാരണവും ഈ സങ്കല്പം തന്നെയാണ്. പൊതു സമൂഹത്തിലേക്ക് പ്രവേശിക്കുമ്പോഴാകട്ടെ യാഥാസ്ഥിതികതയുടെ വേതാളങ്ങൾ പല രൂപത്തിൽ അവരുടെ പൊതുജീവിതത്തെയും സ്വകാര്യ ജീവിതത്തെയും വിലങ്ങിടാനും പരിമിതപ്പെടുത്താനും ശ്രമിക്കും. നൂറ്റാണ്ടുകളിലൂടെ കൈമാറി വന്നിട്ടുള്ള സ്ത്രീ വിരുദ്ധ ധാരണകളോടും പിതൃ മേധാവിത്ത സ്ഥാപനങ്ങളോടുമുള്ള പോരാട്ടമാണ് ഒരു ശരാശരി സ്ത്രീയുടെ പൊതുജീവിതം. വിശേഷിച്ച്, പരമ്പരാഗതമായി പുരുഷന്മാരുടേത് എന്ന് ധരിച്ചുവെച്ചിട്ടുള്ള ഭരണരംഗം, രാഷ്ട്രീയം പോലെയുള്ള മേഖലകളിലേക്ക് സ്ത്രീകൾ കടന്നുവരുമ്പോൾ ആക്രമണവും ചെറുത്തു നില്പും കൂടുതൽ കഠിനവും സങ്കീർണ്ണവും ആകും. ഇതോടൊപ്പം സാമ്പത്തികവും ജാതീയവുമായ മേല്ക്കൈ നിർണ്ണായകമായ സമൂഹത്തിൽ വർഗ്ഗ-ജാതി-ലിംഗ വിവേചനത്തിന്റെ പ്രകടമായ പ്രയോഗങ്ങൾ കൂടി ഇങ്ങനെ കടന്നുവരുന്ന സ്ത്രീകളുടെ ജീവിതത്തിൽ സ്വാഭാവികമായും കാണും.

പ്രാദേശിക ഭരണത്തിൽ സ്ത്രീ പ്രാതിനിധ്യത്തിന്റെ നാൾവഴികൾ

ദേശീയ സ്വാതന്ത്ര്യ പ്രസ്ഥാനത്തിലും സാമൂഹ്യ പരിഷ്കരണ പ്രവർത്തനങ്ങളിലും തൊഴിലാളികളുടെ അവകാശപ്പോരാട്ടങ്ങളിലും രാജ്യത്തെ പല പ്രദേശങ്ങളിലും ഉണ്ടായിരുന്ന സ്ത്രീ പങ്കാളിത്തത്തിന്റെ പ്രതിഫലനം സ്വാതന്ത്ര്യ ലബ്ധിക്ക് ശേഷം രൂപപ്പെട്ട കേന്ദ്രഭരണത്തിൽ ഉണ്ടായില്ല. ഒട്ടേറെ വനിതാ നേതാക്കൾ പ്രധാന രാഷ്ട്രീയപ്പാർട്ടികളുടെ നേതൃത്വത്തിൽ ഉണ്ടായിട്ടും കേന്ദ്ര സംസ്ഥാന ഭരണത്തിൽ സ്ത്രീകളുടെ പങ്കാളിത്തം നാമമാത്രമായി മാത്രം ഉണ്ടാകുന്ന സ്ഥിതിയാണ് തുടർന്നത്. പ്രാദേശിക തലത്തിലാകട്ടെ പൊതുരംഗത്തെ സ്ത്രീയുടെ അദൃശ്യത ഏറ്റവും സ്വാഭാവികമായ ഒരു സാമൂഹ്യരീതിയായി അംഗീകരിക്കുന്ന നിലയായിരുന്നു. കേന്ദ്രസർക്കാർ രൂപീകരിച്ച ബൽവന്ത്റായ് മഹ്ത കമ്മിറ്റി പ്രാദേശിക ഭരണ സംവിധാനങ്ങളെക്കുറിച്ച് പഠിച്ചുകൊണ്ട് 1957 ൽ സർക്കാരിന് സമർപ്പിച്ച റിപ്പോർട്ടിലാണ് ത്രിതല

പഞ്ചായത്ത് സംവിധാനം ശുപാർശ ചെയ്യപ്പെടുന്നത്. ഗ്രാമപഞ്ചായത്ത്, സമിതി പഞ്ചായത്ത്, ജില്ലാ പഞ്ചായത്ത് എന്നിങ്ങനെയുള്ള ത്രിതല സമിതികളുടെ ഘടന ശുപാർശ ചെയ്യുമ്പോൾ 2 സ്ത്രീകളെ പഞ്ചായത്ത് സമിതികളിൽ ഉൾപ്പെടുത്താനുള്ള നിർദ്ദേശം കൂടി ഈ റിപ്പോർട്ടിൽ ഉൾപ്പെടുത്തിയിട്ടുണ്ട്. ഈ റിപ്പോർട്ടും ശുപാർശകളും കേന്ദ്രസർക്കാർ അംഗീകരിച്ചെങ്കിലും കുറച്ചു സ്ത്രീകൾ ഇതിന്റെ ഭാഗമായി നോമിനേറ്റ് ചെയ്യപ്പെട്ടു എന്നല്ലാതെ പ്രാദേശിക ഭരണരംഗത്ത് സ്ത്രീകളുടെ ഇടപെടൽ സംബന്ധിച്ച് കാര്യമായ ഒരു ചലനവും സൃഷ്ടിക്കാൻ ഇതുകൊണ്ട് കഴിഞ്ഞില്ല.

രാജ്യത്തെ പഞ്ചായത്ത് രാജ് സംവിധാനം നേരിടുന്ന പ്രശ്നങ്ങളെ കുറിച്ചു പഠിക്കാൻ 1978 ൽ കേന്ദ്രസർക്കാർ രൂപംകൊടുത്ത അശോക് മേത്ത കമ്മിറ്റി മണ്ഡൽ (ബ്ലോക്ക്) പഞ്ചായത്ത്, ജില്ലാ പരിഷത്ത് എന്നിങ്ങനെ രണ്ടു തട്ടുകൂടി ശുപാർശ ചെയ്തു. അതോടൊപ്പം ഏറ്റവും കൂടുതൽ വോട്ടു കിട്ടുന്ന രണ്ടു സ്ത്രീകളെ ജില്ലാ പരിഷത്തിലേക്ക് നോമിനേറ്റു ചെയ്യണം. 1983 ൽ പാസാക്കിയ കർണ്ണാടക പഞ്ചായത്തി രാജ് ഭേദഗതിയിലൂടെ 25 ശതമാനം സ്ത്രീകൾ അവിടെ പ്രാദേശിക ഭരണ രംഗത്ത് തെരഞ്ഞെടുക്കപ്പെട്ടു. കേരളത്തിൽ 1987 മുതൽ 1991 വരെ ഭരിച്ച ഇടതുപക്ഷ സർക്കാർ പാസാക്കിയ ജില്ലാ അഡ്മിനിസ്ട്രേഷൻ നിയമത്തിന്റെ അടിസ്ഥാനത്തിൽ 1991 ജനുവരിയിൽ നടന്ന ജില്ലാ കൗൺസിൽ തെരഞ്ഞെടുപ്പിലൂടെ 30 ശതമാനം സ്ത്രീകൾ പ്രാദേശിക ഭരണ രംഗത്തേക്ക് കടന്നുവന്നു. അങ്ങനെ ഇന്ത്യയിൽ ആദ്യമായി പ്രാദേശിക ഭരണരംഗത്ത് മുപ്പതു ശതമാനം വനിതാ സംവരണം ഉറപ്പാക്കുന്ന സംസ്ഥാനമായി കേരളം മാറി. തദ്ദേശ സ്വയംഭരണ സ്ഥാപനങ്ങൾക്ക് കൂടുതൽ അധികാരങ്ങളും ചുമതലകളും നല്കുന്ന 64-ാമത് ഭരണ ഘടനാ ഭേദഗതി ബിൽ 1989 ൽ പാർലമെന്റിൽ അവതരിപ്പിക്കപ്പെട്ടെങ്കിലും രണ്ട് വോട്ടിനു അത് പരാജയപ്പെട്ടു. ഈ ബില്ലിൽ മുപ്പതു ശതമാനം സ്ത്രീ സംവരണമാണ് ഉൾപ്പെടുത്തിയിരുന്നത്. മൂന്നു വർഷങ്ങൾക്കു ശേഷം 1992 ഡിസംബർ 23 ന് രാജ്യസഭയിൽ ഭരണഘടനാ ഭേദഗതികൾ പാസായി. ഇതിൽ മുപ്പത്തി മൂന്നും മൂന്നിലൊന്നും ശതമാനം (ശരിയായ മൂന്നിലൊന്ന് സംവരണം) വനിതാ സംവരണം നിർദ്ദേശിക്കപ്പെട്ടു. ത്രിതല പഞ്ചായത്തുകളിലും നഗരസഭകളിലും സ്ത്രീകൾക്കും പട്ടികജാതി, പട്ടികവർഗ്ഗ ജനവിഭാഗത്തിനും പ്രസിഡന്റ്/ചെയർപേഴ്സൻ പദവിയിലുൾപ്പെടെ അമ്പതു ശതമാനം സംവരണം ഉറപ്പാക്കുന്ന 110-ാമത് ഭരണഘടനാ ഭേദഗതി ബിൽ 2009, 112-ാമത് ഭരണഘടനാ ഭേദഗതി ബിൽ 2009 എന്നിവ 2009 നവംബറിൽ പാർലമെന്റിൽ അവതരിപ്പിക്കപ്പെട്ടു. ഈ ബിൽ അതിനു ശേഷം പാർലമെന്റ് സ്റ്റാന്റിങ് കമ്മിറ്റിയുടെ പരിഗണനയ്ക്കായി അയച്ചെങ്കിലും പാർലമെന്റിൽ പാസാക്കുന്നതിന് കഴിഞ്ഞില്ല. രണ്ടാം യു പി എ സർക്കാർ കൊണ്ടുവന്ന ഈ ബിൽ പാർലമെന്റിൽ പാസാക്കിയെടുക്കുന്നതിനുള്ള ഇടപെടൽ 2014 ൽ

സർക്കാരിന്റെ കാലാവധി കഴിയുന്നതുവരെ യു പി എ സർക്കാരിന്റെ ഭാഗത്തുനിന്നുണ്ടായില്ല. 2014 ൽ അധികാരമേറ്റ എൻ ഡി എ സർക്കാരും അവരുടെ രണ്ടാം ഊഴത്തിൽ പോലും ത്രിതല പഞ്ചായത്തുകളിൽ സ്ത്രീകൾക്കും പട്ടികജാതി, പട്ടികവർഗ്ഗ ജനവിഭാഗങ്ങൾക്കും ഭരണത്തിൽ തുല്യാവകാശം നല്കുന്ന ബിൽ പാസാക്കാൻ താല്പര്യം കാണിച്ചിട്ടില്ല .

എന്നാൽ കേരളം, ആന്ധ്രാപ്രദേശ്, കർണ്ണാടക, മദ്ധ്യപ്രദേശ്, ഗുജറാത്ത്, ഹിമാചൽ പ്രദേശ്, ഝാർഖണ്ഡ്, ഛത്തീസ്ഗഡ്, ത്രിപുര, ഒഡീഷ, തെലങ്കാന, ആസാം തുടങ്ങിയ സംസ്ഥാനങ്ങൾ തങ്ങളുടെ പഞ്ചായത്ത് രാജ് നിയമത്തിലും നഗരപാലികാ നിയമത്തിലും കൊണ്ടുവന്ന ഭേദഗതിയിലൂടെ 2009 ൽത്തന്നെ അമ്പതു ശതമാനം വനിതാ സംവരണം ഉറപ്പാക്കിയിരുന്നു. ഇന്ത്യയിൽ ആദ്യമായി പ്രാദേശിക ഭരണ രംഗത്ത് അമ്പതു ശതമാനം വനിതാ സംവരണം കൊണ്ടുവന്നത് ബീഹാറിലാണ്, 2006 ൽ പഞ്ചായത്തുകളിലും 2007 ൽ നഗരസഭകളിലും.

അധികാര വികേന്ദ്രീകരണം പൂർണ്ണാർത്ഥത്തിൽ നടക്കുകയാണെങ്കിൽ അത് പ്രാദേശിക വികസന പ്രക്രിയയെ കൂടുതൽ ജനാധിപത്യവല്ക്കരിക്കുകയും എല്ലാ വിഭാഗം ജനങ്ങളെയും കൂടുതൽ രാഷ്ട്രീയവല്ക്കരിക്കുകയും ചെയ്യുന്നതിനുള്ള സാഹചര്യം സൃഷ്ടിക്കും. ജനപ്രതിനിധികളായ സ്ത്രീകൾക്ക് മാത്രമല്ല പൗരർ എന്ന നിലയിലും സ്ത്രീകളെ സംബന്ധിച്ചിടത്തോളം ഈ സാഹചര്യം വളരെ പ്രധാനമാണ്. കേരളത്തേക്കാൾ മുന്നേതന്നെ പഞ്ചായത്ത് രാജ് സംവിധാനത്തിന് വലിയ ഊന്നൽ നല്കുകയും കൂടുതൽ സ്ത്രീകളെ പ്രാദേശിക ഭരണ രംഗത്ത് കടന്നുവരാൻ അവസരമൊരുക്കുകയും ചെയ്ത സംസ്ഥാനങ്ങൾ ഇന്ത്യയിലുണ്ട്. എന്നാൽ അധികാര വികേന്ദ്രീകരണത്തിന്റെ കാൽനൂറ്റാണ്ടിൽ കേരളത്തിൽ സൃഷ്ടിക്കാൻ കഴിഞ്ഞതുപോലെ സ്ത്രീ മുന്നേറ്റം മറ്റൊരിടത്തും സൃഷ്ടിക്കാൻ കഴിഞ്ഞിട്ടില്ല. പ്രാദേശിക ഭരണരംഗത്തെ സ്ത്രീകളുടെ വർദ്ധിച്ച പ്രാതിനിദ്ധ്യം ഇരുപത്തിയഞ്ച് വർഷംകൊണ്ട് തീർച്ചയായും അവിടങ്ങളിൽ സ്ത്രീകൾക്കിടയിൽ ആത്മവിശ്വാസം വർദ്ധിപ്പിച്ചിട്ടുണ്ട്. പക്ഷേ, അവിടങ്ങളിൽ അതൊരു ദീർഘവും ക്ലേശകരവുമായ പ്രക്രിയയായപ്പോൾ കേരളത്തിൽ അധികാര വികേന്ദ്രീകരണത്തിന്റെ തുടക്കംതന്നെ സ്ത്രീസമൂഹത്തിൽ മാറ്റത്തിന്റെ കൊടുങ്കാറ്റായതെങ്ങനെ?

ജനകീയാസൂത്രണവും സ്ത്രീകളും

അധികാര വികേന്ദ്രീകരണത്തിന്റെ ഏറ്റവും അർത്ഥവത്തായ പ്രയോഗം ലക്ഷ്യമാക്കി സംസ്ഥാനത്ത് 1996 ൽ ഇടതുപക്ഷ ജനാധിപത്യ മുന്നണി സർക്കാർ ആരംഭിച്ച വികേന്ദ്രീകൃത ആസൂത്രണത്തിനായുള്ള ജനകീയാസൂത്രണ പ്രസ്ഥാനം അന്നേവരെ രാജ്യം കണ്ടിട്ടില്ലാത്ത തരത്തിൽ വികസന പ്രക്രിയയുടെ ജനാധിപത്യവല്ക്കരണത്തിനാണ്

തുടക്കം കുറിച്ചത്. ഗ്രാമസഭയിൽനിന്ന് തുടങ്ങുന്ന ആസൂത്രണ ചർച്ചയുടെ അടിസ്ഥാനം കേരളത്തിന്റെ വികസന പ്രക്രിയയിലെ ദൗർബല്യങ്ങളും അത് പരിഹരിക്കുന്നതിന് ഓരോ പ്രദേശത്തും നടക്കേണ്ട ഇടപെടലുകളുമായിരുന്നു. അതിനുമുമ്പ് അക്കാദമിക് ചർച്ചകളിലും സ്ത്രീ പ്രസ്ഥാനങ്ങളുടെ വേദികളിലും മാത്രം ഉയർന്നിരുന്ന, കേരള വികസന പ്രക്രിയയിൽ സ്ത്രീകളോടുള്ള അനീതിയും സ്ത്രീകളുടെ അദൃശ്യതയും എന്ന പ്രശ്നത്തെ ജനകീയാസൂത്രണത്തിൽ സ്ത്രീ വികസന ചർച്ചകളുടെ കേന്ദ്രബിന്ദുവായി മാറി. സ്ത്രീകളുടെ ഉയർന്ന സാക്ഷരതയും മികച്ച വിദ്യാഭ്യാസ നേട്ടങ്ങളും ആരോഗ്യരംഗത്തെ ഗുണനിലവാരവും തുടങ്ങിയുള്ള സാമൂഹ്യ ക്ഷേമ നേട്ടങ്ങളും കേരളത്തിലെ സ്ത്രീകളുടെ മെച്ചപ്പെട്ട അവസ്ഥയെ സൂചിപ്പിക്കുന്നുവെന്നതിൽ സംശയമില്ല. പക്ഷേ, സ്ത്രീകൾക്കുനേരെ വർദ്ധിക്കുന്ന അതിക്രമങ്ങളും സാമൂഹ്യ രാഷ്ട്രീയ രംഗത്തെ സ്ത്രീകളുടെ അദൃശ്യതയും സ്ത്രീ ധർമ്മങ്ങളെന്ന് പൊതുസമൂഹം വെച്ചുപുലർത്തുന്ന സ്ത്രീവിരുദ്ധ മൂല്യബോധവും സ്ത്രീകളുടെ താഴ്ന്ന പദവിയുടെ സൂചനകളാണ്. കേരള സമൂഹത്തിലെ ഈ അസമമായ സ്ത്രീ പുരുഷ പദവി ബന്ധത്തെ പരിഹരിക്കാൻ സ്ത്രീകളെയും സമൂഹത്തെയും പ്രാപ്തമാക്കുക എന്നതാണ് ജനകീയാസൂത്രണത്തിന്റെ സ്ത്രീ പരിപ്രേക്ഷ്യത്തിന്റെ കാതൽ. ഇതിൽ പ്രാദേശികാസൂത്രണത്തിലെ സ്ത്രീ പങ്കാളിത്തം, വികസന പദ്ധതിയുടെ സ്ത്രീപക്ഷ ഉള്ളടക്കം, വനിതാ ജനപ്രതിനിധികളുടെ അധികാരവല്ക്കരണം തുടങ്ങി പല ഘടകങ്ങൾ കാണാം. ഇതുതന്നെയാണ് മറ്റു സംസ്ഥാനങ്ങളിൽ നടന്ന അധികാര വികേന്ദ്രീകരണ പ്രക്രിയയിലെ സ്ത്രീ പങ്കാളിത്തത്തിൽനിന്നും കേരളത്തെ വ്യത്യസ്തമാക്കുന്നത്. സംവരണത്തിലൂടെ ഭരണ രംഗത്തേക്ക് കടന്നുവന്ന സ്ത്രീകൾ മാത്രമല്ല, അധികാര വികേന്ദ്രീകരണത്തിന്റെ പുതിയ സാദ്ധ്യതകൾ പ്രയോജനപ്പെടുത്തിക്കൊണ്ട് ഓരോ പ്രദേശത്തെയും മുഴുവൻ സ്ത്രീകളും വികസന പ്രക്രിയയിൽ അണിനിരന്നുകൊണ്ട് സ്ത്രീ സമൂഹത്തിന്റെയാകെ പങ്കാളിത്തമാണ് ജനകീയാസൂത്രണം ലക്ഷ്യമാക്കിയത്.

പ്രാദേശികാസൂത്രണത്തിലെ സ്ത്രീ പങ്കാളിത്തം

ഇന്ത്യയിലെ പരമ്പരാഗത വികസന പദ്ധതികളിൽ സ്ത്രീകളുടെ പങ്ക് ഗുണഭോക്താവ് എന്ന നിലയിൽ പരിമിതമായിരുന്നു. എന്നാൽ സ്ത്രീകളെ വികസനാസൂത്രണത്തിന്റെ കർത്തൃ സ്ഥാനത്തേക്ക് മാറ്റി സ്ഥാപിക്കുക എന്ന ധീരമായ നിലപാടാണ് ജനകീയാസൂത്രണം മുന്നോട്ടു വെച്ചത്. ആസൂത്രണത്തിന്റെ വിവിധ ഘട്ടങ്ങളിൽ സ്ത്രീകളുടെ വർദ്ധിച്ച പങ്കാളിത്തം ഉറപ്പുവരുത്തിക്കൊണ്ട് സ്ത്രീപക്ഷ കാഴ്ചപ്പാടോടെ പ്രാദേശിക വികസന പദ്ധതികൾക്ക് രൂപം നല്കുക എന്നതായിരുന്നു സമീപനം. ഓരോ പ്രദേശത്തും നടക്കുന്ന വികസന

പ്രക്രിയയിൽ ഇടപെടാനുള്ള സ്ത്രീകളുടെ പ്രാപ്തി വർദ്ധിപ്പിക്കുകയെന്നാൽ ആസൂത്രണത്തിന്റെയും നിർവ്വഹണത്തിന്റെയും എല്ലാ ഘട്ടങ്ങളിലും സ്ത്രീകളുടെ സാർത്ഥകമായ ഇടപെടൽ ഉറപ്പു വരുത്തുക എന്നാണർത്ഥം. ജനകീയാസൂത്രണത്തിന്റെ അടിത്തറയായി കണ്ടത് ഗ്രാമസഭകളാണ്. 1995 ൽ പുതിയ അധികാരങ്ങളോടു കൂടിയ തദ്ദേശ സ്വയംഭരണ സ്ഥാപനങ്ങൾ തെരഞ്ഞെടുക്കപ്പെട്ടു കഴിഞ്ഞതിനെത്തുടർന്ന് ആദ്യം നടന്ന ഗ്രാമസഭയിൽ സ്ത്രീകളുടെ പങ്കാളിത്തം വളരെ ശുഷ്കമായിരുന്നു. ഈ കുറവ് സ്വാഭാവികമായിരുന്നു, കാരണം, അന്നേവരെ പ്രാദേശിക വികസനവുമായി ബന്ധപ്പെട്ട് ഒരു അഭിപ്രായ പ്രകടനം നടത്തുന്നതിന് അവസരം ലഭിച്ചിട്ടില്ലാത്ത സ്ത്രീകൾ പെട്ടെന്നൊരു ദിവസം ഗ്രാമസഭയിൽ പങ്കെടുത്ത് വികസന ചർച്ച നടത്തുമെന്ന് ധരിക്കുന്നതുതന്നെ തെറ്റ്. അതുകൊണ്ടുതന്നെ 1996 ൽ ജനകീയാസൂത്രണത്തിനായുള്ള പ്രത്യേക ഗ്രാമസഭകൾ വിളിച്ചപ്പോഴും സ്ത്രീ പങ്കാളിത്തം ശരാശരി പത്ത് ശതമാനം മാത്രമാണെന്നുകണ്ട് അത് പരിഹരിക്കുന്നതിനുള്ള ഇടപെടലുകൾക്ക് രൂപം നല്കി. ഗ്രാമസഭയിൽ സ്ത്രീകളെ പങ്കെടുപ്പിക്കാൻ സ്ത്രീകളുടെ പ്രത്യേക സ്ക്വാഡ്, അങ്കണവാടി പ്രവർത്തകരുടെ നേതൃത്വത്തിൽ സ്ത്രീകൾക്ക് ഗ്രാമസഭ സംബന്ധിച്ച അറിയിപ്പുകൾ നല്കുക, വനിതാ സംഘടനകളുടെ യോഗങ്ങൾ ചേർന്ന് ഗ്രാമസഭകളിൽ പങ്കെടുക്കുന്നതിനുള്ള പ്രചരണം നടത്തുക തുടങ്ങി നിരവധി പ്രചാരണ പരിപാടികൾ സംഘടിപ്പിക്കപ്പെട്ടു. ഗ്രാമസഭയിൽ വിവിധ വിഷയ ഗ്രൂപ്പുകളായുള്ള ചർച്ചകളിൽ സ്ത്രീ പദവി സംബന്ധിച്ച ഗ്രൂപ്പും ചർച്ചയും നിർബ്ബന്ധമായും ഉണ്ടാകണമെന്ന നിഷ്കർഷയും ഇത്തരം ചർച്ചകളിൽ പങ്കെടുക്കുന്നതിന് സഹായകരമായ പരിശീലന പരിപാടികളും പ്രാദേശികമായി തന്നെ സംഘടിപ്പിക്കപ്പെട്ടു. ഇതിന്റെയൊക്കെ ഫലമായി ഒൻപതാം പഞ്ചവത്സര പദ്ധതിയുടെ ആസൂത്രണത്തിനായി ചേർന്ന ഗ്രാമസഭകളിൽ സ്ത്രീകളുടെ പങ്കാളിത്തവും ചർച്ചകളുടെ ഗുണനിലവാരവും മെച്ചപ്പെടുത്താൻ കഴിഞ്ഞു. ഒന്നാം വാർഷിക പദ്ധതിയുടെ ആസൂത്രണ ഗ്രാമസഭയിൽ 26 ശതമാനമായി വർദ്ധിച്ച ഗ്രാമസഭയിലെ സ്ത്രീ പങ്കാളിത്തം രണ്ടാം വർഷ ആസൂത്രണ ഗ്രാമസഭയിൽ 32.65 ശതമാനമായും മൂന്നാം വർഷ ആസൂത്രണ ഗ്രാമസഭയിൽ 41 ശതമാനമായും വർദ്ധിച്ചു. കഴിഞ്ഞ കുറേ വർഷങ്ങളായി ഗ്രാമസഭകളിൽ പലയിടത്തും തൊണ്ണൂറു ശതമാനം എന്ന നിലയിൽ കേരളത്തിലെ ഗ്രാമസഭാ സ്ത്രീ പങ്കാളിത്തം എത്തിനില്ക്കുന്നു.

വനിതാ ജനപ്രതിനിധികളുടെ പ്രവർത്തനം സംബന്ധിച്ച പാർലമെന്റ് കമ്മിറ്റി 2010 ൽ സമർപ്പിച്ച റിപ്പോർട്ട് രാജ്യത്ത് വിവിധ സംസ്ഥാനങ്ങളിൽ ഗ്രാമസഭകളിലെ സ്ത്രീ പങ്കാളിത്തം പരിശോധിക്കുന്നുണ്ട്. 1992 ലെ നിയമ ഭേദഗതിയുടെ ഭാഗമായി സംവരണത്തിലൂടെ വനിതാ ജനപ്രതിനിധികളുടെ എണ്ണം വർദ്ധിച്ചെങ്കിലും 2010 ആയിട്ടും വിവിധ

സംസ്ഥാനങ്ങളിലെ പഞ്ചായത്തുകളിൽ ഗ്രാമസഭകളിൽ സ്ത്രീ പങ്കാളിത്തം ശുഷ്കമായിത്തന്നെ തുടരുന്നത് വലിയ ദൗർബല്യമായി ആ റിപ്പോർട്ട് വിലയിരുത്തുന്നു. സ്ത്രീപങ്കാളിത്തം മാത്രമല്ല, പൊതുജനങ്ങൾ തന്നെ വളരെ കുറവായിട്ടാണ് അവിടങ്ങളിൽ ഗ്രാമസഭകളിൽ പങ്കെടുക്കുന്നത്. ഇത് പരിഹരിക്കുന്നതിനായി ഛത്തീസ്ഗഡ്, ഝാർഖണ്ഡ്, ഒഡീഷ, ഹിമാചൽ പ്രദേശ്, കർണ്ണാടക തുടങ്ങിയ സംസ്ഥാനങ്ങൾ ഒരു ഗ്രാമസഭാ പരിധിയിൽ വരുന്ന ആകെ കുടുംബങ്ങളുടെ പത്തിലൊന്ന് കുടുംബങ്ങൾ ഗ്രാമസഭയിൽ പങ്കെടുക്കണമെന്നും അതിൽ മൂന്നിലൊന്ന് സ്ത്രീകളായിരിക്കണമെന്നും തീരുമാനിച്ചിട്ടുണ്ട്. കേരളവും ഗ്രാമസഭയുടെ ക്വാറം പ്രദേശത്തെ ആകെ ജനസംഖ്യയുടെ പത്ത് ശതമാനമെന്ന് തീരുമാനിച്ചിട്ടുണ്ട്. എന്നാൽ സ്ത്രീ പങ്കാളിത്തം സംബന്ധിച്ച് മൂന്നിലൊന്ന് സ്ത്രീ പങ്കാളിത്തം വേണമെന്ന് യാന്ത്രികമായി ക്വാട്ട നിശ്ചയിക്കുകയല്ല, മറിച്ച് പ്രാദേശിക വികസന പ്രക്രിയയിലേക്ക് സ്ത്രീകളെ സ്വാഭാവികമായി ആകർഷിക്കുന്നതിനും അവരുടെ അർത്ഥവത്തായ പങ്കാളിത്തം ഉറപ്പാക്കുന്നതിനുമുള്ള നടപടികൾ കൈക്കൊള്ളുകയാണ് കേരളം ചെയ്തത്.

ഗ്രാമസഭയിൽ മാത്രം ഒതുങ്ങുന്ന ഒരു പ്രക്രിയയായിട്ടല്ല ജനകീയാസൂത്രണത്തിൽ വികസനത്തിലെ സ്ത്രീ പങ്കാളിത്തം വിഭാവനം ചെയ്തത്. പഞ്ചായത്ത്/നഗരസഭയുടെ വികസന റിപ്പോർട്ടിൽ സ്ത്രീ ചരിത്രം സംബന്ധിച്ച അദ്ധ്യായം, വികസന സെമിനാറിൽ സ്ത്രീ വികസന പ്രോജക്ടുകൾ ചർച്ച ചെയ്യാൻ പ്രത്യേക വിഷയ ഗ്രൂപ്പ്, സ്ത്രീകൾക്കായുള്ള വികസന പ്രോജക്ടുകൾ തയ്യാറാക്കാൻ പ്രത്യേക കർമ്മസമിതി, എല്ലാ പ്രോജക്ടുകളിലും സ്ത്രീകളെ ആ പ്രോജക്ട് എങ്ങനെ ബാധിക്കുമെന്ന പ്രസ്താവന തുടങ്ങി അന്നേവരെ സംസ്ഥാനത്തിന്റെ വികസന പ്രക്രിയയിൽ പ്രയോഗിച്ചിട്ടില്ലാത്ത രീതികളും അന്നേവരെ വികസന ആസൂത്രണ പ്രക്രിയയിൽ സ്ത്രീപ്രശ്നങ്ങൾക്ക് ലഭിക്കാത്ത പ്രാധാന്യവും വികേന്ദ്രീകൃതാസൂത്രണത്തിന്റെ തുടക്കത്തിൽ തന്നെ സൃഷ്ടിക്കപ്പെട്ടു എന്നത് പ്രധാനമാണ്. കഴിഞ്ഞ ഇരുപത്തിയഞ്ച് വർഷമായി പ്രാദേശിക വികസനവുമായി ബന്ധപ്പെട്ട് നടക്കുന്ന ആസൂത്രണ നിർവ്വഹണ പ്രക്രിയയിൽ സ്ത്രീകൾക്ക് ആർക്കും നിഷേധിക്കാനാകാത്ത സ്ഥാനവും പ്രാധാന്യവും തുടരുന്നുണ്ടെങ്കിൽ അതിനു കാരണം തുടക്കത്തിൽ തന്നെ സ്വീകരിക്കപ്പെട്ട ബോധപൂർവ്വമായ നടപടികളാണ്. എന്നാൽ കാൽനൂറ്റാണ്ടിനിടയിൽ ഈ അവസരങ്ങൾ ഓരോ പ്രദേശത്തെയും സ്ത്രീ സമൂഹത്തെ വികസന പ്രക്രിയയിലെ തുല്യ പങ്കാളികളാക്കാൻ എങ്ങനെ പ്രയോജനപ്പെടുത്താൻ കഴിഞ്ഞു വെന്നത് പരിശോധിക്കുകയും ദൗർബല്യങ്ങൾ പരിഹരിക്കുകയും വേണം. കർമ്മസമിതി പ്രവർത്തനത്തിൽ ജനകീയാസൂത്രണ കാലത്തുതന്നെ ചൂണ്ടിക്കാണിക്കപ്പെട്ട ഒരു ദൗർബല്യം സ്ത്രീകളുടെ സജീവതയുടെ കുറവാണ്. നമ്മുടെ ഓരോ പ്രദേശത്തും ഉള്ള വിദ്യാസമ്പന്നരായ

സ്ത്രീകളെ കർമ്മസമിതികളുടെയും വനിതാ പ്രോജക്ടുകളുടെ നിർവ്വഹണത്തിന്റെയും ഭാഗമാക്കി മാറ്റുന്നതിന് ഇനിയും എത്രമാത്രം കഴിയുന്നുണ്ടെന്നതും ഗൗരവത്തോടെ വിലയിരുത്തണം. കാരണം രാജ്യത്ത് മറ്റൊരിടത്തും സ്ത്രീകൾക്ക് ലഭിക്കാത്ത അവസരങ്ങളാണ് കേരളത്തിൽ അധികാര വികേന്ദ്രീകരണത്തിന്റെ ഭാഗമായി പ്രാദേശിക വികസന പ്രക്രിയയിൽ സൃഷ്ടിക്കപ്പെട്ടിട്ടുള്ളത്. ഇതിനെ സ്ത്രീ മുന്നേറ്റത്തിനും ലിംഗ വിവേചനം അഭിസംബോധന ചെയ്യുന്നതിനും വേണ്ടി ഫലപ്രദമായി പ്രയോജനപ്പെടുത്തുക എന്നത് മുഖ്യമാണ്.

വികസന പദ്ധതിയുടെ സ്ത്രീ പരിപ്രേക്ഷ്യം

പ്രാദേശിക ആസൂത്രണത്തിൽ സ്ത്രീ പ്രശ്നത്തിന് ഊന്നൽ നല്കുന്നതിനായി രണ്ടു ഘടകങ്ങൾ മാർഗ്ഗനിർദ്ദേശമായി നല്കപ്പെട്ടിരുന്നു. ഒന്ന്, എല്ലാ പ്രോജക്ടുകളിലും അനിവാര്യമായി ഉണ്ടാകേണ്ട സ്ത്രീ പരിഗണന, രണ്ട്, വനിതാ ഘടക പദ്ധതി. ഇന്ത്യയിൽ ആദ്യമായി ഏതെങ്കിലുമൊരു ഭരണതലത്തിൽ വനിതകൾക്കായി പ്രത്യേക ഘടകപദ്ധതിയും അതിനായി പ്രത്യേക പദ്ധതി വിഹിതവും ആദ്യമായി നടപ്പിലാക്കിയത് കേരളത്തിൽ വികേന്ദ്രീകൃതാസൂത്രണവുമായി ബന്ധപ്പെട്ടാണ്. പല പ്രോജക്ടുകളും നേരിട്ട് സ്ത്രീകളെ ബാധിക്കുന്നതായിരിക്കില്ല. എന്നാൽ അതിൽപ്പോലും സ്ത്രീ പദവി ആഘാത പ്രസ്താവന രേഖപ്പെടുത്തുക എന്ന നടപടി ആകെ ആസൂത്രണ പ്രക്രിയ ലിംഗാവബോധത്തോടെ ആക്കുക എന്ന ഉദ്ദേശ്യത്തോടെയാണ് സ്വീകരിക്കപ്പെട്ടത്. സ്ത്രീ പരിഗണന എന്നത് ഗുണഭോക്താവ് എന്ന നിലയിൽമാത്രം സ്ത്രീകൾക്ക് ലഭിക്കേണ്ട ഒന്നല്ലെന്നും വികസനത്തിലെ തുല്യത എന്ന അംഗീകാരമാണെന്നും സമൂഹത്തെ ബോദ്ധ്യപ്പെടുത്താൻ ഇത്തരം നടപടികൾക്ക് കഴിഞ്ഞിട്ടുണ്ട്. പൊതുപ്രോജക്ടുകളിലെ സ്ത്രീ പരിഗണനയ്ക്ക് പുറമെയാണ് വനിതാഘടക പദ്ധതിയിലൂടെ നടപ്പാക്കുന്ന വികസന പദ്ധതികൾ. പദ്ധതി വിഹിതത്തിൽനിന്നും കുറഞ്ഞത് പത്ത് ശതമാനമെങ്കിലും സ്ത്രീകൾ പ്രത്യക്ഷ ഗുണഭോക്താക്കളായി വരുന്നതും നടത്തിപ്പിലും വരുമാനത്തിലും സ്ത്രീകൾക്ക് നേരിട്ട് നിയന്ത്രണമുള്ളതുമായ പ്രോജക്ടുകൾക്കായി വകയിരുത്തുന്നതാണ് വനിതാ ഘടകപദ്ധതി. സ്ത്രീ പ്രശ്നവും വികസനത്തിലെ ലിംഗ തുല്യതയുമൊക്കെ വെറും പ്രസ്താവനകൾ മാത്രമാകരുതെന്നും സ്ത്രീകൾക്ക് സാമൂഹ്യവും സാമ്പത്തികവുമായി മുന്നേറാൻ മൂർത്തമായ സാഹചര്യമൊരുക്കുന്ന പദ്ധതികൾ പ്രാദേശികമായി ഉണ്ടാകണമെന്നുമുള്ള കാഴ്ചപ്പാടിന്റെ ഭാഗമായാണ് വനിതാഘടകപദ്ധതി ആവിഷ്കരിക്കപ്പെട്ടത്. ഗുണഭോക്താവ് എന്ന അവസ്ഥയിൽനിന്നും തങ്ങൾ നേരിടുന്ന പ്രശ്നങ്ങൾക്ക് തങ്ങൾതന്നെ കണ്ടെത്തിയ പരിഹാരമാർഗ്ഗങ്ങൾ പ്രായോഗികമായി നടപ്പിലാക്കാൻ നേതൃത്വം നല്കുന്നവരായി സ്ത്രീകളെ മാറ്റുന്നതിന് വനിതാഘടക പദ്ധതി മുഖ്യപങ്കു വഹിക്കുന്നുണ്ട്.

നേരത്തെ സൂചിപ്പിച്ച പാർലമെന്റ് സ്റ്റാന്റിങ് കമ്മിറ്റി റിപ്പോർട്ടിൽ സൂചിപ്പിക്കുന്ന അമ്പരപ്പിക്കുന്ന വിവരം 2010 ലും രാജ്യത്ത് പ്രാദേശിക വികസന പദ്ധതികളിൽ വനിതകൾക്കായി പ്രത്യേക പദ്ധതിവിഹിതം മാറ്റിവെക്കുന്ന രണ്ടു സംസ്ഥാനങ്ങൾ മാത്രമാണുള്ളത്, അത് കേരളവും പശ്ചിമബംഗാളുമാണ് എന്നതാണ്. അതിൽ കേരളത്തിൽ മാത്രമാണ് കൃത്യമായ 10 ശതമാനം എന്ന അനിവാര്യമായ വകയിരുത്തലുള്ളത്. പശ്ചിമ ബംഗാളിൽ സ്ത്രീകൾക്കും കുഞ്ഞുങ്ങൾക്കുമായുള്ള സ്റ്റാന്റിങ് കമ്മിറ്റികൾ തദ്ദേശ സ്വയംഭരണ സ്ഥാപനങ്ങളിലുണ്ട്. അവർക്ക് വേണമെങ്കിൽ സ്ത്രീകൾക്കും കുഞ്ഞുങ്ങൾക്കുമായി കുറച്ചു പ്രോജക്ടുകൾ തയ്യാറാക്കാം. അധികാര വികേന്ദ്രീകരണത്തിന്റെ ആദ്യ അവസരത്തിൽ ത്തന്നെ സ്ത്രീകൾക്കായുള്ള പ്രത്യേക വിഹിതം മാറ്റി വെച്ചു കൊണ്ടാണ് ഒൻപതാം പദ്ധതിക്ക് കേരളം രൂപംനല്കിയത്. എന്നാൽ ദശകങ്ങൾ കഴിഞ്ഞിട്ടും വനിതാ ഘടകപദ്ധതിയെന്നല്ല, കേന്ദ്രാവിഷ്കൃത പദ്ധതിയുടെ വിഹിതമോ, സംസ്ഥാനാവിഷ്കൃത പദ്ധതിയുടെ വിഹിതമോ അല്ലാതെ പ്രാദേശിക വികസനത്തിനായി തദ്ദേശ സ്വയംഭരണ സ്ഥാപനങ്ങൾക്ക് പദ്ധതിവിഹിതം താഴേക്കു വിട്ടുനല്കാൻ ഭൂരിപക്ഷം സംസ്ഥാനങ്ങളും തയ്യാറല്ല എന്നതാണ് സ്ഥിതി.

വനിതാഘടക പദ്ധതിക്ക് പത്ത് ശതമാനം വകയിരുത്തണമെന്ന നിർദ്ദേശം തുടക്കത്തിൽ ഒട്ടേറെ സംശയങ്ങളും എതിർപ്പുകളും ഉയർത്തിയിരുന്നു. എല്ലാ പ്രോജക്ടുകളും സ്ത്രീകൾക്കുകൂടി വേണ്ടിയുള്ളതല്ലേ, പിന്നെയെന്തിനാണ് വേറെ ഫണ്ടുവെച്ച് അത് പാഴാക്കുന്നത് എന്നായിരുന്നു പ്രധാന എതിർപ്പ്. മറ്റൊരു സംശയം, സ്ത്രീകൾക്ക് പ്രത്യേകം ഫണ്ട്, പ്രത്യേകം പദ്ധതി എന്നൊക്കെ പറയുന്നത് അവരെ പ്രത്യേക കമ്പാർട്ട്മെന്റായി ഒറ്റപ്പെടുത്തലല്ലേ എന്നതായിരുന്നു. കഴിഞ്ഞ കാൽ നൂറ്റാണ്ടിൽ തദ്ദേശ സ്വയംഭരണ സ്ഥാപനങ്ങൾ ഈ സംശയങ്ങൾക്കെല്ലാം മറുപടി നല്കിയിട്ടുണ്ട്. പൊതു ആവശ്യങ്ങളായിട്ടുള്ള വെള്ളവും വീടും കക്കൂസും റോഡും അല്ലാതെ സ്ത്രീകൾക്ക് സാമൂഹ്യവും സാമ്പത്തികവുമായി മുന്നേറാനും സ്വാശ്രയത്വം നേടാനും പ്രാപ്തരാക്കുന്ന പ്രായോഗിക ഇടപെടലുകൾ എന്ന നിലയിലാണ് വനിതാഘടകപദ്ധതിയെ തദ്ദേശ സ്വയംഭരണ സ്ഥാപനങ്ങൾ പ്രയോജനപ്പെടുത്തുന്നത്. തുടക്കത്തിൽ പല ദൗർബല്യങ്ങളും ഉണ്ടായിരുന്നെങ്കിലും തുടർച്ചയായ വിലയിരുത്തലുകൾക്ക് വനിതാഘടകപദ്ധതിയെ വിധേയമാക്കുന്ന പരിശീലനങ്ങളിലൂടെയും തിരുത്തലുകളിലൂടെയും വനിതാഘടക പദ്ധതിയുടെ ഉള്ളടക്കം മെച്ചപ്പെടുത്താൻ തദ്ദേശ സ്വയംഭരണ സ്ഥാപനങ്ങൾക്ക് കഴിഞ്ഞിട്ടുണ്ട്. വനിതാ ഘടക പദ്ധതിയുടെ ആസൂത്രണവും നിർവ്വഹണവും ഉള്ളടക്കവും വളരെയധികം മെച്ചപ്പെട്ടിട്ടുണ്ട് എങ്കിലും വനിതാഘടകപദ്ധതിക്ക് രൂപംനല്കുമ്പോൾ ഓരോ പ്രദേശത്തുമുള്ള സ്ത്രീകളുടെ പ്രായോഗിക ആവശ്യങ്ങളും (practical gender needs) പൊതുവേ സമൂഹത്തിൽ നിലനിൽക്കുന്ന സ്ത്രീക

ളോടുള്ള വിവേചനത്തെ മറികടക്കാൻ സഹായകരമായ തരത്തിലുള്ള തന്ത്രപരമായ ആവശ്യങ്ങളും (strategic gender needs) ആ നിലയിൽ ആഴത്തിലുള്ള ചർച്ചകൾക്ക് വിധേയമാക്കുന്നുണ്ടോ എന്ന പരിശോധന തുടർച്ചയായി നടക്കേണ്ടതുണ്ട്. വനിതാ ഘടകപദ്ധതിയുടെ പത്ത് ശതമാനം ചെലവഴിക്കാൻ പ്രോജക്ടുകളുണ്ടാക്കുന്നത് ഒരു ശല്യവും ബാദ്ധ്യതയുമായി കാണുന്ന പ്രവണത തുടക്കം മുതൽ ചിലയിടങ്ങളിൽ കാണാം. വനിതാഘടകപദ്ധതിയിൽ ഉൾപ്പെടുത്തി സ്ത്രീകൾക്ക് എന്നുപറഞ്ഞു കെട്ടിടങ്ങൾ ഉണ്ടാക്കുകയും അതിന്റെ തുടർച്ചയായി ഉണ്ടാകേണ്ട പ്രവർത്തനങ്ങൾക്ക് രൂപം നല്കാതെ ആ കെട്ടിടങ്ങളും ഭൗതിക സൗകര്യങ്ങളും മറ്റ് ആവശ്യങ്ങൾക്കുവേണ്ടി ഉപയോഗിക്കുകയും ചെയ്യുന്നത് തിരുത്തേണ്ട ഒന്നാണ്. സ്ത്രീകളുടെ ഉന്നമനത്തിനായി സൃഷ്ടിക്കപ്പെട്ടിട്ടുള്ള പ്രത്യേകം ഫണ്ടും ഇടപെടാനുള്ള അവസരവും ഫലപ്രദമായി ഉപയോഗിക്കുന്നുണ്ട് എന്ന് ഉറപ്പുവരുത്താനുള്ള ചുമതല ഓരോ പ്രദേശത്തും സ്ത്രീകളുടെ സംഘടനകൾ ഏറ്റെടുക്കണം.

വനിതാഘടകപദ്ധതിയുടെ ഉള്ളടക്കത്തിൽ ജനകീയാസൂത്രണ കാലം മുതൽ മുന്നോട്ടുവെച്ച ഒന്നാണ് സ്ത്രീ പദവി പഠന പ്രോജക്ട്. 2000 ൽ സ്ത്രീ പദവി പ്രോജക്ട് സംബന്ധിച്ച് നടത്തിയ വിപുലമായ ക്യാംപെയ്ൻ ഏറ്റവും വലിയ സ്ത്രീപക്ഷ ചർച്ചകൾക്കാണ് വേദിയൊരുക്കിയത്. സ്ത്രീകൾ മാത്രമല്ല, സമൂഹമാകെ പങ്കെടുക്കുന്ന ഒരു സ്വയം പഠന പ്രക്രിയയായിട്ടാണ് സ്ത്രീപദവി പഠന പ്രോജക്ട് അവതരിപ്പിക്കപ്പെട്ടത്. നിരവധി തദ്ദേശ സ്വയംഭരണ സ്ഥാപനങ്ങൾ അന്നുതന്നെ സ്ത്രീപദവി പഠനം ഏറ്റെടുത്തു. ചെമ്പിലോട് പഞ്ചായത്ത്, ധർമ്മടം പഞ്ചായത്ത്, ബൈസൻവാലി പഞ്ചായത്ത്, പെരുമ്പാവൂർ നഗരസഭ തുടങ്ങി ഒന്നാം ഘട്ടത്തിൽ നിരവധി തദ്ദേശ സ്വയംഭരണ സ്ഥാപനങ്ങൾ ഇതിനു തയ്യാറായി. തുടർന്നുള്ള വർഷങ്ങളിലും നിരവധി തദ്ദേശ സ്വയംഭരണ സ്ഥാപനങ്ങൾ വനിതാ ഘടകപദ്ധതിയുടെ ഭാഗമായി സ്ത്രീ പദവി പഠനവും ജെന്റർ റിസോഴ്സ് സെന്റർ പ്രോജക്ടുകളും ഉൾപ്പെടുത്തി. കിലയുടെ നേതൃത്വത്തിൽ നിരവധി തദ്ദേശ സ്വയംഭരണ സ്ഥാപനങ്ങൾ സ്ത്രീ സൗഹൃദ സ്ഥാപനങ്ങളായി മാറുന്നതിനുള്ള ഇടപെടലുകൾ ഏറ്റെടുത്തു. പല തരത്തിലുള്ള സ്ത്രീ വിരുദ്ധ ധാരണകൾ നിലനില്ക്കുന്ന ഒരു സമൂഹത്തിൽ ഏറ്റവും താഴെത്തട്ടിൽ ഗ്രാമസഭ മുതൽ ജെന്റർ അല്ലെങ്കിൽ ലിംഗപദവി, ലിംഗതുല്യത, ലിംഗ വിവേചനം പോലെയുള്ള ആശയങ്ങളും അവയുടെ പ്രായോഗിക പ്രയോഗങ്ങളും അനുഭവങ്ങളും ചർച്ചകൾക്ക് വിധേയമാക്കി എന്നത് ചരിത്രപരമായ ഒരു നേട്ടം തന്നെയാണ്. അത്തരം ചർച്ചകളും ഓരോ പ്രദേശത്തും സ്ത്രീ പദവി പഠനത്തിന്റെ ഭാഗമായി നടത്തിയ ഇടപെടലുകളും ആ പ്രദേശത്തെ സ്ത്രീപുരുഷപദവി ബന്ധത്തെയും സ്ത്രീകളെക്കുറിച്ചുള്ള പൊതുബോധത്തെയും എത്രമാത്രം സ്വാധീനിച്ചു എന്നത് ഇനിയും പഠിക്കേണ്ട വിഷയമാണ്.

കുടുംബശ്രീ

വനിതാഘടക പദ്ധതിയുടെ ഉപോല്പന്നമായി തന്നെ കാണേണ്ട ഒന്നാണ് കുടുംബശ്രീയുടെ തുടക്കവും. വ്യക്തിഗതമായ ഗുണഭോക്താവ് എന്നതിനപ്പുറത്ത് സ്ത്രീകളുടെ കൂട്ടായ്മകളെ പ്രോത്സാഹിപ്പിക്കുക എന്ന ലക്ഷ്യത്തോടെയാണ് അധികാര വികേന്ദ്രീകരണത്തിന്റെ ആദ്യ ഘട്ടത്തിൽ തന്നെ സ്ത്രീകളുടെ അയൽക്കൂട്ടങ്ങൾ എന്ന ആശയം രൂപം കൊണ്ടത്. നേരത്തെ തന്നെ മലപ്പുറത്ത് നിലവിലിരുന്ന സാമൂഹ്യ പോഷ കാഹാര പരിപാടിയുടെ ഭാഗമായി പ്രവർത്തിച്ചിരുന്ന അയൽക്കൂട്ടങ്ങളും ആലപ്പുഴ പോലെ ചില നഗരസഭകളിൽ പ്രവർത്തിച്ചിരുന്ന ദാരിദ്ര്യ നിർമ്മാർജ്ജനവുമായി ബന്ധപ്പെട്ട സി ഡി എസുകളും ഘടനാപരമായി സ്വാധീനിച്ചു എന്ന് പറയാമെങ്കിലും കുടുംബശ്രീ രൂപപ്പെട്ടത് ജനകീ യാസൂത്രണം സൃഷ്ടിച്ച ജനകീയ ഇടപെടലുകളുടെ ഭാഗമായി തന്നെ യാണ്. പ്രാദേശിക വികസനവുമായി ബന്ധപ്പെട്ട് വികസിച്ചുവന്ന സൂക്ഷ്മ ജനകീയ കൂട്ടായ്മയായ അയൽക്കൂട്ടങ്ങൾ കേരളത്തിന്റെ സവി ശേഷതയായ ജനകീയ ഇടപെടലുകളുടെ ഒരു സംഭാവനയാണ്. ഈ പൊതു അയൽക്കൂട്ടങ്ങളുടെ ഭാഗമായി സ്ത്രീ അയൽക്കൂട്ടങ്ങൾ എന്ന നിലയിൽ നിരവധി പഞ്ചായത്തുകളിൽ സ്ത്രീകളുടെ അയൽക്കൂട്ടങ്ങൾ രൂപീകരിക്കപ്പെട്ടു. ഇതിൽ മുഖ്യപങ്ക് വഹിച്ചത് കേരളത്തിലെ ഇടതു പക്ഷ പ്രസ്ഥാനങ്ങളും അഖിലേന്ത്യാ ജനാധിപത്യ മഹിളാ അസോസി യേഷൻ പോലെയുള്ള മഹിളാ പ്രസ്ഥാനങ്ങളുമാണ്. കാരണം വികസനത്തിനായി സൂക്ഷ്മതല സംവിധാനങ്ങൾ സൃഷ്ടിക്കുക എന്നത് അത്ര പരിചിതമല്ലാതിരുന്ന ഒരു കാലത്ത് രാഷ്ട്രീയവും സാമൂഹ്യവും സംഘടനാപരവുമായ അനുഭവങ്ങളുടെ അടിസ്ഥാനത്തിൽ നടത്തിയ വിപുലമായ ജനകീയ ഇടപെടലുകളാണ് കേരളത്തിൽ അയൽക്കൂട്ട ങ്ങളുടെ ഊർജ്ജം. ഇത്തരത്തിൽ ശക്തമായ പിന്തുണ കിട്ടിയ സ്ഥല ങ്ങളിൽ മാത്രമാണ് പൊതു അയൽക്കൂട്ടങ്ങളും ആദ്യ ഘട്ടത്തിൽ കുടുംബശ്രീ അയൽക്കൂട്ടങ്ങളും വളർന്നു വന്നത് എന്നതുതന്നെയാണ് ഇതിന്റെ തെളിവ്. ഇത്തരത്തിൽ പൊതു അയൽക്കൂട്ടങ്ങളുടെ ഭാഗമായി രൂപീകരിച്ച വനിതാ അയൽക്കൂട്ടങ്ങൾ, പല പഞ്ചായത്തുകളിലും രൂപം കൊണ്ട സ്വയം സഹായ സംഘങ്ങൾ, സൊസൈറ്റികൾ, സ്ത്രീ കൂട്ടായ്മ കൾ എന്നൊക്കെ പല രൂപങ്ങളിൽ പ്രവർത്തനം ആരംഭിച്ച കൂട്ടായ്മകൾ 1998 ൽ നായനാർ സർക്കാർ കുടുംബശ്രീ എന്ന് നാമകരണം ചെയ്തു കൊണ്ട് ആരംഭിച്ച, ഏകീകൃതമായ രൂപവും പ്രവർത്തനരീതികളും ഉള്ള ഒരു മിഷന്റെ ഭാഗമായിമാറി. ലോകമാകെ തന്നെ ദരിദ്രരുടെ തുരുത്തുകളായി രൂപംകൊണ്ട സ്വയം സഹായ സംഘങ്ങളിൽനിന്നും രാഷ്ട്രീയവും പ്രത്യയശാസ്ത്രപരവുമായ വ്യത്യസ്ത നിലപാട് കേരളത്തിൽ കുടുംബശ്രീയുടെ ഭാഗമായുള്ള സ്ത്രീ കൂട്ടായ്മകളുടെ രൂപീകരണത്തിനു പിന്നിലുണ്ടെന്ന് തുടക്കത്തിൽ തന്നെ ഇടതുപക്ഷ സർക്കാർ വ്യക്തമാക്കിയിരുന്നു. അതുകൊണ്ടാണ് ആഗോളമായിത്തന്നെ

ഉപയോഗിച്ചുവന്ന സ്വയംസഹായ സംഘം എന്ന വിളിപ്പേരിനു പകരം കുടുംബശ്രീ അയൽക്കൂട്ടങ്ങൾ എന്ന സംജ്ഞ സ്വീകരിക്കപ്പെട്ടത്. ദാരിദ്ര്യത്തിൽനിന്നും കരകയറാനും സാമ്പത്തിക സ്വാശ്രയത്വം നേടാനും സ്വയം സഹായ സംഘങ്ങൾ ഉണ്ടാക്കി സൂക്ഷ്മ വായ്പയെ ആശ്രയിക്കുക മാത്രമാണ് പോംവഴിയെന്ന ലോക ബാങ്ക് കുറിപ്പടിയിൽനിന്നും തികച്ചും വ്യത്യസ്തമായി, ദരിദ്രരെ തുരുത്തുകളായി ഒറ്റപ്പെടുത്തുകയല്ല, പൊതുസമൂഹത്തിന്റെ ഭാഗമായി സ്വാശ്രയത്വവും ആത്മവിശ്വാസവും നേടാൻ അവസരമൊരുക്കുകയാണ് വേണ്ടതെന്നും കുടുംബശ്രീയിലൂടെ ഇടതുപക്ഷ സർക്കാർ വ്യക്തമാക്കി. ബി പി എൽ വിഭാഗത്തിൽപെട്ട സ്ത്രീകൾക്ക് അവർക്ക് അർഹമായ ആനുകൂല്യങ്ങൾ ഉറപ്പുവരുത്തണം, എന്നാൽ അയൽക്കൂട്ടങ്ങളുടെ കൂട്ടായ പ്രവർത്തനങ്ങളിലും പൊതുസമൂഹത്തിൽ ഇടപെടുന്നതിലും അയൽക്കൂട്ട പ്രദേശത്തെ മുഴുവൻ സ്ത്രീകളെയും ഉൾക്കൊള്ളുന്ന തരത്തിൽ സാമൂഹ്യ സാമ്പത്തിക ഭേദമില്ലാതെ സ്ത്രീകളുടെ കൂട്ടായ്മകൾ എന്നതാണ് എൽ ഡിഎഫ് സർക്കാർ എടുത്ത സമീപനം. സ്ത്രീകളുടെ മുന്നേറ്റത്തെ സംബന്ധിച്ചിടത്തോളം ജാതി മത സാമ്പത്തിക വ്യത്യാസങ്ങൾക്ക് അതീതമായ ജനാധിപത്യ വേദിയായി അയൽക്കൂട്ടങ്ങൾ മാറുക എന്നത് പ്രധാനമാണ്. എന്നാൽ ഈ രാഷ്ട്രീയ നിലപാട് സ്വീകരിക്കാൻ യു ഡി എഫ് സർക്കാരുകൾ തയാറായിട്ടില്ല എന്നതിനാൽ യു ഡി എഫ് അധികാരത്തിൽ, വന്നപ്പോഴെല്ലാം കുടുംബശ്രീയെ ബി പി എൽ, എ പി എൽ എന്ന് വിഭജിക്കാനും അതിന്റെ ജനാധിപത്യ സ്വഭാവം ഇല്ലാതാക്കിക്കൊണ്ട് ഉദ്യോഗസ്ഥ സംവിധാനം ഉപയോഗിച്ച് നിയന്ത്രിക്കാനും ഉള്ള ശ്രമങ്ങളാണ് നടത്തിയിട്ടുള്ളത്. കുടുംബശ്രീ അംഗങ്ങൾക്കും അവരുടെ തെരഞ്ഞെടുക്കപ്പെട്ട സംഘടനാ സംവിധാനങ്ങളായ എ ഡി എസ്, സി ഡി എസ് എന്നിവയ്ക്കും പൂർണ്ണമായ ജനാധിപത്യ സ്വാതന്ത്ര്യം ഉറപ്പാക്കുന്ന ഭരണഘടനാ ഭേദഗതി കൊണ്ടുവന്നത് 2008 ൽ ഇടതുപക്ഷ സർക്കാരിന്റെ കാലത്താണ്.

അധികാര വികേന്ദ്രീകരണത്തിന്റെ സാദ്ധ്യതകളും അവസരങ്ങളും ഉപയോഗപ്പെടുത്തിത്തന്നെയാണ് കുടുംബശ്രീപ്രസ്ഥാനവും കേരളത്തിൽ വിപുലമായത്. തദ്ദേശ സ്വയംഭരണ സ്ഥാപനങ്ങളുടെ പിന്തുണയും സംരക്ഷണവും കുടുംബശ്രീ അയൽക്കൂട്ടങ്ങൾക്ക് ഓരോ പ്രദേശത്തും തുടക്കം മുതൽ ഉണ്ടായിട്ടുണ്ട്. കാരണം തദ്ദേശ സ്വയംഭരണ സ്ഥാപനങ്ങളുടെ വനിതാ ഘടകപദ്ധതിയുടെ ഭാഗമായി കുടുംബശ്രീ അയൽക്കൂട്ടങ്ങൾക്കുള്ള പദ്ധതികൾക്കാണ് കഴിഞ്ഞ രണ്ടു ദശകങ്ങളായി മുൻഗണന ലഭിച്ചിട്ടുള്ളത്. ഇന്ത്യയിലെ മറ്റെല്ലാ സംസ്ഥാനങ്ങൾക്കും കുടുംബശ്രീ പ്രവർത്തനം മാതൃകയായി മാറുന്നത് ഘടനയിലും ഉള്ളടക്കത്തിലും പ്രവർത്തന രീതികളിലും സ്വീകരിക്കപ്പെട്ട സവിശേഷതകൾ കൊണ്ടാണ്. തുടക്കത്തിൽ അയൽക്കൂട്ട യോഗങ്ങളിൽ പങ്കെടുക്കാൻ വിമുഖത കാണിച്ചിരുന്ന സ്ത്രീകളും സ്ത്രീകൾ ഇങ്ങനെ യോഗങ്ങളിൽ

പങ്കെടുക്കുന്നത് സംശയത്തോടെ കണ്ടിരുന്ന കുടുംബങ്ങളും കേരളത്തിലുണ്ടായിരുന്നു. എന്നാൽ ക്രമേണ കുടുംബശ്രീ ഓരോ പ്രദേശത്തും തദ്ദേശ സ്വയംഭരണ സംവിധാനങ്ങളുടെ വികസന പ്രവർത്തനങ്ങളുടെ നിർവ്വഹണ എജൻസിയെന്ന നിലയിൽ വിപുലമാകുകയും കുടുംബശ്രീ അയൽക്കൂട്ട പ്രവർത്തനങ്ങളുടെ ഗുണഫലം നേരിട്ട് അറിയാൻ തുടങ്ങുകയും ചെയ്തതോടെ കുടുംബശ്രീ അംഗത്വം എന്നത് അംഗീകാരത്തിന്റെ പുതിയ അടയാളമായി മാറുകയായിരുന്നു. കുടുംബശ്രീ രൂപംകൊണ്ട് 22 വർഷമാകുമ്പോൾ 45 ലക്ഷം സ്ത്രീകൾ അണിനിരക്കുന്ന 2.75 ലക്ഷം അയൽക്കൂട്ടങ്ങളുള്ള മഹാപ്രസ്ഥാനമായി ഇത് വളർന്നിട്ടുണ്ട്.

എന്നാൽ കുടുംബശ്രീ സമം സ്ത്രീ ശാക്തീകരണം എന്ന സമവാക്യം അതിലളിതവും പരിമിതവുമാണ്. കുടുംബശ്രീ അയൽക്കൂട്ടങ്ങൾ സ്ത്രീകളുടെ സാമൂഹ്യവും സാമ്പത്തികവുമായ ഉന്നമനത്തിനും വഴിയൊരുക്കിയെന്നതിൽ സംശയമില്ല. പക്ഷേ, ആഴ്ച തോറുമുള്ള നിക്ഷേപ വായ്പാ പ്രവർത്തനങ്ങൾക്ക് അപ്പുറത്തേക്ക് ചിന്തിക്കാനോ ഇടപെടാനോ തയ്യാറാകാത്ത അയൽക്കൂട്ടങ്ങൾ ഇപ്പോഴും ഏറെയുണ്ട്. സൂക്ഷ്മ തൊഴിൽ സംരംഭങ്ങളും കൃഷിയുമൊക്കെയായി തങ്ങളുടെ പ്രവർത്തനം വിപുലപ്പെടുത്തിയ അയൽക്കൂട്ടങ്ങളും ധാരാളമുണ്ട്. പക്ഷേ, ഇത്തരം പ്രവർത്തനങ്ങളിൽ പരിമിതപ്പെടുന്നതല്ല ശാക്തീകരണ പ്രക്രിയ. സ്ത്രീകളെ വെറും ആൾക്കൂട്ടമായി മാത്രം ഉപയോഗപ്പെടുത്താനുള്ള എളുപ്പമാർഗ്ഗം എന്ന നിലയിൽ കുടുംബശ്രീയെ കാണുന്ന പ്രവണത തിരുത്തപ്പെടേണ്ടതാണ്. എന്നാൽ കുടുംബശ്രീയിലെ അംഗങ്ങളായുള്ള സ്ത്രീകളുടെ രാഷ്ട്രീയ സാമൂഹ്യ പ്രവർത്തനങ്ങൾക്ക് നിയന്ത്രണമേല്പിച്ചുകൊണ്ട് കുടുംബശ്രീയിലെ സ്ത്രീകളെ അരാഷ്ട്രീയവല്കരിക്കാൻ നടത്തുന്ന ശ്രമങ്ങളും എതിർക്കപ്പെടേണ്ടതാണ്. തങ്ങളുടെയും തങ്ങൾ ഉൾപ്പെടുന്ന സ്ത്രീ സമൂഹത്തിന്റെയും പ്രശ്നങ്ങൾ തിരിച്ചറിയുകയും വിവേചനങ്ങളോട് പ്രതികരിക്കുകയും ചുറ്റുപാടുമുള്ള സ്ത്രീ വിരുദ്ധത തിരുത്താൻ ആവശ്യപ്പെടുകയും ചെയ്യുന്ന സ്ത്രീകളെ സൃഷ്ടിക്കാൻ കഴിയുന്ന തരത്തിൽ കുടുംബശ്രീ പ്രവർത്തനത്തെ മാറ്റിത്തീർക്കേണ്ടതുണ്ട്. അല്ലെങ്കിൽ മറ്റേതൊരു പരമ്പരാഗത ദാരിദ്ര്യ നിർമ്മാർജ്ജന പ്രവർത്തനം പോലെയും താൽക്കാലിക പ്രതിഭാസമായി ഇത് പരിണമിക്കും.

വനിതാ ജനപ്രതിനിധികളുടെ അധികാരവല്ക്കരണം

കേരള സമൂഹത്തിൽ അധികാര വികേന്ദ്രീകരണത്തിന്റെ ഭാഗമായി സൃഷ്ടിക്കപ്പെട്ട ഏറ്റവും നിർണ്ണായക മാറ്റമാണ് സ്ത്രീകളുടെ വർദ്ധിച്ച ഭരണരംഗ പ്രവേശം. അതുവരെ പ്രാദേശിക ഭരണരംഗത്ത് എന്നല്ല സംസ്ഥാന ഭരണരംഗത്തുതന്നെ ശുഷ്കമായ സ്ത്രീ പ്രാതിനിദ്ധ്യം ഉണ്ടായിരുന്ന ഒരു സാഹചര്യത്തിലാണ് 1995 ൽ നടന്ന തിരഞ്ഞെടുപ്പിലൂടെ 5139 സ്ത്രീകൾ പ്രാദേശിക ഭരണരംഗത്തേക്ക് കടന്നുവരു

ന്നത്. ജനപ്രതിനിധികൾ എന്ന നിലയിൽ മാത്രമല്ല, പ്രസിഡന്റ്, വൈസ് പ്രസിഡന്റ് എന്നിങ്ങനെ നിർണ്ണായക പദവികളിലേക്ക് കൂടിയാണ് മൂന്നിലൊന്ന് സ്ത്രീകൾ കടന്നുവന്നത്. 2010 ലെ തദ്ദേശ സ്വയംഭരണ തിരഞ്ഞെടുപ്പിലൂടെ പകുതിയിലധികമായി പ്രാദേശിക ഭരണരംഗത്തെ സ്ത്രീ പ്രാതിനിദ്ധ്യം ഉയർന്നു. പ്രാദേശിക ഭരണരംഗത്തെ വർദ്ധിച്ച സ്ത്രീ സാന്നിദ്ധ്യം ഇന്ത്യയിലെ മിക്ക സംസ്ഥാനങ്ങളിലും സംഭവിച്ച മാറ്റമാണ്; കർണ്ണാടക പോലെ കേരളത്തേക്കാൾ മുന്നേ സ്ത്രീ പ്രാതിനിദ്ധ്യം വർദ്ധിപ്പിച്ച സംസ്ഥാനങ്ങളുണ്ടായിരുന്നു. എന്നാൽ അധികാര വികേന്ദ്രീകരണത്തിന്റെ കാൽ നൂറ്റാണ്ടു പിന്നിടുമ്പോൾ മറ്റു സംസ്ഥാനങ്ങൾ നല്കുന്ന വലിയ പാഠം ഭരണ പങ്കാളിത്തം എണ്ണത്തിൽ ലഭിച്ചതുകൊണ്ട് മാത്രം സ്ത്രീകളുടെ അധികാരവല്ക്കരണം ഫലപ്രദമാകണമെന്നില്ല എന്നതാണ്. സ്ത്രീകളുടെ ഔപചാരിക പ്രാതിനിദ്ധ്യം അർത്ഥവത്തായ സാമൂഹ്യ രാഷ്ട്രീയ പ്രക്രിയയ്ക്ക് വഴിയൊരുക്കുന്നതിന്റെ പാഠം കേരളമാണ് രാജ്യത്തിന് പകർന്നു നല്കുന്നത്. എന്നാൽ കേരളത്തിൽ പ്രാദേശിക ഭരണരംഗത്തേക്ക് കടന്നുവന്ന സ്ത്രീകൾക്ക് വെല്ലുവിളികളും പ്രതിസന്ധികളും നേരിടേണ്ടി വന്നില്ല എന്നതല്ല, ഈ വെല്ലുവിളികളെയും പ്രതിസന്ധികളെയും വനിതാ ജനപ്രതിനിധികൾ എങ്ങനെ അതിജീവിച്ചു എന്നതാണ് പാഠം.

മുപ്പത്തിമൂന്നും മൂന്നിലൊന്നും ശതമാനം വനിതാ സംവരണം നടപ്പാക്കുന്ന ഘട്ടത്തിൽ തന്നെ വ്യാപകമായി ഉയർന്ന ആക്ഷേപവും ആശങ്കയും ഒരു ഭരണപരിചയവുമില്ലാത്ത സ്ത്രീകൾ അധികാരമേല്ക്കുന്നതോടെ തദ്ദേശ സ്വയംഭരണമാകെ ദുർബ്ബലമാകും എന്നതാണ്. ഇത് പരസ്യമായിത്തന്നെ പറയാൻ തയ്യാറായവർ ഏറെയുണ്ടായിരുന്നു. സ്ത്രീകളുടെ കഴിവുകളെക്കുറിച്ച് പൊതുവേ അംഗീകരിക്കാൻ കാണിക്കുന്ന വൈമനസ്യം പുരുഷാധിപത്യ ബോധത്തിന്റെ ഉല്പന്നമാണ്. സ്ത്രീധർമ്മത്തെക്കുറിച്ചുള്ള പരമ്പരാഗത മൂല്യബോധം വീടിനു പുറത്ത് സാമൂഹ്യരാഷ്ട്രീയ ഭരണരംഗത്ത് സ്ത്രീകൾക്ക് പുരുഷനു തുല്യമായ സംഭാവന നല്കാൻ കഴിയും എന്ന് അംഗീകരിക്കുന്നില്ല. എന്ന് മാത്രമല്ല, നിലനില്ക്കുന്ന അധികാര കേന്ദ്രങ്ങൾക്ക് ഒരു വെല്ലുവിളി എന്ന നിലയിലും സ്ത്രീകളുടെ പൊതുസമൂഹത്തിലെ സാന്നിദ്ധ്യം അനുഭവപ്പെടുക സ്വാഭാവികമാണ്. പിതൃ മേധാവിത്ത മൂല്യബോധം, ജാതി ആധിപത്യ അധികാര ശ്രേണി, പരമ്പരാഗത ആചാരങ്ങളും ശീലങ്ങളും ഇവയൊക്കെ സമൂഹത്തിൽ ആണിന്റെയും പെണ്ണിന്റെയും മനസ്സിൽ ആഴത്തിൽ വേരോടിയിട്ടുള്ളവയാണ്. ഈ സ്ത്രീവിരുദ്ധതയുടെ കഠിനമായ ആക്രമണം 1995 ൽ തിരഞ്ഞെടുക്കപ്പെട്ട വനിതാ ജനപ്രതിനിധികൾ നേരിടേണ്ടി വന്നിട്ടുണ്ട്. അന്ന് തിരഞ്ഞെടുക്കപ്പെട്ട സ്ത്രീകളിൽ 85 ശതമാനവും ആദ്യമായിട്ടാണ് ഒരു തിരഞ്ഞെടുപ്പിനെ നേരിടുന്നത്. 40 ശതമാനം പേരും തിരഞ്ഞെടുപ്പിലൂടെയാണ് രാഷ്ട്രീയരംഗത്തേക്ക് ആദ്യമായി കടന്നു വരുന്നത്. അതുകൊണ്ടുതന്നെ ഭരിക്കാൻ കഴിവില്ല, നിയമങ്ങൾ അറിയില്ല,

ഉദ്യോഗസ്ഥരുമായും ജനങ്ങളുമായും ഇടപഴകാൻ അറിയില്ല എന്നിങ്ങനെയുള്ള ആക്ഷേപങ്ങൾകൊണ്ട് വനിതാ ജനപ്രതിനിധികളുടെ ആത്മവിശ്വാസം തകർക്കുന്ന പ്രതികരണങ്ങൾ ഏറെയുണ്ടായി. അടിസ്ഥാനരഹിതമായ അഴിമതി ആരോപണങ്ങളും ലൈംഗിക അപവാദങ്ങൾ നേരിടേണ്ടി വന്നവരും ഉണ്ടായിരുന്നു. വികേന്ദ്രീകൃതാസൂത്രണത്തിനായുള്ള ജനകീയാസൂത്രണ പ്രസ്ഥാനം രൂപം കൊണ്ടില്ലായിരുന്നെങ്കിൽ ഒരുപക്ഷേ, ഈ ആക്രമണം ഏറെനാൾ നീണ്ടുനിന്നേനെ. 2000 ൽ സംസ്ഥാന ആസൂത്രണ ബോർഡ് പ്രസിദ്ധീകരിച്ച *വികസനത്തിൽ തുല്യത* എന്ന അനുഭവ സമാഹാരത്തിൽ തങ്ങൾക്ക് നേരിടേണ്ടിവന്ന വെല്ലുവിളികൾ സംബന്ധിച്ച് തുറന്നുതന്നെ സ്ത്രീകൾ എഴുതുന്നുണ്ട്. എന്നാൽ അതിൽ അവർ കൂട്ടിച്ചേർക്കുന്നത് ഈ പ്രശ്നങ്ങളെ മറികടക്കാൻ ജനകീയാസൂത്രണവും അതിന്റെ ഭാഗമായി സൃഷ്ടിക്കപ്പെട്ട സാദ്ധ്യതകളും എങ്ങനെ പിന്തുണയായി എന്നതാണ്.

ജനകീയാസൂത്രണത്തിൽ തുടക്കം മുതൽ സൃഷ്ടിക്കപ്പെട്ട അവസരങ്ങൾ വനിതാ ജനപ്രതിനിധികൾ എന്ന നിലയിൽ മാത്രമല്ല, പ്രാദേശിക നേതാക്കൾ എന്ന നിലയിൽ ഓരോ സ്ഥലത്തും ഇടപെടാൻ സ്ത്രീകൾക്ക് സാഹചര്യമൊരുക്കി. ജനകീയാസൂത്രണ പ്രസ്ഥാനം പ്രാദേശിക തലത്തിൽ സ്ത്രീ മുന്നേറ്റത്തിന്റെ നേതൃത്വമായി കണ്ടത് വനിതാ ജനപ്രതിനിധികളെയാണ്. തുടക്കം മുതൽ വനിതാ ജനപ്രതിനിധികൾക്ക് ലഭ്യമാക്കിയ പരിശീലനങ്ങൾ തങ്ങൾക്ക് അറിയാത്ത കാര്യങ്ങൾ പഠിക്കാനും ഇതുവരെ ചെയ്യാത്ത കാര്യങ്ങൾ ചെയ്തു പഠിക്കാനും അവർക്ക് ആത്മവിശ്വാസം നല്കി. കിലയുടെ നേതൃത്വത്തിൽ പിന്നീട് പല ഘട്ടങ്ങളിലായി തിരഞ്ഞെടുക്കപ്പെട്ട വനിതാ ജനപ്രതിനിധികൾക്ക് ലഭ്യമാക്കിയിട്ടുള്ള പരിശീലനം ഭരണത്തിലും വികസന പ്രക്രിയയിലും ഇടപെടാൻ വലിയ പിന്തുണയാണ് സ്ത്രീകൾക്ക് നല്കിയിട്ടുള്ളത്. വികസന പ്രക്രിയയിൽ സ്ത്രീപങ്കാളിത്തം കൊണ്ടുവരുന്നതിനായി ഗ്രാമസഭ മുതൽ സൃഷ്ടിക്കപ്പെട്ട അവസരങ്ങളിലൂടെ ഓരോ പ്രദേശത്തും വനിതാ ജനപ്രതിനിധികളുടെ ഒപ്പം പ്രവർത്തിക്കുന്നതിനു സ്ത്രീകളും പുരുഷന്മാരും അടങ്ങുന്ന പിന്തുണാസംവിധാനം മിക്ക തദ്ദേശ സ്വയംഭരണ സ്ഥാപനങ്ങളിലും ജനകീയാസൂത്രണത്തിന്റെ ഭാഗമായി രൂപം കൊണ്ടിരുന്നു. ഇങ്ങനെ ഓരോ പ്രദേശത്തും പ്രവർത്തിക്കുന്നതിനു പ്രാപ്തരും പ്രതിബദ്ധതയുള്ളവരുമായ സന്നദ്ധ പ്രവർത്തകരെ ഏറ്റവുമധികം സംഭാവന ചെയ്തത് സി പി ഐ (എം), കേരള ശാസ്ത്ര സാഹിത്യ പരിഷത്ത്, മഹിളാ അസോസിയേഷൻ തുടങ്ങിയ പ്രസ്ഥാനങ്ങളാണ്. ഉദ്യോഗസ്ഥ സംവിധാനവും സ്ത്രീകളായ ഭരണാധികാരികളെ കണ്ടോ അനുസരിച്ചോ ശീലമുള്ളതായിരുന്നില്ല. എന്നാൽ വികസനവും ഭരണവും കൂടുതൽ ജനാധിപത്യവല്ക്കരിക്കുന്ന ഒരു പ്രക്രിയയിലൂടെ കടന്നുപോയപ്പോൾ ഔദ്യോഗിക സംവിധാനവും അധികാര ഘടനയിൽ വന്ന മാറ്റങ്ങളെ അംഗീകരിക്കുകയും പിന്തുണയ്ക്കുകയും ചെയ്യുന്ന

സ്ഥിതിയുണ്ടായി. ഇതിന് ഏറ്റവും ആവേശകരമായ പിന്തുണയാണ് കെ ജി ഒ എ, എൻ ജി ഒ യൂണിയൻ, കെ എസ് ടി എ തുടങ്ങിയ സർവ്വീസ് സംഘടനകൾ നല്കിയത്.

മറ്റു പല സംസ്ഥാനങ്ങളിലും വനിതാ ജനപ്രതിനിധികൾ നേരിടുന്ന മറ്റൊരു പ്രശ്നം പിൻസീറ്റ് ഡ്രൈവിങ് എന്ന് പരിഹസിക്കുന്ന പതി പഞ്ചായത്തുകളും കുടുംബാംഗങ്ങളുടെയോ ജന്മിമാരുടെയോ ജാതിമേധാവികളുടെയോ ഒക്കെ അനധികൃത ഇടപെടലുകളുമാണ്. ജനപ്രതിനിധികൾ പ്രതിനിധീകരിക്കുന്ന പാർട്ടികളുടെ ഭാഗത്തുനിന്നുള്ള സംഘടനാപരമായ നിയന്ത്രണങ്ങളെക്കുറിച്ചല്ല, സ്ത്രീകൾ എന്ന നിലയിൽ നേരിടേണ്ടി വരുന്ന അടിച്ചമർത്തലുകളാണ് ഇവിടെ സൂചിപ്പിക്കുന്നത്. കേരളത്തിലും തുടക്കത്തിൽ അനഭിലഷണീയമായ നിയന്ത്രണങ്ങളും അധികാര പ്രയോഗങ്ങളും ചില വനിതാജനപ്രതിനിധികൾക്ക് നേരിടേണ്ടി വന്നിട്ടുണ്ടാകാം. അത് സ്ത്രീകളെ നിയന്ത്രിക്കാനും അവരിലൂടെ തങ്ങളുടെ അധികാരം നടപ്പാക്കാനുമുള്ള ആൺകോയ്മയുടെ ശ്രമമാണ്. എന്നാൽ ഇത്തരം അധികാര പ്രയോഗങ്ങൾക്കെതിരെ പ്രതികരിക്കുന്ന ജനാധിപത്യ ബോധവും രാഷ്ട്രീയ ബോധവുമുള്ള പ്രാദേശിക ജനത ഉണ്ടെന്നതുകൊണ്ടുതന്നെ കേരളത്തിൽ ക്രമേണ ഇത്തരത്തിലുള്ള പ്രവണതകൾ കുറഞ്ഞുവന്നതായി കാണാം. എന്നാൽ ഇപ്പോഴും അനാവശ്യമായ നിയന്ത്രണങ്ങളും അധികാര പ്രയോഗങ്ങളും തങ്ങളുടെ മേൽ ഉണ്ടെന്ന് വനിതാ ജനപ്രതിനിധികൾക്ക് ബോദ്ധ്യം വന്നാൽ അത് തങ്ങളുടെ അവകാശങ്ങൾക്ക് മേലുള്ള കൈയേറ്റം തന്നെയായി കണ്ടുകൊണ്ട് ചെറുക്കാനുള്ള പ്രാപ്തിയും ബോധവും അവർ നേടേണ്ടതുണ്ട്.

കേരളത്തിലെ വനിതാ ജനപ്രതിനിധികൾക്ക് മറ്റു സംസ്ഥാനങ്ങളിലെ വനിതാ ജനപ്രതിനിധികളിൽനിന്നുള്ള വലിയൊരു സവിശേഷത മെച്ചപ്പെട്ട വിദ്യാഭ്യാസമാണ്. 1995 ൽ തെരഞ്ഞെടുക്കപ്പെട്ട വനിതാ ജനപ്രതിനിധികളിൽ 53 ശതമാനം പേർ ഹൈസ്കൂൾ വിദ്യാഭ്യാസമുള്ളവരാണ്, 35 ശതമാനം പേർ അതിനു മുകളിൽ കോളേജ് വിദ്യാഭ്യാസമുള്ളവരാണ്. പിന്നീട് നടന്ന തിരഞ്ഞെടുപ്പുകളിൽ കൂടുതൽ വിദ്യാഭ്യാസമുള്ളവരും കൂടുതൽ ചെറുപ്പക്കാരും കടന്നു വരുന്നതായാണ് കേരളത്തിന്റെ അനുഭവം. എന്നാൽ 2006 ൽ ഇന്ത്യയിലെ പഞ്ചായത്ത് രാജ് സംവിധാനത്തിലെ വനിതാ ജനപ്രതിനിധികളെക്കുറിച്ച് നടന്ന ഒരു പഠനം (എ സി നെയില്സെൻ ORGMARGA) സൂചിപ്പിക്കുന്നത് അപ്പോഴും വനിതാ ജനപ്രതിനിധികളിൽ 27 ശതമാനംപേരും നിരക്ഷരരാണ് എന്നാണ്. 37 ശതമാനം പേർക്ക് അപ്പർപ്രൈമറി വിദ്യാഭ്യാസമേയുള്ളൂ. ഇത് മറ്റു സംസ്ഥാനങ്ങളിലെ സ്ത്രീ വിദ്യാഭ്യാസത്തിന്റെ പിന്നോക്കാവസ്ഥയുടെ കൂടി പ്രതിഫലനമാണ്. എന്നാൽ താരതമ്യേന ഉയർന്ന വിദ്യാഭ്യാസം കേരളത്തിൽ തെരഞ്ഞെടുക്കപ്പെട്ട വനിതാ ജനപ്രതിനിധികൾക്ക് തങ്ങളുടെ പ്രവർത്തനം മെച്ചപ്പെടുത്തുന്നതിൽ

തീർച്ചയായും സഹായകരമായിട്ടുണ്ട്. എന്നുമാത്രമല്ല, കഴിഞ്ഞ അഞ്ചു തിരഞ്ഞെടുപ്പുകളിലും ജയിച്ചുവന്ന പുരുഷ ജനപ്രതിനിധികളേക്കാൾ വിദ്യാഭ്യാസത്തിൽ മുന്നിൽ വന്നിട്ടുള്ളത് വനിതാ ജനപ്രതിനിധികളാണ്. ഈ അനുകൂല അവസരം കൂടുതൽ കാര്യങ്ങൾ പഠിച്ചുകൊണ്ട് പ്രാദേശിക വികസന പ്രവർത്തനങ്ങളിൽ ഇടപെടുന്നതിനും തങ്ങളുടെ കാര്യക്ഷമത വർദ്ധിപ്പിക്കുന്നതിനും ബോധപൂർവ്വം ജനപ്രതിനിധികൾ പരിശ്രമിക്കേണ്ടതുണ്ട്. ജനപ്രതിനിധികളെന്ന നിലയിൽ സ്വന്തം അവകാശങ്ങളും ചുമതലകളും തിരിച്ചറിയുന്നതിനും അവ പ്രയോഗിക്കുന്നതിനുമുള്ള പ്രാപ്തി അധികാര വികേന്ദ്രീകരണ പ്രക്രിയയിലൂടെയുള്ള സ്ത്രീ മുന്നേറ്റത്തിൽ പ്രധാനമാണ്. സംവരണ സീറ്റുകൾ മാറി വരുന്നതിന്റെ ഭാഗമായി വളരെ കുറച്ചു സ്ത്രീകൾക്ക് മാത്രമേ പഞ്ചായത്ത്/നഗരസഭാ തിരഞ്ഞെടുപ്പിൽ രണ്ടാമത് ഒരവസരം ലഭിക്കുന്നുള്ളൂ. ജനറൽ സീറ്റിൽ നിന്നും മത്സരിക്കുന്ന സ്ത്രീകളുടെ എണ്ണം ഓരോ തെരഞ്ഞെടുപ്പു കഴിയുമ്പോഴും വർദ്ധിക്കുന്നുണ്ട് എങ്കിലും ബ്ലോക്ക് ജില്ലാ പഞ്ചായത്തുകളിലേക്ക് മുൻ പരിചയമുള്ള വനിതാ ജനപ്രതിനിധികളെ പരിഗണിക്കുന്ന പ്രവണതയാണ് ഉള്ളത്. ഇത് പരിമിതമായ അവസരം മാത്രമാണ് എന്നതിനാൽ അഞ്ചു വർഷത്തെ ഭരണം കഴിഞ്ഞ് എന്തുചെയ്യണമെന്നറിയാതെ പതുക്കെ രാഷ്ട്രീയത്തിൽ നിന്നുതന്നെ പിൻവലിയുന്നവരെയും കാണാം. അഞ്ചു വർഷം കഴിയുമ്പോൾ വന്നപോലെ തിരിച്ച് അണിയറയിലേക്ക് തിരിച്ചു പോകേണ്ടവരായിട്ടല്ല, അധികാര വികേന്ദ്രീകരണം സൃഷ്ടിക്കുന്ന അവസരങ്ങളും സാദ്ധ്യതകളും ഉപയോഗിച്ചുകൊണ്ട് തങ്ങൾ ഉൾപ്പെടുന്ന സ്ത്രീ സമൂഹത്തിന്റെ പ്രശ്നങ്ങളിൽ ഇടപെട്ട് അവരെ നയിക്കുന്നവരായി, ഓരോ അഞ്ചു വർഷവും തിരഞ്ഞെടുക്കപ്പെടുന്ന വനിതാജനപ്രതിനിധികൾ മാറേണ്ടതുണ്ട്. ഭരണം മാത്രമല്ല പൊതുരംഗത്ത് ഇടപെടുന്നതിനുള്ള അവസരം. ഒരിക്കൽ സാമൂഹ്യ രംഗപ്രവേശം നടത്തിക്കഴിഞ്ഞാൽ ഇനി തിരിച്ചു പോക്കില്ലെന്ന ആത്മവിശ്വാസം വനിതാ ജനപ്രതിനിധികൾക്ക് ആർജ്ജിക്കാൻ കഴിയണം. ഇതിന് വനിതാ ജനപ്രതിനിധികളെ രാഷ്ട്രീയവും സംഘടനാപരവുമായി സജ്ജരാക്കാൻ രാഷ്ട്രീയ പ്രസ്ഥാനങ്ങൾക്കും വനിതാ സംഘടനകൾക്കും കഴിയണം. അഖിലേന്ത്യാ ജനാധിപത്യ മഹിളാ അസോസിയേഷൻ 1995 മുതൽ തിരഞ്ഞെടുക്കപ്പെടുന്ന വനിതാ ജനപ്രതിനിധികളെ സംഘടനാപരമായി സജ്ജരാക്കുന്നതിനുള്ള ഇടപെടൽ നടത്തുന്നുണ്ട്. അതിന്റെ ഫലമായി ഒട്ടേറെ വനിതാ ജനപ്രതിനിധികൾ സംഘടനാ നേതൃത്വത്തിലേക്ക് കടന്നു വന്നിട്ടുള്ളതായി കാണാം. കുടുംബശ്രീ പ്രവർത്തനം നിരവധി മുൻ വനിതാ ജനപ്രതിനിധികൾക്ക് സാമൂഹ്യരംഗത്ത് തുടരുന്നതിനുള്ള വേദിയായി മാറിയിട്ടുണ്ട്.

കാൽനൂറ്റാണ്ടു പിന്നിടുന്ന അധികാര വികേന്ദ്രീകരണ പ്രക്രിയയിൽ തീർച്ചയായും വനിതാ ജനപ്രതിനിധികൾ തുടക്കത്തിൽ നേരിട്ടിരുന്ന

വെല്ലുവിളികൾ കേരളത്തിൽ ഒരുപരിധിവരെ മറികടക്കാൻ കഴിഞ്ഞിട്ടുണ്ട്. കുടുംബശ്രീ പോലുള്ള പ്രസ്ഥാനങ്ങൾ വൻതോതിൽ സ്ത്രീകളുടെ സാമൂഹ്യ രാഷ്ട്രീയ പ്രവേശത്തിന് വഴിയൊരുക്കുന്നുണ്ട്. എന്നാൽ വീടിനകത്തും പുറത്തും ഒരുപോലെ തങ്ങളുടെ കടമകൾ നിർവ്വഹിക്കാൻ വനിതാ ജനപ്രതിനിധികൾ അനുഭവിക്കുന്ന സംഘർഷങ്ങളുടെ കാര്യത്തിൽ വലിയ കുറവൊന്നും ഇപ്പോഴും വന്നിട്ടില്ല. സ്ത്രീ പുരുഷ ധർമ്മങ്ങളെക്കുറിച്ചുള്ള പരമ്പരാഗത ധാരണകളിൽ കുറെയൊക്കെ മാറ്റങ്ങൾ കഴിഞ്ഞ കാൽനൂറ്റാണ്ടിനിടയിൽ ഉണ്ടായിട്ടുണ്ട്. എന്നാൽ കുടുംബത്തിനകത്തെ അദ്ധ്വാന വിഭജനത്തിലും സ്ത്രീകൾക്ക് കിട്ടേണ്ട പിന്തുണയിലും അത് ഇനിയും കൂടുതൽ പ്രതിഫലിക്കേണ്ടതുണ്ട്. കേരള സമൂഹത്തെ കൂടുതൽ ലിംഗതുല്യതയുള്ളതാക്കി മാറ്റുന്നതിനുള്ള അവസരങ്ങൾ അധികാര വികേന്ദ്രീകരണം നല്കുന്നുണ്ട്. അത് പ്രയോജനപ്പെടുത്താൻ വനിതാ ജനപ്രതിനിധികളും പ്രാദേശിക സ്ത്രീ സമൂഹവും അവരെ നയിക്കാൻ രാഷ്ട്രീയ പ്രസ്ഥാനങ്ങളും വനിതാ പ്രസ്ഥാനങ്ങളും ബോധപൂർവ്വം പരിശ്രമിക്കണം എന്നുമാത്രം.

കേരളത്തിലെ അധികാര വികേന്ദ്രീകരണ പ്രക്രിയയുടെ അനുഭവങ്ങൾ ചില വിലപ്പെട്ട പാഠങ്ങൾ നല്കുന്നുണ്ട്.

ഒന്ന്: പ്രാദേശിക ഭരണരംഗത്തേക്കുള്ള കടന്നുവരവ് സ്ത്രീകളെ ശരിയായ അധികാരവല്ക്കരണത്തിലേക്ക് നയിക്കണമെങ്കിൽ അധികാര വികേന്ദ്രീകരണ പ്രക്രിയയുടെ ഭാഗമായി ശക്തമായ പിന്തുണാ സംവിധാനം സൃഷ്ടിക്കപ്പെടണം. പിതൃമേധാവിത്വ മൂല്യബോധത്തിനെതിരായ പോരാട്ടത്തിൽ സ്ത്രീകൾക്ക് പിന്തുണ നല്കിക്കൊണ്ട് വേണം അവരെ നല്ല ഭരണാധികാരികളും നല്ല നേതാക്കളുമാക്കി മാറ്റുന്നത്.

രണ്ട്: ഭരണത്തിലെ വർദ്ധിച്ച സ്ത്രീപങ്കാളിത്തം സ്വാഭാവികമായി ലിംഗ തുല്യതയ്ക്കു വേണ്ടിയുള്ള ഇടപെടലായി മാറണമെന്നില്ല. എന്നാൽ ഈ നേതൃത്വം ഉപയോഗിച്ചുകൊണ്ട് വികസന പ്രക്രിയയിൽ ബോധപൂർവ്വം ഇടപെടുന്നതിനും ലിംഗ നീതി ഉറപ്പാക്കുന്നതിനുള്ള മൂർത്തമായ പരിഹാരങ്ങൾ കണ്ടെത്തുന്നതിനുമുള്ള അവസരങ്ങൾ വികേന്ദ്രീകൃതാസൂത്രണ പ്രക്രിയയിൽ ഉണ്ടാകണം. തെരഞ്ഞെടുക്കപ്പെട്ട സ്ത്രീകൾ മാത്രമല്ല, വികസനപ്രക്രിയയിൽ അണിനിരക്കുന്ന ആയിരക്കണക്കിന് സ്ത്രീകൾകൂടി ഇതിലൂടെ ലിംഗ തുല്യതയ്ക്കായുള്ള പോരാട്ടത്തിന്റെ ഭാഗമായി മാറും.

മൂന്ന്: വിഭവങ്ങൾ ഉറപ്പാക്കാതെയുള്ള അധികാര വികേന്ദ്രീകരണം ഒരു പാഴ്ശ്രമമാണ്. ജനകീയാസൂത്രണം മുന്നോട്ടുവെച്ച സുപ്രധാന ഇടപെടലായിരുന്നു വനിതാ ഘടകപദ്ധതി. പദ്ധതിവിഹിതത്തിന്റെ നിശ്ചിത പങ്ക് സ്ത്രീ വികസനത്തിന് വകയിരുത്തുകയെന്ന തീരുമാനം പ്രാദേശിക വികസന പ്രക്രിയയിൽ സ്ത്രീ ഭാഗധേയം ഉറപ്പിക്കുന്ന ശക്തമായ നിലപാടായി മാറി.

നാല്: പ്രാദേശിക ഭരണരംഗത്ത് പ്രാതിനിദ്ധ്യത്തിന്റെ കാര്യത്തിൽ കേരളത്തിൽ സ്ത്രീകൾ തുല്യത നേടി. എന്നാൽ സമൂഹത്തിലെ ലിംഗ തുല്യത നേടുകയെന്നത് കൂടുതൽ വിപുലവും ദൈർഘ്യമേറിയതുമായ പ്രക്രിയയാണ്. എന്നാൽ ആ പ്രക്രിയ നടക്കുന്നത് സമൂഹത്തിൽ സൂക്ഷ്മ തലത്തിലടക്കം നിലനില്ക്കുന്ന പുരുഷാധിപത്യ പ്രവണത കളെ തുറന്നു കാണിച്ചുകൊണ്ടും സ്ത്രീകളും പുരുഷന്മാരും ഒരുമിച്ച് അതിനെതിരെ പ്രതിരോധം തീർത്തുകൊണ്ടുമാണ്. അതിലേക്കായി ഓരോ പ്രദേശത്തും സ്ത്രീകളടക്കമുള്ള സമൂഹത്തെ സ്ത്രീ പുരുഷ പദവി ബന്ധത്തെക്കുറിച്ചും നിലനില്ക്കുന്ന വിവേചനങ്ങളെക്കുറിച്ചും പഠിപ്പിക്കാൻ അധികാര വികേന്ദ്രീകരണം അവസരമൊരുക്കുന്നുണ്ട്, അത് ഫലപ്രദമായി ഉപയോഗിക്കണം എന്നുമാത്രം.

അഞ്ച്: ഭരണത്തിലേക്കുള്ള സ്ത്രീകളുടെ പ്രവേശം സാമൂഹ്യ രാഷ്ട്രീയ രംഗപ്രവേശം തന്നെയായി മാറുമെന്ന് രാഷ്ട്രീയ പ്രസ്ഥാനങ്ങളും വനിതാ സംഘടനകളും ഉറപ്പുവരുത്തേണ്ടതുണ്ട്. അപ്പോൾ മാത്രമേ അധികാര വികേന്ദ്രീകരണം സ്ത്രീയുടെ രാഷ്ട്രീയവല്ക്കരണത്തിനുള്ള ഉപാധി കൂടിയാണെന്ന് പറയാൻ കഴിയൂ.

ജനപ്രാതിനിധ്യരംഗത്തെ സ്ത്രീ സാന്നിദ്ധ്യവും നിർബ്ബന്ധിത പങ്കാളിത്ത അനിവാര്യതയും

അഡ്വ. അയിഷാപോറ്റി എം എൽ എ

ജനാധിപത്യം എന്നത് ഏറെ പ്രായോഗിക സാദ്ധ്യതയുള്ള ഭരണ ക്രമമായി ഇന്ന് ലോകം അംഗീകരിക്കുന്നു, പ്രാവർത്തികമാക്കുന്നു. എന്നാൽ ജനാധിപത്യമെന്നത് മിക്കപ്പോഴും പ്രാതിനിദ്ധ്യ ജനാധിപത്യം മാത്രമാണ്. സമ്പൂർണ്ണ ജനാധിപത്യത്തിലും പ്രാതിനിദ്ധ്യ ജനാധിപത്യത്തിലും ഒരുപോലെ പ്രസക്തവും പ്രധാനവുമാണ് അതിലെ സമ്മതിദായകരുടെ സാന്നിദ്ധ്യവും പങ്കാളിത്തവും. പ്രത്യക്ഷജനാധിപത്യത്തിൽ തീരുമാനമെടുക്കൽ പ്രക്രിയയിൽ എല്ലാവരുടെയും സമ്മതി അനിവാര്യമാണ്. അതുകൊണ്ടുതന്നെ അഭിപ്രായ രൂപീകരണവും പ്രകടനവും ഏറെ നിർണ്ണായകവുമാണ്. പ്രാതിനിദ്ധ്യ ജനാധിപത്യത്തിലാകട്ടെ തിരഞ്ഞെടുപ്പു ഘട്ടത്തിൽ മാത്രമാണ് സമ്മതിദായകരുടെ സാന്നിദ്ധ്യവും സ്വാധീനവും നിർണ്ണായകമാകുക.

ഈ വിശകലനത്തിൽ ചരിത്രപരമായിത്തന്നെ അദൃശ്യരും അവഗണനീയരുമായിരുന്നവർ ധാരാളം. കാരണം സമ്മതിദാനാവകാശവും പ്രാതിനിദ്ധ്യാവസരവും വരേണ്യരും സമ്പന്നരും ബലധാരികളും പേശീബലമുള്ളവരും മറ്റുമായവർക്കും ഭൂ ഉടമകക്കും മാത്രമായിരുന്നു. അടിമകൾ, അഗതികൾ, നികുതിദായകരല്ലാത്തവർ, സ്ത്രീകൾ തുടങ്ങിയവർക്ക് സമ്മതിദാനാവകാശവും പ്രാതിനിദ്ധ്യാവകാശവും നിഷേധിക്കപ്പെട്ടിരുന്നു. ഇതിനെതിരായ അതിശക്തമായ പോരാട്ടങ്ങളുടെ തുടർച്ചയിലൂടെയാണ് സാർവ്വത്രിക വോട്ടവകാശത്തിലേക്കും പ്രായപൂർത്തി സമ്മതിദാനാവകാശത്തിലേക്കും നാം എത്തിച്ചേർന്നത്.

എന്തുകൊണ്ടാണ് ജനാധിപത്യ-ജനപ്രാതിനിദ്ധ്യ സംവിധാനത്തിൽ പോലും ഇത്തരം വിവേചനം നിലനിന്നത്. ഒന്ന് നമ്മുടെ സമൂഹത്തിന്റെ പുരുഷമേധാപരമായ ഘടനയും അവസ്ഥയും കാരണം. രണ്ട്, സ്ത്രീകൾ,

ദുർബ്ബലവിഭാഗങ്ങൾ തുടങ്ങിയവരുടെ വിമുഖതയും അദൃശ്യതയും അവരുടെ മേലുള്ള അരുതുകളും അതിരുകളും. മൂന്ന് പങ്കാളിത്തത്തിന്റെയും സാന്നിദ്ധ്യത്തിന്റെയും അംഗീകരണം, സ്വാംശീകരണം എന്നിവയുടെ അഭാവം. മറ്റൊരു കാരണം സ്ത്രീകൾ ഉൾപ്പെടെ അവഗണിതർക്ക് അധികാരം കൈയാളാനോ പ്രയോഗിക്കാനോ ഉള്ള ശേഷിയോ പ്രാപ്തിയോ ഇല്ലെന്ന നിഗമനം. യൂറോപ്പിലും പൂർവ്വേഷ്യൻ രാജ്യങ്ങളിലും ഉൾപ്പെട്ട ഈ സ്ഥിതിക്കുമാറ്റം വന്നത് നവോത്ഥാന-സാമൂഹ്യ പരിഷ്കരണ പ്രസ്ഥാനങ്ങളുടെ സ്വാധീന-സമ്മർദ്ദഫലമായാണ്.

ഇന്ത്യയിലാകട്ടെ സ്ത്രീകൾക്കു വോട്ടവകാശം തന്നെ ലഭ്യമായിട്ട് കഷ്ടിച്ച് ഒരു നൂറ്റാണ്ട് എത്തിയിട്ടില്ല. ജനപ്രാതിനിദ്ധ്യ അവകാശകാര്യത്തിലും ഇതേ വിവേചനവും അദൃശ്യതയും അസ്പൃശ്യതയും കാണാനാകും. ഇന്ത്യയുടെ ഭരണഘടനാ നിർമ്മാണസഭയിൽ പോലും കേവലം 15 വനിതാ അംഗങ്ങൾ മാത്രമേ ഉണ്ടായിരുന്നുള്ളൂ എന്നത് ഈ ചരിത്രത്തിന്റെ ലജ്ജാകരമായ തെളിവാണ്. ഇപ്പോൾ ഇന്ത്യയുടെ ലോക്സഭയിൽ നിലവിലുള്ളത് 542 ൽ വെറും 78 വനിതാ അംഗങ്ങൾ മാത്രം. രാജ്യസഭയിലാകട്ടെ 25 പേരും. കേരള സംസ്ഥാന നിയമസഭയിലാകട്ടെ ആകെ വനിതാ അംഗത്വം 9 മാത്രം. അതായത് 7% ൽ താഴെ പങ്കാളിത്തം മാത്രം. ഈ ദുസ്ഥിതി പരിഹരിക്കാനായി നിർദ്ദേശിക്കപ്പെട്ട പരിഹാര നിർദ്ദേശം ഇന്നുവരെ വെളിച്ചം കണ്ടിട്ടില്ല എന്നതും വസ്തുത മാത്രം.

ജനാധിപത്യ വേദികളിലെ നിർബ്ബന്ധിത വനിതാ പ്രാതിനിദ്ധ്യം ഇപ്പോഴും സമവായമെത്താത്ത തർക്ക പ്രശ്നമായി തുടരുന്നു. രാജ്യസഭയിൽ അംഗീകരിച്ച വനിതാ ജനപ്രാതിനിദ്ധ്യ നിയമം ലോക്സഭയിൽ ആവർത്തിച്ച് അവതരിപ്പിക്കാനോ അംഗീകരിക്കാനോ കഴിയാതെ തുടരുകയാണ്. എന്നാൽ തദ്ദേശഭരണ രംഗത്ത് തുടക്കം മുതൽ വനിതകൾ ദുർബ്ബലവിഭാഗങ്ങൾ, എന്നിവർക്ക് പ്രത്യേക പരിഗണനാ അവസരം വാഗ്ദാനം ചെയ്യപ്പെട്ടു. കേരളം ഉൾപ്പെടെ സംസ്ഥാനങ്ങളിൽ തുടക്കത്തിൽ നാമനിർദ്ദേശം ചെയ്യപ്പെടുന്ന വനിതാപങ്കാളിത്തവും തുടർന്ന് 10 ശതമാനം വരെ തെരഞ്ഞെടുക്കപ്പെട്ട വനിതാ പ്രാതിനിദ്ധ്യവും അനുവദിക്കപ്പെട്ടു. കർണ്ണാടക പഞ്ചായത്ത് രാജ് നിയമത്തിൽ 10 ശതമാനം നിർബ്ബന്ധിത വനിതാ പ്രാതിനിദ്ധ്യം വ്യവസ്ഥ ചെയ്യപ്പെട്ടു. പശ്ചിമ ബംഗാളിലും ജില്ലാ പരിഷത്തിലുൾപ്പെടെ വനിതാ പ്രാതിനിദ്ധ്യവും അദ്ധ്യക്ഷ സ്ഥാനവും വനിതകൾക്ക് നീക്കിവയ്ക്കപ്പെട്ടു.

1989 ലെ 64, 65 ഭരണഘടനാ ഭേദഗതിയിൽ 25% നിർബ്ബന്ധിത വനിതാ പ്രാതിനിദ്ധ്യം നിർദ്ദേശിക്കപ്പെട്ടെങ്കിലും പ്രാവർത്തികമായില്ല. എന്നാൽ കേരളത്തിലെ ജില്ലാ കൺസിലുകളിൽ ഇത്തരം പ്രാതിനിദ്ധ്യം 1989 ലെ നിയമത്തിലൂടെ സാധൂകരിക്കപ്പെട്ടു. തുടർന്നാണ് 1993 ൽ 73, 74 ഭരണഘടനാ ഭേദഗതി വഴി 33.33 ശതമാനം നിർബ്ബന്ധിത വനിതാ പ്രാതിനിദ്ധ്യം തദ്ദേശഭരണ സ്ഥാപനങ്ങളിൽ വ്യവസ്ഥചെയ്യപ്പെട്ടത്. ജനസം

ഖ്യയുടെ പകുതിയിലധികം വരുന്ന സ്ത്രീകൾക്ക് ആനുപാതികപങ്കാളിത്തം അനുവദിക്കാത്ത സങ്കുചിത സമീപനം അപ്പോഴും പ്രകടമായിരുന്നു.

തുല്യപങ്കാളിത്തം തുല്യഅവസരം തുല്യവികസനം

വിഭവങ്ങളുടെ തുല്യമായ വിതരണം സാദ്ധ്യമാകുമ്പോഴേ ഒരു സമൂഹം ജനാധിപത്യവല്ക്കരിക്കപ്പെട്ടു എന്നേപറയാൻ കഴിയുകയുള്ളൂ. സമ്പത്തിന്റെ ജനാധിപത്യവല്ക്കരണം സംഭവിക്കണമെങ്കിൽ ജനാധിപത്യ ഭരണകൂടങ്ങൾ അടിമുടി ജനാധിപത്യവല്ക്കരിക്കപ്പെടണം. പ്രായപൂർത്തി വോട്ടവകാശം ഉറപ്പാക്കുന്നതിലൂടെ മാത്രം രാഷ്ട്രശരീരങ്ങളെ ജനാധിപത്യവല്ക്കരിക്കാൻ കഴിയില്ലെന്ന് അനുഭവങ്ങൾ നമ്മെ പഠിപ്പിച്ചുകൊണ്ടിരിക്കുന്നു. അസമമായ സാമൂഹ്യവികാസം സംഭവിച്ച ഇടങ്ങളിൽ എല്ലാം ജനാധിപത്യം എന്നാൽ വരേണ്യ ന്യൂനപക്ഷം തിരഞ്ഞെടുപ്പിലൂടെ ഉറപ്പാക്കുന്ന സ്വേച്ഛാധിപത്യമായി ജനാധിപത്യം പരിഹാസ്യമാകാറുണ്ട്. അസമമായ സാമൂഹ്യ വികാസത്തിന്റെ പ്രത്യക്ഷ ഉദാഹരണമാണ് കുടുംബത്തിലും സമൂഹത്തിലും സ്ത്രീകൾ അനുഭവിക്കേണ്ടിവരുന്ന ഉച്ചനീചത്വങ്ങൾ. കുടുംബത്തിൽ സമ്പത്തും അധികാരവും എന്തിനേറെ ഭക്ഷണംപോലും പങ്കുവയ്ക്കപ്പെടുമ്പോൾ സ്ത്രീകൾ നിർഭയം അവഗണിക്കപ്പെടുന്നു എന്നത് ഇരുപത്തിയൊന്നാം നൂറ്റാണ്ടിലും ഒരു തിക്ത യാഥാർത്ഥ്യമാണ്. അധികാരത്തിന്റെ ഏറ്റവും പ്രാഥമിക രൂപമായ കുടുംബത്തിൽ സംഭവിക്കുന്ന ഈ അനീതി രാഷ്ട്ര വ്യവഹാരത്തിന്റെ സൂക്ഷ്മവും സ്ഥൂലവുമായ എല്ലാ ഇടങ്ങളിലും പ്രകടമാണ്.

വിഭവങ്ങളുടെ നീതിപൂർവ്വകമായ വിതരണം സംഭവിക്കണമെങ്കിൽ അധികാരത്തിന്റെ എല്ലാ തലങ്ങളിലും സ്ത്രീകൾക്ക് ജനസംഖ്യാനുപാതികമായ പ്രാതിനിദ്ധ്യം സംഭവിച്ചേ മതിയാകൂ എന്ന തിരിച്ചറിവിൽ നിന്നാണ് തദ്ദേശസ്വയംഭരണ സ്ഥാപനങ്ങളിലെ സ്ത്രീ പ്രാതിനിദ്ധ്യത്തിന്റെ പ്രസക്തി ചർച്ച ചെയ്യപ്പെടുന്നത്. അധികാരത്തിലെ പങ്കാളിത്തത്തിന് വേണ്ടിയുള്ള സ്ത്രീകളുടെ പോരാട്ടത്തിന് ഏതാണ്ട് മനുഷ്യ ചരിത്രത്തോളം ദൈർഘ്യമുണ്ട്. സാമൂഹ്യ ജീവിതത്തിന്റെ ഏത് തലത്തിൽ ആയാലും സ്ത്രീകൾക്ക് മതിയായ പ്രാതിനിദ്ധ്യം ഇല്ലാതെ വന്നാൽ അത് ഭരണ നിർവ്വഹണത്തെ പ്രതികൂലമായി ബാധിക്കുമെന്ന് മനുഷ്യ ചരിത്രം തന്നെ സാക്ഷ്യപ്പെടുത്തുന്നു. മനുഷ്യന്റെ ഏറ്റവും പ്രാഥമികമായ വിഷയങ്ങൾ ചർച്ച ചെയ്യുന്ന പ്രാദേശിക ഭരണകൂടങ്ങളിൽ സ്ത്രീകളുടെ പ്രാതിനിദ്ധ്യം ഇല്ലാതെ വന്നാൽ അത് സാമൂഹിക പുരോഗതിയെ ഫലത്തിൽ അട്ടിമറിക്കുകയായിരിക്കും ചെയ്യുക. സ്ത്രീകളുടെയും കുട്ടികളുടെയും പ്രശ്നങ്ങൾ കൃത്യമായി അവതരിപ്പിക്കാൻ സ്ത്രീകൾ തന്നെ വേണമെന്ന തീർത്തും സാങ്കേതികമായ പ്രാതിനിദ്ധ്യ വാദമല്ല ഇവിടെ ഉന്നയിക്കപ്പെടുന്നത്. ലിംഗ സമത്വത്തിന്റെ കേവല യുക്തിയുമല്ല ഇവിടെ പ്രസക്തമാകുന്നത്. മനുഷ്യന്റെ നിലനില്പുതന്നെ സാദ്ധ്യമാക്കുന്ന ഒരു

ആന്തരിക സന്തുലിതാവസ്ഥയുടെ സിംഫണിയാണ് സ്ത്രീ പ്രാതിനിദ്ധ്യം മുന്നോട്ട് വെക്കുന്നത്.

സ്ത്രീത്വത്തിന്റെയും സാമൂഹിക നീതിയുടെയും വിമോചനത്തിന്റെയും മൂർത്ത രാഷ്ട്രീയരൂപമാണ് പ്രാദേശിക ഭരണകൂടങ്ങളിലെ സ്ത്രീപങ്കാളിത്തം. ലോകത്താകമാനമുള്ള വിമോചന പ്രസ്ഥാനങ്ങൾ കൃത്യമായ സ്ത്രീപക്ഷ നിലപാടുകൾ സ്വീകരിച്ചിട്ടുള്ളവയാണ്. ഇടതുപക്ഷ പ്രസ്ഥാനങ്ങളെ സംബന്ധിച്ചിടത്തോളം രാഷ്ട്രീയമായ ഒരു അനിവാര്യതയാണ് സ്ത്രീകളുടെ തുല്യപങ്കാളിത്തം. റഷ്യൻ വിപ്ലവത്തിന്റെ എല്ലാ ഘട്ടങ്ങളിലും സ്ത്രീപക്ഷ രാഷ്ട്രീയം ചർച്ച ചെയ്യാൻ ലെനിൻ തയ്യാറായിരുന്നു വിമോചനപ്പോരാട്ടങ്ങളുടെ സംഘടനാ രൂപങ്ങളിലെ സാങ്കേതികമായ സ്ത്രീ പ്രാതിനിദ്ധ്യം ഉയർത്തിക്കാട്ടി വിമോചനത്തിന്റെ രാഷ്ട്രീയത്തെ ദുർബ്ബലപ്പെടുത്താൻ ചില നിക്ഷിപ്ത താല്പര്യക്കാർ എന്നും ശ്രമിക്കാറുണ്ട്. എന്നാൽ സമൂഹത്തിന്റെ ആകെ വിമോചനം സാദ്ധ്യമാകുമ്പോഴേ സമ്പൂർണ്ണമായ സ്ത്രീപ്രാതിനിദ്ധ്യം കൈവരിക്കാൻ കഴിയൂ എന്ന രാഷ്ട്രീയത്തെ ആണ് ഇക്കൂട്ടർ ലക്ഷ്യമിടുന്നത്. മനുഷ്യാവകാശങ്ങൾക്കും തുല്യതയ്ക്കും ഏറെ പ്രാമുഖ്യം എന്നും കല്പിച്ചിരുന്ന യൂറോപ്പിൽ പോലും സ്ത്രീ പ്രാതിനിദ്ധ്യത്തെക്കുറിച്ചുള്ള ചർച്ചകൾ ഏറെ വൈകിയാണ് ആരംഭിച്ചത്. പടിഞ്ഞാറൻ യൂറോപ്പിൽ സ്ത്രീ പ്രാതിനിദ്ധ്യത്തിന് വേണ്ടിയുള്ള ചർച്ചകൾ ആരംഭിക്കുന്നതിന് മുൻപ് തന്നെ കിഴക്കൻ യൂറോപ്പിലെ കമ്യൂണിസ്റ്റ് രാഷ്ട്രങ്ങളിൽ സ്ത്രീകൾ രാഷ്ട്രീയമായും സാമൂഹികമായും ശാക്തീകരിക്കപ്പെട്ടിരുന്നു.

സ്ത്രീപ്രാതിനിദ്ധ്യം കേരളത്തിന്റെ മാതൃക

ഇന്ത്യയിലെ ഇടതുപക്ഷ പ്രസ്ഥാനങ്ങളും കൊളോണിയൽ കാലഘട്ടത്തിൽ തന്നെ സ്ത്രീപങ്കാളിത്തത്തെക്കുറിച്ചുള്ള ചർച്ചകൾ മുന്നോട്ടുവച്ചിരുന്നു. ദേശീയ പ്രസ്ഥാനത്തിലെ ഇടതുപക്ഷ ചേരിയുടെ നിർണ്ണായക ഇടപെടൽമൂലമാണ് സമ്പൂർണ്ണ ലിംഗസമത്വം ഉറപ്പാക്കുന്ന ഒരു ഭരണഘടന നമുക്ക് ലഭിച്ചത്. 20-ാം നൂറ്റാണ്ടിൽ ദേശീയ പ്രസ്ഥാനത്തിന്റെ ഭാഗമായിരുന്ന ധീരവനിതകളിൽ പലരും പിന്നീട് ഇടതുപക്ഷ രാഷ്ട്രീയത്തിന്റെ ഭാഗമായിത്തീർന്നു എന്നതും പ്രസക്തമാണ്. കേരളത്തിൽ നവോത്ഥാന കാലഘട്ടത്തിൽതന്നെ സ്ത്രീകളുടെ സാമൂഹിക പങ്കാളിത്തത്തെക്കുറിച്ചുള്ള ചർച്ചകൾ ആരംഭിച്ചിരുന്നു. പിന്നീട് കമ്യൂണിസ്റ്റ് പ്രസ്ഥാനം ശക്തിപ്പെട്ടതോടെ ഇത് ഏറെ മുന്നോട്ടുപോയി. ഐക്യകേരളത്തിലെ ആദ്യ മന്ത്രിസഭ മുതൽ സ്ത്രീ പങ്കാളിത്തം ഉറപ്പുവരുത്തുന്നതിന് കമ്യൂണിസ്റ്റ്പാർട്ടി പ്രതിജ്ഞാബദ്ധമായിരുന്നു. തുടർന്ന് സഖാവ് ഇ എം എസിന്റെ നേതൃത്വത്തിൽ കേരളത്തിൽ നടന്ന വികസന, ധൈഷണിക രാഷ്ട്രീയ സംവാദങ്ങളിൽ എല്ലാം സ്ത്രീകളുടെ തുല്യ പങ്കാളിത്തം ഉറപ്പുവരുത്തേണ്ടതിന്റെ അനിവാര്യത ചർച്ച ചെയ്യപ്പെട്ടിരുന്നു.

ഇതിന്റെ തുടർച്ചയായിട്ടാണ് 2009 ൽ കേരളത്തിൽ പഞ്ചായത്തീ

രാജ്, മുനിസിപ്പാലിറ്റി നിയമങ്ങളിൽ ഭേദഗതി വരുത്തിക്കൊണ്ട് തദ്ദേശ സ്വയംഭരണ സ്ഥാപനങ്ങളിൽ 50 ശതമാനം സ്ത്രീപ്രാതിനിദ്ധ്യം ഉറപ്പാക്കപ്പെട്ടത്. രാജ്യത്തിന് ആകെ മാതൃകയായ ഈ നിയമം കേരളം മുന്നോട്ടു വയ്ക്കുന്ന രാഷ്ട്രീയ ബദൽകൂടി ആണ്. ഇ കെ നായനാരുടെ നേതൃത്വത്തിലുള്ള മന്ത്രിസഭ 1996 ആഗസ്ത് 17-ാം തീയതി കേരളത്തിൽ തുടക്കംകുറിച്ച ജനകീയാസൂത്രണ പ്രസ്ഥാനം അധികാരത്തിന്റെയും വിഭവങ്ങളുടെയും വികേന്ദ്രീകരണം മാത്രമല്ല ഉറപ്പാക്കിയത്. നയരൂപീകരണത്തിന്റെ സമസ്ത മേഖലകളിലും എല്ലാവിഭാഗങ്ങളുടെയും പങ്കാളിത്തം ഉറപ്പുവരുത്തുകകൂടി ആയിരുന്നു. ഗ്രാമസഭകൾ ശക്തിപ്പെട്ടതോടെ നയരൂപീകരണവേദികളിലെ സ്ത്രീ പങ്കാളിത്തം നിർണ്ണായകമായിത്തുടങ്ങി. തദ്ദേശസ്വയംഭരണ സ്ഥാപനങ്ങളിൽ 50 ശതമാനം പങ്കാളിത്തം കൂടി ഉറപ്പായതോടെ കേരളം നിർണ്ണായകമായ ഒരു പരീക്ഷണഘട്ടത്തിൽ എത്തി. ഈ പരീക്ഷണത്തിന്റെ രാഷ്ട്രീയവും സാമൂഹികവും സാമ്പത്തികവുമായ മാനങ്ങൾ കൃത്യമായി പരിശോധനയ്ക്ക് വിധേയമാക്കേണ്ടിയിരിക്കുന്നു. പ്രാദേശിക സഭകളിൽ പകുതി സീറ്റുകൾ സ്ത്രീകൾക്ക് നല്കാൻ നിർബ്ബന്ധിതമായതോടെ പ്രാദേശിക തലത്തിലുള്ള രാഷ്ട്രീയ പ്രക്രിയകളിൽ സ്ത്രീകൾ കൂടുതൽ പങ്കാളിത്തത്തോടെ ഭാഗഭാക്കാകാൻ തുടങ്ങി. ചെറുതും വലുതുമായ എല്ലാ കൂട്ടായ്മകളിലും സ്ത്രീകളുടെ സജീവ സാന്നിദ്ധ്യം കണ്ടുതുടങ്ങി. കേരളത്തിൽ ഇടതുപക്ഷ സർക്കാർ മുന്നോട്ടുവച്ച നിർബ്ബന്ധിത സ്ത്രീപ്രാതിനിദ്ധ്യ നിയമപരിഷ്കരണത്തിന് മറ്റൊരു സവിശേഷത കൂടിയുണ്ട്. അംഗത്വത്തിൽ മാത്രമല്ല (ഭരണഘടന അത്രമാത്രമേ ആവശ്യപ്പെടുന്നുള്ളൂ) നേതൃപദവികളിലും (1994 ലെ മൂലനിയമം 33.33 ശതമാനമായി നിജപ്പെടുത്തി). സ്ത്രീകൾക്ക് 50 ശതമാനം നിർബ്ബന്ധിത പങ്കാളിത്തം ഉറപ്പാക്കുന്നതായിരുന്നു നിർണ്ണായക പരിഷ്ക്കരണം. ഭരണസമിതി, സ്ഥിരംസമിതി, അദ്ധ്യക്ഷസ്ഥാനങ്ങൾ ഇത്തരത്തിൽ നിർബ്ബന്ധിതമാക്കപ്പെട്ടു. ഇത് ഒരുക്കിയ സ്ത്രീപങ്കാളിത്ത, സ്ത്രീശാക്തീകരണ അവസരവും സാദ്ധ്യതയും കേരളത്തിന്റേത് മാത്രമായ സവിശേഷതയാണ്. അത് വരുത്തിയത് ഇടതുപക്ഷ നിശ്ചയദാർഢ്യമാണ്.

സ്ത്രീപങ്കാളിത്തം വ്യക്തിഗത രാഷ്ട്രീയ മാനങ്ങൾ

പൊതുഇടങ്ങളിൽ സ്ത്രീകൾ അനുഭവിച്ചുവരുന്ന ബുദ്ധിമുട്ടുകളിൽനിന്നും വൻ രാഷ്ട്രീയ മാനങ്ങൾ ഉള്ള സ്ത്രീപക്ഷ വിഷയങ്ങൾ വരെ ചർച്ച ചെയ്യുന്ന ഇടങ്ങളായി നമ്മുടെ പ്രാദേശിക കൂട്ടായ്മകൾ മാറി. അരാഷ്ട്രീയമായി വിഷയങ്ങളെ സമീപിക്കുന്നവർ എന്ന പരാധീനത എന്നും അനുഭവിച്ചിരുന്ന സ്ത്രീകൾ പുരുഷന്മാരേക്കാൾ ആവേശത്തോടെ രാഷ്ട്രീയം ചർച്ച ചെയ്യാനൊരുങ്ങി. ഇത് നമ്മുടെ രാഷ്ട്രീയ മണ്ഡലത്തെ ക്രിയാത്മകമായി സ്വാധീനിക്കാൻ തുടങ്ങി. രാഷ്ട്രീയമായി ശാക്തീകരിക്കപ്പെട്ട സ്ത്രീകൾ രാഷ്ട്രീയ പ്രസ്ഥാനങ്ങളുടെ സാമ്പ്രദാ

യിക ശീലങ്ങൾക്കുതന്നെ വെല്ലുവിളിയായി. നൂറ്റാണ്ടുകളായി ഉറഞ്ഞുപോയ മാമൂലുകളെ ഭേദിക്കാനും പൊതു ഇടങ്ങളെ കൂടുതൽ ജനാധിപത്യവല്ക്കരിക്കാനും സ്ത്രീകളുടെ ഈ രാഷ്ട്രീയ ഇടപെടലിനു സാധിച്ചു. സാമ്പത്തിക മേഖലയിൽ സ്ത്രീരാഷ്ട്രീയം ചെലുത്തിയ സ്വാധീനം ചെറുതല്ല. ദാരിദ്ര്യത്തിന് ലിംഗ ഭേദമുണ്ടെന്ന തിരിച്ചറിവ് ശക്തമായത് പ്രാദേശിക സഭകളിലെ സ്ത്രീപങ്കാളിത്തം ശക്തിപ്പെട്ടതോടെയാണ് വീടിന്റെ അകത്തളങ്ങളിൽ പെൺകുഞ്ഞുങ്ങളും സ്ത്രീകളും അനുഭവിക്കേണ്ടി വരുന്ന സാമ്പത്തിക വിവേചനം കൂടുതൽ തുറന്ന് കാട്ടപ്പെട്ടതും പൊതു പ്രശ്നമായി ഉയർന്നുവന്നതും സ്ത്രീപങ്കാളിത്തത്തോടെയാണ്.

ഗ്രാമസഭകളിലും പ്രാദേശിക സഭകളിലും സ്ത്രീ പ്രാതിനിദ്ധ്യം തുല്യമായതോടെ പ്രാദേശികമായ വിഭവങ്ങളുടെ വിതരണത്തിലും തുല്യതയിലേക്കുള്ള ഒരു മാറ്റം ആരംഭിച്ചു. വനിതാഘടക പദ്ധതിയുൾപ്പെട്ട പദ്ധതികളുടെ രൂപീകരണത്തിലും നിർവ്വഹണത്തിലും ഉണ്ടായ യാന്ത്രിക സമീപനം മാറുകയും സ്ത്രീകൾ നേരിടുന്ന പ്രശ്നങ്ങൾ തിരിച്ചറിഞ്ഞുകൊണ്ടുള്ള പദ്ധതികൾ വിഭാവനം ചെയ്യപ്പെട്ടതിനും കാരണമായി. മഹാത്മാഗാന്ധി ദേശീയ ഗ്രാമീണ തൊഴിലുറപ്പ് പദ്ധതി അടക്കമുള്ള ദാരിദ്ര്യലഘൂകരണപദ്ധതികളിൽ സ്ത്രീകളുടെ പരമാവധി പങ്കാളിത്തം ഉറപ്പാക്കാൻ കഴിഞ്ഞത് എടുത്ത് പറയേണ്ട നേട്ടമാണ്. ദാരിദ്ര്യലഘൂകരണ പ്രവർത്തനങ്ങളുടെയും മറ്റ് വികസന പ്രവർത്തനങ്ങളുടെയും ഗുണഭോക്താക്കളായി സ്ത്രീകൾ മാറിയതോടെ നമ്മുടെ സമൂഹത്തിൽ ഉണ്ടായ മാറ്റം അത്ഭുതപ്പെടുത്തുന്നതാണ്. കുട്ടികളുടെ വിദ്യാഭ്യാസത്തിനും ഭക്ഷണത്തിനും ആരോഗ്യത്തിനുമായി ചെലവഴിക്കപ്പെടുന്നത് സ്ത്രീ തൊഴിലാളികളായ അമ്മമാരുടെ കൈയിലെത്തുന്ന ചില്ലി പൈസയാണെന്ന് മനസ്സിലാക്കുമ്പോൾ നാടിന്റെ സാമ്പത്തിക മുന്നേറ്റത്തിൽ സ്ത്രീ പങ്കാളിത്തം വഹിക്കുന്ന പങ്ക് ഏറെ പ്രസക്തമാകുന്നു. സാമൂഹിക ക്ഷേമ മേഖലകളിൽ ഏറ്റവും കൃത്യമായ ഇടപെടലുകൾ നടത്തുന്നത് വിവിധ പദ്ധതികൾ എന്നിവയുടെ നേരിട്ടുള്ള നിർവ്വഹണം പ്രാദേശിക ഭരണകൂടം വഴി നടത്തുന്നു. ഈ മേഖലയിലെ സ്ത്രീ പങ്കാളിത്തം സാമൂഹിക ക്ഷേമ മേഖലയിലെ പ്രവർത്തനങ്ങളിൽ ഏറെ നിർണ്ണായകവുമാണ്. ഒരുപക്ഷേ, സ്ത്രീ പ്രാതിനിദ്ധ്യം ഏറെ അർത്ഥപൂർണ്ണമാകുന്നത് സാമൂഹ്യ ക്ഷേമ മേഖലയിലെ ഇടപെടലുകൾ വഴിയാണ്. ജാഗ്രതാ സമിതികൾ കമ്യൂണിറ്റി പൊലീസിങ് അടക്കമുള്ള സുരക്ഷാ പദ്ധതികൾ നടപ്പിലാക്കാൻ കഴിഞ്ഞത് സ്ത്രീ പ്രാതിനിദ്ധ്യം ഉറപ്പാക്കിയതിലൂടെയാണ്. ഷീടോയ്‌ലറ്റുകൾ, ഷീടാക്സികൾ, ഷീലോഡ്ജുകൾ തുടങ്ങിയ നവീന സ്ത്രീപക്ഷ വികസന സമീപനങ്ങളുമായി നമ്മുടെ സമൂഹം മുന്നോട്ട് കുതിക്കുന്നത് ജനാധിപത്യ വേദികളിലെ സ്ത്രീ സാന്നിദ്ധ്യത്തിനും നിർബ്ബന്ധിത പങ്കാളിത്ത അനിവാര്യതയ്ക്കും കേവലം രാഷ്ട്രീയ മുദ്രാവാക്യങ്ങൾക്ക് അപ്പുറമുള്ള മാനങ്ങൾ നല്കുന്നു.

വികേന്ദ്രീകരണം വ്യക്തിഗതാനുഭവങ്ങൾ

ഇന്ത്യൻ ഭരണഘടനയുടെ 73 ഉം 74 ഉം ഭേദഗതി പ്രകാരമാണ് രാജ്യത്ത് ത്രിതല പഞ്ചായത്ത് സംവിധാനം നിലവിൽ വരുന്നതും അതോടൊപ്പം സ്ത്രീകൾക്ക് അവിടെ 33 1/3 % സംവരണം ഏർപ്പെടുത്തുന്നതും. യഥാർത്ഥത്തിൽ ഇടതുപക്ഷ പ്രസ്ഥാനം എന്നും സ്ത്രീകളെ വീടിനുള്ളിൽനിന്നും പൊതുസമൂഹത്തിലെത്തിക്കാൻ കാലങ്ങളായി വലിയ പരിശ്രമം നടത്തിക്കൊണ്ടിരിക്കയാണെന്നത് ചരിത്രം പരിശോധിച്ചാൽ മനസ്സിലാകും. ഇടതുപക്ഷ പ്രസ്ഥാനങ്ങളുടെ കൂടി ശക്തമായ സമ്മർദ്ദ ഫലമായിട്ടാണ് ഇത്തരത്തിലൊരു സംവിധാനം നിലവിൽ വന്നതെന്നതിൽ നമുക്ക് അഭിമാനിക്കാം. വർഷങ്ങൾക്ക് മുൻപ് തൊട്ടുകൂടായ്മയും തീണ്ടിക്കൂടായ്മയും മാറ്റിയെടുക്കാനും സ്ത്രീകൾക്ക് വിദ്യാഭ്യാസം കിട്ടുന്നതിനും, ബ്രാഹ്മണ വിഭാഗങ്ങളിലുള്ള സ്ത്രീകൾ അനുഭവിച്ചിരുന്ന വലിയ മാനസിക പീഡനങ്ങൾ ഇല്ലാതാക്കിയെടുക്കാനുമെല്ലാം ഇടതുപക്ഷം വഹിച്ച പങ്ക് വളരെ വലുതാണ്.

ത്രിതല പഞ്ചായത്ത് സംവിധാനം വന്ന 1995 ലെ തിരഞ്ഞെടുപ്പിൽ സംവരണ പ്രകാരം ജനപ്രതിനിധികളായും പഞ്ചായത്ത് സംവിധാനത്തിൽ പ്രസിഡന്റ്, വൈസ് പ്രസിഡന്റ് എന്നീ ചുമതലകളിലും നഗരസഭകളിൽ ചെയർമാൻ, വൈസ് ചെയർമാൻ എന്നീ സ്ഥാനങ്ങളിലും പ്രവർത്തിച്ച് തുടങ്ങി. യഥാർത്ഥത്തിൽ അതൊരു വിപ്ലവകരമായ മാറ്റമായിരുന്നു.

ത്രിതല സംവിധാനം ശക്തമായി നിലവിൽ വരികയും കേരളത്തിൽ അന്നത്തെ ഇടതുപക്ഷ ജനാധിപത്യ മുന്നണി സർക്കാർ ഈ സംവിധാനത്തിന് എല്ലാ കരുത്തും പകരുകയും ചെയ്തു. അധികാരം ജനങ്ങളിലേക്ക് എത്തിച്ചു വികസന പ്രവർത്തനങ്ങളിൽ ഓരോ വാർഡിലുമുള്ള ജനങ്ങൾക്ക് വാർഡ് സഭയിൽ പങ്കെടുത്ത് അഭിപ്രായം പറയാനും ആയവ നടപ്പാക്കിയെടുക്കാനും അവസരമുണ്ടായി . ജനകീയാസൂത്രണമെന്ന സുതാര്യമായ ആശയത്തിലൂടെ ലോകം മാതൃകയാക്കിയ കേരള മോഡൽ വികസനത്തിന് തുടക്കംകുറിച്ചു നമ്മൾ. ബഹുമാന്യനായ ഇ കെ നായനാരുടെ നേതൃത്വത്തിലുള്ള ഗവൺമെന്റ് തദ്ദേശ സ്വയംഭരണ സ്ഥാപനങ്ങൾക്ക് നിയമം അനുശാസിച്ച നിലയിൽ തന്നെ സമ്പത്തും അധികാരവും നല്കി എല്ലാ പ്രോത്സാഹനവും കൊടുത്തു. താഴെത്തട്ടിൽ വരെ നാനാമേഖലകളിൽ ഉള്ള വികസന പ്രവർത്തനങ്ങൾ എത്തിച്ചു കൊടുത്തത് നല്ല മാറ്റം ഉണ്ടാക്കി. ഉല്പാദന മേഖലയിലും ഭൗതിക സാഹചര്യങ്ങൾ മെച്ചപ്പെടുത്തുന്നതിലും സ്ത്രീശാക്തീകരണം, സാക്ഷരതാ, തുടർ സാക്ഷരതാ പ്രവർത്തനങ്ങൾ എന്നിവയിലൂടെ സമൂഹത്തിലെ വിവിധ മേഖലകളിൽ വലിയ ഉണർവ്വുണ്ടാക്കി. അത് സാമൂഹികമായ വലിയ മാറ്റത്തിന് ഇടയാക്കി. സംവരണത്തിലൂടെ പഞ്ചായത്തിലും നഗരസഭകളിലും ഭാരവാഹികളായും മെമ്പർമാരായും സ്ത്രീകൾ എത്തിച്ചേർന്നപ്പോൾ അതൊരു വലിയ

മാറ്റമായി. ആദ്യ കാലങ്ങളിൽ ഭൂരിഭാഗം സ്ത്രീകൾക്കും ഒട്ടേറെ ബുദ്ധിമുട്ടുകൾ വീടുകളിലും സമൂഹത്തിലും അനുഭവിക്കേണ്ടി വന്നിട്ടുണ്ടെന്നുള്ളത് കുറച്ചാൾക്കാരുമായി അഭിപ്രായം പങ്കുവച്ചതിൽ നിന്നും മനസ്സിലാക്കാൻ കഴിഞ്ഞിട്ടുണ്ട്.

സ്ത്രീകളെ കുടുംബത്തിനകത്തുനിന്നും പുറത്തെത്തിച്ചു മാനസികമായും സാമ്പത്തികമായും ശക്തിപ്പെടുത്തി സ്വന്തം കാലിൽ നില്ക്കാൻ തക്കവണ്ണം പ്രാപ്തരാക്കുകയായിരുന്നു ആദ്യം ചെയ്തത്. തൊഴിൽ പരിശീലനങ്ങൾ നല്കിയും പൊതുസമൂഹമായി ഇടപെടാനും വീടുകളിലെ ദാരിദ്ര്യം ഒഴിവാക്കാനും, സ്വന്തമായി വരുമാനമുണ്ടാക്കാനും വേണ്ടി 'സ്ത്രീശക്തി' എന്ന പേരിൽ സ്ത്രീകളുടെ അയൽക്കൂട്ടങ്ങൾ രൂപീകരിച്ചുകൊണ്ടായിരുന്നു തുടക്കം. പിന്നീടാണ് അത് 'കുടുംബശ്രീ' എന്ന പേരിലായി ഇന്ന് നിയമപരമായ തിരഞ്ഞെടുപ്പിലൂടെ നല്ല അധികാരമുള്ള സംവിധാനമായി മാറിയത്. ഈ പ്രവർത്തനങ്ങളിലൂടെയും, സാക്ഷരതാ പ്രവർത്തനങ്ങളിലൂടെയും ധാരാളം സ്ത്രീകൾ പൊതുരംഗത്തേക്ക് വരാൻ തുടങ്ങി. സ്ത്രീകൾ ഭരണനേതൃത്വം വഹിച്ച ഒരുപാട് തദ്ദേശസ്വയംഭരണ സ്ഥാപനങ്ങളിൽ വളരെ മികച്ച പ്രവർത്തനങ്ങൾ നടത്തി വലിയ മാറ്റമുണ്ടാക്കുന്നതും നമ്മൾക്ക് കാണാൻ കഴിയും.

2000-ാം ആണ്ടിലെ തദ്ദേശസ്വയംഭരണ തിരഞ്ഞെടുപ്പിലാണ് വനിതാ സംവരണമായിരുന്ന കൊട്ടാരക്കര ജില്ലാ ഡിവിഷനിൽനിന്നും ഞാൻ മത്സരിക്കാനിടയായത്. 5 വർഷക്കാലത്തെ ജില്ലാപഞ്ചായത്തിലെ പ്രതിനിധിയായും പ്രസിഡന്റായുമുള്ള അനുഭവം വലിയ അറിവാണുണ്ടാക്കിത്തന്നത്. ഭരണസംവിധാനത്തെ എങ്ങനെ ജനങ്ങൾക്ക് ഗുണകരമായി പ്രദേശങ്ങളിൽ വികസനം എത്തിക്കാം എന്നതിന്റെ നല്ലൊരു അനുഭവമായിരുന്നു അവിടെ കിട്ടിയത്. ഭരണപക്ഷത്തും പ്രതിപക്ഷത്തും വലിയ നേതാക്കളടങ്ങിയ ജില്ലാപഞ്ചായത്ത് ഭരണസമിതി ആയിരുന്നു അന്നുണ്ടായിരുന്നത്. എല്ലാ കാര്യങ്ങളും കൂട്ടായി ആലോചിച്ചും ഓരോ പ്രദേശങ്ങളിലുമുള്ള പ്രശ്നങ്ങളും ആവശ്യകതകളും മനസ്സിലാക്കി തനത് മേഖലകളിലെ വിദഗ്ദ്ധരെക്കൂടി ഉൾപ്പെടുത്തി ജനപ്രതിനിധികളും ഉദ്യോഗസ്ഥരും ചേർന്ന് ചർച്ച ചെയ്ത് തീരുമാനമാക്കി വേഗത്തിൽ കാര്യങ്ങൾ നടപ്പിലാക്കിയെടുക്കുന്നതായിരുന്നു രീതി. ഭിന്നാഭിപ്രായങ്ങൾ വന്നാലും ചർച്ച ചെയ്ത് എല്ലാവരുടെയും സഹായത്തോടെ ഏതുകാര്യവും വിജയകരമായി നടപ്പാക്കാൻ കഴിയും എന്ന് മനസ്സിലാക്കാൻ കഴിഞ്ഞു. മുടങ്ങിക്കിടന്നിരുന്ന ഒട്ടേറെ പദ്ധതികൾ കൂട്ടായ ഇടപെടലിലൂടെ തടസ്സങ്ങൾ നീക്കി വേഗം പൂർത്തീകരിക്കാനും കഴിഞ്ഞിട്ടുണ്ട്. നഷ്ടത്തിലായിരുന്ന കുരിയോട്ടുമല ഫാം മികച്ച നിലയിലാക്കുവാനും, ജില്ലാ പഞ്ചായത്തിന്റെ കമ്മാൻകുളം നവീകരണം, കോൺഫറൻസ് ഹാൾ, രാജീവ് ഗാന്ധി കുടിവെള്ള പദ്ധതികൾ തുടങ്ങിയവയും സാക്ഷരതാ പ്രേരക്മാരുടെ സ്നേഹസാന്ത്വന സ്നേഹ രൂപീകരിച്ച് ദുരന്തനിവാരണത്തിന് പ്രയോജനപ്പെടുത്താനും കഴിഞ്ഞ തടക്കം നിരവധി കാര്യങ്ങൾ ചെയ്യാൻ കഴിഞ്ഞു.

അധികാര വികേന്ദ്രീകരണവും ലിംഗപദവി സമീകരണവും

കേവലവും യാന്ത്രികവുമായ സ്ത്രീശാക്തീകരണ സന്ദേശമോ പ്രയോഗമോ ആയിരുന്നില്ല അധികാര വികേന്ദ്രീകരണത്തിന്റെ ഉള്ളടക്കം. അത് തികച്ചും സാമൂഹിക പരിഷ്കരണത്തിന്റെ ലിംഗപദവി സമീകരണസിദ്ധാന്തത്തെ അവലംബിച്ചുള്ള വിപ്ലവകരമായ മുന്നേറ്റം തന്നെ ആയി പരിഗണിക്കപ്പെടണം. അതാകട്ടെ തുടർച്ചയായ പരിവർത്തനഫലം കൂടി ആയിരുന്നു. 2009-10 കാലയളവിലാണ് നാം ജെന്റർ ബജറ്റ് എന്ന ആശയം പ്രാവർത്തികമാക്കിയതെങ്കിലും ജനകീയാസൂത്രണ പ്രസ്ഥാനമായിരുന്നു അതിനുള്ള വിത്തു പാകിയത്. ഒരു ദശകത്തിന്റെ പ്രായോഗിക ഫലമായിരന്നു അത്. 2011-12 വർഷം മാത്രമാണ് നമുക്ക് വനിതാ ഘടക പദ്ധതിയുടെ പ്രായോഗികത സാധിതപ്രാപ്തമായത്. ഇതപര്യന്തമുള്ള വികസനാസൂത്രണ ചരിത്രത്തിൽ ഗതിനിർണ്ണായക മാറ്റമായിരുന്നു അത്. തുടർന്നുവന്ന സർക്കാരിനും ആസൂത്രണ ബോർഡിനും പ്രസ്തുത നയം പിന്തുടരേണ്ടതായിത്തന്നെ വന്നു. 13-ാം പദ്ധതിക്കാലമായപ്പോഴേക്കും ലിംഗപദവി സമീകരണവും മുന്നേറ്റവും എന്നത് കേവലം സ്ത്രീപദവി ശാക്തീകരണം മാത്രമല്ലെന്നും ഭിന്നലിംഗ വിഭാഗം ഉൾപ്പെടെ വലിയൊരു ശ്രേണീബന്ധം അതിനുണ്ടെന്നും വനിതകളുടെ മാത്രമായ ഉദ്യമമായി അതിനെ ചുരുക്കേണ്ടതില്ലെന്നുമുള്ള സാമൂഹ്യവീക്ഷണത്തിലേക്കതിനെ ഉയർത്താൻ നമുക്ക് സാധിച്ചു. ഇതിന്റെ സൂചനയാണ് ഇപ്പോൾ പ്രാഥമിക ദശയിലാണെങ്കിൽക്കൂടി ജെന്റർ റിസോഴ്സ് സെന്റർ എന്ന സമഗ്ര സങ്കല്പനത്തിന്റെയും ജെന്റർ സൗഹൃദ ഭരണകാര്യ നിർവ്വഹണമെന്ന പ്രായോഗിക പ്രവർത്തനത്തിന്റെയും തലത്തിലേക്ക് ഉയർത്താൻ സാധിച്ചത്.

ഇത്രയും കാലത്തെ സ്വാനുഭവത്തിൽ നിന്ന് ഉറപ്പിച്ചു പറയട്ടെ സംവരണ പ്രാതിനിദ്ധ്യമായോ നിർബ്ബന്ധിത പ്രാതിനിദ്ധ്യമായോ കൈവരേണ്ടതോ കൈവരിക്കാവുന്നതോ ആയ ഒന്നായി ജനകീയ ജനാധിപത്യ പ്രക്രിയയിലെ സ്ത്രീപ്രാതിനിദ്ധ്യത്തെയോ ലംഗപദവി സമീകരണത്തെയോ ചുരുക്കിക്കാണേണ്ടതില്ല. മാർക്സിസ്റ്റ്-ലെനിനിസ്റ്റ്-കമ്യൂണിസ്റ്റ് പ്രത്യയശാസ്ത്ര പ്രഖ്യാതമായ സർഗ്ഗാത്മക സാമൂഹ്യ മുന്നേറ്റത്തിലെ നിർണ്ണായക സൂചികയും മാനകവും പ്രായോഗിക പ്രവർത്തനവുമായി നമുക്ക് വനിതാ പങ്കാളിത്തത്തെയും സാന്നിദ്ധ്യത്തെയും മാറ്റിയെടുക്കാനാകും. അതിലുപരി ലിംഗപദവി സമീകൃതമായ, വിവേചനാതീതമായ സമൂഹമായി നമുക്ക് മാറാനാകണം.

അധികാര വികേന്ദ്രീകരണം വികസനവഴികളിലെ വെളിച്ചം

അഡ്വ. ഐ ബി സതീഷ് എം എൽ എ

ജനകീയാസൂത്രണ പ്രസ്ഥാനത്തിലൂടെ കേരളം സാർവ്വദേശീയ ശ്രദ്ധ നേടി. ജനകീയ പങ്കാളിത്തത്തോടെ പ്രാദേശിക സാദ്ധ്യതകൾ കണ്ടെത്തി വികസനം നടപ്പാക്കുന്നതിനു കേരളം രൂപപ്പെടുത്തിയ മാതൃക പരക്കെ അംഗീകരിക്കപ്പെട്ടു. പലതുകൊണ്ടും സവിശേഷമായ പ്രവർത്തനങ്ങളാണ് കേരളത്തിൽ വൻ ജനപിന്തുണയോടെ വിജയകരമായി നടത്തിയത്. അതേസമയം പ്രാദേശിക വികസനത്തിൽ നമ്മുടെ സാദ്ധ്യതകൾ വച്ച് കേരളം ഇത്രയൊക്കെ നേടിയാൽ മതിയോ എന്ന ചോദ്യം ഇന്നും പ്രസക്തമാണ്. 1957 ലെ ആദ്യസർക്കാരിന്റെ തുടക്കം മുതൽ തദ്ദേശ തലത്തിൽ ദീർഘവീക്ഷണത്തോടെ ഇടപെടാൻ കേരളത്തിനു കഴിഞ്ഞതാണ് കോവിഡ് കാലത്തെ ജനകീയപ്രതിരോധത്തിൽ നാം കണ്ടത്. എന്നാൽ അതിന്റെ തുടർച്ചയായി ഇന്നും പൂർണ്ണമായ അധികാര വികേന്ദ്രീകരണം പ്രാവർത്തികമാക്കാൻ കഴിഞ്ഞുവോ എന്ന സംശയം ബാക്കി നില്ക്കുന്നുണ്ട്. അതിന് ഉദാഹരണമാണ് ഇപ്പോഴും സ്വന്തമായി വീടില്ലാത്ത ആയിരങ്ങൾ കേരളത്തിൽ ഇനിയും ബാക്കിയുണ്ടെന്ന സത്യം. ലൈഫ് ഭവന പദ്ധതിയിലൂടെ അവർക്കെല്ലാം തലചായ്ക്കാൻ ഇനി ഇടം ലഭിക്കുമെന്നു നമുക്ക് പ്രതീക്ഷിക്കാം. അതു മാത്രമല്ല സാധാരണക്കാരൻ നേരിടുന്ന സകല പ്രശ്നങ്ങൾക്കും പരിഹാരം കാണാൻ തദ്ദേശ സ്ഥാപനങ്ങളുടെ വികസന പദ്ധതികളിലൂടെ സാദ്ധ്യമാവുമെന്നും തെളിയിക്കപ്പെട്ടു കഴിഞ്ഞു.

ദേശീയമായി പൊതുവായി സമീപിച്ചാൽ അധികാര വികേന്ദ്രീകരണം ഏറ്റവും സൂക്ഷ്മതലത്തിലും കാര്യക്ഷമമായും നടപ്പാക്കിയത് കേരളത്തിലാണ് എന്നു കാണാം. തൊട്ടടുത്ത തമിഴ്നാട്ടിലും കർണ്ണാടകത്തിലും ഇതുവരെ അടിസ്ഥാന പ്രശ്നങ്ങൾക്ക് പരിഹാരമായിട്ടില്ല. പട്ടികവിഭാഗങ്ങളുടെ ക്ഷേമ കാര്യത്തിലും സാമൂഹ്യക്ഷേമ ആശ്വാസ

നടപടികളുടെ കാര്യത്തിലും കേരളം മുൻപന്തിയിൽ എത്തിയതിനു പിന്നിലും ഈ നേട്ടങ്ങളാണ്. മറ്റ് സംസ്ഥാനങ്ങളിൽ പലയിടത്തും ഇപ്പോഴും വാർദ്ധക്യകാല പെൻഷനോ മറ്റാനുകൂല്യങ്ങളോ ഇല്ലെന്ന കാര്യവും മറക്കരുത്.

പ്രാദേശിക ഭരണം എന്ന ആശയം

ഏറ്റവും അടിസ്ഥാനതലത്തിൽ വികസനം എത്തിക്കുന്നതിനും ജനകീയ സഹകരണത്തോടെയുള്ള പ്രവർത്തനങ്ങൾ സാമൂഹ്യവും സാമ്പത്തികവുമായും നാടിനെ പുരോഗതിയിലേക്ക് നയിക്കുന്നതിനും തദ്ദേശ സ്ഥാപനങ്ങൾ വലിയ പങ്കാണ് വഹിക്കുന്നത്. അവ എത്രത്തോളം 'സ്വയംഭരണ' സ്ഥാപനങ്ങളാണെന്ന് പലർക്കും വ്യക്തതയില്ല. വിവിധ വകുപ്പുകളുടെ കീഴിൽ പ്രവർത്തിച്ചിരുന്ന വിവിധ സ്ഥാപനങ്ങളെയും, അവയിലെ ജീവനക്കാരെയും ഏകോപിപ്പിച്ചുകൊണ്ടാണ് പ്രാദേശിക ഭരണകൂടങ്ങൾ കേരളത്തിൽ പ്രവർത്തിച്ചു തുടങ്ങിയത്. ഇത് പൂർണ്ണമായും ഫലപ്രദമാകണമെങ്കിൽ ഉദ്യോഗസ്ഥ തലത്തിൽ കൂടുതൽ ഇടപെട്ട് ഭരണനിയന്ത്രണം കാര്യക്ഷമമായി നടത്തുവാൻ ഭരണസമിതിക്കു സാധിക്കണം. അങ്ങനെ കഴിഞ്ഞിടത്ത് കാര്യമായ മാറ്റങ്ങൾ ഈ കാൽ നൂറ്റാണ്ടു കൊണ്ടുതന്നെ കഴിഞ്ഞിട്ടുണ്ട്. മികച്ച പ്രവർത്തനം തുടക്കത്തിലേ കാഴ്ചവച്ച സ്ഥാപനങ്ങളിൽ അതിന്റെ തുടർച്ച കാണാൻ കഴിഞ്ഞിട്ടുണ്ട്. അങ്ങനെയല്ലാത്ത ഗ്രാമസഭകളിലെയും വാർഡ്സഭകളിലെയും ജനപങ്കാളിത്തം താരതമ്യേന കുറഞ്ഞുവന്നതായും കാണാം.

പിന്നീട് ഗ്രാമസഭയിൽ ഉന്നയിക്കപ്പെടുന്ന പ്രശ്നങ്ങൾക്ക് വേണ്ടത്ര പരിഗണന ലഭിക്കാതെ വന്നതിനെത്തുടർന്ന് പലയിടത്തും വിമർശനങ്ങളും ഉയർന്നുവന്നു. ഉൾക്കാഴ്ചയോടെ ഓരോ ഘട്ടത്തിലും ജനങ്ങളെ പൂർണ്ണമായി പങ്കാളികളാക്കണം. ആസൂത്രണം മാത്രം നടക്കുകയും സാധാരണ ജനങ്ങളുടെ സജീവപങ്കാളിത്തം കുറഞ്ഞതും ചിലയിടങ്ങളിലെങ്കിലും ഉദ്ദേശലക്ഷ്യങ്ങൾ കൈവരിക്കുന്നതിൽ വെല്ലുവിളിയായി. ജനകീയാസൂത്രണ പ്രസ്ഥാനത്തിന്റെ തുടക്കം മുതൽ കൃത്യമായ കണക്കെടുപ്പിന്റെ ആവശ്യകതയുണ്ടായിരുന്നു. നമ്മുടെ വിഭവങ്ങളിൽ 'എന്താണ് ഉള്ളത്, ഇല്ലാത്തത് എന്താണ്' എന്ന വിവരശേഖരണം പ്രധാനമായിരുന്നു. പലയിടത്തും താങ്ങാനാവാത്ത ബാദ്ധ്യതയായി മാറിയ വലിയ പദ്ധതികൾ പോലും തദ്ദേശസ്ഥാപനങ്ങൾ ഏറ്റെടുക്കുന്ന സ്ഥിതിവന്നു. ഉല്പാദനമേഖലയിലും കാർഷികമേഖലയിലും കൈവന്ന മാറ്റങ്ങൾ സമഗ്രമായി വിലയിരുത്തപ്പെട്ടിട്ടില്ല. പട്ടികജാതി പട്ടികവർഗ്ഗ ക്ഷേമ വികസനപദ്ധതികൾ, വനിത-ശിശുസംരക്ഷണം, കുടിവെള്ളം, തൊഴിൽ മേഖല തുടങ്ങിയ രംഗങ്ങളിൽ വീഴ്ചകൾ പരിശോധിച്ച് നവീനമാതൃകകൾ നടപ്പാക്കാൻ കഴിയാത്തിടത്ത് ഇന്നും പോരായ്മകൾ അവശേഷിക്കുന്നുണ്ട്. അതെല്ലാം പരിഹരിക്കുന്ന തരത്തിൽ ആധുനിക സാങ്കേതിക വിദ്യയുടെ സഹായത്തോടെ കൂടുതൽ സേവനങ്ങൾ ജനങ്ങളിലെത്തിക്കാൻ കഴിയും. ഇനി വരുന്നത് ഡിജിറ്റൽ യുഗമാണ്.

നാട്ടിടവഴികൾ പോലും ഡിജിറ്റൽ മാപ്പിങ്ങിന്റെ കീഴിലായി. സോഷ്യൽ മീഡിയയുടെ ഗുണഫലം പഞ്ചായത്തു തലത്തിൽ സാധാരണക്കാരിൽ എത്തിക്കാൻ കഴിയണം.

വിവിധ മേഖലകൾ വിവിധ ചുമതലകൾ

ഈ കോവിഡ് കാലത്താണ് ദുരന്തനിവാരണം തദ്ദേശസ്ഥാപനങ്ങളുടെ ചുമതലയായി മാറിയത്. ആധുനിക സാങ്കേതികവിദ്യകൾ മാറുന്ന സാഹചര്യത്തിൽ പുതിയ സാദ്ധ്യതകൾ പ്രയോജനപ്പെടുത്താൻ കഴിയണം. ടൂറിസം പോലുള്ള മേഖലകൾ ഇനിയും തദ്ദേശസ്ഥാപനങ്ങൾ പൂർണ്ണമായും ഉൾക്കൊണ്ടു കഴിഞ്ഞിട്ടില്ല. ഏറ്റവും ശക്തമായ സാമ്പത്തിക വരുമാന സ്രോതസ്സുകളാണ് നമ്മുടെ തദ്ദേശഭരണസ്ഥാപനങ്ങൾ. ഇത്രയേറെ നികുതി വരുമാന സാദ്ധ്യതകൾ ഉണ്ട്. ഇതോടൊപ്പം സംസ്ഥാന ബജറ്റിൽനിന്നുള്ള വിഹിതവും ചേരുമ്പോൾ അവയുടെ സാമ്പത്തിക അടിത്തറ അതിശക്തമാകുന്നു. പല കാലങ്ങളിലായി പ്രാദേശിക ഭരണ സ്ഥാപനങ്ങളിൽ സുതാര്യത ഉറപ്പുവരുത്തുന്നതിനുള്ള ഒട്ടേറെ നടപടികൾ രൂപപ്പെടുകയുണ്ടായി. ഗ്രാമസഭകളും വാർഡ് സഭകളും സോഷ്യൽ ഓഡിറ്റിന്റെ ഭാഗമായി. ഇ ഗവേണൻസ് നടപ്പാക്കിയതിനാൽ അഴിമതി സാദ്ധ്യതയും കുറഞ്ഞു. ആരോഗ്യമേഖലയിലും ഗുണകരമായ മാറ്റം വന്നു. പ്രാഥമികാരോഗ്യ കേന്ദ്രങ്ങൾമുതൽ ജില്ലാ ആശുപത്രികൾവരെ തദ്ദേശസ്ഥാപനങ്ങളുടെ ചുമതലയിലാകുകയും പദ്ധതിവിഹിതം ലഭിക്കുകയും ചെയ്തു. അതോടെയാണ് ഇന്നു കാണുന്ന തരത്തിൽ നമ്മുടെ ഏതു മഹാമാരിയെയും പ്രതിരോധിക്കാൻ കഴിയുന്ന സംവിധാനങ്ങളായി മാറിയത്. പൊതുവിദ്യാലയങ്ങൾ മികവിന്റെ കേന്ദ്രങ്ങളായി മാറിയത് തദ്ദേശ സ്ഥാപനങ്ങളുടെ ചുമതലയിൽ വന്നതോടെയാണ്.

ജനകീയാസൂത്രണ നാൾവഴികൾ

1994 ൽ ആണ് ത്രിതല പഞ്ചായത്തുകൾക്കും നഗരസഭകൾക്കും അധികാരം നല്കി പഞ്ചായത്ത്‌രാജ്, നഗരസഭാ നിയമങ്ങൾ ഉണ്ടായത്. ബജറ്റ് വിഹിതത്തിന്റെ 35 ശതമാനം നല്കി അവയെ പ്രവർത്തനക്ഷമമാക്കിയത് 1996 ൽ അധികാരമേറ്റ എൽ ഡി എഫ് സർക്കാരാണ്. അധികാര വികേന്ദ്രീകരണത്തിലൂടെ വലിയ വികസന ലക്ഷ്യങ്ങൾ നേടാനായ സമൂഹമാണ് കേരളം. തദ്ദേശഭരണം കാർഷിക മേഖലയെ ശക്തിപ്പെടുത്തുകയും സേവന മേഖലയിലൂടെ പൊതുവിദ്യാഭ്യാസത്തിലും പൊതു ജനാരോഗ്യരംഗത്തും ഇടപെടുകയും ചെയ്തു. ഗുണമേന്മയുള്ള വിദ്യാഭ്യാസത്തിലേക്കും ഹൈടെക് വിദ്യാഭ്യാസത്തിലേക്കും എത്തുന്നതിന് ഇത് വഴിതെളിച്ചു. മികച്ച ചികിത്സാ സൗകര്യം എല്ലാവർക്കും ലഭ്യമാക്കാനും കഴിഞ്ഞു. സമ്പൂർണ്ണ പാർപ്പിട സമൂഹമെന്ന ലക്ഷ്യം വിജയിപ്പിക്കാനും കഴിഞ്ഞു. അതിന്റെ തുടർച്ചയാണ് ഇപ്പോൾ നടക്കുന്ന ലൈഫ് പദ്ധതി. പട്ടികജാതി-

പട്ടികവിഭാഗങ്ങൾക്ക് കൃത്യമായി ജനസംഖ്യാനുപാതികമായി ഫണ്ട് ലഭ്യമാക്കിയതും അധികാര വികേന്ദ്രീകരണത്തിലൂടെയാണ്. സ്ത്രീ ശാക്തീകരണത്തിന് വേണ്ടി പത്തുശതമാനം വികസന ഫണ്ട് മാറ്റിവച്ചു.

കാർഷികമേഖലയടക്കമുള്ള ഉല്പാദനമേഖലകളിലും പ്രാദേശിക വികസനത്തിന്റെ സമസ്തമേഖലകളിലും നേതൃപരമായ പങ്കുവഹിച്ച് പ്രാദേശിക സമ്പദ്‌വ്യവസ്ഥയെ മെച്ചപ്പെടുത്താനാണ് ജനകീയാസൂത്രണം ലക്ഷ്യമിട്ടത്. അടിസ്ഥാനസൗകര്യം, ഭവനം, വിദ്യാഭ്യാസം, ആരോഗ്യം, കൃഷി എന്നിങ്ങനെ എല്ലാ മേഖലകളിലും അഭൂതപൂർവ്വമായ വളർച്ചയാണ് ഒമ്പതാം പദ്ധതിക്കാലത്തുണ്ടായത്. ലഭ്യമായ സാങ്കേതിക വൈദഗ്ദ്ധ്യം പ്രയോജനപ്പെടുത്തിയും പ്രാദേശിക ജനസമൂഹത്തിന്റെ ആശയാഭിലാഷങ്ങൾ കണക്കിലെടുത്തും പ്രാദേശിക ആസൂത്രണത്തിന് ഒരു പുത്തൻ മാതൃക സൃഷ്ടിക്കപ്പെട്ടു. എന്നാൽ 2001 ൽ അധികാരമേറ്റ യു ഡി എഫ് സർക്കാർ ജനകീയാസൂത്രണത്തിന്റെ ജനകീയതലം ഇല്ലായ്മ ചെയ്യാനാണ് ശ്രമിച്ചത്.

ബഹുതലത്തിലുള്ള ജനകീയപങ്കാളിത്തം

അഞ്ചുവർഷത്തെ യു ഡി എഫ് ഭരണം ഏല്പിച്ച ആഘാതങ്ങൾ മാറ്റിയെടുക്കുകയായിരുന്നു 2006 ൽ അധികാരമേറ്റ എൽ ഡി എഫ് സർക്കാർ ആദ്യംചെയ്തത്. കർമ്മസമിതികൾ, ഗ്രാമസഭ, സന്നദ്ധസാങ്കേതിക സംവിധാനം എന്നിവയെ പുനരുജ്ജീവിപ്പിച്ചു. കാർഷികമേഖലയ്ക്കുള്ള വകയിരുത്തൽ വർദ്ധിപ്പിച്ചു. പട്ടികവിഭാഗങ്ങളുടെ പദ്ധതി വിഹിതം ദുരുപയോഗം ചെയ്തതിന് പരിഹാരവകയിരുത്തൽ നടത്തി. ജനകീയാസൂത്രണത്തെത്തുടർന്നുണ്ടായ ഭരണസംവിധാനങ്ങളെയും ആസൂത്രണനിർവ്വഹണരീതികളെയും സ്ഥായീകരിക്കുക എന്നതായിരുന്നു ജനകീയാസൂത്രണത്തിന്റെ രണ്ടാംഘട്ടമെന്ന നിലയിൽ എൽ ഡി എഫ് സർക്കാർ പ്രധാനമായും ചെയ്തത്. കുടുംബശ്രീ, കില, ശുചിത്വമിഷൻ തുടങ്ങിയ സംവിധാനങ്ങളെ ശക്തിപ്പെടുത്തുകയും അവയെ തദ്ദേശസ്ഥാപനങ്ങളുടെ സഹായഹസ്തങ്ങളാക്കി മാറ്റുകയുമാണ് ചെയ്തത്.

2006 ൽ പഞ്ചായത്തുതലത്തിൽ വികസനപ്രവർത്തനങ്ങൾ നടത്തുന്ന ത്രിതല പഞ്ചായത്തുകളും കേന്ദ്രാവിഷ്കൃതപദ്ധതികൾ നടപ്പാക്കുന്ന ഗ്രാമവികസനവകുപ്പും തമ്മിൽ ഏകോപിപ്പിച്ചും തദ്ദേശസ്ഥാപനങ്ങളെയെല്ലാം ഒരൊറ്റ വകുപ്പിനുകീഴിലാക്കിയും പ്രവർത്തിച്ചുവന്ന സംവിധാനത്തെ മൂന്നു മന്ത്രിമാരുടെ കീഴിലാക്കിക്കൊണ്ടാണ് യു ഡി എഫ് സർക്കാർ ഭരണം തുടങ്ങിയത്. വികേന്ദ്രീകൃത ആസൂത്രണം സുഗമമാക്കുന്നതിനുണ്ടായിരുന്ന ഏകോപനസംവിധാനവും പ്രവർത്തനക്ഷമമല്ലാതായി. പദ്ധതിപ്രവർത്തനത്തിന്റെ താളംതെറ്റിച്ചു. കേന്ദ്രാവിഷ്കൃത പദ്ധതികളുടെ നടത്തിപ്പിൽ പഞ്ചായത്തുകളെ നോക്കുകുത്തികളാക്കി ഗ്രാമവികസനവകുപ്പുദ്യോഗസ്ഥരെ നടത്തിപ്പുകാരാക്കി. ജനകീയതലം പൂർണ്ണമായും നഷ്ടമായി.

കേന്ദ്രാവിഷ്കൃത പദ്ധതികളുടെ നടത്തിപ്പ് എൻ ജി ഒകളെ ഏല്പിക്കാൻ നടത്തിയ ശ്രമത്തിനെതിരെ കുടുംബശ്രീ പ്രവർത്തകർ നടത്തിയ ഉജ്ജ്വല സമരമാണ് കുടുംബശ്രീ സംവിധാനത്തെ തകർച്ചയിൽനിന്ന് രക്ഷിച്ചത്. എന്നിട്ടും രാഷ്ട്രീയ കൃഷിവികാസ് യോജനയിൽനിന്ന് നല്ലൊരു വിഹിതം കോൺഗ്രസ് രൂപീകരിച്ച സംഘടനയായ ജനശ്രീക്ക് നല്കി. ഉല്പാദനമേഖലയിൽ പഞ്ചായത്തുകളുടെ പദ്ധതിപ്രവർത്തനം അനിവാര്യമാക്കുകയും അതുവഴി പ്രാദേശിക ഉല്പാദനവും തൊഴിലവസരങ്ങളും വർദ്ധിപ്പിച്ച് പ്രദേശത്തിന്റെ സമഗ്രവികസനത്തിന്റെ നേതൃത്വം പഞ്ചായത്ത് ഏറ്റെടുക്കുകയും ചെയ്യണമെന്നാണ് ജനകീയാസൂത്രണം ലക്ഷ്യമിട്ടത്.

ജില്ലാ ആസൂത്രണസമിതികൾക്ക് സെക്രട്ടറിയേറ്റ് ഉണ്ടാക്കുകയും അവയ്ക്ക് സ്വന്തം ആസ്ഥാനമന്ദിരങ്ങൾ നിർമ്മിക്കുകയുംചെയ്ത് ജില്ലാ ആസൂത്രണസമിതികളെ ശക്തമാക്കുകയും പ്രാദേശിക ആസൂത്രണത്തിന്റെ കേന്ദ്രസ്ഥാനം ഏറ്റെടുക്കാൻ അവയെ പ്രാപ്തമാക്കാനുമുള്ള നടപടികളാണ് അന്നത്തെ എൽ ഡി എഫ് സർക്കാർ സ്വീകരിച്ചത്. തുടർന്നുവന്ന യു ഡി എഫ് സർക്കാർ വാർഷികപദ്ധതികളുടെ അംഗീകാരം ഉദ്യോഗസ്ഥ സംവിധാനത്തെ ഏല്പിച്ച് പ്രാദേശിക ആസൂത്രണം പൂർണ്ണമായും ഉദ്യോഗസ്ഥവല്ക്കരിച്ചു. ഇതോടൊപ്പം കർമ്മസമിതികൾ അപ്രസക്തമാവുകയും ഗ്രാമസഭകൾ നിർജ്ജീവമാകുകയുംകൂടി ചെയ്തപ്പോൾ ജനകീയാസൂത്രണത്തിന്റെ ജനകീയതലം പൂർണ്ണമായും നഷ്ടപ്പെട്ടു. ഭവനരഹിതരായ മുഴുവൻ കുടുംബങ്ങൾക്കും വീടുനല്കി കേരളത്തെ ഭവനരഹിത കുടുംബങ്ങളില്ലാത്ത സംസ്ഥാനമാക്കാൻ രൂപംകൊടുത്ത, ഇ എം എസ് സമ്പൂർണ്ണ ഭവനപദ്ധതി പാതിവഴിയിൽ ഉപേക്ഷിച്ചു.

തദ്ദേശസ്ഥാപനങ്ങളും അവയ്ക്ക് സാങ്കേതിക സഹായം നല്കുന്ന സംവിധാനങ്ങളും ഒരൊറ്റ വകുപ്പിനു കീഴിലാക്കുന്നതിനുള്ള പ്രാരംഭ നടപടികൾ എൽ ഡി എഫ് സർക്കാർ തുടങ്ങിയിരുന്നു. അതും അട്ടിമറിച്ചത് യു ഡി എഫ് ഭരണകാലത്താണ്. പിന്നീട് 2016 ൽ അധികാരമേറ്റ പിണറായി വിജയൻ സർക്കാരാണ് 2020 ജൂലൈ 15 ന്റെ മന്ത്രിസഭായോഗത്തിൽ മുനിസിപ്പൽ കോമൺ സർവ്വീസ് രൂപീകരിച്ച് ഉത്തരവായത്. വലതുപക്ഷം അധികാരത്തിൽ വന്ന ഘട്ടത്തിലെല്ലാം ഇതിനെ തുരങ്കം വെച്ചു. 1962 മുതൽ 1979 വരെ പഞ്ചായത്തു തിരഞ്ഞെടുപ്പ് നടത്തിയില്ല. 1984 ൽ പഞ്ചായത്ത് ഭരണസമിതികൾ പിരിച്ചുവിട്ട് ഉദ്യോഗസ്ഥ ഭരണം ഏർപ്പെടുത്തി. 1991 ൽ ജില്ലാ കൗൺസിലുകൾ പിരിച്ചുവിട്ടു. 2001 ൽ ജനകീയാസൂത്രണം അട്ടിമറിച്ചു. 2011 ൽ അധികാര വികേന്ദ്രീകരണത്തെ തകർക്കുകയും തദ്ദേശഭരണ വകുപ്പിനെ മൂന്നായി വെട്ടിമുറിച്ച് മൂന്നു മന്ത്രിമാരുടെ ചുമതലയിലാക്കുകയും ചെയ്തു.

2011 ലെ സെൻസസ് പ്രകാരം കേരളത്തിലെ ജനസംഖ്യയുടെ 47.7 ശതമാനം നഗരങ്ങളിലാണ്. 2001 നും 2011 നും ഇടയ്ക്ക് ദശാബ്ദ വളർച്ചാനിരക്ക് 21.7 ശതമാനമാണ്. ഏകദേശം ആളുകൾ നഗരങ്ങളിലാണ്. ഈ

പ്രവണത ശക്തിപ്പെടുകയാണ് നഗരവും ഗ്രാമവും തമ്മിലുള്ള വ്യത്യാസം കുറഞ്ഞുവരുന്നു. നിരവധി പഞ്ചായത്തുകൾക്കും നഗരസ്വ ഭാവമാണുള്ളത്. ഇതിനോടൊപ്പം പല മാറ്റങ്ങൾ ഉണ്ടാകുന്നുണ്ട്. മാലിന്യ ഉല്പാദനത്തിൽ വലിയ വർദ്ധനവ് ഉണ്ടായിരിക്കുന്നു. വർഷംതോറും കേരളത്തിൽ പ്രതിദിനം 10044 ടൺ മാലിന്യം ഇത് ഉല്പാദിപ്പിക്കപ്പെടുന്നുണ്ട്. ഇതിൽ ഗ്രാമപഞ്ചായത്തുകളിൽ 4106 ടണ്ണും. നഗര പ്രദേശങ്ങളിൽ 5998 ടണ്ണാണ്. മാലിന്യ സംസ്കരണം നഗരപരിസ്ഥിതി പരിപാലനം തുടങ്ങിയ വിഷയങ്ങൾ അതിപ്രധാനമാണ്.

കുടുംബശ്രീ

സാധാരണ വീട്ടമ്മമാർ നേരിട്ടിരുന്ന ഏറ്റവും വലിയ പ്രതിസന്ധി കളിലൊന്ന് കുടുംബത്തിലെ സാമ്പത്തിക ക്രയവിക്രയങ്ങളിൽ അവർക്കുള്ള പങ്കാളിത്തമില്ലായ്മയാണ്. വരുമാനം ഇല്ലാത്തതോ സ്വന്തമായി വരുമാന മാർഗ്ഗം ഇല്ലാത്തവരോ ആയ വീട്ടമ്മമാർക്ക് അവരുടെ പലവിധത്തിലുള്ള തൊഴിൽ ശേഷി ഉപജീവന മാർഗ്ഗത്തിന് ഉപയോഗിക്കാൻ കഴിഞ്ഞിരുന്നില്ല. അതിനുള്ള മാർഗ്ഗങ്ങൾ അവർക്കു മുന്നിൽ ഇല്ലാതിരുന്നു. കുടുംബശ്രീയുടെ വരവോടെ ഗ്രാമീണ സ്ത്രീകളുടെ ഉന്നമനത്തിന് വഴിയൊരുങ്ങി. തദ്ദേശസ്ഥാപനങ്ങളുടെ ജീവനാഡിയായി കുടുംബശ്രീ കൂട്ടായ്മകൾ മാറി. വികസനപ്രവർത്തനങ്ങളിലും സാമൂഹ്യ മണ്ഡലങ്ങളിലും സ്ത്രീകൾ കഴിവുകൾ തെളിയിച്ചു. കുടുംബശ്രീയുടെ പ്രതിനിധികളിൽ പലരും മികച്ച ഭരണകർത്താക്കളായി.

എന്നാൽ സാമ്പത്തിക ക്രയവിക്രയ ഇടപാടുകളിൽ ചുറ്റിത്തിരിയുക എന്ന പരിമിതിയെ മറികടക്കാൻ നല്ലൊരു ശതമാനം അടിസ്ഥാന ഘടകങ്ങൾക്കുമാകുന്നില്ല എന്നൊരു പരിമിതിയും നിലനില്ക്കുന്നുണ്ട്. സ്വയം തൊഴിൽ സംരംഭങ്ങളുടെ പകുതിയോളം കുടുംബശ്രീ നേതൃത്വത്തിലുള്ളതാണെന്നു കാണാം.

മുനിസിപ്പൽ കോമൺ സർവ്വീസ്

1967 ൽ ഇ എം എസ് സർക്കാർ മുനിസിപ്പൽ കോമൺ സർവ്വീസിനു രൂപംനല്കിയത് അതിപ്രധാന പരിഷ്കാരമായിരുന്നു. ജനാധിപത്യ അധികാരവികേന്ദ്രീകരണം പൂർണ്ണമാക്കുകയെന്ന ലക്ഷ്യത്തിലൂന്നുന്ന പരിഷ്കാരം. പഞ്ചായത്ത്, നഗരസഭ, ഗ്രാമവികസന വകുപ്പുകളെ ഏകോപിപ്പിച്ചുകൊണ്ട് ഏകീകൃതമായ തദ്ദേശ സ്വയംഭരണ വകുപ്പിന് രൂപം കൊടുക്കണമെന്നും ഒരു മന്ത്രിക്കും വകുപ്പുമേധാവിക്കും കീഴിൽ കൊണ്ടുവരണമെന്നുമുള്ള ചർച്ച അന്നുമുതൽ തന്നെ വന്നു.

2006 ലെ ഇടതുപക്ഷ സർക്കാർ ഇതിനുള്ള തീരുമാനം കൈക്കൊണ്ടു. 26.02.2011 ലെ സ.ഉ.നം.61/2011/2340 എന്ന ഉത്തരവിലൂടെ 2011 ഫെബ്രുവരി തദ്ദേശഭരണ പൊതുസർവ്വീസ് രൂപീകരിച്ചു. എന്നാൽ തുടർന്നുവന്ന യു ഡി എഫ് സർക്കാർ അത് അട്ടിമറിച്ചു. 2016 ലെ ഇടതുപക്ഷ ജനാധിപത്യ മുന്നണിയുടെ പ്രകടന പത്രികയിൽ തദ്ദേശ സ്വയം

ഭരണ പൊതുസർവ്വീസ് രൂപീകരിക്കുമെന്ന് വ്യക്തമാക്കിയിരുന്നു. ഏകീകൃത സർവ്വീസിന്റെ ഭാഗമായി മാറേണ്ടുന്ന 5 വകുപ്പുകളിൽ സർക്കാർ സർവ്വീസല്ലാത്ത മുനിസിപ്പൽ കോൺസർവ്വീസിനെ സർക്കാർ സർവ്വീസാക്കി കരടു ബില്ലിന് 2018 ഫെബ്രുവരി 12 ലെ മന്ത്രിസഭാ യോഗം അംഗീകാരം നല്കി. തുടർന്ന് മാർച്ച് 6 ന് സർക്കാർ ഓർഡിനൻസിലൂടെ നിയമ പ്രാബല്യവും നല്കി. 2019 നവംബർ 13 ന് നിയമസഭ നിയമം പാസാക്കുകയും ചെയ്തു.

വൈകാതെ തദ്ദേശ സ്വയംഭരണ ഏകീകൃത സർവ്വീസ് നിലവിൽ വരികയാണ്. തദ്ദേശഭരണ സ്ഥാപനങ്ങളെ കരുത്തുറ്റ പ്രാദേശിക സർക്കാരുകളാക്കി മാറ്റുന്ന ചരിത്രപരമായ തീരുമാനമെന്ന നിലയിൽ കേരളത്തിന്റെ ഭരണരംഗത്ത് അതിപ്രധാനമാണ് തദ്ദേശഭരണ പൊതുസർവ്വീസിന്റെ രൂപീകരണം. പഞ്ചായത്ത് വകുപ്പ്, ഗ്രാമവികസന വകുപ്പ്, മുനിസിപ്പൽ കോമൺ സർവ്വീസ്, തദ്ദേശഭരണ എഞ്ചിനീയറിങ് വകുപ്പ്, ഗ്രാമനഗരാസൂത്രണ വകുപ്പ്, നഗരകാര്യം എന്നിങ്ങനെ ഏകീകൃത വകുപ്പിന്റെ ഭാഗമാകും.

തദ്ദേശ സ്വയംഭരണ സ്ഥാപനങ്ങളുടെ പ്രവർത്തനം ഏകോപിക്കേണ്ടത് പ്രധാനമാണ്. സംസ്ഥാന ഗവൺമെന്റ് നടപ്പിലാക്കുന്ന പദ്ധതികളുടെ ആസൂത്രണവും നിർവ്വഹണവും എളുപ്പമാക്കണം. ജില്ലാ പദ്ധതി തയ്യാറാക്കുന്നതിന് ഏകീകൃത സർവ്വീസ് അനിവാര്യമാണ്.

കാട്ടാക്കടയുടെ മാതൃക

ഹരിത കേരളമെന്ന അനിവാര്യതയുടെ അരികു ചേർന്നുള്ള നടത്തമായിരുന്നു ജലസമൃദ്ധി പദ്ധതി. കാട്ടാക്കട മണ്ഡലത്തിലെ 6 പഞ്ചായത്തുകളിലെ 122 വാർഡുകളിലായി നടപ്പാക്കി വരുന്ന ജലസമൃദ്ധി പദ്ധതി ഒരു സന്ദേശമാണ്. ഒരു ജനത ഭാവി തലമുറയ്ക്കായി ഒരുമിച്ചു നടത്തിയ ഒരു യാത്ര. പരസ്പരം തുറക്കാത്ത അറകളെന്ന് വിശേഷിപ്പിക്കുന്ന വിവിധ വകുപ്പുകളുടെ ഏകോപനം സൃഷ്ടിച്ചൊരു മാതൃക കൂടിയാണ് ജലസമൃദ്ധി. സർക്കാർ വകുപ്പുകളോടൊപ്പം തദ്ദേശ സ്വയംഭരണ സ്ഥാപനങ്ങളും കുടുംബശ്രീ, ദേശീയ തൊഴിലുറപ്പ് പദ്ധതി തൊഴിലാളികൾ, റസിഡൻസ് അസോസിയേഷൻ, ശാസ്ത്ര സാഹിത്യ പരിഷത്ത്, നെഹ്റു യുവകേന്ദ്ര, യുവജന കലാകായിക സമിതികൾ, സന്നദ്ധ പ്രവർത്തകർ എല്ലാവരും ഒരേ വികാരത്തോടെ ജലസമൃദ്ധിക്കൊപ്പം നടന്നു.

2016 ലെ ലോക പരിസ്ഥിതി ദിനത്തിൽ പങ്കുവെച്ച ഒരു സ്വപ്നത്തിൽ നിന്ന് മുളയിട്ട വറ്റാത്ത ഉറവയ്ക്കായ് ജലസമൃദ്ധി ഇന്ന് മണ്ഡലമാകെ നിറഞ്ഞു നില്ക്കുന്ന വിവിധ ജലസംരക്ഷണ പ്രവർത്തനങ്ങളിലൂടെ അന്താരാഷ്ട്ര തലത്തിൽ വരെ ചർച്ച ചെയ്യപ്പെടുന്ന മാതൃക പദ്ധതിയാക്കി മാറ്റുന്നതിൽ ജനപ്രതിനിധികളും നാട്ടുകാരും ഉദ്യോഗസ്ഥരും വലിയ പങ്കാണ് വഹിച്ചത്.

ജല ദൗർലഭ്യത്തിന്റെ കഷ്ടപ്പാടുകളിൽനിന്ന് മണ്ഡലത്തിലെ ജനങ്ങൾക്ക് ജലസമൃദ്ധിയുടെ ആശ്വാസം നല്കുകയായിരുന്നു ലക്ഷ്യം. ഇതിനായി ഒഴുകി നഷ്ടപ്പെടുന്ന ജലമത്രയും ഭൂമിയിൽ ശേഖരിക്കുക. ജലസാക്ഷരത കൈവരിക്കുക, ജലസ്രോതസ്സുകൾ കാത്തുരക്ഷിച്ച് ജല സംരക്ഷണം ഉറപ്പാക്കുക എന്നിവയ്ക്ക് ഊന്നൽ നല്കിയാണ് പ്രവർത്തനങ്ങൾ ചിട്ടപ്പെടുത്തിയത്.

നീർത്തട സംരക്ഷണ യാത്രകളും മറ്റു ബോധവല്ക്കരണ പ്രവർത്തനങ്ങളും പദ്ധതിയെ ജനകീയവല്ക്കരിക്കുന്നതിൽ ഏറെ സഹായിച്ചു. വൃക്ഷത്തൈകൾ നട്ടുപിടിപ്പിക്കുക, മഴക്കുഴികൾ, ജലസ്രോതസ്സുകളുടെ സംരക്ഷണത്തിനായി കയർ ഭൂവസ്ത്രം, താൽക്കാലിക തടയണകളിലൂടെ നീരൊഴുക്ക് നിയന്ത്രിക്കൽ, മണ്ണ് ജല സംരക്ഷണ പ്രവർത്തനങ്ങൾ, കൃത്രിമ ഭൂജല പോഷണം, വീടുകളിലെ കിണർ റീച്ചാർജിങ് എന്നിങ്ങനെ ജലപോഷണ, ജലവിഭവ സംരക്ഷണ പ്രവർത്തനങ്ങൾ നടപ്പാക്കാനായി.

നിലവിലുള്ള കിണറുകൾക്ക് ചുറ്റും ജലവലയം വിസ്തൃതമാക്കിയും ജല ഉറവകൾ സമ്പുഷ്ടമാക്കിയും ജലലഭ്യത വർദ്ധിപ്പിക്കുവാൻ സാധിച്ചിട്ടുണ്ട്.

മണ്ഡലത്തിലെ ഭൂഗർഭ ജലനിരപ്പ് വർദ്ധിച്ചതായിട്ടാണ് പഠനങ്ങൾ സൂചിപ്പിക്കുന്നത്. 2019 മെയ് മാസത്തിൽ ജനീവയിൽ നടന്ന ലോക പുനർനിർമ്മാണ സമ്മേളനത്തിന്റെ നാലാം പതിപ്പിൽ സംയോജിത ജലസംരക്ഷണത്തിന്റെ മികച്ച മാതൃകയായി ജലസമൃദ്ധി അവതരിപ്പിക്കപ്പെട്ടത് പദ്ധതിക്കു ലഭിച്ച വലിയൊരു അംഗീകാരമാണ്. ഇതു കൂടാതെ മുഖ്യമന്ത്രിയുടെ അവാർഡ്, ദേശീയ തലത്തിൽ സ്കോച് അവാർഡ് തുടങ്ങി നിരവധി പുരസ്കാരങ്ങൾ പദ്ധതിക്ക് ലഭിച്ചു.

ആസൂത്രണം പ്രാദേശികതലത്തിലാകണം

തദ്ദേശ സ്വയംഭരണ സ്ഥാപനങ്ങൾ തയ്യാറാക്കുന്ന പദ്ധതികളും കേന്ദ്ര സംസ്ഥാന സർക്കാരുകളുടെ പദ്ധതികളും സംയോജിപ്പിച്ച് ജില്ലയിലെ വികസന റിപ്പോർട്ടു തയ്യാറാക്കുകയും ജില്ലാ ആസൂത്രണ സമിതിയുടെ സഹായത്തോടെ വിഭവങ്ങളെ സംബന്ധിച്ചും പ്രശ്നങ്ങളുടെ വിവിധ വശങ്ങളെ സംബന്ധിച്ചും വിലയിരുത്തുന്നതിനും അതിൽനിന്ന് ജില്ലാ പദ്ധതി രൂപപ്പെടുത്താനും കഴിയണം. മാലിന്യ സംസ്കരണം, നഗരപരിസ്ഥിതി, പകർച്ചവ്യാധികളും അതിന്റെ ഭാഗമായി ഉണ്ടാകുന്ന പ്രശ്നങ്ങളുമെല്ലാം പുതിയ സാഹര്യങ്ങളിൽ തദ്ദേശ സ്ഥാപനങ്ങൾ ഏറ്റെടുക്കേണ്ടി വരും. ശാസ്ത്രീയമായ മാലിന്യ സംസ്കരണ സംവിധാനങ്ങൾ രൂപപ്പെടുത്തുന്നതിനും ജനങ്ങൾക്കിടയിൽ പ്രചരിപ്പിക്കുന്നതിനും ഇടപെടണം. ദുരന്ത നിവാരണം, ജൈവകൃഷി, പാലിയേറ്റീവ്, സംരംഭകത്വം, പൊതുജനാരോഗ്യം, പരിസ്ഥിതി സംരക്ഷണം തുടങ്ങിയ മേഖലകളിലുമെല്ലാം ഇടപെടൽ വേണ്ടിവരും. ഭാവിയിലെ പ്രതിസന്ധികൾ കൂടി കണക്കിലെടുത്ത് തദ്ദേശ ഭരണരംഗം കാര്യക്ഷമമാക്കിയാലേ ലക്ഷ്യമിട്ട അധികാര വികേന്ദ്രീകരണം സമ്പൂർണ്ണമാകൂ.

ജനകീയാസൂത്രണപ്രസ്ഥാനത്തിന്റെ പരീക്ഷണശാലകൾ

ടി ഗംഗാധരൻ

ജനകീയാസൂത്രണപ്രസ്ഥാനം ഒരു സർക്കാർ പരിപാടിയുടെ രൂപത്തിൽ അവതരിപ്പിക്കപ്പെടുന്നത് 1996 ജൂലൈ മാസത്തോടെയാണെങ്കിലും അതിലേക്ക് നയിച്ച ഒട്ടേറെ പരീക്ഷണങ്ങൾ നിരവധി വർഷങ്ങൾക്കു മുമ്പുതന്നെ കേരളത്തിൽ അങ്ങിങ്ങായി നടക്കുകയുണ്ടായി. ഈ പരീക്ഷണങ്ങളിൽ പലതിലും പൊതുവെ കേരള ശാസ്ത്രസാഹിത്യ പരിഷത്തിന്റെ സ്വാധീനവും ഇടപെടലുകളും തെളിഞ്ഞു കാണാം. ഇതിനു കാരണം അധികാരവികേന്ദ്രീകരണ വിഷയത്തിൽ തുടക്കം മുതലേ പരിഷത്തിനുണ്ടായിരുന്ന താല്പര്യവും അതിന്റെ ഫലമായി രൂപംകൊണ്ട വികസന നയങ്ങളുമാണ്. 1976 ൽ പരിഷത്ത് പ്രസിദ്ധീകരിച്ച *കേരളത്തിന്റെ സമ്പത്ത്* എന്ന ഗ്രന്ഥവും അതിന്റെ അടിസ്ഥാനത്തിൽ നടന്ന ആയിരക്കണക്കിന് ക്ലാസുകളുമാണ് ഈ ഇടപെടലുകൾക്ക് പശ്ചാത്തലമൊരുക്കിയത്.

വാഴയൂർ സർവേ

എടുത്തുപറയേണ്ട ആദ്യപരീക്ഷണം മലപ്പുറം ജില്ലയിലെ വാഴയൂർ ഗ്രാമപഞ്ചായത്തിലേതാണ്. ശാസ്ത്ര സാഹിത്യ പരിഷത്ത് 1976 ൽ വികസനരംഗത്ത് ഇടപെട്ടു തുടങ്ങിയതുമുതൽ വാഴയൂർ ഗ്രാമപഞ്ചായത്ത് അതിന്റെ ഒരു പരീക്ഷണഭൂമികയായിരുന്നു. അവിടെ ശാസ്ത്രസാഹിത്യ പരിഷത്തിന് ശക്തമായ ഒരു യൂണിറ്റും എ പി ചന്ദ്രൻ എന്ന പരീക്ഷണ കുതുകിയായ ഒരു പ്രവർത്തകനും ഉണ്ടായിരുന്നു എന്നതാണ് അതിന്റെ ഒരു കാരണം. ചാലിയാർ മലിനീകരണ പ്രശ്നവുമായി ബന്ധപ്പെട്ട പ്രവർത്തനങ്ങൾ വഴി വാഴക്കാട്, വാഴയൂർ പ്രദേശങ്ങളിൽ പരിഷത്തിന് നല്ല സാമൂഹ്യ അംഗീകാരവുമുണ്ടായിരുന്നു. ചാലിയാർ മലിനീകരണം

സംബന്ധിച്ച് ആ പുഴയുടെ തീരത്തുള്ള പഞ്ചായത്തുകളിൽ വിശദമായ ഒരു പഠനം നടത്തണമെന്ന് വാഴയൂരിലെ പരിഷത്ത് തീരുമാനിച്ചു. ഇക്കാര്യത്തിൽ താല്പര്യം പ്രകടിപ്പിച്ച പുളിക്കൽ ഗ്രാമപഞ്ചായത്തിലെ പ്രസിഡന്റിന്റെ മുൻകൈയിൽ പുളിക്കൽ പഞ്ചായത്ത് ഓഫീസിൽവച്ച് 1980 ആദ്യം ഒരു യോഗം നടന്നു. പുളിക്കലിനെക്കൂടാതെ വാഴക്കാട്, വാഴയൂർ, ചെറുകാവ്, ചീക്കോട് എന്നീ പഞ്ചായത്തുകളിലെ പ്രതിനിധികളും ശാസ്ത്രസാഹിത്യ പരിഷത്ത് പ്രവർത്തകരായ എ പി ചന്ദ്രൻ, എം എസ് മോഹനൻ എന്നിവരുമായിരുന്നു യോഗത്തിൽ പങ്കെടുത്തത്. അക്കാദമിക കാര്യങ്ങൾക്ക് പരിഷത്തിന്റെ സഹായം ലഭ്യമാക്കുകയാണെങ്കിൽ ആദ്യത്തെ സർവ്വേ തന്റെ പഞ്ചായത്തിൽ നടത്താമെന്ന് വാഴയൂർ ഗ്രാമപഞ്ചായത്ത് പ്രസിഡന്റായിരുന്ന ടി പി വാസുവൈദ്യർ ഏറ്റു. പരിഷത്തിന്റെ മുൻ പ്രസിഡന്റ് പ്രൊഫ : വി കെ ദാമോദരൻ അന്ന് കോഴിക്കോട് REC യിലെ (ഇപ്പോഴത്തെ NIT) അദ്ധ്യാപകനായിരുന്നു. അദ്ദേഹത്തിന്റെ സഹായത്തോടെ സർവേ ഷെഡ്യൂൾ തയ്യാറാക്കി. വാഴയൂരിൽ വിപുലമായ ജനകീയസമിതിക്ക് രൂപംനല്കി. സി പി ഐ (എം) കാരനായിരുന്ന പഞ്ചായത്ത് പ്രസിഡന്റ് വാസുവൈദ്യരോടൊപ്പം കോൺഗ്രസ് നേതാവായിരുന്ന മരയ്ക്കാരും മുസ്ലിംലീഗിന്റെ നേതാവായിരുന്ന ഇസ്മയിലുമെല്ലാം ഇതിൽ സജീവ പങ്കാളികളായി. വാസുവൈദ്യരുടെ മകൻ സുധാകരനായിരുന്നു കൺവീനർ. അന്ന് പഞ്ചായത്തുകൾക്ക് ഇന്നത്തെപ്പോലെ അധികാരങ്ങളൊന്നും ഉണ്ടായിരുന്നില്ല. അതിനാൽ ഒരുമാസം നീണ്ടുനില്ക്കുന്ന സർവ്വേ പ്രവർത്തനത്തിന് ആവശ്യമായ വിഭവങ്ങൾ ജനങ്ങളിൽനിന്നു തന്നെ ശേഖരിക്കാൻ തീരുമാനിച്ചു. 1980 മെയ് ആദ്യം അഴിഞ്ഞിലം യു പി സ്കൂളിൽവച്ച് നടന്ന പരിശീലനത്തിൽ പ്രൊഫ. വി കെ ദാമോദരൻ തന്നെയായിരുന്നു മുഖ്യപരിശീലകൻ. മുഴുവൻ വീടുകളിലും കയറിയിറങ്ങി നടക്കേണ്ട സർവ്വേ ഒരു ജനകീയ ഉത്സവമായി തന്നെയായിരുന്നു നടന്നത്. മലപ്പുറം ജില്ലയുടെ വിവിധ ഭാഗങ്ങളിൽനിന്ന് സർവേക്ക് വേണ്ടി എത്തിച്ചേർന്ന പ്രവർത്തകരെല്ലാം ഏതാണ്ട് മൂന്നാഴ്ചക്കാലം വാഴയൂരിൽ തന്നെ താമസിച്ചു. ദിവസേന അനുഭവം പങ്കിടലും കലാപരിപാടികളും ഒക്കെ അരങ്ങേറി. വാഴയൂർ ക്യാമ്പിൽ വച്ച് രൂപംകൊണ്ട ലഘുനാടകമായിരുന്നു പിന്നീട് ശാസ്ത്രകലാജാഥകളിൽ പ്രസിദ്ധമായ *ഓഫീസ്.*

ശേഖരിച്ചവിവരങ്ങളുടെ അടിസ്ഥാനത്തിൽ സമഗ്രമായ വികസന പദ്ധതിരേഖകളൊന്നും തയ്യാറാക്കാൻ സാധിച്ചില്ലെങ്കിലും അവ പട്ടികപ്പെടുത്താനും പ്രധാനപ്പെട്ട പല വികസനനിർദ്ദേശങ്ങളും തയ്യാറാക്കാനും ചില മേഖലകളിൽ ഫലപ്രദമായി ഇടപെടാനും വാഴയൂർക്കാർക്ക് സാധിച്ചു. ഒന്നാമത്തെ ഇടപെടൽ മേഖല ചാലിയാർ മലിനീകരണവിരുദ്ധ സമരം തന്നെയായിരുന്നു. ഗ്വാളിയോർ റയോൺസ് മലിനീകരണത്തിന്റെ ഫലമായി ഓരോ പഞ്ചായത്തിലും അനുഭവപ്പെടുന്ന പ്രശ്നങ്ങൾ കുറെക്കൂടി വ്യക്തമായും കൃത്യമായും അവതരിപ്പിക്കുവാൻ അവർക്ക്

സാധിച്ചു. വൈദ്യുതിവിതരണം, കക്കൂസ് നിർമ്മാണം എന്നിവ യായിരുന്നു മറ്റ് രണ്ട് പ്രധാന മേഖലകൾ. ഇക്കാര്യങ്ങളിലൊക്കെ ചെറിയ ചില മാറ്റങ്ങളെങ്കിലും ഉണ്ടാക്കാൻ കഴിഞ്ഞതായി വാഴയൂരിലെ പഴയ സർവ്വേ പ്രവർത്തകർ ഓർമ്മിക്കുന്നു.

പഞ്ചായത്ത് വിഭവഭൂപട നിർമ്മാണം

പില്ക്കാലത്ത് ആസൂത്രണരംഗത്ത് വലിയ മാറ്റങ്ങളുണ്ടാക്കിയ ഒരു പ്രവർത്തനമായിരുന്നു പഞ്ചായത്ത്തല വിഭവഭൂപടനിർമ്മാണം. ഇതിന്റെയും തുടക്കം വാഴയൂരിൽ നിന്നുതന്നെ. 1989 ആഗസ്ത് മാസത്തിൽ ശാസ്ത്രസാഹിത്യ പരിഷത്ത് സംസ്ഥാനത്തുടനീളം വികസ നപദയാത്രകൾ നടത്തുകയുണ്ടായി. ആകെ 90 കാൽനടജാഥകൾ. അധി കാര വികേന്ദ്രീകരണമായിരുന്നു മുഖ്യ ഉള്ളടക്കം. ഓരോ ജാഥയുടെയും അനുബന്ധപരിപാടിയായി എന്തെങ്കിലും പഠനപ്രവർത്തനം നടത്തണം. വള്ളിക്കുന്നിൽനിന്ന് വാഴയൂർ വരെയുള്ള വികസന ജാഥയുടെ അനു ബന്ധ പ്രവർത്തനം വാഴയൂർഗ്രാമപഞ്ചായത്തിലെ കുളങ്ങൾ, തോടുകൾ, നീരുറവകൾ, പുഴകൾ തുടങ്ങിയ ജലസ്രോതസ്സുകളുടെ ഒരു ഭൂപടം തയ്യാറാക്കുകയായിരുന്നു. ഈ ആശയം ഉപയോഗിച്ച് പഞ്ചായത്തിലെ എല്ലാ പ്രകൃതിവിഭവങ്ങളും രേഖപ്പെടുത്തിക്കൊണ്ട് ഒരു പ്രാദേശിക ഭൂപടം തയ്യാറാക്കാൻ കഴിയുമോ എന്നൊരു ആലോചന നടത്തി. തിരുവ നന്തപുരത്തെ ഭൗമശാസ്ത്ര പഠനകേന്ദ്രത്തിന്റെ (CESS) ഡയറക്ടറും പരിഷത്തിന്റെ ഉറ്റസുഹൃത്തുമായിരുന്ന ഡോ. സുബ്രതോ സിൻഹ യുമായി ഇക്കാര്യം ചർച്ചചെയ്തു. അദ്ദേഹം സഹായിക്കാമെന്നേറ്റു. അങ്ങനെയാണ് കഡസ്ട്രൽമാപ്പ് ഉപയോഗിച്ച് പഞ്ചായത്തുതല വിഭവഭൂപടം തയ്യാറാക്കാനുള്ള രീതിസമ്പ്രദായം രൂപപ്പെട്ടത്. എല്ലാ ജില്ലകളിൽനിന്നുമായി തെരഞ്ഞെടുക്കപ്പെട്ട 25 ഗ്രാമപഞ്ചായത്തുകളുടെ വിഭവഭൂപടം തയ്യാറാക്കാനുള്ള ഒരു പ്രോജക്ടിന് കേന്ദ്ര ശാസ്ത്രസാ ങ്കേതിക വകുപ്പ് ധനസഹായം നല്കി. പരിഷത്തിന്റെ ഗവേഷണസ്ഥാ പനമായ ഐ ആർ ടി സിയും ഭൗമശാസ്ത്രപഠനകേന്ദ്രവുമായിരുന്നു പ്രോജക്ട് നടപ്പാക്കാനുള്ള ഏജൻസികൾ. സമ്പൂർണ്ണ സാക്ഷരതാ പദ്ധതിക്ക് ശേഷം ലഭ്യമാകുന്ന ലക്ഷക്കണക്കിന് സന്നദ്ധപ്രവർത്ത കരുടെ സേവനം പ്രയോജനപ്പെടുത്താനും വികേന്ദ്രീകൃതാസൂത്ര ണത്തിന് ശക്തമായ അടിത്തറയിടാനുമുള്ള ഒരു പദ്ധതിയായാണ് പരിഷത്ത് ഈ പ്രവർത്തനത്തെ വിഭാവനം ചെയ്തിരുന്നത്.

1991 ഏപ്രിൽ ആദ്യം പദ്ധതിയാരംഭിച്ചു. IRTCയിൽ വച്ചായിരുന്നു സംസ്ഥാനതല പരിശീലനം. ഫീൽഡ് വർക്ക് മുണ്ടൂർ ഗ്രാമപഞ്ചായ ത്തിൽ. തുടർന്ന് ഓരോ ഗ്രാമപഞ്ചായത്തിലും അവിടത്തെ തെരഞ്ഞെടു ക്കപ്പെട്ട പ്രവർത്തകർക്കുള്ള മൂന്ന് ദിവസത്തെ പരിശീലനം. അതുകഴി ഞ്ഞ് വിഭവ വിവരങ്ങൾ രേഖപ്പെടുത്താനായി 10 മുതൽ 20 ദിവസം വരെ നീണ്ടുനില്ക്കുന്ന ഫീൽഡ് വർക്ക്. പ്രാദേശികസംഘാടനം പരിഷ

ത്തിന്റെ ചുമതലയായിരുന്നു. പരിഷത്തിനുവേണ്ടി 25 പഞ്ചായത്തുകളിലെ ഫീൽഡ്തല സംഘാടനത്തിന്റെ സംസ്ഥാനച്ചുമതല വഹിച്ചത് ഈ ലേഖകനായിരുന്നു.

സെപ്തംബർ മാസത്തോടുകൂടി വിഭവഭൂപടനിർമ്മാണത്തിന്റെ ഫീൽഡ് പ്രവർത്തനം ഏതാണ്ട് പൂർത്തിയായി. തുടർന്ന് ഈ ഭൂപടങ്ങളിൽ ലഭ്യമായ വിവരങ്ങളെല്ലാം ക്രോഡീകരിച്ച് പദ്ധതി ആസൂത്രണത്തിന്റെ ഘട്ടത്തിലേക്ക് നീങ്ങണം. അതുവരെയുണ്ടായിരുന്ന ഒരു തെറ്റിദ്ധാരണ, വിഭവഭൂപടങ്ങൾ തയ്യാറാക്കിക്കഴിഞ്ഞാൽ ആസൂത്രണത്തിന് ആവശ്യമായ എല്ലാ വിവരങ്ങളും അതിൽ നിന്ന് കിട്ടും എന്നതായിരുന്നു. എന്നാൽ ആസൂത്രണത്തിനായുള്ള ചർച്ച തുടങ്ങിയപ്പോൾത്തന്നെ ഈ ധാരണ തെറ്റാണെന്ന് ബോദ്ധ്യമായി. നിരവധി സാമൂഹിക സാമ്പത്തിക സ്ഥിതിവിവരക്കണക്കുകൾ കൂടി അനിവാര്യമാണെന്ന് ബോദ്ധ്യപ്പെട്ടു.

കല്യാശേരിമാതൃക രൂപപ്പെടുന്നു

പഞ്ചായത്തുതല ആസൂത്രണം ഏത് പഞ്ചായത്തിൽ തുടങ്ങണം? ഉത്തരവാദിത്വങ്ങൾ നിരവധിയാണ്. അത് തുടർച്ചയായി നിറവേറ്റാൻ കഴിവും താല്പര്യവുമുള്ള പഞ്ചായത്തായിരിക്കണം. വിഭവഭൂപടനിർമ്മാണം കേവലം 9 ദിവസങ്ങൾകൊണ്ട് ആവേശകരമായിത്തന്നെ പൂർത്തിയാക്കിയ കല്യാശേരിയിൽതന്നെയാവട്ടെ എന്ന് തീരുമാനിക്കപ്പെട്ടു. ഈ തീരുമാനത്തിലേക്ക് നയിച്ച രണ്ടുമൂന്ന് കാരണങ്ങളുണ്ടായിരുന്നു. ഒന്നാമതായി, അന്നത്തെ മുഖ്യമന്ത്രി ശ്രീ. ഇ കെ നായനാരുടെ പഞ്ചായത്താണ് കല്യാശേരി. രണ്ടാമതായി, പഞ്ചായത്ത് പ്രസിഡന്റുമാരുടെ സംഘടനയായ കേരളപഞ്ചായത്ത് അസോസിയേഷൻ പ്രസിഡന്റ് അന്ന് കല്യാശേരി പഞ്ചായത്ത് പ്രസിഡന്റായിരുന്ന ശ്രീ. എം പി നാരായണൻ നമ്പ്യാരായിരുന്നു. മൂന്നാമതായി, വിഭവഭൂപടനിർമ്മാണത്തിന്റെ സംസ്ഥാനതല സംഘാടനച്ചുമതല നിർവ്വഹിച്ചിരുന്ന ഈ ലേഖകൻ അന്ന് കല്യാശേരി ഗ്രാമപഞ്ചായത്ത് ഭരണസമിതി അംഗമായിരുന്നു. അങ്ങനെ, ആദ്യ പരീക്ഷണവേദിയായി തെരഞ്ഞെടുക്കപ്പെട്ട കല്യാശേരിയിൽ ഇതിനായി ഒരു ജനകീയസമിതി രൂപംകൊണ്ടു. വിഭവഭൂപടനിർമ്മാണത്തിനായി രൂപീകരിക്കപ്പെട്ട സംഘാടകസമിതിയിൽ കുറച്ചുകൂടി വിദഗ്ദ്ധരെ ഉൾപ്പെടുത്തിയായിരുന്നു ആസൂത്രണപ്രവർത്തനങ്ങൾക്ക് നേതൃത്വം നല്കാനുള്ള സമിതിക്ക് രൂപംനല്കിയത്. അങ്ങനെ, കല്യാശേരിയുടെ ആസൂത്രണയജ്ഞം ആരംഭിച്ചു. ആസൂത്രണപ്രവർത്തനങ്ങൾ മുന്നോട്ട് നീങ്ങുംതോറും കൂടുതൽക്കൂടുതൽ പുതിയവിവരങ്ങൾ ആവശ്യമായി വന്നു. അങ്ങനെ, ആസൂത്രണത്തോടൊപ്പം കല്യാശേരിയിലെ തുടർപഠനങ്ങളും ആരംഭിച്ചു.

a) സാമൂഹ്യ സാമ്പത്തിക സർവേ: 1992 ജനുവരിയിലാണ് സാമൂഹ്യ സാമ്പത്തിക സർവേ ആരംഭിച്ചത്. 100 വളണ്ടിയർമാരുടെ സഹായത്തോടെ 15 ദിവസം കൊണ്ടാണ് പഞ്ചായത്തിലെ നാലായിരത്തി

നടുത്ത് വീടുകളിൽ സാമൂഹ്യ സാമ്പത്തിക സർവ്വേ പൂർത്തിയാക്കിയത്. വിശദമായ സർവേ ആയിരുന്നതിനാൽ അതിന്റെ ക്രോഡീകരണം കുറച്ചു പ്രയാസമുള്ളതായിരുന്നു.കമ്പ്യൂട്ടർ ഉപയോഗിച്ച് ക്രോഡീകരിക്കാൻ ഒരു ശ്രമം നടത്തി. ഡാറ്റാ എൻട്രി സ്ഥാപനങ്ങളൊന്നും അന്ന് വ്യാപകമായി വന്നിരുന്നില്ല. തിരുവനന്തപുരത്ത് ടെക്നോപാർക്കിലുള്ള ബ്രഹ്മ കംപ്യൂട്ടേഴ്സ് എന്ന സ്ഥാപനവുമായി ബന്ധപ്പെട്ടു. 300 കമ്പ്യൂട്ടറുകളുണ്ടായിരുന്ന ഈ സ്ഥാപനം മൂന്നു ദിവസം കൊണ്ട് ഡാറ്റാ എൻട്രി പൂർത്തിയാക്കിത്തരാമെന്ന് ഏറ്റു. പക്ഷേ, 3 ലക്ഷം രൂപ ചെലവ് വരും. അത്രയും വലിയൊരു തുകയെക്കുറിച്ച് അന്ന് ആലോചിക്കാൻതന്നെ പ്രയാസമായിരുന്നതുകൊണ്ട് ആ ഉദ്യമം അവിടെ ഉപേക്ഷിച്ചു. ഒടുവിൽ കല്യാശേരിയിലെ സന്നദ്ധപ്രവർത്തകർ തന്നെ ആ ശ്രമകരമായ ജോലി ചെയ്തു തീർത്തു, ഏതാണ്ട് മൂന്നാഴ്ചക്കാലംകൊണ്ട്.

b) സ്ഥാപന സർവേ: 1992 മാർച്ച് മാസത്തിൽ ആയിരുന്നു സ്ഥാപന സർവേ നടത്തിയത്. പഞ്ചായത്തിലെ വിദ്യാലയങ്ങൾ, സഹകരണ സ്ഥാപനങ്ങൾ, വ്യവസായസ്ഥാപനങ്ങൾ എന്നിവയെ സംബന്ധിച്ചുള്ള വിവരങ്ങൾ ശേഖരിക്കുകയായിരുന്നു ലക്ഷ്യം. ഈ വിവരങ്ങളും സന്നദ്ധ പ്രവർത്തകർ തന്നെ ക്രോഡീകരിച്ച് പട്ടികകൾ തയ്യാറാക്കി.

c) ദ്വിതീയവിവര സർവേ: പഞ്ചായത്തിനകത്ത് പ്രവർത്തിക്കുന്ന വിവിധ സർക്കാർ സ്ഥാപനങ്ങളിൽ നിന്നുള്ള സ്ഥിതിവിവരക്കണക്കുകൾ ശേഖരിക്കുകയായിരുന്നു ഈ സർവേയുടെ ലക്ഷ്യം. കൃഷിഭവൻ, പ്രാഥമികാരോഗ്യകേന്ദ്രം, മൃഗാശുപത്രി, അങ്കണവാടികൾ, വില്ലേജ് എക്സ്റ്റൻഷൻ ഓഫീസ്, വില്ലേജ് ഓഫീസ് എന്നീ സ്ഥാപനങ്ങളിൽ നിന്നാണ് ദ്വിതീയ വിവരങ്ങൾ ശേഖരിച്ചത്. ഓരോ സ്ഥാപനത്തിനുംവേണ്ടി പ്രത്യേകം ഡാറ്റ ഫോറങ്ങൾ തയ്യാറാക്കുകയുണ്ടായി.

d) ഡിമാന്റ് സർവേ: പദ്ധതിനിർവ്വഹണത്തിന്റെ ഭാഗമായി ആദ്യമായി ഏറ്റെടുക്കാൻ ഉദ്ദേശിച്ചിരുന്ന പച്ചക്കറിക്കൃഷിവ്യാപന പരിപാടിയുടെ മുന്നൊരുക്കമെന്ന നിലയിലാണ് പച്ചക്കറി ഡിമാന്റ് സർവേ സംഘടിപ്പിച്ചത്. പഞ്ചായത്തിനകത്തുതന്നെ കൃഷിചെയ്യാവുന്ന പച്ചക്കറി ഇനങ്ങളും അതോടൊപ്പം കോഴിമുട്ടയും എത്രമാത്രം പുറത്തു നിന്ന് ഇറക്കുമതി ചെയ്യുന്നുണ്ട് എന്ന് മനസ്സിലാക്കുകയായിരുന്നു ലക്ഷ്യം. 1992 ജൂണിൽ ഒറ്റ ദിവസംകൊണ്ടാണ് പഞ്ചായത്തിനകത്തുള്ള 62 കടകളെ കേന്ദ്രീകരിച്ചുകൊണ്ട് ഈ പഠനം നടത്തിയത്. ഇറക്കുമതിയുടെ അളവ് ജനങ്ങളെ അമ്പരപ്പിക്കുക തന്നെ ചെയ്തു.

e) ചതുപ്പുനിലങ്ങളുടെ എഞ്ചിനീയറിങ് സർവേ : ചെമ്മീൻ കൃഷിക്ക് പറ്റിയ ഇടമെന്ന് വിഭവഭൂപട നിർമ്മാണവേളയിൽ കണ്ടെത്തിയിരുന്ന ഏതാണ്ട് 50 ഏക്കർ വരുന്ന ചതുപ്പുനിലങ്ങളിൽ ചെമ്മീൻ കൃഷിക്കുള്ള പദ്ധതി തയ്യാറാക്കുന്നതിന്റെ ഭാഗമായാണ് 1993 ജനുവരിയിൽ എഞ്ചിനീയറിങ് സർവേ നടത്തിയത്. സംസ്ഥാന സർക്കാർ ഏജൻസിയായ അഡാക്ക് (ADAK), കണ്ണൂർ ഗവൺമെന്റ് ഐ ടി

ഐയിലെ സർവേ വിഭാഗം എന്നിവരുടെ സഹായം ഈ പഠനത്തിന് ലഭിച്ചു.

f) നീരൊഴുക്ക് സർവേ: പഞ്ചായത്തിലെ 60% പ്രദേശങ്ങളിൽ മഴക്കാലത്ത് അനുഭവപ്പെടുന്ന നീർക്കെട്ട് ഒഴിവാക്കാനുള്ള ശ്രമത്തിന്റെ ഭാഗമായിരുന്നു നീരൊഴുക്ക് സർവേ. കോഴിക്കോട്ടെ CWRDM ന്റെ നേതൃത്വത്തിൽ ആധുനിക ഉപകരണങ്ങളുടെ സഹായത്തോടെ സർവേ ചെയ്യാൻ ആലോചിച്ചുവെങ്കിലും രണ്ട് ലക്ഷം രൂപ ചെലവ് വരും എന്നറിഞ്ഞതോടെ ആ ശ്രമം ഉപേക്ഷിച്ചു. അവരുടെ തന്നെ ഉപദേശത്തിന്റെ അടിസ്ഥാനത്തിലാണ് വളരെ ലളിതമായ ഒരു രീതി ഉപയോഗിച്ച് ഈ സർവേ നടത്തിയത് മഴക്കാലത്ത് വെള്ളം ഒഴുകുമ്പോൾ അത് നിരീക്ഷിച്ച് മാപ്പിൽ രേഖപ്പെടുത്തുക. 1993 ജൂൺ, ജൂലൈ മാസങ്ങളിൽ ഇത് വിജയകരമായി പൂർത്തിയാക്കി.

g) സമഗ്ര ഊർജ്ജ സർവേ: പഞ്ചായത്തിലെ നാലായിരത്തോളം വീടുകളിലെയും സ്ഥാപനങ്ങളിലെയും ഊർജ്ജവിനിയോഗത്തിന്റെ രീതികൾ മനസ്സിലാക്കി അത് മെച്ചപ്പെടുത്താനുള്ള പദ്ധതി രൂപപ്പെടുത്തണം. അതിനുവേണ്ടിയാണ് കല്യാശേരി സമഗ്ര ഊർജ്ജാസൂത്രണപദ്ധതി (KTEP) യുടെ ഭാഗമായി ഐ ആർ ടി സിയുടെ സഹായത്തോടുകൂടി 1993 ഡിസംബർ, ജനുവരി മാസങ്ങളിൽ ഊർജ്ജ സർവേ നടത്തിയത്. പൂർണ്ണമായും സന്നദ്ധപ്രവർത്തനം.

h) പവർലൈൻ മാപ്പിങ്: KTEP യുടെ ഭാഗമായുള്ള മറ്റൊരു പ്രവർത്തനമായിരുന്നു പവർലൈൻ മാപ്പിങ്. പഞ്ചായത്തിലേക്ക് വൈദ്യുതി വിതരണം ചെയ്യുന്ന 20 ൽ പരം ട്രാൻസ്ഫോമറുകളുടെ വൈദ്യുതലൈൻ വിന്യാസവും ഓരോ ഫേസിൽനിന്നും നല്കിയിരിക്കുന്ന കണക്ഷനുകളുടെ വിവരങ്ങളും രേഖപ്പെടുത്തിയാണ് ഈ ഭൂപടം നിർമ്മിച്ചത്. ഓരോ ഫേസിൽനിന്നും വിതരണം ചെയ്യുന്ന വൈദ്യുതിയുടെ അളവിലുള്ള വ്യത്യാസം മനസ്സിലാക്കാനും അതനുസരിച്ച് വോൾട്ടേജ് കുറവ് പരിഹരിക്കാനുള്ള നടപടികൾ ശുപാർശ ചെയ്യാനും ഈ ഭൂപടം വളരെയേറെ സഹായിച്ചു. 1994 മെയ് മാസം തുടങ്ങിയെങ്കിലും ഡിസംബറിലേ ഇത് പൂർത്തിയായുള്ളു.

i) ആരോഗ്യ സർവേ: പൊതുവിലുള്ള ആരോഗ്യസംബന്ധിയായ വിവരങ്ങൾ സാമൂഹ്യ സാമ്പത്തിക സർവ്വേയിൽ ശേഖരിച്ചിരുന്നുവെങ്കിലും അതിൽ കൃത്യമായി ലഭിക്കാതിരുന്ന, ജനന മരണ നിരക്ക് കൃത്യമായി കണക്കാക്കുന്നതിനുള്ള ചില വിവരങ്ങൾ ശേഖരിക്കാനായിരുന്നു 1995 ഡിസംബർ 10 ന് ഒരു ഏകദിന സർവേ സംഘടിപ്പിച്ചത്.

ഈ ഘട്ടമാകുമ്പോഴേക്ക് പഠനമെന്നത് കല്യാശേരിയിലെ സന്നദ്ധപ്രവർത്തകർക്ക് ഒരു ഹരമായിക്കഴിഞ്ഞിരുന്നു. ഓരോ പഠനത്തോടൊപ്പവും അവരുടെ അറിവും കഴിവും ബന്ധങ്ങളും വർദ്ധിച്ചുവന്നു എന്നതായിരുന്നു അതിന്റെ കാരണം.

എന്നാൽ പഠനങ്ങളെല്ലാം തീർന്നിട്ട് തുടങ്ങാം ആസൂത്രണം എന്നതായിരുന്നില്ല കല്യാശേരിയിലെ സമീപനം. ആദ്യത്തെ രണ്ടു വിശദമായ

പഠനങ്ങൾ, അതായത് വിഭവഭൂപടനിർമ്മാണവും സാമൂഹ്യ സാമ്പത്തിക സർവേയും പൂർത്തിയായതോടുകൂടിത്തന്നെ, 1992 ആഗസ്ത് മാസത്തോടുകൂടി ആസൂത്രണപ്രവർത്തനങ്ങൾ ആരംഭിച്ചിരുന്നു. ഇതിനായി 8 വിഷയാധിഷ്ഠിത വർക്കിങ് ഗ്രൂപ്പുകളും രൂപീകരിച്ചിരുന്നു. ശേഖരിച്ച വിവരങ്ങൾ വിശകലനം ചെയ്തുകൊണ്ട് വർക്കിങ് ഗ്രൂപ്പുകൾ തയ്യാറാക്കിയ നിർദ്ദേശങ്ങൾ ക്രോഡീകരിച്ച് വാർഡ്തലങ്ങളിൽ ചേർന്ന ബഹുജനയോഗങ്ങളിൽ അവതരിപ്പിക്കുകയും ജനങ്ങളുടെ പ്രസക്തമായ നിർദ്ദേശങ്ങൾ സ്വീകരിച്ചുകൊണ്ട് മെച്ചപ്പെടുത്തുകയും ചെയ്തു. അങ്ങനെ കല്യാശേരി സമഗ്രപദ്ധതിയുടെ ആദ്യഘട്ടം 1992 നവംബർ മാസത്തോടെ പൂർത്തിയായി. ഇതിൽ ഉൾപ്പെടുത്തിയിരുന്ന ചില നിർദ്ദേശങ്ങൾ നടപ്പിലാക്കുന്നതിന് പ്രോജക്ടുകളായി രൂപപ്പെടുത്തുന്നതിനു വേണ്ടിയായിരുന്നു മുകളിൽ വിശദീകരിച്ച പല പഠനങ്ങളും നടത്തേണ്ടി വന്നത്.

ആസൂത്രണത്തിന്റെ വിവിധഘട്ടങ്ങളിൽ ഒട്ടേറെ വിദഗ്ദ്ധരുടെ ഉപദേശനിർദ്ദേശങ്ങൾ കല്യാശേരിയിലെ പ്രവർത്തനങ്ങൾക്ക് ലഭിക്കുകയുണ്ടായി. ഡോ. എം പി പരമേശ്വരൻ, പ്രൊഫ. ഐ എസ് ഗുലാത്തി, ഡോ. തോമസ് ഐസക്ക്, സി പി നാരായണൻ, ഡോ. കെ നാരായണൻ നായർ, ഡോ. ഇ ജെ ജെയിംസ് ഇവരൊക്കെ ഇതിൽ പെടും.

പദ്ധതി നിർവ്വഹണത്തിലേക്ക്

അന്നത്തെ അവസ്ഥയിൽ കല്യാശേരിയിൽ രൂപപ്പെട്ട ജനകീയപദ്ധതിയിലെ പല നിർദ്ദേശങ്ങളും പഞ്ചായത്തിന്റെ വാർഷികപദ്ധതിയിൽ ഉൾപ്പെടുത്തി നടപ്പാക്കാൻ വളരെ പ്രയാസമായിരുന്നു. വാർഷിക ബജറ്റ് തയ്യാറാക്കുന്നതിനപ്പുറം പദ്ധതിയാസൂത്രണത്തിനൊന്നും പഞ്ചായത്തുകൾക്ക് അധികാരമുണ്ടായിരുന്നില്ല. മുകളിൽ വിവരിച്ച പ്രവർത്തനങ്ങൾക്കൊന്നും പഞ്ചായത്ത് ഫണ്ടിൽനിന്ന് ഒരു രൂപ പോലും ചെലവഴിക്കാനും കഴിഞ്ഞിരുന്നില്ല. അത്രമാത്രം സാങ്കേതിക തടസ്സങ്ങൾ പഞ്ചായത്ത് ഫണ്ടിൽനിന്ന് പണം ചെലവഴിക്കുന്നതിനുണ്ടായിരുന്നു. ഈ ഘട്ടത്തിലാണ് പദ്ധതിയാസൂത്രണം പൂർത്തിയാക്കുന്നതിനും അത് നടപ്പാക്കുന്നതിനുമായി കല്യാശേരി പഞ്ചായത്ത് വികസനസമിതി രൂപീകരിക്കുന്ന കാര്യം പരിഗണനയിൽ വന്നത്. 25 കുടുംബങ്ങൾക്ക് ഒരു അയൽക്കൂട്ടം, അതിനൊരു പ്രതിനിധി. അയൽക്കൂട്ട പ്രതിനിധികൾ എല്ലാം ഉൾക്കൊള്ളുന്ന വാർഡ് വികസന സമിതി, വാർഡ് വികസന സമിതിയിൽനിന്നും തിരഞ്ഞെടുക്കപ്പെടുന്ന പ്രതിനിധികൾ ഉൾക്കൊള്ളുന്ന പഞ്ചായത്ത് വികസനസമിതി, ഇതായിരുന്നു ആദ്യത്തെ ഘടന. പഞ്ചായത്ത് മെമ്പർമാരെല്ലാം വികസനസമിതിയിലെ അംഗങ്ങളാണ്. പഞ്ചായത്ത് പ്രസിഡന്റ് തന്നെയാണ് വികസനസമിതിയുടെയും പ്രസിഡന്റ്. വികസനസമിതിയെ ചാരിറ്റബിൾ സൊസൈറ്റീസ് ആക്ട് അനുസരിച്ച് രജിസ്റ്റർ ചെയ്തു.

ജനകീയക്കൂട്ടായ്മയിലൂടെ, സാമ്പത്തികച്ചെലവ് പരമാവധി ഒഴിവാക്കിക്കൊണ്ടുള്ള പദ്ധതികൾക്കായിരുന്നു മുൻഗണന. അങ്ങനെയാണ് പഞ്ചായത്ത് സ്കൂൾ കോംപ്ലക്സ്, ജനകീയ പച്ചക്കറിക്കൃഷി എന്നീ പദ്ധതികൾ 1993 ജനുവരിയിൽ ആരംഭിച്ചത്. ഈ ഘട്ടത്തിലാണ് വലിയൊരു സഹായം അന്നത്തെ തളിപ്പറമ്പ് BDO ശ്രീ. N C R ഉണ്ണികൃഷ്ണന്റെ ഭാഗത്തു നിന്നുണ്ടായത്. അദ്ദേഹം എല്ലാ വികസന വകുപ്പുകളുടെയും ജില്ലാതല ഉദ്യോഗസ്ഥന്മാരുടെ ഒരു യോഗം കല്യാശേരിയിൽ വിളിച്ചുചേർത്തു. അവർക്കുമുന്നിൽ അതുവരെ നടന്ന പ്രവർത്തനങ്ങളെല്ലാം അവതരിപ്പിക്കപ്പെട്ടു. പദ്ധതിനിർദ്ദേശങ്ങൾ നടപ്പാക്കുന്നതിന് അവരുടെ ഭാഗത്തുനിന്നുള്ള സഹായങ്ങൾ അഭ്യർത്ഥിച്ചു. മിക്ക വകുപ്പുകളും ഏതെങ്കിലും ഒരു പ്രോജക്ട് നടപ്പാക്കാമെന്ന് ഏറ്റു. തീരുമാനിച്ച കാര്യങ്ങൾ നടപ്പാക്കുമെന്ന സ്ഥിതി വന്നതോടെ ജനങ്ങളുടെ ആവേശവും വർദ്ധിച്ചു.

ജനപങ്കാളിത്തത്തിന്റെ വീരഗാഥകൾ

ജനകീയ പദ്ധതിയിലെ നിർദ്ദേശങ്ങൾ എങ്ങനെയെങ്കിലും നടപ്പാക്കിയേ തീരു. അല്ലെങ്കിൽ ജനങ്ങളുടെ ആവേശം തണുത്തുപോകും. വിവിധ സർക്കാർ വകുപ്പുകൾ ചില ചെറു പ്രോജക്ടുകൾ ഏറ്റെടുത്തെങ്കിലും വലിയ സാമ്പത്തികച്ചെലവുള്ള പ്രവർത്തനങ്ങൾ നടപ്പാക്കാൻ വഴികണ്ടില്ല. ഈ സാഹചര്യത്തിലാണ് പഞ്ചായത്ത് വികസനസമിതിയുടെ നേതൃത്വത്തിൽ വിപുലമായ ചില സന്നദ്ധപ്രവർത്തനങ്ങൾ ഏറ്റെടുക്കാൻ തീരുമാനിക്കുന്നത്. ജനപങ്കാളിത്തത്തിന്റെ ആവേശം നിലനിർത്താനും വികസനസമിതിയുടെ പ്രവർത്തനങ്ങൾ മുന്നോട്ടുകൊണ്ടുപോകാനും ഇത് വളരെയേറെ സഹായിക്കുകയും ചെയ്തു.

1. പഞ്ചായത്ത് സ്കൂൾ കോംപ്ലക്സ്: ശാസ്ത്രസാഹിത്യ പരിഷത്തിന്റെയും കണ്ണൂർ ജില്ലാ പഞ്ചായത്തിന്റെയും മുൻകൈയിൽ 27 വിദ്യാലയങ്ങൾ ഉൾക്കൊള്ളുന്ന ശിവപുരം ഹൈസ്കൂൾ കോംപ്ലക്സ് വലിയ പ്രവർത്തനവിജയം നേടിക്കഴിഞ്ഞിരുന്ന ഘട്ടത്തിലാണ് കല്യാശേരി പഞ്ചായത്ത് സ്കൂൾ കോംപ്ലക്സ് രൂപപ്പെടുന്നത്. പഞ്ചായത്തിലെ മുഴുവൻ സ്കൂൾ അദ്ധ്യാപകരെയും ഈ പ്രവർത്തനത്തിൽ അണിനിരത്താൻ കഴിഞ്ഞു. പരിഷത്ത് പ്രവർത്തകനായിരുന്ന ശ്രീ. സി പി ശിവൻ ആയിരുന്നു അന്നത്തെ കല്യാശേരി ഹൈസ്കൂൾ ഹെഡ്മാസ്റ്റർ. അതിനാൽ കല്യാശേരി ഹൈസ്കൂളിന്റെ സമ്പൂർണ്ണ സഹകരണം ഈ പദ്ധതിക്ക് ലഭിച്ചു. ആ വർഷം കല്യാശേരി സ്കൂളിലെ എസ് എസ് എൽ സി വിജയശതമാനം 52 ആയിരുന്നു. പത്തുവർഷംകൊണ്ട് ഇത് 90 ശതമാനത്തിലധികമാക്കണം. അതായിരുന്നു വിദ്യാഭ്യാസ കോംപ്ലക്സിന്റെ പ്രഖ്യാപിതലക്ഷ്യം. 93 ജനുവരിയിൽ ആരംഭിച്ച സ്കൂൾ കോംപ്ലക്സിന്റെ ആദ്യപ്രവർത്തനം, ആ വർഷത്തെ

വാർഷിക പൊതുപരീക്ഷ നടത്തലായിരുന്നു. അതിന്റെ അടിസ്ഥാനത്തിൽ വേണം ജൂൺ മുതലുള്ള തുടർ പ്രവർത്തനങ്ങൾ. നിരവധി പരിശീലനങ്ങളും പീയർമോണിറ്ററിങ്ങും പൊതു പരീക്ഷകളുമൊക്കെയായി കോംപ്ലക്സ് പ്രവർത്തനങ്ങൾ ആവേശകരമായി തന്നെ തുടർന്നു. സംസ്ഥാനത്തെ ആദ്യത്തെ പഞ്ചായത്ത് സ്കൂൾ കോംപ്ലക്സ് മാതൃകയാണെന്ന ഉത്തരവാദിത്വബോധത്തോടു കൂടിത്തന്നെയായിരുന്നു പ്രവർത്തനങ്ങളെല്ലാം. കൂട്ടത്തിൽ പറയട്ടെ, 2003 ലെ എസ് എസ് എൽ സി പരീക്ഷയിൽ, അതാത് സ്കൂൾ കോംപ്ലക്സ് ആരംഭിച്ച് പത്താം വർഷത്തിൽ, കല്യാശേരി ഹൈസ്കൂളിലെ SSLC വിജയശതമാനം 92 ആയി ഉയർന്നു.

2. ജനകീയ പച്ചക്കറികൃഷി: നേരത്തെ നടത്തിയ പച്ചക്കറി ഡിമാന്റ് സർവ്വേയിലൂടെ വലിയ അളവിൽ പച്ചക്കറി ഇറക്കുമതി നടക്കുന്ന വിവരം സ്ഥാപിക്കപ്പെട്ടിരുന്നു. ഇതിനുള്ള പരിഹാരമെന്ന നിലയിലാണ് സന്നദ്ധ പ്രവർത്തകരുടെ കൂട്ടായ്മയിൽ വേനൽക്കാല പച്ചക്കറികൃഷി ആരംഭിച്ചത്. 10 വാർഡുകളിലായി 23 ഗ്രൂപ്പുകളിലായിരുന്നു തുടക്കം. അടുത്ത വർഷങ്ങളിൽ ഗ്രൂപ്പുകളുടെ എണ്ണം വർദ്ധിച്ചു. പ്രാദേശികമായി പച്ചക്കറി കൃഷിക്കുള്ള വമ്പിച്ച സാദ്ധ്യത ഇതിലൂടെ ബോദ്ധ്യപ്പെട്ടു.

3. ഒരു ദിവസം കൊണ്ട് 16 കി മീ തോട് റിപ്പയർ: പഞ്ചായത്തിനകത്ത് ആകെ 16 കി മീ ദൈർഘ്യമുള്ള തോടുകളാണ് ഉണ്ടായിരുന്നത്. ഇതു മുഴുവൻ ഒറ്റദിവസംകൊണ്ട് അറ്റകുറ്റപ്പണി നടത്താനുള്ള ഒരു ബൃഹദ് പദ്ധതി പഞ്ചായത്ത് വികസനസമിതിയുടെ നേതൃത്വത്തിൽ തയ്യാറാക്കി. മൊത്തംറോഡുകളെ 48 ഭാഗങ്ങളാക്കി തിരിച്ച് ഓരോ ഭാഗത്തിന്റെയും സർവ്വേ അവിടത്തുകാർ തന്നെ നടത്തി, അവിടെ ചെയ്യേണ്ട പണികൾ, അതിനാവശ്യമായ സന്നദ്ധപ്രവർത്തകർ, അവർക്കാവശ്യമായ പണിയായുധങ്ങൾ, ഭക്ഷണം തുടങ്ങിയ എല്ലാ കാര്യങ്ങളും തീരുമാനിച്ചു നടപ്പാക്കുകയായിരുന്നു പദ്ധതിയുടെ രീതി. 1994 ഏപ്രിൽ 3 ന് ഒരേസമയത്ത് 48 കേന്ദ്രങ്ങളിലും ഉദ്ഘാടനം നടന്നു. വൈകുന്നേരമാകുമ്പോഴേക്കും പണി മുഴുവൻ തീരുകയും ചെയ്തു. സാമ്പത്തികമായി ഒരു രൂപപോലും ചെലവഴിക്കാതെയാണ് ഈ പണി പൂർത്തിയാക്കിയത്. എല്ലാം പ്രാദേശികമായി സമാഹരിക്കപ്പെട്ടു. ആകെ 742 ആളുകളാണ് ഈ യജ്ഞത്തിൽ പങ്കെടുത്തത്.

4. ജനകീയ തോട് നിർമ്മാണം: പാടം നികത്തിയത് കാരണമുണ്ടായ നീർക്കെട്ട് മൂലം നെൽകൃഷി ചെയ്യാൻകഴിയാഞ്ഞ കല്യാശേരി സൗത്തിൽ 825 മീറ്റർ നീളത്തിൽ ഒറ്റ ദിവസംകൊണ്ട് ഒരുപുതിയ തോട് നിർമ്മിച്ചത് ജനപങ്കാളിത്തത്തിന്റെ മറ്റൊരദ്ധ്യായമായിരുന്നു. കണ്ണൂർ ഗവ. ഐ ടി ഐയുടെ സഹായത്തോടെ ലെവൽ

പ്ലാൻ തയ്യാറാക്കിയതിനു ശേഷം മൊത്തം തോടിന്റെ ദൈർഘ്യ ത്തെ 25 മീ. വീതമുള്ള യൂണിറ്റുകളാക്കി തിരിച്ച് നിർമ്മാണച്ചു മതല വിവിധ സന്നദ്ധസംഘടനകളെയും ബഹുജന സംഘട നകളെയും ഏല്പിക്കുകയായിരുന്നു. 1995 മാർച്ച് 19 ന് നടന്ന ഏകദിന തോട് നിർമ്മാണവും വമ്പിച്ച വിജയമായി.

ഈ ലിസ്റ്റ് ഇനിയും ഒരുപാട് നീട്ടാം. വെള്ളാഞ്ചിറ പാറപ്പുറം റോഡ് നിർമ്മാണം, ഇരിണാവ് തോട്നിർമ്മാണം, ആയുർവ്വേദ ആശുപത്രി റോഡ് റിപ്പയർ, ശ്രീ കുറുംബക്കാവ് റോഡ് അറ്റകുറ്റപ്പണി ഇങ്ങനെ നിരവധി പ്രവർത്തനങ്ങൾ. എല്ലാം സന്നദ്ധപ്രവർത്തനം. നിരവധി വിദഗ് ദ്ധരുടെയും സ്ഥാപനങ്ങളുടെയും ശേഷി ഉപയോഗിച്ചുകൊണ്ടും ഓരോ പ്രവൃത്തിയും സൂക്ഷ്മമായി ആസൂത്രണം ചെയ്തുകൊണ്ടും വികസന സമിതിയുടെ പ്രവർത്തനങ്ങൾ ശക്തമായി മുന്നോട്ടു നീങ്ങി. ആസൂത്ര ണവും നിർവ്വഹണവും ഒപ്പത്തിനൊപ്പം നീങ്ങി. അതോടെ കല്യാശേരി കേരളത്തിന്റെ മുഴുവൻ ശ്രദ്ധ പിടിച്ചുപറ്റുകയും ചെയ്തു.

CDS സെമിനാർ, 1995 ഒക്ടോബർ 23

ഈ സമയത്ത് തിരുവനന്തപുരത്തെ സെന്റർ ഫോർ ഡെവലപ് മെന്റ് സ്റ്റഡീസ് കേന്ദ്രീകരിച്ചുകൊണ്ട് ഡച്ച് ഗവൺമെന്റ് സഹായത്തോടു കൂടി കേരളത്തിലെ അധികാര വികേന്ദ്രീകരണശ്രമങ്ങളെ സഹായി ക്കാനായി ഒരു ദീർഘകാലഗവേഷണപ്രോജക്ട് ആരംഭിച്ചിരുന്നു. (Kerala Research Programme for Local Level Development – KRPLLD) അതിന്റെ നേതൃത്വത്തിൽ കല്യാശേരി അനുഭവങ്ങൾ ചർച്ച ചെയ്യാനായി 1995 ഒക്ടോബർ 2, 3 തീയതികളിൽ CDS ൽ വച്ച് ഒരു സെമിനാർ സംഘ ടിപ്പിക്കപ്പെട്ടു. കല്യാശേരി അനുഭവങ്ങൾ വിശകലനം ചെയ്യുന്ന ഇംഗ്ലീഷി ലുള്ള ഒരു രേഖയും ഇതിനായി തയ്യാറാക്കിയിരുന്നു. കല്യാശേരി അനു ഭവങ്ങൾ വിശദമാക്കുന്ന ഒരു നല്ല പ്രദർശനവും ഇതിന്റെ ഭാഗമായി സംഘടിപ്പിക്കുകയുണ്ടായി.

Learnings from Kalliasseri എന്ന പേരിലുള്ള ഈ സെമിനാർ ഉദ് ഘാടനം ചെയ്തത് സ: ഇ എം എസ് ആയിരുന്നു. സമാപനസമ്മേളന ത്തിൽ അന്നത്തെ മുഖ്യമന്ത്രി ശ്രീ. എ കെ ആന്റണിയും പങ്കെടുത്തു. കല്യാശേരിയിൽ ഓരോ മേഖലയിലും നടന്ന പഠനപ്രവർത്തനങ്ങളും പദ്ധതിനിർവ്വഹണ പ്രവർത്തനങ്ങളും സംബന്ധിച്ച വിശദാംശങ്ങൾ കല്യാശേരിയിൽ നിന്നുള്ള വളണ്ടിയർമാർ തന്നെ അവതരിപ്പിച്ചു. ചില പോരായ്മകളൊക്കെ ചൂണ്ടിക്കാണിക്കപ്പെട്ടുവെങ്കിലും ഈ മാതൃകയാ വണം കേരളത്തിലെ മുഴുവൻ പഞ്ചായത്തുകളും പിന്തുടരേണ്ടത് എന്ന തായിരുന്നു സെമിനാറിന്റെ മുഖ്യ ശുപാർശ.

കല്യാശേരി സെമിനാർ, 1995 ഡിസംബർ 17

CDS സെമിനാറിനു ശേഷം ഡിസംബർ 17 ന് കല്യാശേരിയിലും വലിയ ജനപങ്കാളിത്തമുള്ള ഒരു സെമിനാർ നടന്നു. ഇതിന്റെയും ഉദ്ഘാടകൻ സ: ഇ എം എസ് തന്നെയായിരുന്നു. ഒട്ടേറെ വിദഗ്ദ്ധർ പങ്കെടുത്ത ഈ സെമിനാറും കല്യാശേരിയിലെ വികസന പരീക്ഷണങ്ങൾക്ക് ദിശാസൂചന നല്കുന്നതായിരുന്നു.

PLDP - അഞ്ച് പഞ്ചായത്തുകളിലെ പങ്കാളിത്തവികസന ഗവേഷണപരിപാടി

CDS സെമിനാറിനു ശേഷം പരിഷത്തിന്റെ ഗവേഷണ സ്ഥാപനമായ IRTC, കല്യാശേരി അനുഭവങ്ങളുടെ അടിസ്ഥാനത്തിൽ മറ്റു പഞ്ചായത്തുകളിൽ കുറേക്കൂടി ചിട്ടയായും സമയബന്ധിതമായും പ്രാദേശിക വികസനഗവേഷണം തുടരുന്നതിനായി KRPLLD യ്ക്ക് ഒരു പ്രോജക്ട് സമർപ്പിച്ചു. ഇതാണ് മയ്യിൽ, ഒഞ്ചിയം, മാടക്കത്തറ, കുമരകം, മെഴുവേലി എന്നീ 5 പഞ്ചായത്തുകളിൽ നടപ്പാക്കിയ PLDP (Participatory Local Development Planning) പദ്ധതി. 1995 ഏപ്രിലിൽ ഈ പദ്ധതി പ്രവർത്തനമാരംഭിച്ചു. അതിന്റെ പ്രവർത്തനം പൂർത്തിയാകുന്നതിനു മുമ്പാണ് ജനകീയാസൂത്രണ പ്രസ്ഥാനം പൊടുന്നനെ വന്നെത്തിയത്. തുടർന്ന് PLDP യുടെ എല്ലാ സംവിധാനങ്ങളും ജനകീയാസൂത്രണപ്രസ്ഥാനത്തിനു വേണ്ടി പ്രയോജനപ്പെടുത്തുകയായിരുന്നു.

1996 ലെ നിയമസഭാ തിരഞ്ഞെടുപ്പിൽ അധികാര വികേന്ദ്രീകരണമായിരുന്നു മുഖ്യ വിഷയം. രണ്ട് മുന്നണികളും, തങ്ങൾ അധികാരത്തിൽ വന്നാൽ പ്ലാൻ ഫണ്ടിന്റെ ഗണ്യമായ ഭാഗം തദ്ദേശഭരണ സ്ഥാപനങ്ങൾക്ക് നല്കുമെന്ന പരസ്യനിലപാട് സ്വീകരിച്ചു. തിരത്തെടുപ്പിൽ LDF വിജയിച്ചു.

ജൂലൈ മാസത്തിലെ കോരിച്ചൊരിയുന്ന മഴക്കാലത്ത് PLDP യുടെ 'കാലവർഷത്തെ വരവേല്ക്കാം' എന്ന പരിപാടിയുടെ മൂന്ന് ദിവസത്തെ സംസ്ഥാനതല പരിശീലനം കോഴിക്കോട് ജില്ലയിലെ ഒഞ്ചിയം പഞ്ചായത്തിൽ നടക്കുകയാണ്. ഈ ലേഖകനെ കൂടാതെ പ്രോജക്ടുമായി ബന്ധപ്പെട്ടു പ്രവർത്തിക്കുന്ന പരിഷത്തിന്റെ മുതിർന്ന പ്രവർത്തകരെല്ലാം, ഡോ. എം പി, ടി പി കുഞ്ഞിക്കണ്ണൻ, കൊടക്കാട് ശ്രീധരൻ, കെ ടി രാധാകൃഷ്ണനൻ, വി ജി മൻമോഹൻ തുടങ്ങിയവരൊക്കെ ഒഞ്ചിയത്തുണ്ട്. രണ്ടാം ദിവസത്തെ പരിശീലനം കഴിഞ്ഞ് എല്ലാവരും ഊരാളുങ്കൽ ലേബർ കോൺട്രാക്ട് സൊസൈറ്റി സെക്രട്ടറി ശ്രീ. പാലേരി രമേശന്റെ വീട്ടിൽ ഒത്തുകൂടിയിരിക്കുകയാണ്. രാത്രി 9 മണിയോടെ ഡോ. തോമസ് ഐസക്കും ശ്രീ. സി പി നാരായണനും അവിടേക്ക് കയറിവന്നു. പുതുതായി രൂപീകരിച്ച പ്ലാനിങ് ബോർഡ് മെമ്പർമാരാണ് രണ്ടുപേരും. പ്ലാനിങ് ബോർഡ് യോഗം കഴിഞ്ഞുള്ള വരവാണ്. ജനകീയാസൂത്രണ പ്രസ്ഥാനം നടത്താൻ സർക്കാർ തീരുമാനിച്ചിരിക്കുന്നു. അതിനുള്ള പരിപാടിയുണ്ടാക്കണം. അതാണ് വരവിന്റെ ഉദ്ദേശം.

അന്ന് ഞങ്ങളാരും ഉറങ്ങിയില്ല. ആ ചർച്ചയിലാണ് ജനകീയാസൂത്രണ പ്രസ്ഥാനത്തിന്റെ കരടു പരിപാടി രൂപം കൊള്ളുന്നത്. അതിലേക്ക് മാർഗ്ഗദർശനം നല്കിയത് മുഖ്യമായും കല്യാശേരി ആസൂത്രണാനുഭവങ്ങളും അതിന്റെ തുടർ പരിപാടിയായി രൂപംകൊണ്ട PLDP യും. ഈ കരടുപരിപാടിയെ മെച്ചപ്പെടുത്താനുള്ള തുടർചർച്ചകളിൽ വേറെ പല വികസനപരീക്ഷണങ്ങളും കയറിവന്നു. അവയൊക്കെത്തന്നെ ഏതൊരു പഞ്ചായത്തിന്റെയും വികസന പദ്ധതിയിൽ ഉൾച്ചേർക്കാവുന്നവയായിരുന്നു. അവയേതൊക്കെയെന്ന് നോക്കാം.

1. തൃക്കുന്നപ്പുഴയിലെ കുടിവെള്ള കക്കൂസ് പദ്ധതി: ആലപ്പുഴ ജില്ലയിലെ ഒരു ചെറിയ തീരദേശ പഞ്ചായത്താണ് തൃക്കുന്നപ്പുഴ. എൺപതുകളിൽ ഈ പ്രദേശത്തെ കുടിവെള്ളത്തിന്റെയും കക്കൂസുകളുടെയും അവസ്ഥ പരിതാപകരമായിരുന്നു. പൊതുവേ എല്ലാവരും കായൽക്കരയിൽ കെട്ടിയുണ്ടാക്കുന്ന തുറന്ന കക്കൂസുകളാണ് ഉപയോഗിച്ചിരുന്നത്. അങ്ങനെ സ്വന്തം വിസർജ്ജ്യം എത്തിച്ചേർന്ന കായലിലെ വെള്ളം തന്നെയാണ് പലരും കുടിവെള്ളത്തിനുപോലും ഉപയോഗിച്ചിരുന്നത്. എല്ലാ മഴക്കാലത്തും ഇവിടെ വയറിളക്ക രോഗങ്ങൾ പതിവായിരുന്നു. ആലപ്പുഴയിലെ കയർവ്യവസായത്തെക്കുറിച്ച് പഠിക്കാനായി വന്ന ഒരു ഡച്ച് ഗവേഷകന്റെ ശ്രമഫലമായി ഡച്ച് ഗവൺമെന്റിന്റെ സഹായത്തോടെ ഇവിടെ ഒരു കുടിവെള്ളപദ്ധതി നടപ്പാക്കി. പദ്ധതിയുടെ തുടർ നടത്തിപ്പിന് ശക്തമായ ഒരു ജനകീയ സംവിധാനം രൂപപ്പെടുത്തി എന്നുള്ളത് ഇതിന്റെ പ്രത്യേകതയായിരുന്നു. ജല വിതരണത്തിനായി സ്ഥാപിച്ച ഓരോ ടാപ്പിനും അതിന്റെ ഗുണഭോക്താക്കളടങ്ങിയ കമ്മിറ്റി രൂപികരിച്ചു. ടാപ്പുകൾക്ക് കേടുപാട് പറ്റിയാൽ അത് പരിഹരിക്കാൻ പ്രാദേശിക പ്രവർത്തകർക്ക് പരിശീലനവും നല്കി. വാട്ടർ അതോറിറ്റിയുടെ സോഷ്യോ ഇക്കണോമിക്ക് യൂണിറ്റിന്റെ നേതൃത്വത്തിൽ അവിടെ വിപുലമായ ബോധവല്ക്കരണ പ്രവർത്തനങ്ങളും നടത്തി. അതോടെ എല്ലാ വീടുകൾക്കും സുരക്ഷിതമായ കക്കൂസുകൾ ഉണ്ടാവണമെന്നായി ജനങ്ങളുടെ ആഗ്രഹം. സർവേയുടെ അടിസ്ഥാനത്തിൽ കണ്ടെത്തിയ 2000 കുടുംബങ്ങൾക്ക് സ്വന്തമായി കക്കൂസ് നിർമ്മിക്കാനുള്ള 65 ലക്ഷം രൂപയുടെ ഒരു പദ്ധതി അങ്ങനെയാണ് തയ്യാറായത്. നീർക്കെട്ടുണ്ടാകുന്ന സ്ഥലമായതിനാൽ, ഭൂനിരപ്പിൽ നിന്ന് ഉയർന്നു നില്ക്കുന്ന ടാങ്കുള്ള സവിശേഷമായ ഒരു കക്കൂസ് ഡിസൈൻ രൂപപ്പെട്ടു. കക്കൂസ് ശരിയായ രീതിയിൽ ഉപയോഗിക്കേണ്ടതെങ്ങനെ എന്ന് ജനങ്ങളെ പരിശീലിപ്പിച്ചു. ടാപ്പുകളും കക്കൂസും നന്നായി ഉപയോഗിക്കുന്നവർക്കുള്ള അവാർഡ് പോലും അവർ ഏർപ്പെടുത്തി. അതോടെ, ജലജന്യരോഗങ്ങൾക്ക് തൃക്കുന്നപ്പുഴയിൽ പ്രവേശനമില്ലാതായി.
2. കുന്നോത്ത്പറമ്പിലെ ജലസംരക്ഷണം: കണ്ണൂർ ജില്ലയിൽ പെരിങ്ങളം അസംബ്ലി മണ്ഡലത്തിൽ ഉൾപ്പെടുന്ന, ഏതാണ്ട് 30 ച കി

മീ വിസ്തൃതിയുള്ള ഒരു ഗ്രാമപഞ്ചായത്താണ് കുന്നോത്തു പറമ്പ്. 1994 ലെ വേനൽക്കാലത്താണ് കണ്ണൂർ ജില്ലാവാട്ടർ കൺസർവേഷൻ സൊസൈറ്റിയുടെ പിന്തുണയോടെയും ശാസ്ത്ര സാഹിത്യ പരിഷത്തിന്റെ സഹായത്തോടെയും ഈ പഞ്ചായത്തിൽ വിപുലമായ ജലസംരക്ഷണ പ്രവർത്തനങ്ങൾ ആരംഭിച്ചത്. ഇവിടെ പുത്തൂർപുഴ, കൊളവല്ലൂർപുഴ, എന്നീ പേരുകളിൽ അറിയപ്പെടുന്ന രണ്ട് തോടുകളും അവയിലേക്ക് നീരൊഴുക്കുന്ന 22 ചെറു നീർത്തടങ്ങളും ഉണ്ടായിരുന്നു. ഇവയെ കേന്ദ്രീകരിച്ചുകൊണ്ട് ജലസംരക്ഷണ പ്രവർത്തനങ്ങൾ നടത്തുകയും കുടിവെള്ളക്ഷാമത്തിന് പരിഹാരം കാണുകയുമായിരുന്നു പഞ്ചായത്തിന്റെ ലക്ഷ്യം. വിപുലമായ ബോധവല്ക്കരണ പ്രവർത്തനങ്ങളിലൂടെ ജനപങ്കാളിത്തം ഉറപ്പാക്കാനാണ് അവർ ആദ്യമായി ശ്രമിച്ചത്. ഇതിനായി 'ജലപർവ്വം' എന്ന പേരിൽ ഒരു പ്രാദേശിക കലാട്രൂപ്പ് രൂപീകരിക്കുകയും നിരവധി കലാപരിപാടികളിലൂടെ ജലസാക്ഷരതയുടെ ആദ്യപാഠങ്ങൾ ജനങ്ങളിലെത്തിക്കുകയും ചെയ്തു. തുടർന്ന്, രണ്ടു തോടുകളിലുമായി വമ്പിച്ച ജനപങ്കാളിത്തത്തോടെ 32 തടയണകൾ നിർമ്മിച്ചു. വലിയ പണച്ചെലവൊന്നുമില്ലാതെ, പ്രാദേശികമായി ലഭ്യമായ പല വസ്തുക്കളും ഉപയോഗിച്ചായിരുന്നു അവരുടെ തടയണകളെല്ലാം. ലളിതമായ ഈ പ്രവർത്തനത്തിന്റെ ഫലം കണ്ണു തുറപ്പിക്കുന്നതായിരുന്നു. ജലലഭ്യത പ്രകടമായിത്തന്നെ വർദ്ധിച്ചു. ഒരു പരിധിവരെ പഞ്ചായത്തിലെ കുടിവെള്ളപ്രശ്നം പരിഹരിക്കപ്പെടുകയും ചെയ്തു.

3. പെരിങ്ങോംവയക്കരയിലെ മൃഗസംരക്ഷണ മാതൃക: 1994ലാണ് കേരള വെറ്ററിനറി സർജൻസ് അസോസിയേഷൻ കണ്ണൂർ ജില്ലയിലെ പെരിങ്ങോം വയക്കര പഞ്ചായത്തിനെ ദത്തെടുക്കുന്നത്. ആ സംഘടനയുടെ ഭാരവാഹിയായിരുന്നു അവിടുത്തെ വെറ്ററിനറി സർജൻ. കുറഞ്ഞ മുതൽമുടക്കിൽ ചെറിയ കാലംകൊണ്ട് കൂടുതൽ വരുമാനമുണ്ടാക്കാൻ കഴിയുന്ന മേഖലയായി മൃഗസംരക്ഷണത്തെ പ്രയോജനപ്പെടുത്തുക, തൊഴിൽ സാദ്ധ്യത വർദ്ധിപ്പിക്കുക, കുടുംബവരുമാനം വർദ്ധിപ്പിക്കുക, പാൽ, മാംസം എന്നിവയുടെ ലഭ്യത വർദ്ധിപ്പിക്കുക, ജന്തുജന്യ രോഗങ്ങൾക്കും ജന്തു രോഗങ്ങൾക്കും നിവാരണം കാണുക തുടങ്ങിയവയായിരുന്നു ലക്ഷ്യങ്ങൾ. 50 വീടിന് ഒരു പ്രതിനിധി എന്ന നിലയിലുള്ള ജനകീയസംവിധാനം രൂപപ്പെടുത്തലായിരുന്നു ആദ്യപ്രവർത്തനം. ജനകീയ സംവിധാനത്തിന്റെ നേതൃത്വത്തിൽ 95 മാർച്ച് മാസത്തിൽ 16000 വീടുകളിൽ സർവേ നടത്തി, അതിന്റെ അടിസ്ഥാനത്തിലായിരുന്നു പദ്ധതി രൂപീകരണം. പേവിഷ നിയന്ത്രണപരിപാടി, വളർത്തുനായ്ക്കൾക്കെല്ലാം ലൈസൻസ് നല്കൽ, തെരുവ് പട്ടികളെ നശിപ്പിക്കൽ, പ്രതിമാസ മൃഗപരിശോധന ക്ലിനിക്കുകൾ, മൃഗങ്ങളുടെ വന്ധ്യതാ നിവാരണ ക്യാമ്പ്, സാർവ്വത്രികപ്രതിരോധ

കുത്തിവെപ്പ്, നവീന ആടുവളർത്തൽരീതി പ്രചരിപ്പിക്കൽ എന്നിങ്ങനെ നിരവധി പദ്ധതികളാണ് നടപ്പാക്കിയത്.

4. ഒളവണ്ണയിലെ നൂതനമായ കുടിവെള്ളപദ്ധതികൾ : കോഴിക്കോട് നഗരപ്രാന്തത്തിലെ നല്ല ജനസാന്ദ്രതയുള്ള ഒരു ഗ്രാമപഞ്ചായത്താണ് ഒളവണ്ണ. 32 ചെറിയ കുന്നുകളും രണ്ട് പുഴകളുമുണ്ട് ഒളവണ്ണയിൽ. കുടിവെള്ളപ്രശ്നം എക്കാലത്തും ഇവിടെ രൂക്ഷമായിരുന്നു. കുഴിച്ച കിണറുകളിൽ പലതിലും വെള്ളം കിട്ടുന്നില്ല; അല്ലെങ്കിൽ ഉപ്പുവെള്ളമാണ് കിട്ടുന്നത്. ഇതായിരുന്നു പ്രശ്നം. പരിഹാരം അവർ തന്നെ കണ്ടെത്തി. ആവശ്യക്കാരായ വീട്ടുകാരെല്ലാം ചേർന്നു നല്ല വെള്ളം കിട്ടുമെന്ന് ഉറപ്പുള്ള ഒരു സ്ഥലത്ത് കിണർ കുഴിക്കുക. അതിൽനിന്ന് പൈപ്പ് വഴി എല്ലാ വീട്ടിലേക്കും വെള്ളമെത്തിക്കുക. ചെലവ് എല്ലാവരുംകൂടി പങ്കിട്ടെടുക്കുക. ഇതായിരുന്നു ജനങ്ങൾ കണ്ടെത്തിയ പരിഹാരം. 1991 ൽ 23 വീട്ടുകാർ ചേർന്ന് ആദ്യത്തെ കുടിവെള്ളഗ്രൂപ്പ് രൂപീകരിച്ച് പദ്ധതി നടപ്പാക്കി. വിജയകരമെന്ന് കണ്ടതോടെ ഈ രീതി കൂടുതൽ സ്ഥലങ്ങളിലേക്ക് വ്യാപിക്കുകയും ചെയ്തു. അതോടെ ഒളവണ്ണയിലെ കുടിവെള്ള പ്രശ്നത്തിന് പരിഹാരവുമായി. അതോടെ ഒളവണ്ണ മോഡൽകുടിവെള്ള പദ്ധതികൾ പ്രശസ്തമായി.

5. കഞ്ഞിക്കുഴിയിലെ പച്ചക്കറിവിപ്ലവം: കഞ്ഞിക്കുഴിയിലെ ആനത്തലമത്തനും കാളക്കൊമ്പൻ വെണ്ടക്കയും ഒരു മീറ്റർ പയറുമൊക്കെ ഇന്ന് പ്രസിദ്ധമാണ്. 1995 ലെ തിരഞ്ഞെടുപ്പിൽ അധികാരത്തിൽവന്ന പഞ്ചായത്ത് ഭരണസമിതിയുടെ നേതൃത്വത്തിലാണ് ആലപ്പുഴ ജില്ലയിലെ ഈ തീരദേശപഞ്ചായത്തിൽ പച്ചക്കറിവിപ്ലവം ആരംഭിക്കുന്നത്. മറ്റേതൊരു പ്രാദേശിക വികസന പരീക്ഷണത്തിലും എന്നതുപോലെ ശക്തമായ ജനകീയസംവിധാനം ഒരുക്കുകയാണ് ആദ്യം ചെയ്തത്. വിപുലമായ ബോധവല്ക്കരണത്തിനുശേഷം ഓരോ വാർഡിനും എട്ടുപത്ത് പച്ചക്കറി ക്ലസ്റ്റർഗ്രൂപ്പുകൾ. ഇവരുടെ നേതൃത്വത്തിലാണ് പഞ്ചായത്തിലെ ആറായിരത്തോളം വീടുകളിൽ ഒരൊറ്റ ദിവസം തന്നെ പച്ചക്കറികൃഷി ആരംഭിക്കുന്നത്. കാർഷിക സർവ്വകലാശാലയിൽനിന്നും ശേഖരിച്ച ഏഴിനം പച്ചക്കറി വിത്തുകൾ അടങ്ങിയ 6000 പാക്കറ്റുകൾ. 1996 ജൂൺ 26 ന് പഞ്ചായത്ത് പച്ചക്കറികൃഷി ദിനമായി ആചരിച്ചു. ആ ദിവസം തന്നെ എല്ലാ വീട്ടുകാരും വിത്തുകൾ നടുകയും ചെയ്തു. നാട്ടുമരങ്ങളുടെ കമ്പുകളും വിലകുറഞ്ഞയിനം കയറും ഉപയോഗിച്ചുള്ള പന്തലുകൾ പഞ്ചായത്താകെ നിറഞ്ഞു. അങ്ങനെ ജൂൺ അവസാനം ആരംഭിച്ച പച്ചക്കറികൃഷി വലിയ ആഘോഷമായി സെപ്തംബറിൽ അവസാനിച്ചു. പുതുമകളോടെ കഞ്ഞിക്കുഴി ഈ പാരമ്പര്യം ഇന്നും തുടർന്നുപോരുന്നു.

6. മടിക്കൈയിലെ വിദ്യാഭ്യാസ കോംപ്ലക്സ്: കല്യാശേരിയിൽ കേരളത്തിലെ ആദ്യത്തെ പഞ്ചായത്ത് സ്കൂൾകോംപ്ലക്സ് ആരംഭി

ച്ചതിനു തൊട്ടുപിറകെ തന്നെയാണ് 1993 ജൂണിൽ കാസർഗോഡ് ജില്ലയിലെ മടിക്കൈയിൽ പഞ്ചായത്ത് സ്കൂൾ കോംപ്ലക്സ് ആരംഭിക്കുന്നത്. കാസർഗോഡ് ജില്ലാ കൗൺസിൽ നടപ്പാക്കിയ 'അക്ഷരപ്പുലരി' പദ്ധതിയുടെ പ്രചോദനവും ജില്ലാ കൗൺസിലിന്റെ പിന്തുണയും അതിനു പിറകിലുണ്ടായിരുന്നു. ജനപങ്കാളിത്തം വർദ്ധിപ്പിക്കുന്നതിനും വിദ്യാഭ്യാസ ഗുണനിലവാരം ഉയർത്തുന്നതിനുമുള്ള നിരവധി പ്രവർത്തനങ്ങൾ അവർ നടപ്പാക്കി. പൊതുപരീക്ഷകൾ, അദ്ധ്യാപകർക്കും രക്ഷിതാക്കൾക്കും വേണ്ടിയുള്ള പലവിധ പരിശീലനങ്ങൾ, കുട്ടികൾക്ക് സഹവാസ ക്യാമ്പുകൾ, പഠനയാത്രകൾ എന്നിവയൊക്കെ ശ്രദ്ധേയമായി. പഠനോപകരണങ്ങൾ നിർമ്മിക്കുന്നതിൽ രക്ഷിതാക്കളുടെയും പൂർവ്വ വിദ്യാർത്ഥികളുടെയും കരകൗശലശേഷി പ്രയോജനപ്പെടുത്തിയത് ഒരു നല്ല മാതൃക സൃഷ്ടിച്ചു. മൊത്തത്തിൽ പഞ്ചായത്ത് സ്കൂൾ കോംപ്ലക്സുകൾക്ക് നല്ലൊരു മാതൃകയായിരുന്നു മടിക്കൈ കോംപ്ലക്സ്.

7. പിലിക്കോട് പഞ്ചായത്തിലെ സമ്പൂർണ്ണ ശുചിത്വപദ്ധതി: കേരളത്തിൽ നിർമ്മൽ പഞ്ചായത്ത് പുരസ്കാരം ലഭിച്ച ആദ്യ പഞ്ചായത്താണ് കാസർഗോഡ് ജില്ലയിലെ പിലിക്കോട്. 1995 ഡിസംബർ മാസത്തിലാണ് ഒരു സമഗ്ര ആരോഗ്യപദ്ധതിയും അതിന്റെ ഭാഗമായുള്ള സമഗ്ര ശുചിത്വപദ്ധതിയും സംബന്ധിച്ച രൂപരേഖ പഞ്ചായത്ത് തയ്യാറാക്കുന്നത്. ഇതിന്റെ നടത്തിപ്പിനായി ശക്തമായ ഒരു ബഹുജനസംവിധാനവും പഞ്ചായത്ത് രൂപീകരിച്ചു. 4050 വീടുകൾ കേന്ദ്രീകരിച്ചു നടത്തിയ ഗൃഹസദസ്സുകളിലും സ്കൂൾ അസംബ്ലികളിലും ആയിരുന്നു ബോധവല്ക്കരണം. 1996 ജനുവരി 26 ന് പന്ത്രണ്ടായിരത്തോളം വളണ്ടിയർമാർ പങ്കെടുത്ത വിപുലമായ ഒരു സർവേയിലൂടെ പഞ്ചായത്തിലെ ശുചിത്വപ്രശ്നങ്ങൾ കണ്ടെത്തി. ആകെയുള്ള 4476 വീടുകളിൽ 2020 വീടുകളിലും കക്കൂസ് ഉണ്ടായിരുന്നില്ല. ഇവയിൽ തന്നെ 1900 വീടുകളും ബി പി എൽ വിഭാഗത്തിലുള്ളതായിരുന്നു. മുഴുവൻ വീടുകൾക്കും കക്കൂസ് ലഭ്യമാക്കുന്നതിന് 55 ലക്ഷം രൂപയുടെ ഒരു പദ്ധതി തയ്യാറാക്കി സംസ്ഥാന ഗവൺമെന്റിന് സമർപ്പിക്കുകയും അത് നേടിയെടുക്കുകയും ചെയ്തു. ശുചിത്വപ്രവർത്തനങ്ങളെ പൊതുജനാരോഗ്യ പ്രശ്നങ്ങളുമായി ബന്ധപ്പെടുത്തി വ്യാപകമായ ബോധവല്ക്കരണം നടത്താൻ കഴിഞ്ഞത് ഈ പദ്ധതിയുടെ വലിയൊരു നേട്ടമായി. ഇതിനെത്തുടർന്നാണ് എല്ലാവർക്കും കുടിവെള്ളം, എല്ലാവർക്കും വീട് എന്നീ ലക്ഷ്യങ്ങൾ വച്ചുകൊണ്ടുള്ള പ്രവർത്തനങ്ങളിലേക്ക് പഞ്ചായത്ത് നീങ്ങിയത്.

8. താനാളൂരിലെ പൊതുജനാരോഗ്യവിപ്ലവം: മലപ്പുറം ജില്ലയിലെ താനാളൂർ ഗ്രാമപഞ്ചായത്ത് 1993 ആഗസ്ത് മാസത്തിലാണ് ഒരു ജനകീയാരോഗ്യപദ്ധതിക്ക് രൂപംനല്കിയത്. ആരോഗ്യവകുപ്പ്, പഞ്ചായത്ത് സാക്ഷരതാസമിതി, മലപ്പുറം ജില്ലാ കൗൺസിൽ

കേരള ശാസ്ത്രസാഹിത്യ പരിഷത്ത് എന്നിവയുടെ സംയുക്ത സംരംഭമായിരുന്നു ഇത്. പഞ്ചായത്തിലെ വിവിധ രാഷ്ട്രീയ സാംസ്കാരിക സംഘടനകളും ആവശ്യമായ പിന്തുണ നല്കി. പ്രാഥമികാരോഗ്യ കേന്ദ്രങ്ങളുടെ പ്രവർത്തനത്തിൽ ജനങ്ങളുടെ വിശ്വാസം വർദ്ധിപ്പിക്കുകയും ബഹുജന പങ്കാളിത്തത്തോടെ വിവിധ പൊതുജനാരോഗ്യ പ്രവർത്തനങ്ങൾ സംഘടിപ്പിക്കുകയും ചെയ്യുകയായിരുന്നു പദ്ധതിയുടെ ലക്ഷ്യങ്ങൾ. ബഹുജന ആരോഗ്യവിദ്യാഭ്യാസ പരിപാടി, സാർവ്വത്രിക രോഗപ്രതിരോധ കുത്തിവെപ്പ്, സ്കൂളുകൾ കേന്ദ്രീകരിച്ചുള്ള ആരോഗ്യപ്രവർത്തനങ്ങൾ, പൊതുജനാരോഗ്യ സദസ്സുകൾ, രോഗനിർണ്ണയ ക്യാമ്പുകൾ, പരിസരശുചിത്വം മെച്ചപ്പെടുത്തുന്നതിനുള്ള കർമ്മ പരിപാടി എന്നിങ്ങനെ നിരവധി പ്രവർത്തനങ്ങളാണ് അവർ സമയബന്ധിതമായി നടപ്പാക്കിയത്. പ്രത്യേകമായി രൂപപ്പെടുത്തിയ സിലബസും കൈപ്പുസ്തകവും ഉപയോഗിച്ച്, പഞ്ചായത്ത് തല സംഘാടകസമിതി തെരഞ്ഞെടുത്ത് പരിശീലിപ്പിച്ച 200 പ്രാദേശിക ആരോഗ്യ പ്രവർത്തകരാണ് ഈ പ്രവർത്തനങ്ങളെല്ലാം നടപ്പാക്കിയത്. അവരുടെ നേതൃത്വത്തിൽ വിശദമായ ഒരു ആരോഗ്യ സർവേയും താനാളൂരിൽ നടക്കുകയുണ്ടായി. ക്യാൻസർ രോഗികളെയും ഹൃദ്രോഗികളെയും കുഷ്ഠരോഗികളെയും കണ്ടെത്തി അവർക്കെല്ലാം ഉചിതമായ ചികിത്സ ഏർപ്പെടുത്താൻ കഴിഞ്ഞു. കുട്ടികളുടെ ആരോഗ്യ പ്രശ്നങ്ങൾ കണ്ടെത്താനായി അദ്ധ്യാപകർക്ക് പ്രത്യേക പരിശീലനം നല്കുകയും അതിനായി *ക്ലാസ്മുറിയിലെ ആരോഗ്യം* എന്ന കൈപ്പുസ്തകം തയ്യാറാക്കുകയും ചെയ്തു. സ്കൂളുകൾ തോറും ഹെൽത്ത് ക്ലബ്ബുകൾ രൂപംകൊണ്ടു. ഇങ്ങനെ ആരോഗ്യമേഖലയിലാകെ മാറ്റം വന്നപ്പോൾ അതിന്റെ ഭാഗമായി പ്രാഥമികാരോഗ്യകേന്ദ്രത്തിലും ഒരുപാട് മാറ്റങ്ങൾ വന്നു. അങ്ങനെ താനാളൂർ, കേരളത്തിലെ ആദ്യത്തേത് എന്ന് പറയാവുന്ന ജനകീയാരോഗ്യ പഞ്ചായത്തായി മാറി.

ഇവിടെ പരാമർശിച്ച വികസനമാതൃകകളൊക്കെത്തന്നെ ജനകീയാസൂത്രണ പ്രസ്ഥാനം ആരംഭിക്കുന്നതിനുമുമ്പുള്ളവയായിരുന്നു. ഇവയെല്ലാം വ്യത്യസ്ത പഞ്ചായത്തുകളിൽ രൂപംകൊണ്ടതാണെങ്കിലും പ്രാദേശിക ഭേദഗതികളോടെ എവിടെയും നടപ്പാക്കാവുന്നവയായിരുന്നു. ജനകീയാസൂത്രണ പ്രസ്ഥാനത്തോടൊപ്പം രൂപംകൊണ്ട നിരവധി മാതൃകാ പദ്ധതികൾ പില്ക്കാലത്ത് പല തദ്ദേശഭരണസ്ഥാപനങ്ങളിലും ഉണ്ടായിട്ടുണ്ട്. ഇവയൊക്കെത്തന്നെ ഈ പ്രസ്ഥാനത്തെ മുന്നോട്ടു കൊണ്ടുപോകാൻ സഹായിച്ചിട്ടുമുണ്ട്.

അധികാര വികേന്ദ്രീകരണത്തിൽ സാമൂഹിക അവലോകന പരീക്ഷണം

ബി ബിജു

ആമുഖം

കേരള സംസ്ഥാന രൂപീകരണത്തിനുമുമ്പ് തന്നെ തിരുവിതാംകൂറിലും കൊച്ചിയിലും പഞ്ചായത്തു യൂണിയനുകളിലും മലബാറിൽ ജില്ലാ ബോർഡും പ്രവർത്തിച്ചു വന്ന ചരിത്ര പശ്ചാത്തലമാണുള്ളത്. 1952 മുതൽ ദ്വയാംഗ പഞ്ചായത്ത് സംവിധാനവും 1963 മുതൽ കേരള പഞ്ചായത്ത് മുനിസിപ്പാലിറ്റി ആക്ടുകൾ പ്രകാരമുള്ള തദ്ദേശഭരണ സംവിധാനവും നിലവിൽ വന്നു. 1989 ൽ ശക്തവും ജനാധിപത്യപരവും ഏറെ പ്രതീക്ഷ നിർഭരവുമായ ജില്ലാകൗൺസിൽ സംവിധാനവും കേരളത്തിൽ പ്രാവർത്തികമാക്കപ്പെട്ടു. 1994 മുതൽ 73, 74 ഭരണഘടന നിയമ ഭേദഗതി അനുസരിച്ച് കേരള പഞ്ചായത്ത് രാജ് - മുനിസിപ്പാലിറ്റീസ് ആക്ട് എന്നിവ പ്രകാരമുള്ള ത്രിതല പഞ്ചായത്തുകളും നഗരഭരണ സ്ഥാപനങ്ങളും വ്യവസ്ഥാപിതമായി. തദ്ദേശസ്ഥാപനങ്ങൾ, ഭരണഘടനാസ്ഥാപനങ്ങളായി ഭരമേൽപ്പിക്കപ്പെട്ട അധികാരങ്ങളുമായി പ്രവർത്തനമാരംഭിച്ചിട്ട് കാൽനൂറ്റാണ്ട് പിന്നിടുന്നു.

1997 മുതൽ അധികാര വികേന്ദ്രീകരണ-വികേന്ദ്രീകൃതാസൂത്രണ പ്രവർത്തനങ്ങളുടെ ചരിത്രപരമായ നിർവ്വഹണം നടത്തിയ സംസ്ഥാനമാണ് കേരളം. 1999, 2000, 2009 മുതലായ വർഷങ്ങളിലെ നിർണ്ണായക ഭേദഗതികളിലൂടെ തദ്ദേശഭരണ സംവിധാനം ശക്തിപ്പെടുത്തുവാനും സ്ത്രീ പങ്കാളിത്തം ഉയർത്താനും ഗ്രാമസഭകൾ വഴി ജനപങ്കാളിത്തം വർദ്ധിപ്പിക്കാനുള്ള ശ്രദ്ധേയമായ നീക്കവും ഉണ്ടായി.

ജനാധിപത്യ - വികസന വികേന്ദ്രീകരണ പ്രക്രിയയുടെ കേരളത്തിലെ നിർവ്വഹണത്തിൽ കേന്ദ്ര- സംസ്ഥാന പദ്ധതി നടത്തിപ്പിന്റെ മൂലധനം, വികേന്ദ്രീകൃത വികസനാസൂത്രണ മുന്നേറ്റം, പരിചിത

സ്വയംഭരണ സാദ്ധ്യതയുടെ പരമാവധി ഉപയോഗം, സദ്ഭരണ ഘടകങ്ങളായ സുതാര്യത, നഷ്ടോത്തരവാദിത്വം, പൗരസേവനാവകാശം തുടങ്ങിയവയുടെ പ്രായോഗികത എന്നിങ്ങനെ ഓട്ടേറെ സവിശേഷതകൾ കാണാം. 2005 ലെ ദേശീയ വിവര ലഭ്യതാ നിയമത്തിന് ഏറെ മുമ്പു തന്നെ 1999 ൽ തന്നെ അദ്ധ്യായം 25 എ (വകുപ്പ് 271 എയും ബിയും) ഏർപ്പെടുത്തിക്കൊണ്ട് സദ്ഭരണ പ്രക്രിയയ്ക്ക് നാന്ദികുറിച്ച സംസ്ഥാനമാണ് കേരളം. ഇതിൽ ഏറെ പ്രസക്തവും പ്രധാനവുമാണ് സാമൂഹ്യാവലോകനം (സോഷ്യൽ ഓഡിറ്റ്) നിർവ്വഹണ വ്യവസ്ഥ. അതിന്റെ സാധൂകരണ പരിശ്രമമാണ് ഇപ്പോൾ നെടുമങ്ങാട് ബ്ലോക്ക് പഞ്ചായത്ത് ഏറ്റെടുത്ത ഉദ്യമം.

1954 ൽ തന്നെ നിലവിൽ വന്നതാണ് നെടുമങ്ങാട് ഗ്രാമ വികസന ബ്ലോക്ക്. 1994 ൽ പനവൂർ, ആനാട്, അരുവിക്കര, വെമ്പായം, കരകുളം എന്നീ അഞ്ച് ഗ്രാമ പഞ്ചായത്തുകൾ ഉൾച്ചേർത്ത് നിലവിലുള്ള നെടുമങ്ങാട് ബ്ലോക്ക് പഞ്ചായത്ത് രൂപീകൃതമായി (തദ്ദേശഭരണ സ്ഥാപനം കോഡ് ഒ 010600). 2011 ലെ ജനസംഖ്യ കണക്കുപ്രകാരം 188505 ആണ് ബ്ലോക്ക് പഞ്ചായത്തിലെ ജനസംഖ്യ. 13 ഡിവിഷനുകൾ ആണ് നിലവിലുള്ളത്. 1030 എന്ന അനുപാതത്തിൽ സ്ത്രീ ജനസംഖ്യയാണ് കൂടുതൽ. 90.15 ശതമാനം സാക്ഷരതാ നിരക്ക് പ്രകടമാണ്. അംഗത്വത്തിലും നേതൃത്വത്തിലും സംരംഭകത്വത്തിലും സ്ത്രീ പ്രാതിനിദ്ധ്യവും പങ്കാളിത്തവും ഇവിടെ ദൃശ്യമാണ്.

പ്രസിഡന്റ്, വൈസ് പ്രസിഡന്റ്, സ്ഥിരം സമിതി അദ്ധ്യക്ഷർ, അംഗങ്ങൾ എന്നിവരടങ്ങുന്ന ഭരണസമിതി, സന്നദ്ധ സാമൂഹ്യ പ്രവർത്തകരുടെ ആസൂത്രണ സമിതി, പ്രാദേശിക വിദഗ്ദ്ധർ ഉൾപ്പെടുന്ന കർമ്മസമിതികൾ, ബ്ലോക്ക് ഡെവലപ്പ്മെന്റ് ഓഫീസർ, ബ്ലോക്ക്പഞ്ചായത്ത് സെക്രട്ടറിയുൾപ്പെടെ വിവിധ വിഭാഗം നിർവ്വഹണ ഉദ്യോഗസ്ഥർ എന്നിവരടങ്ങുന്നതാണ് ബ്ലോക്ക് പഞ്ചായത്ത് ഭരണ സംവിധാനം. 1955 ലെ സംസ്ഥാന സർക്കാർ വിജ്ഞാപന പ്രകാരം കൈമാറ്റപ്പെട്ട ബി ഡി ഒ കാര്യാലയം, എസ് സി വികസന കാര്യാലയം, മാതൃ- ശിശു വികസന പദ്ധതി ഓഫീസ്, വ്യവസായ വികസന ഓഫീസ്, ഹോമിയോ ആശുപത്രി, കൃഷി അസിസ്റ്റന്റ് ഡയറക്ടർ, ഡെയറി -എക്സ്റ്റൻഷൻ ഓഫീസ്, തദ്ദേശഭരണ അസിസ്റ്റന്റ്, എക്സിക്യൂട്ടീവ് എഞ്ചിനീയർ മുതലായ ഉദ്യോഗസ്ഥരും അവരുടെ കാര്യാലയ സംവിധാനവും ബ്ലോക്ക് പഞ്ചായത്ത് ഭരണ സംവിധാനത്തോട് ഏകോപിപ്പിച്ചിരിക്കുന്നു. ഇതിനു പുറമേ അഞ്ച് ഗ്രാമപഞ്ചായത്തുകളുമായി ഉദ്ഗ്രഥിച്ചുള്ള പ്രവർത്തനവും ഏറ്റെടുക്കപ്പെടുന്നു. തുടർച്ചയായ രണ്ടാം വർഷവും ദേശീയ തലത്തിൽ മികച്ച ബ്ലോക്ക് പഞ്ചായത്തിനുള്ള പുരസ്കാര ജേതാക്കളാണ് നെടുമങ്ങാട് ബ്ലോക്ക് പഞ്ചായത്ത്. ഈ റിപ്പോർട്ട് പ്രകാശനം നടക്കുമ്പോഴേക്കും ഹരിതകേരള പ്രവൃത്തികളിൽ മികച്ച മൂന്നാമത്തെ പഞ്ചായത്തിനും, 2019-20 ലെ സംസ്ഥാനത്തെ മികച്ച ബ്ലോക്ക് പഞ്ചായത്തിനുമുള്ള പുരസ്കാരം കൈവരിച്ചതിന്റെ അഭിമാനകരമായ നേട്ടം നെടുമങ്ങാടിനെ തേടിയെത്തി.

സാമൂഹ്യാവലോകനം ലക്ഷ്യവും മാർഗ്ഗവും

തദ്ദേശഭരണ പ്രക്രിയയ്ക്ക് ബാധകമാക്കപ്പെടുന്ന വിവിധ നിയാമക ഓഡിറ്റുകളിൽ പങ്കാളിത്തപൂർണ്ണവും തനതും സ്വയംനിർണ്ണായക വുമായത് സാമൂഹ്യാവലോകനമാണ്. ഭരണ വികസന-ക്ഷേമകാര്യ ഗുണഭോക്താക്കളായ പൗരജനത സ്വയമേവ നടത്തുന്നതും തദ്ദേശഭരണ കാര്യ നടത്തിപ്പിലെ തിരുത്തൽ ഉപാധിയുമാണ് സാമൂഹ്യാവലോകനം. നെടുമങ്ങാട് ബ്ലോക്കുപഞ്ചായത്ത് കഴിഞ്ഞ 4 വർഷത്തിനുള്ളിൽ ഏറ്റെടുത്ത് നിർവ്വഹിച്ചുവരുന്നതായ 10 സുപ്രധാന പദ്ധതികളുടെ സാമൂഹ്യാവലോകനം നിർവ്വഹിക്കുകയാണ് ലക്ഷ്യം. തദ്ദേശഭരണ പ്രവർത്തന സാമൂഹ്യാവലോകനത്തിന് സ്വീകാര്യവും പ്രായോഗികവും പങ്കാളിത്തപരവുമായ രീതിശാസ്ത്രം വികസിപ്പിക്കുകയും ഈ പദ്ധതിയുടെ ഉദ്ദേശ്യമാണ്. നിർവ്വഹിച്ച പദ്ധതികളുടെ നേട്ട - കോട്ട വിശകലനത്തിനു പുറമേ അവയുടെ വിപുലീകരണം, സ്ഥായിത്വം, വ്യാപനം എന്നിവ കൂടി പരിശോധിക്കാനും അപാകങ്ങൾ സ്വയമേവ തിരുത്താനും ഭരണ-വികസന- ക്ഷേമ നേട്ടങ്ങൾ പരമാവധി ജനങ്ങൾക്ക് അനുഭവവേദ്യമാക്കുന്നതിനുമാണ് സാമൂഹ്യാവലോകനം പ്രാവർത്തികമാക്കുന്നത്. വിമർശനാത്മക വിലയിരുത്തലിന് പകരം നിർണ്ണായകമായ അവലോകനമാണ് ഉപയോഗപ്പെടുത്തുന്ന രീതിശാസ്ത്രം. അതിനൊപ്പം സ്ഥാപന-സേവന ഗുണതയും സേവനാവകാശ പരിപാലനവും പൗരസേവനാവകാശ പത്രികയുടെ പാലനവും ഉൾപ്പെടെ അവലോകന വിധേയമാക്കുകയും ചെയ്യപ്പെടുന്നു.

സാമൂഹ്യാവലോകനം രീതിശാസ്ത്രം

- സാമൂഹ്യാവലോകന മുന്നുപാധികളുടെ സമാഹരണവും ക്രമീകരണവും.
- സാമൂഹ്യാവലോകന സമിതികളുടെ രൂപീകരണവും ശാക്തീകരണവും പരിശീലനവും.
- സാമൂഹ്യാവലോകന മുന്നുപാധികളുടെ സ്വാംശീകരണവും പ്രത്യക്ഷ നിരീക്ഷ പ്രക്രിയകളുടെ സജ്ജീകരണവും.
- ഗുണഭോക്തൃ അഭിമുഖം, നിരീക്ഷകയോഗങ്ങൾ, സ്ഥലസന്ദർശനവും പരിശോധനയും, ചോദ്യാവലി സമ്പ്രദായം, പ്രശ്നോത്തരി ചർച്ചകൾ, സംഘ - നിർദ്ധാരണ യോഗങ്ങൾ മുതലായവയിലൂടെ പ്രത്യക്ഷ - പരോക്ഷ പഠനങ്ങൾ.
- കരട് റിപ്പോർട്ടുകൾ രൂപപ്പെടുത്തലും ഭരണസമിതി വിശകലനവും. ഗ്രാമപഞ്ചായത്തുതല സാമൂഹ്യാവലോകന സെമിനാറുകൾ.
- ബ്ലോക്കുതല സാമൂഹ്യാവലോകന ഗ്രാമസഭ.
- ക്ഷണിക്കപ്പെട്ട ജൂറി അംഗങ്ങളുടെ നിരീക്ഷണം.
- സാമൂഹ്യാവലോകന റിപ്പോർട്ട് അംഗീകരണവും പ്രകാശനവും. എന്നീ ഘട്ടങ്ങൾ ഉൾപ്പെടുന്നതാണ് ഇതിനായുള്ള രീതിശാസ്ത്രം.

ഉന്നയിക്കപ്പെടുന്ന ഘടകങ്ങൾ

- നിർദ്ദിഷ്ടപദ്ധതികളുടെ ലക്ഷ്യവും സാധൂകരണവും.
- സംയോജിത ഗുണഭോക്താക്കളെ മുൻനിർത്തിയുള്ള പദ്ധതി യാസൂത്രണ നീതികരണം.
- ഗ്രാമപഞ്ചായത്ത്-ജില്ലാപഞ്ചായത്ത്-നഗരസഭ മുൻ-പിൻ ഏകോപന ഉദ്യമം.
- പദ്ധതി രൂപീകരണവും നടത്തിപ്പും അനുഭവ പാഠങ്ങൾ.
- നിർദ്ദിഷ്ട പദ്ധതി വ്യവസ്ഥാപനം, തുടർച്ച, സ്ഥായിത്വം, യുക്തിയും കാരണവും.
- സ്ഥാപന - വകുപ്പ് - പ്രവൃത്തി തലത്തിലുള്ള ഉദ്ഗ്രഥനവും വ്യവ സ്ഥാപനവും.
- വ്യക്തിഗത ഗുണഭോക്തൃ സാദ്ധ്യതയ്ക്ക് ഉപരി സാമൂഹ്യ ജീവിത ഗുണതാവർദ്ധന മുൻ നിർത്തിയുള്ള ഇടപെടൽ അവലോകനം.
- മദ്ധ്യതല പഞ്ചായത്ത് പ്രവർത്തന സാധുതയും, സാദ്ധ്യതയും അവലോകനം.
- പ്രശ്നങ്ങൾ, അപാകങ്ങൾ, സമ്മർദ്ദങ്ങൾ എന്നിവയ്ക്ക് പരിഹാരം.

സാമൂഹ്യാവലോകനം നിയാമക പിന്തുണയും നീതികരണവും

യഥാക്രമം കേരള പഞ്ചായത്ത് രാജ് നിയമം, ദേശീയ വിവര ലഭ്യതാനിയമം, സേവനാവകാശ നിയമം എന്നിവയും അവയുടെ പ്രസക്തമായ വകുപ്പുകളും, ചട്ടങ്ങളുമാണ് ഈ ഉദ്യമത്തിന് പിന്നിലെ നിയാമക പിന്തുണ. സംസ്ഥാനത്ത് തദ്ദേശഭരണ പ്രക്രിയയിൽ സാമൂഹ്യാവലോകന രീതിശാസ്ത്രം പ്രാവർത്തികമായി വ്യവസ്ഥാപിതമാക്കുകയെന്നതാണ് അവലോകന ലക്ഷ്യം. 2015 -19 കാലയളവിൽ രൂപപ്പെട്ടതും ബഹുതല സ്പർശിയുമായ പത്ത് മാതൃകാപദ്ധതികളാണ് അവലോകനം ചെയ്യപ്പെടുക. ഈ രീതിശാസ്ത്രം വ്യക്തത വരുത്തി, ശക്തിപ്പെടുത്തി എല്ലാ ഭരണ മേഖലയിലേക്കും ബാധകമാക്കുകയാണ് പ്രതീക്ഷിക്കുന്ന ഫലം. ഒപ്പം അഗണ്യജനതയ്ക്ക്, അസംഘടിത വിഭാഗങ്ങൾക്ക് തദ്ദേശഭരണ പ്രക്രിയയിലൂടെ ഉറപ്പാക്കേണ്ടുന്ന ജീവിത ഗുണത ഉറപ്പാക്കാനുംകൂടി ഈ സാമൂഹ്യാവലോകനം പ്രയോജനപ്പെടുത്തുന്നു.

തുടർച്ചയായി ഹാജരാകാത്തവരോ ആസൂത്രണ സേവനം ലഭ്യമാകാത്തവരോ ആയ അംഗങ്ങൾക്ക് പകരം പുതിയ അംഗങ്ങളുടെ സേവനം സമിതികൾ ഉപയോഗപ്പെടുത്തുന്നു. സമിതി യോഗ നടപടി ക്രമങ്ങളിൽ നിന്ന് പ്രസ്തുത വിവരങ്ങൾ ലഭ്യമാണ്.

ആസൂത്രണ സമിതി, കർമ്മസമിതികൾ, തിരഞ്ഞെടുക്കപ്പെട്ട ജന പ്രതിനിധികൾക്ക് പുറമെ പൊതു കർമ്മസമിതികൾ, ആസൂത്രണ കർമ്മസമിതികൾ, ഗ്രാമസഭകൾ, കൈമാറ്റിയ സ്ഥാപനതല സമിതികൾ മുതലായവയുടെ യോഗങ്ങളും അവയുടെ നിർദ്ദേശങ്ങളും ഭരണകാര്യ - പദ്ധതികാര്യ പ്രവർത്തനങ്ങളെ സ്വാധീനിക്കുന്നുണ്ട്.

പ്രവർത്തന പ്രക്രിയ

നിർദ്ദിഷ്ടമായ പത്ത് പ്രമുഖ പദ്ധതികളുടെ ഗുണഭോക്താക്കൾ, സന്നദ്ധ സാമൂഹ്യപ്രവർത്തകർ, വിദഗ്ദ്ധർ മുതലായവരടങ്ങുന്ന ഗുണ ഭോക്തൃ-നിരീക്ഷണ സംഘങ്ങൾ രൂപീകരിക്കുക, നിർദ്ദിഷ്ട പദ്ധതികൾ സംബന്ധിച്ച അവലോകന ക്രമം ജനകീയമായി രൂപപ്പെടുത്തുക, സാമൂഹ്യാവലോകന മുന്നുപാധികൾ നിർവ്വഹണ ഉദ്യോഗസ്ഥരുടെ മുൻകൈയോടെ തയ്യാറാക്കുക, നിരീക്ഷണാവലോകന സന്ദർശനങ്ങളും ഗുണഭോക്തൃചർച്ചകളും സംഘടിപ്പിക്കുക, കരട് സാമൂഹ്യാവലോകന നിഗമനങ്ങൾ ജനകീയ പരിഗണനയ്ക്കും വിമർശനത്തിനും വിധേ യമാക്കുക, കരട് സാമൂഹ്യാവലോകന ഉള്ളടക്കം ബ്ലോക്കുതല ഗ്രാമസ ഭയുടെ പരിഗണനയ്ക്ക് സമർപ്പിക്കുക. അന്തിമ കരട് തുടർനടപടിക്രമ വിവരങ്ങൾ സഹിതം നിർവ്വഹണ സംഗ്രഹം കൂട്ടിച്ചേർത്ത് ബ്ലോക്ക് ഭരണ സമിതി അംഗീകരിക്കുക. സാമൂഹ്യാവലോകന റിപ്പോർട്ട് 2019 നവംബർ 19 ന് ജനസമക്ഷം പ്രകാശനം ചെയ്ത് പ്രസിദ്ധീകരിക്കുകയും സമർപ്പി ക്കുകയും ചെയ്യുക. തുടർന്ന് പ്രക്രിയാ വിശകലനം നടത്തി ഇതര തദ്ദേശഭരണ സ്ഥാപനങ്ങൾക്കും ബാധകമാക്കുക.

പ്രവർത്തന ഘട്ടങ്ങൾ

1. സാമൂഹ്യാവലോകന മുന്നുപാധികളുടെ സമാഹരണവും ക്രമീകര ണവും
2. ബ്ലോക്ക് വികസന കൗൺസിൽ യോഗവും സാമൂഹ്യാവലോകന സമിതികളുടെയും നടപടിക്രമ മാർഗ്ഗരേഖയുടെയും അംഗീകര ണം-സമയക്രമ നിർദ്ദേശ രൂപീകരണവും
3. ഭരണസമിതിയോഗം സാമൂഹ്യാവലോകന പദ്ധതിക്രമം അംഗീകരി ക്കൽ
4. സാമൂഹ്യാവലോകന മുന്നുപാധികൾ തയ്യാറാക്കലും സമർപ്പി ക്കലും- നിർവ്വഹണോദ്യോഗസ്ഥ യോഗവും.
5. സാമൂഹ്യാവലോകന സമിതി ശില്പശാല, നിരീക്ഷണ പ്രക്രിയ സ്വാംശീകരണം
6. സാമൂഹ്യാവലോകന സന്ദർശനവും ഗുണഭോക്തൃ സംവാദങ്ങളും.
7. സാമൂഹ്യാവലോകന സമിതി - കരട് റിപ്പോർട്ട് രൂപീകരണവും സമർപ്പണവും
8. ഗ്രാമ പഞ്ചായത്തുതല സാമൂഹ്യാവലോകന സംഗമങ്ങൾ (ജന സഭകൾ)
9. ബ്ലോക്ക് പഞ്ചായത്തുതല ജൂറി സിറ്റിങ് - സാമൂഹ്യാവലോകന സെമിനാർ (ബ്ലോക്ക് ജനസഭ)
10. സാമൂഹ്യാവലോകന റിപ്പോർട്ട് പ്രകാശനവും പ്രസിദ്ധീകരണവും ജനകീയസമർപ്പണവും

സാമൂഹ്യാവലോകന ഉപാധികൾ

- നിർദ്ദിഷ്ട പ്രവർത്തനങ്ങളുടെ പ്രാഥമിക - പരിഷ്കൃത പദ്ധതി രേഖകൾ
- നിർദ്ദിഷ്ട പദ്ധതികളുടെ ഇതഃപര്യന്തമുള്ള ധനവിഭവ ലഭ്യത - വിനിയോഗ പത്രിക
- നിർദ്ദിഷ്ട പദ്ധതികളുടെ പ്രതീക്ഷിത ഫലങ്ങൾ/ആർജ്ജിത ഫലങ്ങൾ- താരതമ്യ വിശകലന പത്രിക
- നിർദ്ദിഷ്ട പദ്ധതി നടത്തിപ്പ് - ഭൗതിക വിഭങ്ങൾ, പ്രകൃതി വിഭവങ്ങൾ, മാനുഷിക വിഭവങ്ങൾ, സാങ്കേതിക രീതികൾ, നിർവ്വഹണ രീതിശാസ്ത്രം
- നിർദ്ദിഷ്ട പദ്ധതി നേട്ടകോട്ട വിശകലന പത്രിക, തിരുത്തൽ - പരിപാലന - നിർദ്ദേശങ്ങൾ
- ഭാവി തുടർപ്രവർത്തന നിർദ്ദേശങ്ങൾ, നിഗമനങ്ങൾ
- നിർദ്ദിഷ്ട പദ്ധതി ജനപങ്കാളിത്ത, നേതൃത്വ, നിരീക്ഷണ സംവിധാനങ്ങൾ
- സാമൂഹ്യാവലോകന ചോദ്യാവലിയും ചെക്ക്ലിസ്റ്റും - നിർദ്ദിഷ്ട പദ്ധതി അധിഷ്ഠിത മാതൃകയിൽ

പിന്തുണാസംവിധാനം

ചെക്ക്ലിസ്റ്റ് രൂപീകരണം, സാമൂഹ്യാവലോകന ശില്പശാല നടത്തിപ്പ്, സ്ഥലസന്ദർശനം, ഗുണഭോക്തൃ അവലോകന സംവാദം, കരട് റിപ്പോർട്ട് ഉള്ളടക്കം, പഞ്ചായത്തുതല ഗുണഭോക്തൃ യോഗങ്ങൾ (ജനസഭകൾ), ബ്ലോക്കുതല ജനസഭ യോഗം, സാമൂഹ്യാവലോകന റിപ്പോർട്ട് - തുടർ നടപടി സംഗ്രഹം, എന്നിവയ്ക്ക് സാങ്കേതിക നിർവ്വഹണ പിന്തുണ കരകുളം ഗ്രാമീണ പഠനകേന്ദ്രം മുഖേന ലഭ്യമാക്കുന്നതും ഇതിനാവശ്യമായ വിഭവ പിന്തുണയും പ്രക്രിയാവിശകലനവും തുടർ നടത്തിപ്പും വിദഗ്ദ്ധരുടെ സേവന ലഭ്യതയും 'കില' മുഖേന സാദ്ധ്യമാക്കുവാനും കഴിയുന്നതാണ്.

സാമൂഹ്യാവലോകന രീതിശാസ്ത്രം

നെടുമങ്ങാട് ബ്ലോക്ക് പഞ്ചായത്തിന്റെ 2019-20 സാമ്പത്തിക വർഷത്തെ പദ്ധതി രൂപീകരണ ഭാഗമായി രൂപീകൃതമായ ഭരണകാര്യ നിർവ്വഹണ കർമ്മസമിതിയുടെ അഭിപ്രായ നിർദ്ദേശമായാണ് സാമൂഹ്യാവലോകന ആശയം വാർഷിക പദ്ധതിയിൽ ഉയർന്നുവന്നത്. തുടർന്ന് ബ്ലോക്കുതല വികസന സമിതിയിൽ ഇതു സംബന്ധിച്ച കരട് നിർദ്ദേശം പരിഗണനയ്ക്കായി അവതരിപ്പിച്ചു. പ്രസ്തുത നക്കൽ വികസിപ്പിച്ച് ധനകാര്യ വിശ്ലേഷണം സഹിതം ബ്ലോക്ക്തല ഗ്രാമസഭയിൽ അവതരി

പ്പിച്ചു. ഉന്നയിക്കപ്പെട്ട നിർദ്ദേശങ്ങൾ കൂട്ടിച്ചേർത്ത് ബ്ലോക്ക്തല വികസന സെമിനാറിന്റെ പരിഗണനയ്ക്ക് സമർപ്പിച്ചു.

ജില്ലാ ആസൂത്രണ സമിതിയിൽ നൂതന ഉദ്യമം എന്ന നിലയിൽ ബ്ലോക്ക് - ഗ്രാമ പഞ്ചായത്തുകളുടെ ഉദ്ഗ്രഥിത പദ്ധതിയായി സമർപ്പിച്ച് പരിഗണനാവിധേയമാക്കിയ പ്രസ്തുത പദ്ധതിക്ക് പൈലറ്റ് പ്രോജക്ട് എന്ന നിലയിൽ ഡി പി സി അംഗീകാരം സിദ്ധിച്ചു. തുടർന്ന് പദ്ധതി ഉള്ളടക്കപ്രകാരം വിശദമായ നിർവ്വഹണ കലണ്ടർ, പ്രവർത്തനഘട്ടങ്ങൾ, ഉപാധികൾ എന്നിവയെല്ലാം അടങ്ങുന്ന പദ്ധതി രൂപകല്പനയ്ക്കും സമർപ്പണത്തിനുമായി സാങ്കേതിക പിന്തുണാസ്ഥാപനമായ കരകുളം ഗ്രാമീണ പഠനകേന്ദ്രത്തിനോട് ആവശ്യപ്പെട്ടു.

'ജി പി കെ' തയ്യാറാക്കിയ വിശദമായ പദ്ധതി നിർവ്വഹണ ഉള്ളടക്കം ബ്ലോക്ക് പഞ്ചായത്ത് ഭരണ സമിതിപരിഗണനയ്ക്കും ചർച്ചയ്ക്കും അംഗീകാരത്തിനും വിധേയമാക്കിക്കൊണ്ട് പ്രായോഗിക പിന്തുണയ്ക്കും വിപുലീകൃത നടത്തിപ്പിനുമായി കേരള ഇൻസ്റ്റിറ്റ്യൂട്ട് ഓഫ് ലോക്കൽ അഡ്മിനിസ്ട്രേഷനെ ചുമതലപ്പെടുത്തി. 'കില'യുടെ കൂടി അംഗീകാര ത്തോടെ ഇദംപ്രഥമമായി ബ്ലോക്ക് പഞ്ചായത്ത് പ്രവർത്തനങ്ങൾ സാമൂഹ്യാവലോകന വിധേയമാക്കുന്ന പ്രക്രിയയ്ക്ക് തുടക്കംകുറിച്ചു.

വികസന പദ്ധതികളുടെ തെരഞ്ഞെടുപ്പ്

നിലവിലുള്ള ഭരണ സമിതിയുടെ കാലയളവിലെ നാലാം വർഷ മെന്ന സാഹചര്യത്തിൽ അവലോകന വിധേയമാക്കപ്പെടുന്ന പ്രോജക്ടു കളുടെ തെരഞ്ഞെടുപ്പ് വലിയ പ്രതിബന്ധമായിരുന്നു. ആയതിലേക്കായി ബ്ലോക്ക് വികസനസമിതി, പ്രതിനിധികൾ, ബ്ലോക്ക് വികസന കാര്യ സ്ഥിരം സമിതി പ്രതിനിധികൾ എന്നിവരുടെ ആലോചനായോഗം വിളിച്ചു ചേർത്തു. സാമൂഹ്യാവലോകന വിധേയമാക്കാവുന്നതായ സവിശേഷ പ്രാധാന്യമുള്ള പ്രോജക്ടുകളും അവ തെരഞ്ഞെടുക്കുന്നതിനുള്ള മാനദണ്ഡങ്ങളും സ്വാംശീകരിച്ചു.

- തനത് പദ്ധതികൾ
- ഉദ്ഗ്രഥിത - സംയോജിത പദ്ധതികൾ
- ബഹുവർഷ പദ്ധതികൾ
- ഉല്പാദന - ദ്വിതീയ - സേവന മേഖലാ പദ്ധതികൾ
- സ്ഥായിത്വഗുണമുള്ള പദ്ധതികൾ
- നൂതനത്വമുള്ള പദ്ധതികൾ
- പങ്കാളിത്ത നിർവ്വഹണമനുശാസിക്കുന്ന പദ്ധതികൾ

എന്നീ സവിശേഷതകൾ കണക്കിലെടുത്ത് പ്രോജക്ടുകൾ തീരുമാ നിക്കാൻ നിശ്ചയിച്ചു. നിർവ്വഹണ പ്രായോഗിക സാദ്ധ്യത കണക്കിലെ ടുത്തും സമയബന്ധിത പൂർത്തീകരണം മുൻനിർത്തിയും പത്ത് പ്രോജ ക്ടുകൾ അവലോകന വിധേയമാക്കാൻ ധാരണയായി. കൃഷി, കലാസാം

സ്കാരികം, പശ്ചാത്തല നിർമ്മിതി, സംയുക്ത പദ്ധതി മുതലായവയിൽ ഒന്നിലേറെ പ്രോജക്ടുകൾ ഏകോപിപ്പിച്ചുള്ള അവലോകനം അനിവാര്യ മാണെന്നും തീരുമാനിച്ചു.

തദനുസരണം 10 ബഹുവർഷ-സംയോജിത - ഉദ്ഗ്രഥിത പ്രോജക്ടു കൾ സാമൂഹ്യാവലോകന വിധേയമാക്കാനായി നിർദ്ദേശിക്കപ്പെട്ടു. താഴെ ചേർത്തിട്ടുള്ള പ്രോജക്ടുകളാണ് ഇത്തരത്തിൽ സാമൂഹ്യാവലോകന വിധേയമാക്കാൻ തീരുമാനിക്കപ്പെട്ടത്. സൂക്ഷ്മവും സ്ഥൂലവുമായ അവലോകന ഘടകങ്ങൾ എടുത്താൽ 10 മേഖലകളിലായി നാല് വർഷ ക്കാലയളവിനിടയിലെ 35 ൽ പരം പ്രോജക്ടുകളാണ് ഇത്തരത്തിൽ സാമൂ ഹ്യാവലോകന വിധേയമാക്കപ്പെടുന്നതെന്ന ഗണ്യമായ സവിശേഷതയും പ്രായോഗികമായ രീതിശാസ്ത്ര സാദ്ധ്യതയും ഇതിൽ വെളിപ്പെടുന്നു.

പ്രോജക്ട് ചെക്ക്‌ലിസ്റ്റ് വിവര ലഭ്യത

നിശ്ചയിക്കപ്പെട്ട ഓരോ പ്രോജക്ടുകളെയും സംബന്ധിച്ച് പ്രാഥമിക വിവരണ ശേഖരണത്തിനുതകുന്നതായ ചെക്ക്‌ലിസ്റ്റ് തയ്യാറാക്കി. തത്സം ബന്ധമായ വിവരങ്ങൾ അതാത് നിർവ്വഹണ ഉദ്യോഗസ്ഥർ, നിർവ്വഹ ണകാര്യ സ്ഥാപനങ്ങൾ, കൈമാറിയ സ്ഥാപനങ്ങൾ, ബ്ലോക്ക് പഞ്ചായത്ത് കാര്യാലയം എന്നിവിടങ്ങളിൽനിന്ന് ചെക്ക്‌ലിസ്റ്റ് പ്രകാരമുള്ള വിവരങ്ങൾ സമാഹരിച്ച് ക്രമീകരിച്ച് സാമൂഹ്യാവലോകന സമിതികൾക്കുള്ള മുന്നുപാധികളായി സജ്ജീകരിച്ചു. ഇതിനായി ജീവനക്കാരുടെയും സ്ഥിരംസമിതി അംഗങ്ങളുടെയും രണ്ട് യോഗങ്ങളും നിർവ്വഹണാധി കാരികളുടെ യോഗവും വിളിച്ചു ചേർത്തു.

1. സമൃദ്ധി - ആർ ആർ എഫ്
2. വല്ലംനിറ
3. ജൈവഗ്രാമം
4. ജ്യോതിർഗമയ ബാല്യ - 3 ജി അങ്കൺവാടി
5. ജ്യോതിർഗമയ കൗമാര
6. മരാമത്ത്
7. കിള്ളിയാർ സംരക്ഷണം
8. അഗ്രി ഇൻകുബേഷൻ സെന്റർ
9. കലാസാംസ്കാരികം - കായികം
10. ഭരണകാര്യനിർവ്വഹണം - ഘടകസ്ഥാപനങ്ങൾ

സാമൂഹ്യാവലോകന സമിതികൾ

സാമൂഹ്യാവലോകന പ്രക്രിയയിലെ ആദ്യഘട്ടം അവലോകനം നടത്തുന്നതിലേക്കായി പത്ത് പ്രോജക്ട് വിഭാഗങ്ങൾക്കുമായി പത്ത് വ്യത്യസ്ത സാമൂഹ്യാവലോകന സമിതികൾക്ക് രൂപംനല്കി. ഇതിലേ ക്കായി അതത് മേഖലകളിൽ വൈദഗ്ദ്ധ്യവും പരിചയവും താല്പര്യ

വുമുള്ള ഓരോ സന്നദ്ധ - സാങ്കേതിക വിദഗ്ദ്ധനെ സമിതി ചെയർപേഴ്സണായും, അവയുടെ ഏകോപനത്തിനായി ബ്ലോക്ക് പരിധിയിലെ നിവാസിയും സേവനാവകാശിയുമായ ഒരു സന്നദ്ധ പ്രവർത്തകനെയും, സമിതിയുടെ റിപ്പോർട്ടറായി സോഷ്യൽവർക്ക് ബിരുദാനന്തര ബിരുദ വിദ്യാർത്ഥിയായ ഒരാളെയും, സമിതിയുടെ സന്ദർശന കാര്യങ്ങൾ ഏകോപിപ്പിക്കാനായി ഓരോ ജീവനക്കാരെയും നിയോഗിച്ചു. ഓരോ സമിതിയിലും അംഗങ്ങളായി ബ്ലോക്ക് വികസന സമിതി നാമനിർദ്ദേശം ചെയ്ത പാനലിൽ നിന്ന് 5 വീതം അംഗങ്ങളെയും നിയോഗിച്ചു. ഇത്തരത്തിൽ പരമാവധി 5-7 അംഗങ്ങളടങ്ങുന്ന സാമൂഹ്യാവലോകന സമിതിയാണ് പ്രാഥമിക പരിശോധനകൾ നടത്തി റിപ്പോർട്ടുകൾ തയ്യാറാക്കിയത്. ഇവരുടെ പട്ടികയും ചെക്ക്ലിസ്റ്റും ബ്ലോക്ക് പഞ്ചായത്ത് ഭരണ സമിതി യോഗം അംഗീകരിച്ച് പ്രസിദ്ധീകരിച്ചു. ചെക്ക്ലിസ്റ്റ് അനുസരിച്ചുള്ള രേഖകൾ, രജിസ്റ്ററുകൾ, പദ്ധതി വിവരങ്ങൾ, വരവുചെലവു വിവരങ്ങൾ, ഇതര സ്ഥിതിവിവരങ്ങൾ, മറ്റ് ഉപാധികൾ എന്നിവ ഒരേ അവലോകന ഉപസമിതികൾക്കും പ്രാഥമിക പഠനാവലോകനാർത്ഥം മുൻകൂർ ലഭ്യമാക്കുകയും ചെയ്തു.

അവലോകന സമിതി പ്രവർത്തനം

ഓരോ പ്രോജക്ട് മേഖലയിലെയും സാമൂഹ്യാവലോകന സമിതികൾ തനതായി യോഗം ചേർന്ന് ചെക്ക്ലിസ്റ്റ് പ്രകാരം ലഭ്യമാക്കപ്പെട്ട മുന്നുപാധി വിവരങ്ങൾ അപഗ്രഥന വിധേയമാക്കി. തുടർന്ന് ഓരോ പ്രോജക്ടിന്റെയും സവിശേഷതയും പ്രായോഗികതയും അവലോകന സമിതിയുടെ നിഗമനവും അനുസരിച്ച് പ്രോജക്ട് സംബന്ധമായി നേരിട്ടുള്ള വിവര ശേഖരണ ഉപാധികൾ നിർണ്ണയിച്ചു. പ്രോജക്ട് നിർവ്വഹണ സ്ഥലപരിശോധന, ഗുണഭോക്താക്കളുമായി മുഖാമുഖം, വ്യത്യസ്ത തല്പരകക്ഷിവിഭാഗങ്ങളുമായി സംവാദയോഗങ്ങൾ, ചോദ്യാവലി വഴി വിവര സമാഹരണം തുടങ്ങിയ മാർഗ്ഗങ്ങൾ ഇതിലേക്കായി ഉപയോഗപ്പെടുത്തി.

അവലോകന സമിതി അംഗങ്ങൾ ഒന്നിലധികം യോഗങ്ങൾ ചേർന്ന് ലഭ്യമായ വിവരങ്ങൾ അപഗ്രഥിക്കുകയും കരട് റിപ്പോർട്ട് തയ്യാറാക്കുകയും അവർക്കിടയിൽ ചർച്ചാവിധേയമാക്കി അവലോകനസമിതി നിഗമന റിപ്പോർട്ടുകൾ തയ്യാറാക്കി. അതിനുശേഷം അതാത് സ്ഥിരം സമിതി അംഗങ്ങൾ, ഭരണ സമിതി എന്നിവയുടെ വിശദീകരണങ്ങൾ തേടിക്കൊണ്ട് അവലോകന സമിതി റിപ്പോർട്ടുകൾക്ക് അന്തിമരൂപം നല്കി.

ഗ്രാമപഞ്ചായത്തുതല അവലോകന ജനസഭകൾ

ബ്ലോക്ക് പഞ്ചായത്ത് പരിധിയിലുള്ള പനവൂർ, ആനാട്, അരുവിക്കര, വെമ്പായം, കരകുളം എന്നീ അഞ്ച് ഗ്രാമപഞ്ചായത്തുകളിലായി

സാമൂഹ്യാവലോകന ജനസഭകൾ വിളിച്ചുചേർത്തു. ജനപ്രതിനിധികൾ, കുടുംബശ്രീ അംഗങ്ങൾ, ഗുണഭോക്താക്കൾ, സേവനാവകാശികൾ, സന്നദ്ധപ്രവർത്തകർ എന്നിവർ ജനസഭകളിൽ സന്നിഹിതരായി. ബ്ലോക്ക് വികസന സമിതി ഭരമേല്പിച്ച സന്നദ്ധ-സാമൂഹ്യ വിദഗ്ദ്ധർ സാമൂഹ്യാവലോകന റിപ്പോർട്ട് ഗ്രാമ പഞ്ചായത്ത് ജനസഭകളിൽ അവതരിപ്പിച്ചു. അവിടെ ഉയർന്നുവന്ന വിമർശനങ്ങൾ, നിർദ്ദേശങ്ങൾ, അഭിപ്രായങ്ങൾ എന്നിവയെല്ലാം രേഖപ്പെടുത്തി ക്രോഡീകരിച്ച് സാമൂഹ്യാവലോകന റിപ്പോർട്ടിന്റെ ഒന്നാം അനുബന്ധഘടകമാക്കി ചേർത്തു. ഓരോ പ്രോജക്ട് സംബന്ധിച്ചും സ്വതന്ത്രവും വിമർശനാത്മ കവും മെച്ചപ്പെടുത്താനുതകുന്നതും തുടർ പദ്ധതിക്ക് അനുയോജ്യ മായതും തിരുത്തലുകളും ഭേദഗതികളും ഉന്നയിച്ചുള്ളതുമായ ചർച്ചകളും റിപ്പോർട്ടുകളുമാണ് ജനസഭയുടെ ഫലമായുണ്ടായത്.

ബ്ലോക്ക് പഞ്ചായത്ത് സാമൂഹ്യാവലോകന ജനസഭ

പ്രാഥമിക തലം മുതൽ ഗ്രാമപഞ്ചായത്ത്തലം വരെ വിപുലീകൃത മായി വന്ന സാമൂഹ്യാവലോകന റിപ്പോർട്ട് പൊതുജന സമക്ഷത്തിൽ അവതരിപ്പിക്കുന്നതിനും നിയുക്തരായ ജഡ്ജിങ് പാനലിന്റെ അവലോകനത്തിന് വിധേയമാക്കുന്നതിനു വേണ്ടി ഏകദിന ബ്ലോക്ക് പഞ്ചായത്ത് തല സാമൂഹ്യാവലോകന ജനസഭ വിളിച്ചു ചേർത്തു. ജനപ്രതിനിധികൾ, സന്നദ്ധ-സാമൂഹ്യ പ്രവർത്തകർ, വികസന-വിഷയ മേഖലാ വിദഗ്ദ്ധർ, ഉദ്യോഗസ്ഥർ, ജീവനക്കാർ, സേവനാവകാശികൾ, ഗുണഭോക്താക്കൾ തുടങ്ങി സംസ്ഥാന മന്ത്രിമാർ ഉൾപ്പെടെയുള്ളവർ ജനസഭയിൽ സന്നിഹിതരായി.

വികസന സമിതി ഉപാദ്ധ്യക്ഷനും സാങ്കേതിക സഹായ സ്ഥാപനം എക്സിക്യൂട്ടീവ് ഡയറക്ടറുമായ സാമൂഹ്യാവലോകന പ്രവർത്തന കോർഡിനേറ്റർ സാമൂഹ്യാവലോകന നടപടിക്രമ റിപ്പോർട്ട് അവത രിപ്പിച്ചു. ഓരോ ഘട്ടത്തിലെയും ക്രോഡീകൃത നിഗമനങ്ങളും അവതരി പ്പിച്ചു. അതിനെത്തുടർന്ന് പത്ത് പ്രോജക്ടുകളുടെയും സാമൂഹ്യാവ ലോകന റിപ്പോർട്ടുകൾ അതാത് മേഖലകളിലെ സാമൂഹ്യാവലോകന സമിതി ചെയർപേഴ്സൺമാർ പരിഗണനയ്ക്കായി സമർപ്പിച്ചു. ജനസ ഭാംഗങ്ങൾക്ക് പ്രതികരിച്ചുകൊണ്ട് ചോദ്യങ്ങൾ, ഉപചോദ്യങ്ങൾ, ഭേദഗതികൾ, തിരുത്തുകൾ, ഖണ്ഡനപ്രമേയങ്ങൾ എന്നിവ അവതരി പ്പിക്കുന്നതിന് അവസരം ഒരുക്കി. ഈ നടപടികൾ ഓരോന്നും വിശദമായി മിനിറ്റ് ചെയ്ത്, രേഖയാക്കി മാറ്റി, ജനസഭയുടെ അവസാനം ക്ഷണിക്ക പ്പെട്ട ജഡ്ജിങ് കമ്മിറ്റി പാനലിസ്റ്റുകളും സംസ്ഥാന ധനകാര്യവകുപ്പ് മന്ത്രി വിശിഷ്ടാതിഥി എന്ന നിലയിലും പ്രതികരണ നിഗമനങ്ങൾ അവതരിപ്പിച്ചു.

സാമൂഹ്യാവലോകന സമിതിയുടെ റിപ്പോർട്ടുകൾ ചുവടെ ചേർക്കുന്നു. ഇവ ഓരോന്നും സമിതി ചുമതലക്കാർ ജനസഭയിൽ അവതരിപ്പിക്കു

കയും അംഗങ്ങൾ അനുകൂല പ്രതികൂല സംവാദ വിധേയമാക്കുകയും ചെയ്തു. അവലോകന സമിതിയുടെയും ഭരണസമിതിയുടെയും വിശദീകരണങ്ങളും ജനസഭയ്ക്ക് മുമ്പാകെ അവതരിപ്പിച്ചു.

ജഡ്ജിങ് കമ്മിറ്റി പാനൽ അഭിപ്രായങ്ങൾ

സംസ്ഥാനത്ത് ഇദംപ്രഥമമായും രാജ്യത്ത് തന്നെ ബ്ലോക്ക് പഞ്ചായത്ത് തലത്തിൽ ഇത്രയേറെ സമഗ്രവും ചിട്ടയോടെയുമുള്ള ശാസ്ത്രീയവും ജനപങ്കാളിത്തപരവും പ്രവൃത്യോന്മുഖവുമായി സാമൂഹ്യാവലോകനപരമായും നടത്തപ്പെട്ട പ്രക്രിയ ആദ്യമായാണ് അനുഭവത്തിൽ എന്നാണ് എല്ലാ പാനൽ അംഗങ്ങളും പരാമർശിച്ചത്. സാമൂഹ്യാവലോകന വിധേയമാകാൻ സന്നദ്ധതയും സമർപ്പണവും കാണിച്ച ബ്ലോക്ക്പഞ്ചായത്ത് ഭരണസമിതിയെയും അതിന്റെ നിർവ്വഹണ പങ്കാളികളായവരെയും അനുമോദിക്കാനും പാനൽ അംഗങ്ങൾ തയ്യാറായി. സാമൂഹ്യാവലോകന പ്രക്രിയയുടെ സവിശേഷ ഘട്ടങ്ങളും ഘടകങ്ങളും വിശദമാക്കിയ ശ്രീ. എസ് എം വിജയാനന്ദ് ഇതിൽ ഏറ്റവും നിർണ്ണാകമായ സാമൂഹ്യാവലോകന നിഗമനങ്ങൾക്കുമേലുള്ള തുടർ നടപടി തീരുമാനവും പ്രാബല്യവുമാണെന്ന് ചൂണ്ടിക്കാട്ടി. ഡോ. അരുണാറോയി ഈ പ്രക്രിയയിലെ ജനപങ്കാളിത്തവും പ്രായോഗികതയും എടുത്തു പറയുകയും തിരുത്തലുകൾക്കുള്ള സന്നദ്ധതയുമാണ് പ്രധാനം എന്ന് ചൂണ്ടിക്കാട്ടുകയും ചെയ്തു. രാജസ്ഥാനിൽ ഈ പ്രക്രിയ അനുവർത്തിക്കാൻ തങ്ങൾ ശ്രമിക്കും എന്നവർ വാഗ്ദാനം ചെയ്തു. സൗമ്യ കിഡംബി ഈ പ്രക്രിയയുടെ സ്ഥായിത്വവല്ക്കരണം, വിപുലീകരണം മുന്നുപാധികളുടെ ശാസ്ത്രീയത എന്നിവ പരാമർശിക്കുകയും ആന്ധ്രയിൽ ഇതിന്റെ അനുകരണ സാദ്ധ്യത പ്രാവർത്തികമാക്കുമെന്നറിയിക്കുകയും ചെയ്തു. സംസ്ഥാന ധനകാര്യ മന്ത്രി ഡോ.തോമസ് ഐസക്ക് മുൻ അനുഭവങ്ങൾ ചൂണ്ടിക്കാണിച്ചുകൊണ്ട് സാമൂഹ്യാവലോകനത്തിൽ കണ്ടെത്തിയ വിടവുകളും പരിമിതികളും തിരുത്തി തദ്ദേശഭരണ പ്രക്രിയ കുറ്റമറ്റതാക്കാൻ വരുംകാല ഭരണ സമിതികൾക്കും, ഉദ്യോഗസ്ഥ സംവിധാനത്തിനും, തദ്ദേശ ജനസമൂഹത്തിനുമുള്ള ബാദ്ധ്യത അടിവരയിട്ട് അഭിപ്രായപ്പെട്ടു. ബ്ലോക്ക് പഞ്ചായത്ത് അദ്ധ്യക്ഷന്റെ ഉപസംഹാരത്തോടെ ജനസഭ സമാപിച്ചു.

തുടർനടപടി വിവരം

സാമൂഹ്യാവലോകന ജനസഭയുടെ തുടർച്ചയായി ചേർന്ന ബ്ലോക്ക് പഞ്ചായത്ത് വികസനസമിതി യോഗവും ഭരണസമിതി യോഗവും നിഗമനങ്ങൾ പരിഗണിച്ചുള്ള തുടർ നടപടി തീരുമാനങ്ങൾക്ക് രൂപം നല്കി. ആയവ 2020-21 വാർഷിക പദ്ധതിയുടെ ഭാഗമാക്കാനും തീരുമാനിച്ചു. 2020 മെയ് മാസം നടക്കുന്ന തുടരവലോകന ജനസഭയിൽ തുടർ നടപടി പത്രിക ഉൾപ്പെടെ സമ്പൂർണ്ണ സാമൂഹ്യാവലോകന

റിപ്പോർട്ട് ജനസമക്ഷം പ്രസിദ്ധീകരിച്ച് സമർപ്പിക്കുന്നതായിരിക്കും എന്നും തീരുമാനിച്ചു.

ഇതനുസരിച്ചുള്ള തുടർ നടപടി നിർദ്ദേശങ്ങൾ ബ്ലോക്ക് പഞ്ചായത്ത് വികസന കൗൺസിൽ അംഗീകരിച്ച് സമർപ്പിച്ചത് പ്രകാരം ബ്ലോക്ക് പഞ്ചായത്ത് ഭരണ സമിതി തീരുമാനങ്ങൾ എടുക്കുകയും നടപ്പിൽ വരുത്തുകയും ചെയ്തു. കിള്ളിയാർ രണ്ടാംഘട്ട ശുചീകരണം, ഖരമാലിന്യ സംസ്കരണം (ആർ ആർ എഫ് പ്രവർത്തനം), അഗ്രി ബിസിനസ് ഇൻക്യുബേഷൻ സെന്റർ പ്രവർത്തനം തുടങ്ങിയവ ഇതിന് ഉദാഹരണം. നേരിട്ടുള്ള ജനാഭിപ്രായ രൂപീകരണം, ഭരണ നിർവ്വഹണ ബഞ്ച് മാർക്കിങ് എന്നിവകൂടി ഉൾപ്പെടുത്തി സാമൂഹ്യ അവലോകന പ്രക്രിയയെ രാജ്യത്തിന് തന്നെ അനുകരണീയമാക്കാനുള്ള ശ്രമത്തിലാണ് ബ്ലോക്ക് പഞ്ചായത്ത്. ഇതിന്റെ തുടർച്ചയായി എല്ലാ പ്രോജക്റ്റുകളുടേയും ഹരിത അവലോകനം കൂടി സാദ്ധ്യമാക്കാനുള്ള പ്രഖ്യാപനവും വരും ഘട്ടത്തിൽ യാഥാർത്ഥ്യമാക്കാനാകും എന്ന് കരുതാം.

ലേഖക പരിചയം

ഡോ. ടി എം തോമസ് ഐസക് - ധനകാര്യ വകുപ്പു മന്ത്രി - 9447733677 - min.fin@kerala.gov.in

എ സി മൊയ്തീൻ - തദ്ദേശഭരണ വകുപ്പ് മന്ത്രി - 9447390239 - min.lsgd@kerala.gov.in

പ്രൊഫ. സി രവീന്ദ്രനാഥ് - പൊതു വിദ്യാഭ്യാസ വകുപ്പുമന്ത്രി - 9446048800 - min.edu@kerala.gov.in

എസ് എം വിജയാനന്ദ് - മുൻ ചീഫ് സെക്രട്ടറി, ചെയർമാൻ, 6-ാം സംസ്ഥാന ധനകമ്മീഷൻ-9868120730- smvijayanand@yahoo.com

ശാരദാ ജി മുരളീധരൻ -പ്രിൻസിപ്പിൾ സെക്രട്ടറി, തദ്ദേശഭരണ വകുപ്പ് - 9650777851 - prlsecy.lsgd@kerala.gov.in

വി എൻ ജിതേന്ദ്രൻ - മുൻ ഡയറക്ടർ, സാമൂഹ്യനീതി വകുപ്പ് - 8281873395 - vn.jithendran@gmail.com

ഡോ. കെ എൻ ഹരിലാൽ - മെമ്പർ സംസ്ഥാന ആസൂത്രണ ബോർഡ് - 9447302752 - knharilal@gmail.com

പ്രൊഫ. സി പി നാരായണൻ - മുൻ എം പി, മുൻ മെമ്പർ, സംസ്ഥാന ആസൂത്രണ ബോർഡ് - 9447160502 -

narayanan.cp@sansad.nic.in

ഡോ. സി പി വിനോദ് - ചെയർമാൻ, അധികാരവികേന്ദ്രീകരണ കമ്മീഷൻ - 9560705986 - vinod.vel@gmail.com

ഡോ. ജോയ് ഇളമൺ - ഡയറക്ടർ ജനറൽ, കില, തൃശൂർ - 9989835287- director@kila.ac.in

ഡോ. ടി എൻ സീമ - എക്സിക്യൂട്ടീവ് വൈസ് ചെയർപേഴ്സൺ, ഹരിത കേരളം മിഷൻ - 9447077556 - tnseema@gmail.com

അഡ്വ. അയിഷാപോറ്റി - നിയമസഭാംഗം, മുൻ ജില്ലാ പഞ്ചായത്ത് പ്രസിഡന്റ് - 9447557370 - aishapotty@yahoo.com

അഡ്വ. ഐ ബി സതീഷ് - നിയമസഭാംഗം - 9446557370- balaksathish@gmail.com

ടി ഗംഗാധരൻ - മുൻ സംസ്ഥാന പ്രസിഡന്റ്, കേരള ശാസ്ത്ര സാഹിത്യ പരിഷത്ത് - 9495754727 - tgkannur@gmail.com

ബി ബിജു - പ്രസിഡന്റ്, നെടുമങ്ങാട് ബ്ലോക്ക് പഞ്ചായത്ത് - 9496814060 - bbijukscb@gmail.com

www.ingramcontent.com/pod-product-compliance
Lightning Source LLC
LaVergne TN
LVHW100815051026
849519LV00006B/2084
* 9 7 8 9 3 9 0 3 0 1 0 8 9 *

ஜெமினி சர்க்கிள்

சோம. வள்ளியப்பன்

கிழக்கு

ஜெமினி சர்க்கிள்

Gemini Circle

Soma. Valliappan ©

Kizhakku Edition: January 2022

192 Pages

Printed in India.

ISBN : 978-93-90958-30-6

Kizhakku - 1249

Kizhakku Pathippagam
177/103, First Floor, Ambal's Building, Lloyds Road,
Royapettah, Chennai - 600 014. Ph: +91-44-4200-9603
Email : support@nhm.in Website : www.nhm.in

kizhakkupathippagam kizhakku_nhm

Author's Email: writersomavalliappan@gmail.com
Author's Website : www.writersomavalliappan.in
www.facebook.com/Soma Valliappan
www.youtube.com/Soma Valliappan

Kizhakku Pathippagam is an imprint of New Horizon Media Private Limited

சமர்ப்பணம்

எழுத்தாளர் சா கந்தசாமி அவர்களுக்கு

உள்ளே

முன்னுரை 09

1. கறார் 11
2. இந்தக் காலத்துப் பசங்க இருக்காங்களே... 16
3. தெரியலையே! 26
4. சாமி சரணம் 37
5. சரி செய்யவேண்டும் 46
6. எலி 52
7. நின்று கொல்லும் தெய்வம் 63
8. பெறுவதும் கொடுப்பதும் 71
9. இப்படித்தானா நடக்குது! 76
10. வக்கீல் மகள் 87
11. தெளிவு 92
12. மாண்புமிகு வாக்காளர் 98
13. தகப்பன் சாமி 103
14. ஒரு சொல் 109
15. இடைவெளி 115
16. ஓர் அமாவாசை நாள் 121
17. இப்படியும் ஒரு தற்கொலை? 127
18. புரிதல் 134
19. மழை நாளில் மூன்று பேர் 139
20. ஏன்? 142
21. ஜெமினி சர்க்கிள் 147
22. எது கேட்கும்? 159
23. செல்லம் 161
24. காதல் - கல்யாணம் 167
25. இவரைப் புரிந்துகொள்ளுங்கள் 174
26. அவரவர்க்குப் பிடித்தது 178
27. போராட்டம் 183
28. அருகதை 188